പൊലീസ്
അനുഭവങ്ങളിൽ അടിപതറാതെ

police anubhavangalil adipatharathe

•

editor
k rajan

•

first edition
june 2019

•

typesetting & published
chintha publishers, thiruvananthapuram

•

•

cover
vinod mangoes

•

വിതരണം

ദേശാഭിമാനി ബുക്ക് ഹൗസ്

H O തിരുവനന്തപുരം–695 035
phone: 0471-2303026, 6063026
www.chinthapublishers.com
chinthapublishers@gmail.com

ബ്രാഞ്ചുകൾ

ഹെഡ്ഡാഫീസ് ബ്രാഞ്ച് കുന്നുകുഴി • സ്റ്റാച്യു തിരുവനന്തപുരം • കെ എസ് ആർ ടി സി ബസ് സ്റ്റേഷൻ ആലപ്പുഴ • കെ എസ് ആർ ടി സി ബസ് സ്റ്റേഷൻ എറണാകുളം • മച്ചിങ്ങൽ ലെയ്ൻ തൃശൂർ • ഐ ജി റോഡ് കോഴിക്കോട് • മാവൂർ റോഡ് കോഴിക്കോട് • എൻ ജി ഒ യൂണിയൻ ബിൽഡിങ് കണ്ണൂർ • സെൻട്രൽ ബസ് ടെർമിനൽ കോംപ്ലക്സ് താവക്കര കണ്ണൂർ

CO - 2802 / 5065
ISBN - 978-93-88485-64-7

പൊലീസ്
അനുഭവങ്ങളിൽ അടിപതറാതെ

എഡിറ്റർ
കെ രാജൻ

ചിന്ത പബ്ലിഷേഴ്സ്
തിരുവനന്തപുരം-695 035

കെ രാജൻ

തിരുവനന്തപുരം ജില്ലയിൽ പേയാടിനടുത്ത് ചെറുകോട് കൃഷ്ണന്റെയും രാജമ്മയുടെയും മകനായി 1963 മെയ് 25 ന് ജനിച്ചു. പേയാട് സെന്റ് സേവ്യേഴ്സ് ഹൈസ്കൂളിലും തിരുവനന്തപുരം എം ജി കോളേജിലും, യൂണിവേഴ്സിറ്റി കോളേജിലുമായിരുന്നു വിദ്യാഭ്യാസം. ചരിത്രത്തിൽ ബിരുദം. മലയാളഭാഷയിലും സാഹിത്യത്തിലും ഉപരിപഠനം. 01.04.1988 ൽ പൊലീസ് വകുപ്പിൽ കോൺസ്റ്റബിളായി സർവ്വീസിൽ ചേർന്നു. 1999 മുതൽ 2001 വരെ പൊലീസ് അസോസിയേഷൻ സംസ്ഥാന ഖജാൻജി, 2007 മുതൽ 2010 വരെ സംസ്ഥാനപ്രസിഡന്റ്, പത്തനംതിട്ട ജില്ലാ പൊലീസ് എംപ്ലോയീസ് സഹകരണസംഘം പ്രസിഡന്റ്, ദീർഘകാലം പൊലീസ് ഹൗസിങ് സഹകരണസംഘത്തിന്റെ ഡയറക്ടർ എന്നീ നിലകളിൽ പ്രവർത്തിച്ചു. പൊലീസ് അസോസിയേഷന്റെ മുഖപത്രമായ *കാവൽ കൈരളി*യുടെ സ്ഥാപകരിൽ ഒരാൾ. പത്തുവർഷം എഡിറ്റർ. കേരളപ്പിറവിയുടെ അറുപതാം വാർഷികത്തോടനുബന്ധിച്ച് രണ്ടായിരത്തി പതിനാറിൽ സംസ്ഥാന പൊലീസ് വകുപ്പ് നടത്തിയ *ഭാവികേരളവും ക്രമസമാധാനരംഗത്തെ വെല്ലുവിളികളും* എന്ന പ്രബന്ധത്തിന് ഒന്നാം സമ്മാനവും, *പൊലീസ് ചരിത്രവും വർത്തമാനവും* എന്ന ഗ്രന്ഥത്തിന് രണ്ടായിരത്തി പതിനേഴിൽ ഗോവിന്ദ് രചനാ പുരസ്കാരവും ലഭിച്ചു. നിലവിൽ കേരളാ പൊലീസ് ഓഫീസേഴ്സ് അസോസിയേഷൻ സംസ്ഥാന കമ്മിറ്റിയംഗവും പേയാട് വിദ്യാപ്രബോധിനി ഗ്രാമീണ ഗ്രന്ഥശാലയുടെ ഭരണസമിതിയംഗവുമാണ്. ഇപ്പോൾ പൊലീസ് ആസ്ഥാനത്ത് എൻ ആർ ഐ സെല്ലിൽ സബ്ബ് ഇൻസ്പെക്ടറായി ജോലി ചെയ്തുവരുന്നു.

കൃതികൾ: *മനുഷ്യാവകാശം ജനാധിപത്യം പൊലീസ് (എഡിറ്റർ) (2010), പൊലീസ് വാഗർത്ഥങ്ങൾ (2011), കേരളാപൊലീസ്: ചരിത്രവും വർത്തമാനവും (2017), ബഷീറിന്റെ പൊലീസ് (2017)*

ഭാര്യ : എസ് ശോഭന
മകൾ : രജനി എസ് ആർ
മകൻ : രാജീവ് എസ് ആർ
മരുമക്കൾ : പ്രേംലാൽ ബി, രാജേശ്വരി എസ്

വിലാസം : വിശ്വഭാരതി
പേയാട് പി ഒ
തിരുവനന്തപുരം - 695573
മൊബൈൽ : 9447469864

ഉള്ളടക്കം

പ്രസാധകക്കുറിപ്പ്

ആധുനികവും പരിഷ്കൃതവുമായ സാമൂഹ്യ സംവിധാനത്തിൽ അപരിഷ്കൃതവും യാഥാസ്ഥിതികവുമായ ഘടകങ്ങൾ നിലനില്ക്കുന്നതിൽ അത്ഭുതങ്ങളൊന്നുമില്ല. കേരളത്തിലെ പൊലീസ് സംവിധാനത്തെക്കുറിച്ച് ചിന്തിക്കുമ്പോൾ ഇത്തരമൊരു പൊതുബോധം പൗരനിൽ ഉയർന്നുവരുന്നതിനുള്ള കാരണം സമൂഹത്തിൽ നിലനില്ക്കുന്നതും പ്രചരിപ്പിക്കപ്പെട്ടുപോരുന്നതുമായ കഥകളുടേയും വസ്തുതകളുടെയും വാർത്തകളുടേയും അടിസ്ഥാനത്തിലാണ്.

പൊലീസ് സംവിധാനവുമായി ബന്ധപ്പെട്ട് വ്യത്യസ്ത തലങ്ങളിലുള്ള അനുഭവങ്ങളാണ് സൃഷ്ടിക്കപ്പെടുന്നത്. പൊലീസ് സേനയിൽ ഉൾപ്പെടുന്നവരുടെ അനുഭവങ്ങൾ, പൊലീസ് സേനയുമായി ബന്ധപ്പെടുന്നവരുടെ അനുഭവങ്ങൾ എന്നിങ്ങനെ വ്യത്യസ്ത വഴികളിലൂടെ അതു നീളുന്നു.

കേരളത്തിലെ പൊലീസ് സംവിധാനവുമായി പല തല(ര)ത്തിലും വ്യത്യസ്ത നിലകളിലും ഇടപെടുകയും വ്യത്യസ്തമായ അനുഭവങ്ങളിലൂടെ കടന്നു പോവുകയും ചെയ്ത നിരവധി സാമൂഹ്യ സാംസ്കാരിക രാഷ്ട്രീയ നേതാക്കൾ നമ്മുടെ സമൂഹത്തിലുണ്ട്. വേദനാ നിർഭരവും ത്യാഗോജ്ജ്വലവും അവിസ്മരണീയവുമായ അത്തരം അനുഭവങ്ങളെ സമാഹരിക്കുന്ന ഗ്രന്ഥമാണിത്. പൊലീസ് സേനയുടെ ഭാഗമായ ശ്രീ. കെ രാജൻ നടത്തിയ സാഹസികമായൊരു യത്നം കേരള സമൂഹത്തിലെ പൊലീസ് സംവിധാനങ്ങളുടെ വ്യത്യസ്ത രീതിശാസ്ത്രങ്ങളെ അടയാളപ്പെടുത്തുന്ന ആദ്യത്തെ സംരംഭമാണ്.

ഒരു ജനതയുടെ പ്രതീക്ഷയും ആവേശവുമായി മാറിയ അനേകം മഹാത്മാക്കളുടെ പൊലീസ് അനുഭവങ്ങൾ കേരളത്തിന്റെ രാഷ്ട്രീയ ചരിത്രത്തിലേക്കും പൊലീസ് സംവിധാനത്തിന്റെ ഉള്ളറകളിലേക്കുമുള്ള ചൂണ്ടുപലകയാണ്. അഭിമാനത്തോടെ ഈ കൃതി വായനാ സമൂഹത്തിനായി സമർപ്പിക്കുന്നു.

ചിന്ത പബ്ലിഷേഴ്സ്

ആമുഖം

ജീവിതത്തിന്റെ സർവ്വ വ്യവഹാരങ്ങളിലും പ്രത്യക്ഷമായോ പരോക്ഷമായോ അധികാരത്തിന്റെ ഇടപെടലുകളുണ്ട്. പൊലീസ് പ്രവർത്തനങ്ങളിൽ അത് നേരിട്ട് അനുഭവപ്പെടുന്നു എന്നു മാത്രം. മറ്റേത് വിഭാഗത്തേക്കാളും സമൂഹനിർമ്മിതിയിൽ പ്രധാന പങ്കുവഹിക്കുന്നത് പൊലീസാണ്. അധികാരം ഒരു പ്രത്യയശാസ്ത്രമാണ്. അത് മനുഷ്യപുരോഗതിക്കായി ഉപയോഗപ്പെടുത്തുമ്പോഴാണ് ആധികാരികമാവുന്നതും ജനവിശ്വാസത്തിന്റെ കുളിരണിയുന്നതും. ഈ സാമാന്യബോധം പൊലീസ് പ്രവർത്തനം നടത്തുന്നവരിൽ പ്രതിഫലിക്കണം. അല്ലാത്തപക്ഷം സമൂഹത്തിൽനിന്നുള്ള അന്യവല്ക്കരണത്തിനും ഒറ്റപ്പെടലിനും വിധേയമാകേണ്ടിവരുന്നു. ഇതിന്റെ ഫലമായുണ്ടാകുന്ന അന്യതാബോധം നേരിനും നെറിക്കും വിപരീതമായി പ്രവർത്തിക്കുന്ന അവസ്ഥ സംജാതമാക്കുകയും കൂടുതൽ ഒറ്റപ്പെടലിന് വഴിയൊരുക്കുകയും ചെയ്യുന്നു. ഈയൊരു സന്ദിഗ്ദ്ധാവസ്ഥയിൽ ഓരോ പൊലീസുദ്യോഗസ്ഥനും എന്താണ് ചെയ്യാൻ കഴിയുന്നതെന്ന പുനർവിചിന്തനമാണ് ആരോഗ്യകരമായുള്ളത്. ഈ സാഹചര്യത്തിൽ പൊലീസ് പൊതുജനസേവകരാണെന്ന യാഥാർത്ഥ്യം ഉൾക്കൊള്ളണം. പെരുമാറ്റവും പ്രവൃത്തിയും ജനപക്ഷമായിരിക്കുകയും വേണം. ജനങ്ങളുടെ സ്വീകാര്യതയാണ് നല്ല പൊലീസ് പ്രവർത്തനത്തിന്റെ അടിത്തറ. അത് ഭദ്രമാക്കുന്നതിലൂടെ മാത്രമേ, ജനവിശ്വാസം ആർജ്ജിക്കാൻ കഴിയൂ.

പൊലീസുകാരും മനുഷ്യരാണ്. അതിനാൽ തെറ്റുപറ്റാനും സാദ്ധ്യതയുണ്ട്. മനുഷ്യൻ വിവേകിയായതിനാൽ തന്നെ, അതിവേഗം തെറ്റു തിരുത്തുവാനുള്ള ഉത്തരാദിത്വവുമുണ്ട്. കുറ്റബോധം പോലുമില്ലാതെ തെറ്റു ചെയ്യാൻ മാത്രമായി എന്തിന് മനുഷ്യൻ ജീവിക്കണം? എന്ന ചിന്ത

യാണ് ഓരോ പൊലീസ് ഉദ്യോഗസ്ഥരിലും സമൂഹത്തിലെ ഓരോരുത്തരിലും ഉയർന്നുവരേണ്ടത്. ഈ യാഥാർത്ഥ്യം സാക്ഷാൽക്കരിക്കുന്നതിനുള്ള എളിയ ഇടപെടലിന്റെ കരുതൽ ശേഖരമാണ് *പൊലീസ് അനുഭവങ്ങളിൽ അടിപതാറാതെ* എന്ന ഈ ഗ്രന്ഥം. പൊലീസ് അധികാരത്തിന്റെ ഭീകരക്കാഴ്ചകളും ഭരണകൂട ഭീകരതയുടെ നേർസാക്ഷ്യങ്ങളും പരിവർത്തനത്തിന്റെ പുനർനിർമ്മിതികളും മനുഷ്യസംസ്കാരത്തിന് കാവൽ നില്ക്കാൻ പര്യാപ്തമായൊരു സേവന ജീവിതവും പകർത്താൻ കഴിയുന്ന ഒട്ടേറെ അനുഭവങ്ങൾ ഈ സമാഹാരത്തിലുണ്ട്. പുതിയ പൊലീസുദ്യോഗസ്ഥർക്ക് നേർവഴി കാട്ടിക്കൊടുക്കാനും യുവതലമുറയ്ക്ക് ജീവിതസത്യങ്ങളെ യഥാതഥമായി വീക്ഷിക്കാനും മാനവികതയിൽ ഊന്നിയ പുതിയൊരു തൊഴിൽസംസ്കാരവും നവോത്ഥാനചിന്തയും വളർത്തുവാനും ഈ ഗ്രന്ഥത്തിലെ ഓരോ അനുഭവവും മുതൽക്കൂട്ടാവുന്നതാണ്.

അനുഭവങ്ങൾ ചരിത്രമാണ്. അതൊരു സാംസ്കാരിക മൂലധനവും സാമൂഹിക ഉല്പന്നവുമാണ്. സമൂഹനിർമ്മിതിയിൽ ഉല്പന്നങ്ങളുടെ ഗുണനിലവാരം ചർച്ച ചെയ്യപ്പെടുക സ്വാഭാവികം മാത്രം. നീതിനടത്തിപ്പിൽ വാഴ്ത്തലുകളുടെയും വീഴ്ത്തലുകളുടെയും ഉറവിടം കണ്ടെത്തി ശരിയായ പാതയിലൂടെ സഞ്ചരിക്കുമ്പോഴാണ് അത് ജീവിതത്തിന്റെ യഥാർത്ഥ വഴികളായി മാറുന്നത്. അപ്പോഴാണ് സാമൂഹ്യപുരോഗതി ഉണ്ടാകുന്നത്. ഈ വഴിത്താരയിൽ സഞ്ചരിച്ചവരും ഇപ്പോഴും സഞ്ചരിക്കുന്നവരുമായ മഹദ്വ്യക്തികൾ, അവർ അവരുടെ വ്യക്തിതാല്പര്യങ്ങൾ മാറ്റിനിർത്തി, സാമൂഹ്യതാല്പര്യങ്ങൾ ഉയർത്തിപ്പിടിച്ചുകൊണ്ട് നടത്തിയ ത്യാഗനിർഭരമായ പ്രവർത്തനങ്ങൾ പുതിയ സമൂഹനിർമ്മിതിക്ക് കാരണമായിട്ടുണ്ട്. അവരുടെ നിലപാടുകളും അനുഭവങ്ങളും പ്രവർത്തനങ്ങളും സംസ്കാരത്തിന്റെ വളർച്ചയുടെ ഭാഗമായിത്തീർന്നിട്ടുണ്ട്. ഈ മഹദ്വ്യക്തികൾ നല്കിയ സംഭാവനകളും സന്ദേശങ്ങളും ഭാവിയിലേക്കുള്ള ഗുണപാഠങ്ങളാണ്.

പൊലീസ് പ്രവർത്തനങ്ങളിലെ നിരന്തരമായ കുറ്റപ്പെടുത്തലുകളും വിമർശനങ്ങളും ജനാധിപത്യത്തിന്റെ ഉൾത്തുടിപ്പുകളാണ്. നിയമത്തിന്റെയും നീതിയുടെയും ദർശനങ്ങൾ ഉൾക്കൊണ്ടു പ്രവർത്തിക്കുവാൻ ഈ പുസ്തകത്തിലെ ഓരോരുത്തരുടെയും അനുഭവങ്ങൾ പ്രചോദനമാകുമെന്നതിനപ്പുറം തിരുത്തലിന് സഹായകരമാകുമെന്നതിൽ സംശയമില്ല. പൊലീസിൽ സൽപ്രവൃത്തികൾ ചെയ്യണമെന്നാഗ്രഹിക്കുന്നവർക്ക് ഒരു കരുതൽധനമാണ് *പൊലീസ് അനുഭവങ്ങളിൽ അടിപതറാതെ* എന്ന ഈ ഗ്രന്ഥം.

സാമൂഹ്യപുരോഗതി മാത്രം സ്വപ്നം കണ്ട് സമർപ്പിത ജീവിതം നയിച്ച് മൺമറഞ്ഞവരുടെയും വർത്തമാനകാലത്ത് ഈ ലക്ഷ്യത്തിനായി പോരാടുന്നവരുടെയും പൊലീസുദ്യോഗസ്ഥരുടെ നന്മയും തിന്മയും അനുഭവിച്ചറിഞ്ഞ മഹദ് വ്യക്തികളുടെയും ഒപ്പം കാക്കിയിട്ട്

ജീവിതം നയിച്ചവരുടെയും സാക്ഷ്യങ്ങൾ ഈ സമാഹാരത്തിലുൾപ്പെടുത്തിയിട്ടുണ്ട്. സംസ്ഥാനരൂപീകരണത്തിനു മുൻപും പിൻപുമുള്ള പൊലീസിന്റെ ക്രമാനുഗതമായ മാറ്റം ഓരോ അനുഭവത്തിലൂടെയും ദർശിക്കാം. മൺമറഞ്ഞ എം എൻ ഗോവിന്ദൻ നായർ, സി അച്ചുതമേനോൻ, പി കെ വാസുദേവൻ നായർ, വിതുര ബേബി എന്നിവരുടെ കുറിപ്പുകൾ പ്രഭാത് ബുക്ക്ഹൗസ് പ്രസിദ്ധീകരിച്ചവയും, പി ഭാസ്കരന്റെ കുറിപ്പ് *മാതൃഭൂമി* പ്രസിദ്ധീകരിച്ച ആത്മകഥയിൽനിന്ന് എടുത്തിട്ടുള്ളതും, മിന്നൽ പരമശിവൻനായർ, മലയാറ്റൂർ, അജിത, ബാലചന്ദ്രൻ ചുള്ളിക്കാട് എന്നിവരുടെ കുറിപ്പുകൾ ഡി സി ബുക്സ് പ്രസിദ്ധീകരിച്ചിട്ടുള്ള ഓർമ്മക്കുറിപ്പുകളിൽനിന്നും എടുത്തിട്ടുള്ളവയുമാണ്. ഇവ ഈ സമാഹാരത്തിൽ ഉൾപ്പെടുത്തുവാൻ അനുമതി നല്കിയതിന് പ്രത്യേകം നന്ദി.

എന്റെ ഈ പുസ്തകാശയം പങ്കുവച്ച് ആവശ്യപ്പെട്ട പ്രകാരം അനുഭവക്കുറിപ്പുകൾ നല്കിയ എല്ലാ പ്രമുഖ വ്യക്തിത്വങ്ങളോടുമുള്ള കടപ്പാട് വാക്കുകൾക്കതീതമാണ്. ഈ പുസ്തകത്തിന് അവതാരിക എഴുതി അനുഗ്രഹിച്ച മുൻസംസ്ഥാന പൊലീസ് ചീഫ് ശ്രീ. ജേക്കബ് പുന്നൂസ് ഐ പി എസ് അവർകൾക്ക് പ്രത്യേകം നന്ദി. ഈ പുസ്തകം മനോഹരമായി രൂപകല്പന ചെയ്ത് പ്രസിദ്ധീകരിച്ച ചിന്ത പബ്ലിഷേഴ്സിനോടുള്ള കടപ്പാട് വിവരണാതീതമാണ്.

ഈ പുസ്തകത്തിലെ ഉള്ളടക്ക സമാഹരണത്തിൽ നിരവധി സുഹൃത്തുക്കളുടെ അകമഴിഞ്ഞ സഹായസഹകരണങ്ങളും പ്രോത്സാഹനങ്ങളും നിർദ്ദേശങ്ങളും ലഭിച്ചിട്ടുണ്ട്. അവരെയെല്ലാം നന്ദിയോടെ സ്മരിക്കുന്നു. ഈ പുസ്തകത്തിന് പേരു നിർദ്ദേശിച്ചു തന്ന ഡോ. ബിജു ബാലകൃഷ്ണനും, ഈ പുസ്തകം പരിശോധിച്ച് പിഴവുകൾ തീർക്കാൻ സഹായിച്ച ശ്രീ. സൂര്യക്കോട് നടേശൻസാറിനും നന്ദി രേഖപ്പെടുത്തുന്നു.

എനിക്ക് അന്നവും ഉന്നവും സമ്മാനിച്ചിരിക്കുന്നത് ഞാൻ ഉൾപ്പെടുന്ന പൊലീസ് വകുപ്പിന്റെ പ്രചോദനമാണ്. പ്രസ്തുത വകുപ്പിന്റെ യശസ്സുയർത്തുവാനുള്ള പരിശ്രമങ്ങളാണ് എന്റെ ഓരോ പുസ്തകരചനയുടേയും പ്രേരകശക്തി. അതിനായി പ്രോത്സാഹനം നല്കുന്ന പൊലീസ് ഡിപ്പാർട്ട്മെന്റിനോടും സഹപ്രവർത്തകരോടും വിശിഷ്യാ പൊലീസിന്റെ നന്മയാഗ്രഹിക്കുന്ന പൊതുസമൂഹത്തിലെ ഓരോരുത്തരോടും ഉള്ള സ്നേഹം മനസ്സിൽ സൂക്ഷിക്കുന്നു. പൊലീസിലെ ഭാവിപരിവർത്തനം ലക്ഷ്യമാക്കി തയ്യാറാക്കിയ ഈ സമാഹാരവും തുറന്ന മനസ്സോടെ സ്വീകരിക്കുമെന്നു പ്രതീക്ഷിക്കുന്നു.

കെ രാജൻ

അവതാരിക

നവീകരണത്തിനു മാറ്റൊലി മുഴങ്ങുന്ന അനുഭവസാക്ഷ്യങ്ങൾ

ജേക്കബ് പുന്നൂസ് ഐ പി എസ്

"ഏമാൻ" പൊലീസുമായുള്ള ആദ്യസംഭാഷണവും പൊലീസ് സ്റ്റേഷനിൽ ചെലവഴിച്ച ആദ്യമണിക്കൂറും ലോക്കപ്പിൽ കിടക്കേണ്ടിവന്ന ആദ്യരാത്രിയും ആരും വിസ്മരിക്കുകയില്ല എന്നതിന്റെ തെളിവുകളാണ് ശ്രീ. രാജൻ സമാഹരിച്ച *പൊലീസ് അനുഭവങ്ങളിൽ അടിപതറാതെ* എന്ന ഗ്രന്ഥത്തിലുള്ളത്. പൊലീസുമായുള്ള സംസർഗ്ഗം മധുരപ്രതീക്ഷകളോടെ ആരും ആഗ്രഹിച്ചു കാത്തിരിക്കുന്ന ഒന്നല്ല; മറിച്ച്, അത് പലപ്പോഴും അനിവാര്യമായ ഒരു ദൗർഭാഗ്യമാണെന്നായിരിക്കും മിക്കവരും കരുതുക. ഈ ഗ്രന്ഥത്തിലെ വ്യത്യസ്ത അനുഭവങ്ങൾക്കുടമകളായ നായകരും കഥാപാത്രങ്ങളും എല്ലാവരും തന്നെ അനിതര സാധാരണമായ നേതൃപാടവം ഉള്ള വ്യക്തികളാണ്. അവരാരും തന്നെ എളുപ്പത്തിൽ എന്തിനെയെങ്കിലും ഭയപ്പെടുന്ന ലോലഹൃദയരല്ല. എന്നാൽ അത്തരം മനസ്സുകളിൽ പോലും എത്രവലിയ രീതിയിലുള്ള മാനസിക സംഘർഷമാണ് പൊലീസുമായുള്ള സംസർഗ്ഗം സൃഷ്ടിച്ചത് എന്ന് ഈ പുസ്തകത്തിലെ താളുകൾ മറിക്കുമ്പോൾ വ്യക്തമാകുന്നു. കാലമേറെ കഴിഞ്ഞിട്ടും അത്തരം സംഘർഷം ലഘൂകരിക്കുവാൻ പൊലീസ് വ്യവസ്ഥയ്ക്ക് പൂർണ്ണമായി കഴിഞ്ഞിട്ടുണ്ടോ എന്നത് സംശയാസ്പദമാണ്. അതുകൊണ്ടു തന്നെ ഈ അനുഭവക്കുറിപ്പുകൾക്കെല്ലാം സമകാലീന പ്രാധാന്യവും ഉണ്ട് എന്ന് ഞാൻ വിശ്വസിക്കുന്നു.

കഴിഞ്ഞ ആറേഴുദശകങ്ങളായി, 'സമത്വം, സാഹോദര്യം, സ്വാതന്ത്ര്യം' എന്നീ മൂല്യങ്ങളിലധിഷ്ഠിതമായ നവമാനവികത കേരള സമൂഹത്തിൽ സൃഷ്ടിക്കുവാൻ അക്ഷീണം പരിശ്രമിച്ചവരാണ് ഈ സമാഹാരത്തിലെ നായകരിൽ പലരും. ഈ മൂല്യങ്ങളുടെ ഗുണഫലങ്ങൾ സാധാരണക്കാർക്ക് അനുഭവവേദ്യമാകണമെങ്കിൽ, ആ മൂല്യങ്ങൾക്ക

നുസരിച്ച് കലാവേദികളും വിദ്യാലയങ്ങളും ആരാധനാലയങ്ങളും മാത്രം മാറിയാൽ പോരാ; ജനങ്ങളുമായി ബന്ധപ്പെട്ട അധികാര സ്ഥാപനങ്ങളും അത്തരം മാറ്റങ്ങൾക്ക് വിധേയമാകണം. ആ വീക്ഷണകോണിൽനിന്നും വിലയിരുത്തുമ്പോൾ കേരളത്തിലെയും ഭാരതത്തിലെയും പൊലീസ് സംവിധാനങ്ങൾ അത്തരം മൂല്യങ്ങളെ തിരസ്കരിക്കുന്നവയാണ് എന്നും സ്വേച്ഛാധിപത്യ, തന്നിഷ്ടക്കാരുടെയും ദുരാചാര ഗുണഭോക്താക്കളുടെയും സംരക്ഷണം ലക്ഷ്യംവച്ച് രൂപീകരിക്കപ്പെട്ടവയാണ് എന്നും നാം തിരിച്ചറിയുന്നു. സ്വാതന്ത്ര്യാനന്തര കേരളത്തിൽ ഭരിക്കുന്നവർ തിരഞ്ഞെടുപ്പിൽ ജയിച്ചവരായിരുന്നു എന്നതുകൊണ്ടുമാത്രം പൊലീസിന്റെ പൊതുജന സമീപനത്തിലോ ആന്തരികഘടനകളിലോ പെട്ടെന്ന് ഒരു മാറ്റവും സംഭവിച്ചില്ല എന്ന് ഓരോരുത്തരുടെയും അനുഭവങ്ങളിൽനിന്ന് നാം മനസ്സിലാക്കുന്നു. പൊലീസിന്റെ പഴയ രീതികൾ മൂലമുണ്ടായ തിക്താനുഭവങ്ങളിൽനിന്ന് ഒരു പുതിയ പൊലീസ് സംസ്കാരം സൃഷ്ടിക്കേണ്ടതിന്റെ ആവശ്യകതയും അതിനായി പൊലീസ് രീതികളും ഘടനകളും പുനരാവിഷ്കരിച്ച് പുനർ നിർവ്വഹിക്കേണ്ടതിന്റെ അനിവാര്യതയും പ്രഗത്ഭരായ പലരും സ്വാനുഭവങ്ങളിലൂടെ തിരിച്ചറിഞ്ഞതിന്റെ ചരിത്രമാണ് നാം ഈ പുസ്തകത്തിലൂടെ വായിച്ചറിയുന്നത്.

പണ്ടെങ്ങോ ഒരു നല്ല പൊലീസ് സംവിധാനം ഇവിടെ ഉണ്ടായിരുന്നു എന്നും അത് രാഷ്ട്രീയ അതിപ്രസരവും അഴിമതിയും ബാധിച്ച് നാമാവശേഷമായി എന്നും വിലപിക്കുന്ന പലരെയും നമുക്ക് പലപ്പോഴും കാണാം. എന്നാൽ ഈ അനുഭവകഥകൾ ഒരുപ്രാവശ്യം വായിച്ചാൽ ആ സുവർണ്ണകാലം ഒരുഭാവനാസൃഷ്ടി മാത്രമാണെന്ന് നമുക്ക് വ്യക്തമാകും. അഹങ്കാരവും തൻപ്രമാണിത്തവും താന്തോന്നിത്തവും ക്രൂരതയും നിയമവിരുദ്ധതയും ഭരണാധികാരികളോടുള്ള അടിമത്ത മനോഭാവവും അഞ്ചുപതിറ്റാണ്ടു മുൻപുപോലും വളരെ രൂഢമൂലമായിരുന്നുവെന്ന് ഈ അനുഭവങ്ങളിൽനിന്ന് ആർക്കും മനസ്സിലാകും. മാത്രമല്ല, ദുഷിച്ചതെന്ന് നാം ഇന്ന് അപലപിക്കുന്ന പലകാര്യങ്ങളും പഴയകാല സമ്പ്രദായങ്ങളുടെ തുടർച്ചയായി പൊലീസിൽ നിലനില്ക്കുന്നതാണ് എന്ന സത്യം നമുക്ക് ബോദ്ധ്യമാവുകയും ചെയ്യും. സ്വതവേ ക്രൂരനല്ലെങ്കിൽക്കൂടി, ക്രൂരനാണെന്ന പ്രതിച്ഛായ സൃഷ്ടിക്കുന്നതാണ് പ്രതിച്ഛായയ്ക്ക് നല്ലത് എന്നുവിശ്വസിക്കുന്നവരെയും സ്വാർത്ഥലാഭത്തിനുവേണ്ടി നിയമവിരുദ്ധമായി പ്രവർത്തിക്കുന്നവരെയും കസ്റ്റഡിയിലുള്ളവരെ യാതൊരു കാരണവുമില്ലാതെ എല്ലാദിവസവും ഒരു കലാപരിപാടിയെന്ന രീതിയിൽ ക്രൂരമർദ്ദനത്തിന് വിധേയരാക്കി ആത്മസംതൃപ്തി അടയുന്ന മനോരോഗികളെയും എതിർപ്പുകളെ നിർദ്ദാക്ഷിണ്യം അടിച്ചമർത്തി ഭരണാധികാരികളെ സന്തോഷിപ്പിക്കുന്നവരെയുമെല്ലാം ഒരു കാഴ്ചബംഗ്ലാവിലെന്നപോലെ നമുക്കിതിൽ കാണാം.

ഒരു രാജ്യം ആ രാജ്യത്തെ കുറ്റവാളികളെ ഏതു രീതിയിലാണ് ശിക്ഷിക്കുന്നത്? ഏതു രീതിയിലാണ് പൊലീസ് അവരോട് പെരുമാ

റുന്നത്? എന്നീ ചോദ്യങ്ങളുടെ ഉത്തരമാണ് ആ രാജ്യത്തെ സംസ്കാരത്തിന്റെ യഥാർത്ഥ അളവുകോൽ എന്ന് പലരും പറയാറുണ്ട്. അതുപോലെ തന്നെ, ഒരു രാജ്യത്തെ സാധാരണക്കാർക്ക് പൗരസ്വാതന്ത്ര്യം എത്രമാത്രം പ്രായോഗിക തലത്തിൽ ലഭ്യമാണെന്നതിന്റെ യഥാർത്ഥ അടയാളം ആ രാജ്യത്തെ ഒരു പൊലീസ് സ്റ്റേഷനിലേക്ക് ഒരാവശ്യവുമായി പോകുവാൻ ഒരു സാധാരണ പൗരൻ പ്രകടിപ്പിക്കുന്ന ആത്മവിശ്വാസവും ഉത്സാഹവുമാണ്. അപകടസാദ്ധ്യത മണക്കുന്ന സ്ത്രീയും, കൂട്ടം തെറ്റിപ്പോയ കുട്ടിയും, ആക്രമിക്കപ്പെട്ട പൗരനും, അവശത അനുഭവിക്കുന്ന വൃദ്ധനും സഹായം പ്രതീക്ഷിച്ചുകൊണ്ട് എവിടെയെല്ലാം സ്വമേധയാ ശുപാർശക്കാരില്ലാതെ പൊലീസ് സ്റ്റേഷനിലേക്ക് ഓടി ചെല്ലുന്നുവോ, അവിടെയല്ലാം പൗരന്മാർ സ്വാതന്ത്ര്യവും സുരക്ഷയും പ്രായോഗികമായി അനുഭവിക്കുന്നു. പൊലീസ് സ്റ്റേഷനിലേക്ക് പോകാൻ സാധരണക്കാരൻ ഭയപ്പെടുന്നു എങ്കിൽ അവിടെ സ്വാതന്ത്ര്യം കടലാസിൽ ഒതുങ്ങുന്നു എന്നതാണ് യാഥാർത്ഥ്യം.

ഈ പുസ്തകത്തിൽ ഉൾപ്പെടുത്തിയിട്ടുള്ള അനുഭവങ്ങൾ ഒരു പ്രാവശ്യം വായിച്ചാൽ ആരും മറക്കുകയില്ല എന്നത് നിശ്ചയം. കാല്പാദത്തിലൂടെ ബയണറ്റ് കുത്തിക്കേറ്റിയപ്പോൾ ബോധം നഷ്ടപ്പെട്ട വി എസ്; പുനലൂർ പൊലീസ് സ്റ്റേഷനിൽ മൂർഖൻ പാമ്പിനെ മുഖാമുഖം കണ്ട് പരിഭ്രമിച്ച എം എൻ; തിരുനക്കര പൊലീസ് സ്റ്റേഷനിലെ പീഡനം വയലാറിന്റെ ഗർജ്ജനമാക്കി സംസ്കരിച്ച പി ഭാസ്കരൻ; മർദ്ദന വീരനായ പൊലീസുദ്യോഗസ്ഥൻ സഖാവും സതീർത്ഥ്യനുമായിരുന്നതുകൊണ്ട് മുൻപരിചയംമൂലം ലഭിച്ച ഔദാര്യത്തിന്റെ മറവിൽ പീഡനത്തിൽനിന്നും രക്ഷപ്പെട്ട വി വിശ്വനാഥ മേനോൻ; കൊല്ലം പൊലീസ് സ്റ്റേഷനിലെ കൊടിയ മർദ്ദനം ഉച്ചത്തിൽപ്പാടി കവിതയായി മാറ്റിയെടുത്ത പുതുശ്ശേരി രാമചന്ദ്രൻ; പൊലീസിന്റെ കിരാതക്രൂരതകൾ തിരിച്ചറിഞ്ഞിട്ടും ഒരു നല്ലവനായ പൊലീസുകാരനാകാൻ ആഗ്രഹിക്കുന്ന പി കെ വി; അറസ്റ്റിന് വിധേയമായി ജയിലിൽ കൊണ്ടുപോകാനായി വനിതാപൊലീസിനെ കാത്തിരിക്കുന്ന ഗൗരിയമ്മയും; മർദ്ദിച്ചവശയായ അവസ്ഥയിൽ മാനന്തവാടിയിലെത്തിച്ചേർന്നപ്പോൾ അവിടെവച്ച് അതിനേക്കാൾ ക്രൂരമായ രീതിയിൽ മർദ്ദന വിധേയയായ അമ്മയെ കാണുന്ന അജിത; മൃഗീയനിഷ്ഠുരതകൾക്കിടയിൽ പോലും മനുഷ്യസഹജമായ സ്നേഹസ്പർശം നല്കിയ പൊലീസുകാരെ സ്മരിക്കുന്ന സോമശേഖരൻ; സഹപാഠിയായ പൊലീസുകാരന്റെ അസഹ്യസംഭാഷണത്തിൽ നിന്ന് ബാലചന്ദ്രൻ ചുള്ളിക്കാട് രക്ഷിച്ച രാത്രിയിലെ അതിഥി; ഇവരെയും, ഇവരെപ്പോലെ വ്യത്യസ്ത സാഹചര്യങ്ങളിൽ വ്യത്യസ്ത പൊലീസ് അനുഭവങ്ങൾക്ക് സാക്ഷ്യം വഹിച്ച മറ്റുപലരെയും നമുക്ക് ഒരിക്കലും മറക്കുവാൻ കഴിയില്ല.

വിധിവൈപരീത്യംമൂലം ക്രൂരസാഹചര്യങ്ങളിൽ അകപ്പെട്ട, യാന്ത്രികമായി തെറ്റുകൾ ചെയ്തുകൂട്ടുന്ന ഉദ്യോഗസ്ഥരിൽ ചിലർ അനുഭവി

ക്കുന്ന മാനസികവ്യഥയും മറ്റുചിലർ അനുവർത്തിക്കുന്ന ധൈര്യപൂർവ്വമായ സമീപനങ്ങളും ചില അനുഭവസാക്ഷ്യങ്ങളിൽ വളരെ പ്രകടമായി ദൃശ്യമാണ്. നാട്ടുകാർ വലുതെന്നു കരുതുന്ന കാര്യങ്ങളിൽ നാം നാടിന്റെ കൂടെ നില്ക്കുന്നതാണ് ഉചിതം എന്നു കരുതുന്ന പൊലീസുദ്യോഗസ്ഥരെയും, എം ടിയെയും തകഴിയെയും മലയാറ്റൂരിനേയും നിയമത്തിന്റെ അനാവശ്യ കാർക്കശ്യങ്ങളിൽനിന്നൊഴിവാക്കുന്ന സന്ദർഭങ്ങളും നമുക്ക് കാണാം. പൊലീസിനെപ്പറ്റി മാർ ക്രിസോസ്റ്റം തിരുമേനി പറയുന്ന കാര്യങ്ങൾ ജനങ്ങളുടെ സ്വാതന്ത്ര്യാനുഭവം ലക്ഷ്യമാക്കി പ്രവർത്തിക്കുന്ന ഉദ്യോഗസ്ഥർക്കും ആ ലക്ഷ്യത്തോട് യോജിക്കുന്ന നാട്ടുകാർക്കും വലിയ പ്രചോദനം നല്കും. "മനുഷ്യനെ സമാധാനമായി ജീവിക്കുവാൻ സഹായിക്കുന്നത് പൊലീസാണ്. അതുകൊണ്ട് പൊലിസ് ദൈവത്തെ മഹത്വപ്പെടുത്തുന്നവരാണ്" - എന്നാണ് തിരുമേനി ഓർമ്മകളിൽ കുറിക്കുന്നത്. അതുകൊണ്ടുതന്നെയായിരിക്കണം പൊലീസ് നടപടികളെ വെറുക്കുമ്പോഴും പൊലീസുകാരെ വെറുക്കാതിരിക്കാൻ ഉറൂബ് പ്രത്യേകം ശ്രദ്ധിക്കുന്നത്. "തന്റെ എല്ലാ പുസ്തകങ്ങളും ഞാൻ വായിച്ചിട്ടുണ്ട്" എന്ന് ആകസ്മികമായി കണ്ടുമുട്ടുന്ന എം മുകുന്ദനോട് ഒരു പൊലീസുദ്യോഗസ്ഥൻ പറയുമ്പോൾ പൊലീസുകാരനെക്കുറിച്ച് വേറൊരു രീതിയിൽ ചിന്തിക്കാൻ മുകുന്ദനെപ്പോലെ നമ്മളും നിർബ്ബന്ധിതരാകുന്നു. ആ പുതിയകാഴ്ചപ്പാട് ഏതു കാൽവച്ച് ചവിട്ടിക്കേറിയാലും നമ്മളെ ഭർത്സിക്കുമെന്ന് ബാബുപോൾസാർ അനുസ്മരിക്കുന്ന തിരുവിതാംകൂർ പൊലീസിന്റെ സാംസ്കാരിക പാരമ്പര്യത്തിൽനിന്ന് നമ്മെ മോചിപ്പിക്കുവാൻ സഹായിക്കുന്നു. സി രാധാകൃഷ്ണനെയും പ്രൊഫസർ തോമസ് മാത്യുവിനെയും ഔദ്യോഗികമായി ക്ഷണിച്ച് അവരെ അനുമോദിക്കുന്ന സാഹിത്യ സംഗമത്തിൽ പോലീസുകാരനെ കൊണ്ടുചെന്നെത്തിക്കുവാൻ ആ കാഴ്ചപ്പാട് ഉപകരിക്കുന്നു. യു എ ഖാദർ അനുസ്മരിക്കുന്നതുപോലെ, കോഴിക്കോട് പാവമണി റോഡിലെ പൊലീസ്ക്വാർട്ടേഴ്സിൽ വച്ച് ഹെഡ്കോൺസ്റ്റബിൾ കുഞ്ഞമ്മദ്ക്കായുടെ സംഗീതപ്രണയം ബാബുരാജിലും കോഴിക്കോട് അബ്ദുൾ ഖാദറിലും കണ്ടെത്തി വളർത്തിയെടുത്ത് ആശ്ലേഷിച്ചപ്പോൾ മുതൽ തുടങ്ങിയതല്ലേ ആ ലാവണ്യാനുഭവം.

പല കാലഘട്ടങ്ങളിലെ പൊലീസ് സംവിധാനങ്ങളെപ്പറ്റിയും പൊലീസ് പെരുമാറ്റരീതികളെയും സംബന്ധിച്ച നേർക്കാഴ്ചകളാണ് ശ്രീ. രാജന്റെ പരിശ്രമത്തിലൂടെ നമുക്ക് ഈ പുസ്തകത്തിൽനിന്നും ഒരുമിച്ച് ലഭ്യമാകുന്നത്. ഇങ്ങനെയുള്ള ഒരു സമാഹാരത്തെക്കുറിച്ച് അദ്ദേഹം ചിന്തിച്ചതുതന്നെ വളരെ അഭിനന്ദനാർഹമായ കാര്യമാണ്. പൊലീസ് സംബന്ധമായ സാഹിത്യയാത്രകൾ ശ്രീ. രാജന് അപരിചിതമല്ല. ബഷീറിന്റെ സൃഷ്ടികളിലെ പൊലീസ് കഥാപാത്രങ്ങളെക്കുറിച്ചും തൽസംബന്ധമായ കാഴ്ചപ്പാടുകളെക്കുറിച്ചും അദ്ദേഹം എഴുതിയ പുസ്തകം പൊലീസുകാരന്റെ ജോലിയും ജീവിതവും സാഹിത്യദർശ

നത്തിലൂടെ അപഗ്രഥിക്കപ്പെട്ട ആദ്യത്തെ സാഹിത്യ പഠനഗ്രന്ഥമാണ് എന്നാണ് ഞാൻ മനസ്സിലാക്കുന്നത്. ആ ഗ്രന്ഥത്തിലൂടെ വെട്ടിത്തുറന്ന സാഹിത്യസരണിയിലൂടെ വീണ്ടും ഒരുപടികൂടി മുന്നോട്ടു പോകുകയാണ് ശ്രീ.രാജൻ–ഈ പുസ്തകത്തിലൂടെ. ആദ്യത്തേതിൽ സാഹിത്യകഥാ പാത്രങ്ങളായിരുന്നുവെങ്കിൽ ഇപ്പോൾ ഈ ഗ്രന്ഥത്തിലൂടെ അവതരിപ്പിച്ചിരിക്കുന്നത് വിവിധ മേഖലകളിൽ നാടിന്റെ നായകത്വം വഹിച്ചവരെയും മറ്റനുഭവസ്ഥരെയുമാണ്. അതിലൂടെ നിശ്ശബ്ദമായി വെളിവാക്കപ്പെടുന്നത് പൊലീസിൽ സംഭവിച്ചിട്ടുള്ള മാറ്റങ്ങളുടെ ചിത്രങ്ങളാണ്. ഓരോരോ കാലഘട്ടത്തിലും മാറ്റത്തിന്റെ മാറ്റൊലി മുഴങ്ങുമ്പോൾ, പരിവർത്തന വാദികൾ പൊലീസിന്റെ ദൃഷ്ടിയിൽ ശത്രുക്കളാകുന്നതും കാലത്തിന്റെ കുത്തൊഴുക്കിൽ പരിവർത്തനങ്ങൾ യാഥാർത്ഥ്യമാകുന്നതും അവ പൊലീസിനെത്തന്നെ മാറ്റിമറിക്കുന്നതും ഈ അനുഭവങ്ങളിലൂടെ നാം മനസ്സിലാക്കുന്നു. ആ നിലയിൽ ഇത് വ്യത്യസ്ത അനുഭവങ്ങളുടെ സമാഹാരം എന്നതിലുപരി, ഒരു ചരിത്രരേഖയും കൂടിയാണ് എന്നത് നിസ്തർക്കമാണ്. അതുകൊണ്ടുതന്നെ വ്യത്യസ്തവും വിലപ്പെട്ടതുമായ ഒരുവായനാനുഭവമാണ് ഈ പുസ്തകത്തിലൂടെ നമുക്ക് ലഭിക്കുന്നത്.

ഒളിവുജീവിതം സമ്മാനിച്ച പുനർജ്ജന്മം

വി എസ് അച്ചുതാനന്ദൻ

സർ. സി പി കമ്യൂണിസ്റ്റുകാരെ വേട്ടയാടുന്നകാലം. 1946 ൽ എനിക്കും അറസ്റ്റ് വാറന്റുണ്ടായിരുന്നു. ഒക്ടോബർ ഇരുപത്തിമൂന്നിലെ പുന്നപ്രപൊലീസ് ആക്രമണത്തിന് ശേഷം ഞാൻ വീണ്ടും ഒളിവു ജീവിതത്തിന് പൂഞ്ഞാറിലേക്ക് പോയി. പൂഞ്ഞാറിൽ നേരത്തേ പ്രവർത്തിച്ചിരുന്നപ്പോൾ ഞാനൊരു കമ്യൂണിസ്റ്റുകാരനാണെന്ന വിവരം എങ്ങനെയോ പുറത്തറിഞ്ഞിരുന്നു.

പൊലീസ് എനിക്കെതിരെ വലവീശി കാത്തിരിക്കുന്ന സമയത്താണ് വീണ്ടും പൂഞ്ഞാറിലെത്തിയത്. വെടിവയ്പ് കഴിഞ്ഞതോടെ, സി പി, കമ്യൂണിസ്റ്റ് പാർട്ടിക്കെതിരെ ആക്രമണം ശക്തിപ്പെടുത്തി. കമ്യൂണിസ്റ്റുകാർക്കുവേണ്ടി വലവിരിച്ചു. ഒക്ടോബർ ഇരുപത്തിമൂന്നിന് പുന്നപ്ര പൊലീസ് ക്യാമ്പ് ആക്രമിച്ചത് സി പിയെ സംബന്ധിച്ചിടത്തോളം ഒരു ഷോക്കായിരുന്നു. ഈ സാഹചര്യത്തിലാണ് ഒക്ടോബർ ഇരുപത്തിഎട്ടിന് എന്നെ പൂഞ്ഞാറിൽനിന്ന് പൊലീസ് അറസ്റ്റ് ചെയ്തത്. ഇതിനിടെ വയലാർ അടക്കമുള്ള എല്ലാ ക്യാമ്പുകളും പട്ടാളം ആക്രമിച്ചിരുന്നു. അറുന്നൂറിലേറെ തൊഴിലാളികളെയാണ് പട്ടാളം കൊന്നൊടുക്കിയത്. രാജ്യത്താകെ ഞെട്ടിക്കുംവിധം ചർച്ച ചെയ്യപ്പെടുന്ന വലിയൊരു സംഭവമായി പുന്നപ്ര–വയലാർ മാറി.

പൂഞ്ഞാറിൽ അറസ്റ്റ് ചെയ്യപ്പെട്ട എന്നെ പാലാ പൊലീസ്സ്റ്റേഷനിലേക്കാണ് കൊണ്ടുവന്നത്. ഈരാട്ടുപേട്ടയിലെ പൊലീസ് ഔട്ട്പോസ്റ്റ് മുതൽ മർദ്ദനം തുടങ്ങിയിരുന്നു. എന്നെ അറസ്റ്റ് ചെയ്തതറിഞ്ഞ് ആലപ്പുഴയിൽനിന്നും സി ഐ ഡിമാർ പാലാ പൊലീസ്സ്റ്റേഷനിലെത്തി. "സുഗതൻ സാർ അടക്കമുള്ളവർ ജയിലിൽ സുഖമായി കഴിയുന്നു. നിങ്ങൾ പ്രശ്നങ്ങൾ ഉണ്ടാക്കി, പൊലീസ് ക്യാമ്പിനെതിരെ ആക്രമണം നടത്തിച്ചു." എന്നെല്ലാമായിരുന്നു ആലപ്പുഴയിൽ നിന്നെത്തിയ സ്പെ

ഷ്യൽ ബ്രാഞ്ച് പൊലീസുകാർ പറഞ്ഞത്.

ഇതിനിടെ ഇടിയൻ നാരായണപിള്ള എത്തി. എന്നെ അറസ്റ്റ് ചെയ്ത കുടിൽ പൊലീസ് അരിച്ചുപെറുക്കിയിരുന്നു. ഒന്നു രണ്ടു കട ലാസുകൾ മുളയുടെ പൊത്തിൽ തിരുകിവെച്ചിരുന്നത് അവർ കണ്ടുപി ടിച്ചു. ഇതെന്താണെന്നായിരുന്നു ആദ്യത്തെ അന്വേഷണം. അവിടത്തെ കുട്ടികൾ എന്തെങ്കിലും എഴുതിവെച്ചതായിരിക്കും എന്ന് മറുപടി. കെ വി പത്രോസ് എവിടെ? കെ സി ജോർജ് എവിടെ? ഇ എം എസ് എവിടെ? തുടങ്ങിയ ചോദ്യങ്ങൾ പൊലീസ് ആരംഭിച്ചു. എനിക്കൊന്നും അറിയി ല്ലെന്ന് പറഞ്ഞു. ഈ നേതാക്കളുടെ വിവരങ്ങളെല്ലാം അറിയുന്ന, ആക്ര മണത്തിന്റെ സൂത്രധാരനായ ഒരാളായാണ് പൊലീസ് എന്നെ കണ്ടത്. ആലപ്പുഴയിൽ നിന്നെത്തിയ സ്പെഷ്യൽ ബ്രാഞ്ച് പൊലീസ് പാലാ പൊലീസിന് നല്കിയ വിവരവും അതായിരുന്നു. ഇതേത്തുടർന്നാണ് പാർട്ടിയെക്കുറിച്ചും നേതാക്കളെക്കുറിച്ചും വിവരങ്ങൾ ചോർത്തിയെടു ക്കാൻ എനിക്കുനേരെ ക്രൂരമർദ്ദനം ആരംഭിച്ചത്. എത്ര മർദ്ദിച്ചിട്ടും ഒരു വിവരവും എന്നിൽനിന്ന് കിട്ടില്ലെന്ന് ഉറപ്പുവന്നപ്പോൾ മർദ്ദനത്തിന്റെ രീതിയും അവർ മാറ്റി.

എന്റെ രണ്ട് കാലുകളും അവർ ലോക്കപ്പിന്റെ അഴികൾക്കിടയിലൂടെ പുറത്തെടുത്തു. തുടർന്ന് ലോക്കപ്പ് അഴികൾക്ക് വിലങ്ങനെ രണ്ട് കാലിലും ലാത്തിവെച്ചുകെട്ടി. കാൽ അകത്തേക്ക് വലിച്ചാൽ പോരാതിരി ക്കാൻ. എന്നിട്ട് ലോക്കപ്പ് പൂട്ടി. കുറച്ച് പൊലീസുകാർ ലോക്കപ്പിന് അക ത്തുനിന്നു. കുറച്ച് പൊലീസുകാർ ലോക്കപ്പിനു പുറത്തും. ഞാനാകെ ലോക്കപ്പിനകത്തുമല്ല പുറത്തുമല്ല എന്ന അവസ്ഥയിലായിരുന്നു. കാലു കളും പാദങ്ങളും ലോക്കപ്പ് അഴികൾക്ക് പുറത്തും ബാക്കി ശരീരഭാഗ ങ്ങൾ ലോക്കപ്പിനകത്തും. ഇതായിരുന്നു അവസ്ഥ. ലാത്തി വിലങ്ങനെ കെട്ടിയതിനാൽ എത്ര മർദ്ദിച്ചാലും കാൽ അകത്തേക്ക് വലിക്കാനാവില്ല. അകത്തേക്ക് വലിക്കുമ്പോൾ കുറുകെ കെട്ടിയ ലാത്തി ലോക്കപ്പഴിക ളിൽ തടഞ്ഞ് തടസ്സപ്പെടുത്തും. ഈ അവസ്ഥയിൽ എത്തിച്ചശേഷം വീണ്ടും ഇ എം എസും കെ വി പത്രോസും എവിടെയാണ് ഒളിച്ചിരിക്കു ന്നതെന്ന് ആവർത്തിച്ചു ചോദിച്ചു. അറിയില്ലെന്ന് ഞാനും. ഇതോടെ പുതിയ രീതിയിലുള്ള മർദ്ദനം തുടങ്ങി. അകത്തുനില്ക്കുന്ന പൊലീ സുകാർ തോക്കിന്റെ പാത്തി കൊണ്ട് എന്നെ ഇടിച്ചു. ഉരലിലിട്ട് നെല്ല് ഇടിക്കുംപോലെ. പുറത്തുള്ള പൊലീസുകാർ രണ്ട് കാല്പാദങ്ങൾക്ക കത്തും ചൂരൽ മാറിമാറി തല്ലി. മർദ്ദനത്തിന്റെ പാരമ്യതയിൽ ബോധം നശിക്കുന്ന അവസ്ഥയിലെത്തി. ഉള്ളംകാലിൽ അടിക്കുന്ന ഓരോ അടിയും തലയിൽ മുഴങ്ങുന്ന അവസ്ഥ. വേദന ഉള്ളംകാലിന് നഷ്ട പ്പെട്ടു. ഉള്ളംകാലിലെ ഓരോ അടിയും തലച്ചോറിൽ ഏല്ക്കുന്ന അനു ഭവം. ഇതിനിടെ ഒരു പൊലീസുകാരൻ ബയണറ്റ് തോക്കിൽ ഫിറ്റ് ചെയ്തു. ചോദ്യങ്ങളും മർദ്ദനവും തുടരുന്നതിനിടെ ബയണറ്റ് പിടിപ്പിച്ച തോക്ക് ഉള്ളംകാലിലേക്ക് ആഞ്ഞുകുത്തി. കാല്പാദം തുളഞ്ഞ് ബയ ണറ്റ് അപ്പുറം കയറി. ചോരയുടെയും വേദനയുടെയും പ്രളയം. ഇതോ

ടൊപ്പം ബോധം പോയി. പിന്നീട് കണ്ണ് തുറന്നത് പാലാ ആശുപത്രിയിലാണ്.

ഇതിനിടെ നടന്ന സംഭവം ലോക്കപ്പിലുണ്ടായിരുന്ന കള്ളന്മാർ പറഞ്ഞ് പിന്നീട് അറിഞ്ഞു. അതിങ്ങനെ: മരിച്ചു എന്ന് കരുതി പൊലീസ് എന്നെ കാട്ടിൽ കൊണ്ടുകളയാൻ തീരുമാനിച്ചു. കള്ളന്മാർക്ക് എന്നോട് വലിയ സ്നേഹമായിരുന്നു. എന്നെ കാട്ടിൽ ഉപേക്ഷിക്കാൻ കള്ളന്മാരെയും പൊലീസ് കൂടെക്കൂട്ടി. പൊലീസ് എന്നെ ജീപ്പിലേക്ക് എടുത്തിട്ടു. കുറേ മുന്നോട്ടുപോയി കാട്ടിൽകൊണ്ടിട്ടു. ആ സമയത്ത് ഞാൻ സാവകാശം ശ്വാസംകഴിക്കുന്നുണ്ടെന്ന് കള്ളൻ കോലപ്പന് മനസ്സിലായി. ഇത് കോലപ്പൻ പൊലീസുകാരോട് പറഞ്ഞു. ജീവനുള്ളതുകൊണ്ട് കാട്ടിൽ കളയാൻ തങ്ങൾക്കാവില്ലെന്ന് അവർ ശഠിച്ചു. അങ്ങനെ കള്ളന്മാരുടെ നിർബ്ബന്ധത്തെത്തുടർന്ന് എന്നെ കാട്ടിൽ ഉപേക്ഷിക്കാതെ പൊലീസ് പാലാ ആശുപത്രിയിൽ എത്തിച്ചു.

ആശുപത്രിയിലെ ഡോക്ടർമാരിൽ ദേശീയബോധമുള്ള ചിലരുണ്ടായിരുന്നു. അവർ എനിക്കനുകൂലമായ നിലപാടെടുത്തു. ഇങ്ങനെ മർദ്ദിച്ചു കൊല്ലാൻ ആരാണ് നിങ്ങൾക്ക് അനുവാദം നല്കിയതെന്ന് അവർ പൊലീസുകാരെ ചോദ്യംചെയ്തു. പൊലീസുകാരോട് പുറത്തുപോകാനും എന്നോടൊപ്പം വന്ന തടവുകാർക്കൊപ്പം ഡ്യൂട്ടിപൊലീസുകാർമാത്രം ആശുപത്രിയിൽ സംരക്ഷണത്തിന് നില്ക്കട്ടെയെന്നും ഡോക്ടർമാർ പറഞ്ഞു. അവരുടെ ചികിത്സയും മരുന്നും ഫലിക്കുമെന്ന് ഒരാഴ്ചകഴിഞ്ഞപ്പോഴേക്കും തോന്നിത്തുടങ്ങി. എനിക്ക് പതുക്കെ ജീവൻ തിരിച്ചുകിട്ടുകയായിരുന്നു. എട്ടൊമ്പത് മാസം കഴിയാതെ കാല് ശരിയാവില്ലെന്ന് ഡോക്ടർമാർ പറഞ്ഞു. ബയണറ്റ് കൊണ്ടുണ്ടായമുറിവ് ഉണങ്ങാൻ സമയമെടുക്കും എന്നതായിരുന്നു കാരണം. ഒമ്പത് മാസം കഴിഞ്ഞു, പിന്നീട് കാല് ശരിക്കും നിലത്തു കുത്താൻ.

ഇതിനിടെ ആലപ്പുഴയിൽ ഞാനുൾക്കൊള്ളുന്ന കേസ് കോടതിയിൽ വിളിച്ചുതുടങ്ങിയിരുന്നു. പ്രസംഗത്തിന്റെ പേരിൽ ഒരുകൊല്ലം ആദ്യം തന്നെ ശിക്ഷ കിട്ടി. രാജവാഴ്ചയെ അട്ടിമറിക്കാൻ ശ്രമിച്ചു എന്നായിരുന്നു മറ്റൊരു കേസ്. ഭരണകൂടത്തെ അട്ടിമറിക്കലാണ് ഏറ്റവുംവലിയ കുറ്റം. ഈ കേസ് വിചാരണ ചെയ്യുന്നതിന് പ്രത്യേക കോടതിതന്നെ സ്ഥാപിച്ചു. പ്രസംഗത്തിന് ലഭിച്ച ഒരു കൊല്ലം തടവുശിക്ഷയ്ക്ക് എന്നെ വിധേയനാക്കാൻ പൂജപ്പുര ജയിലിലേക്ക് കൊണ്ടുപോയി. പിന്നീടുള്ള നാളുകൾ ജയിൽ, വിവിധ കോടതികൾ എന്നിവയിലായിരുന്നു. ഇന്ത്യക്ക് സ്വാതന്ത്ര്യം കിട്ടിയ 1947 ആഗസ്ത് 15 നും ഞാൻ ജയിലിലായിരുന്നു. പുന്നപ്ര വയലാർ സമരവുമായി ബന്ധപ്പെട്ട് ഇന്ത്യാ ചൈനയുദ്ധക്കാലത്ത് D I R പ്രകാരവും അടിയന്തരാവസ്ഥക്കാലത്ത് മിസ നിയമപ്രകാരവുമെല്ലാമായി അഞ്ചു വർഷത്തോളം ജയിലിലും നാലര വർഷത്തോളം ഒളിവിലും കഴിഞ്ഞ എന്റെ പൊലീസ് അനുഭവങ്ങളിൽ ഒരു പക്ഷേ, ഇതായിരിക്കും ഏറ്റവും ക്രൂരമായത്.

പിടിച്ചുവാങ്ങിയ കൊടിയും ചേർത്തലയിലെ അറസ്റ്റും

കെ ആർ ഗൗരിയമ്മ

"പാർട്ടിയും യൂണിയനുമെല്ലാം നിരോധിക്കപ്പെട്ട കാലം അറസ്റ്റുകളുടെയും ജയിൽവാസത്തിന്റെയും നാളുകളായിരുന്നു. പലയിടത്തും കടുത്ത മർദ്ദനങ്ങളും കൂട്ട അറസ്റ്റുകളും പതിവായിരുന്നു. കല്ക്കത്ത തീസിസിന്റെ കാലമായതിനാൽ ഭരണവർഗ്ഗം കമ്യൂണിസ്റ്റുകാരെ നോട്ടപ്പുള്ളികളാക്കിയിരുന്നു. തിരുവിതാംകൂർ കയർ ഫാക്ടറി വർക്കേഴ്സ് യൂണിയന്റെ നേതൃത്വത്തിലുണ്ടായിരുന്ന സമയത്താണ് ചേർത്തലയിൽ ഞാൻ അറസ്റ്റിലാകുന്നത്. കയർ തൊഴിലാളികളുടെ അവകാശങ്ങൾക്കുവേണ്ടിയുള്ള സമരം അന്ന് ശക്തമായിരുന്നു. കളവംകോടം ദേവസ്വം ചിറ ഫാക്ടറിയിലെ തൊഴിലാളികൾ ഡി എ ഉൾപ്പെടെയുള്ള അവകാശങ്ങൾക്കുവേണ്ടി നടത്തിയ സമരം ശക്തമായി. എനിക്ക് എല്ലായിടത്തും പോകേണ്ടിവരുന്ന സമയമായിരുന്നു. വിശ്രമമില്ലാത്ത തൊഴിലാളി പ്രവർത്തനം. ഫാക്ടറിയുടെ മുന്നിൽ സമരം നടക്കുമ്പോൾ പൊലീസുകാരനായ ജോർജ് കൊടിയെടുക്കുകയും ആ കൊടി ഞാൻ പിടിച്ചുവാങ്ങാൻ ശ്രമിക്കുകയും ചെയ്തത് ഇന്നും ഓർമ്മയിലുണ്ട്. പൊലീസുകാരനും ഞാനുമായുള്ള പിടിവലി കണ്ട് അവിടെനിന്ന ഇൻസ്പെക്ടർ രാമൻകുട്ടി നായർ വിളിച്ചുപറഞ്ഞു 'ജോർജേ കൊടി ഗൗരിയമ്മയ്ക്ക് വിട്ടുകൊടുത്തേരേ.' ഇതൊക്കെ അക്കാലത്തെ മറക്കാത്ത ഓർമ്മകളാണ്. പട്ടിണിയായിരുന്നു നാട്ടിലേറെയും. മുമ്പ് നമ്മളെ പിണ്ണാക്ക് തീറ്റിച്ചു, ഇപ്പോൾ മരച്ചീനിയും. നമ്മൾ അധികാരത്തിൽ വന്നാൽ എല്ലാം മാറ്റും, ജനങ്ങൾക്ക് അരി നല്കും–ഇങ്ങനെയൊക്കെയായിരുന്നു പ്രസംഗങ്ങൾ.

എന്നാൽ മൂന്നുനാലു ദിവസം കഴിഞ്ഞപ്പോൾ, വെളുപ്പിന് ആറു മണിക്ക് സി ഐ ഡി സ്വാമി വന്നു. എന്റെ വീട്ടിലെ കതകിൽ കൊട്ടി വിളിച്ചു. കുട്ടികൾ കതകു തുറന്നപ്പോൾ സ്വാമിയെ കണ്ടതിനാൽ എന്നെ

വന്നു വിളിച്ചുണർത്തി. ഞാൻ എഴുന്നേറ്റു മുഖം കഴുകി മുൻവശത്തു ചെന്നു കാര്യം അന്വേഷിച്ചു. സ്വാമിയോട് അകത്തു കയറി ഇരിക്കാൻ പറഞ്ഞു. ഞങ്ങൾക്കു ചായ കൊണ്ടുവന്നു. സ്വാമി പോകുന്ന മട്ട് കാണിക്കുന്നില്ല. മൊത്തത്തിൽ സംസ്ഥാനത്തെ രാഷ്ട്രീയസ്ഥിതിയും അറസ്റ്റും ചില സ്ഥലങ്ങളിലുള്ള ജനങ്ങളുടെ, പ്രത്യേകിച്ച് കർഷകത്തൊഴിലാളികളുടെയിടയിലെ അസ്വസ്ഥതയും പുകഞ്ഞുകൊണ്ടിരുന്നു. ഏതാണ്ട് ഏഴുമണി ആയപ്പോൾ പുറത്തുനിന്ന് ഒരാളിന്റെ ശബ്ദം കേട്ടു; "Please, excuse me, may I come in, I am Inspector of Police Ramankutty Nair." ഞാനും ഇംഗ്ലീഷിൽ മറുപടി പറഞ്ഞു: "Yes, You can come in. Here your CID is the only person talking to me....." രാമൻകുട്ടി നായർ അകത്തു പ്രവേശിച്ചു പിന്നെയും പറഞ്ഞു: "I am very sorry, I have to arrest you. There is warrent for it." ഇത്രയും പറഞ്ഞപ്പോൾ ഞാൻ ദേഷ്യത്തിൽ സംസാരിച്ചു: 'നിങ്ങളുടെ സി ഐ ഡി നേരത്തെ വന്നതാണ്. അദ്ദേഹം പറഞ്ഞിരുന്നെങ്കിൽ ഞാൻ കുളിച്ചൊരുങ്ങി നില്ക്കുമായിരുന്നു. ഞാൻ പല്ലുപോലും തേച്ചിട്ടില്ല.' ഇത്രയും പറഞ്ഞശേഷം ഞാൻ പല്ലുതേക്കാനും കുളിക്കാനുമായി അകത്തേക്കു പോയി. സർക്കാരിനെതിരെ വിദ്വേഷവും വെറുപ്പും ഉണ്ടാക്കുന്ന പ്രസംഗം നടത്തിയെന്ന് പറഞ്ഞാണ് എന്നെ അറസ്റ്റ് ചെയ്യുന്നത്.

എന്നെ നേരെ ചേർത്തല പൊലീസ് സ്റ്റേഷനിലേക്കാണ് കൊണ്ടുപോയത്. ചെന്ന ഉടനെ ഇൻസ്പെക്ടർ അദ്ദേഹത്തിന്റെ മുറിയിൽ എന്നെ ഒരു കസേരയിൽ ഇരുത്തി. വിഷമിക്കാതിരിക്കാനായിരിക്കാം. Now you are my guest. Please be seated. എന്നു പറഞ്ഞ് അദ്ദേഹം മേലധികാരികൾക്ക് ഫോൺ ചെയ്തു വിവരം അറിയിക്കാൻ പോയി. ചേർത്തല സ്റ്റേഷനിൽ രണ്ട് ലോക്കപ്പ് മുറികളേ ഉള്ളൂ. ഇരുപത്തഞ്ചിൽപ്പരം കമ്യൂണിസ്റ്റുകാരും മറ്റു ക്രിമിനൽക്കേസിലെ പ്രതികളും, ഈ മുറിയിൽ ഉണ്ടായിരുന്നു. അവരുടെ ഉറക്കംതന്നെ പകുതിപ്പകുതിയായിട്ടാണ്.

എന്നെ അറസ്റ്റു ചെയ്ത ദിവസം ചേർത്തല പൊലീസ് സ്റ്റേഷനിൽ വനിതാ പൊലീസില്ലായിരുന്നു. അവർ തിരുവനന്തപുരത്തുനിന്ന് എത്തണം. ഇൻസ്പെക്ടർ രാമൻകുട്ടി പല പ്രാവശ്യം തിരുവനന്തപുരത്തേക്ക് ഫോണിൽ വിളിച്ചുനോക്കി. പക്ഷേ, പിറ്റേ ദിവസമേ വനിതാ പൊലീസിനെത്താൻ കഴിഞ്ഞുള്ളൂ. ആദ്യദിവസം സന്ധ്യക്ക് രണ്ട് ലോക്കപ്പ് മുറി ഉണ്ടായിരുന്നതിൽ ഒന്നിൽനിന്ന് സഖാക്കളെ മാറ്റിയാണ് എനിക്കു മുറിതന്നത്. റിക്കാർഡുകളും വിലപിടിപ്പുള്ള സാധനങ്ങളും വെച്ചിരുന്ന മറ്റൊരു മുറി ലോക്കപ്പ് മുറിപോലെ ഉണ്ടായിരുന്നു. അതിലുള്ള സാധനങ്ങൾ മാറ്റിയാൽ ഞാൻ ആ മുറിയിൽ കഴിഞ്ഞുകൊള്ളാമെന്നു പറഞ്ഞുനോക്കി. പക്ഷേ, സഖാക്കൾ കിടന്ന മുറിയാണ് എനിക്കൊഴിച്ചുതന്നത്. അടുത്ത ഒരു മുറിയിൽ എല്ലാവരേയും ഒന്നിച്ചിട്ടു. അവർക്കെല്ലാംകൂടി ഇരിക്കാൻപോലും സ്ഥലമില്ലാതിരുന്നതിനാൽ അടുത്ത മുറിയിലുണ്ടാ

യിരുന്ന തടവുകാരുടെ അസ്വസ്ഥതമൂലം, അവരും ഉറങ്ങിയില്ല, ഞാനും ഉറങ്ങിയില്ല. പോരെങ്കിൽ ലോക്കപ്പ് മുറി എത്ര കഴുകി ലോഷൻ ഒഴിച്ചിട്ടും മൂത്രത്തിന്റെ നാറ്റം മാറിക്കിട്ടിയിരുന്നില്ല. മൂക്കിൽനിന്ന് കൈയെടുത്താൽ ഛർദ്ദിക്കാൻ വരും. അതിനാൽ ഞാൻ ആഹാരവും കഴിച്ചില്ല. ഒരു ചായയെങ്കിലും കുടിക്കാൻ റൈറ്റർ വർഗ്ഗീസ് നിർബ്ബന്ധിച്ചു. പക്ഷേ, എനിക്കതും കഴിക്കാൻ കഴിഞ്ഞില്ല.

പിറ്റേദിവസം രാവിലെ എന്റെ കൂടെ നിന്നിരുന്ന പെൺകുട്ടി വീട്ടിൽനിന്ന് ചായയും പലഹാരവുമായി വന്നു. ഇൻസ്പെക്ടർ പറഞ്ഞതനുസരിച്ച് എന്നെ തുറന്നുവിട്ടു. കുളിക്കാനുള്ള വെള്ളം കിണറ്റിൽനിന്ന് പത്മാക്ഷി കോരിത്തന്നു. കുളിച്ചു കാപ്പികുടി കഴിഞ്ഞപ്പോൾ, പത്മാക്ഷിയെ വനിതാ പൊലീസുകാർ വരുന്നതുവരെ സ്റ്റേഷനിൽ എന്റെ കൂടെ നില്ക്കാൻ ഇൻസ്പെക്ടർ അനുവദിച്ചു. എന്നെ ലോക്കപ്പിൽ പിന്നെ കയറ്റിയില്ല. ഏകദേശം പതിനൊന്നു മണിയായപ്പോൾ രണ്ടു വനിതാ പൊലീസുകാർ എത്തി. അന്ന് ഇരുപതിൽ താഴെ വനിതാ പൊലീസേ തിരുവിതാംകൂറിൽ ഉണ്ടായിരുന്നുള്ളൂ.

വലിയ പ്രയാസങ്ങളൊന്നും അവിടെ ഉണ്ടായിരുന്നില്ല. അന്ന് അമ്മ എന്നെ കാണാൻ വന്നിരുന്നു. അമ്മയെ സാന്ത്വനിപ്പിച്ച് ഞാൻ പറഞ്ഞയച്ചു. പിന്നീട് ഫസ്റ്റ്ക്ലാസ് മജിസ്ട്രേറ്റ് തമ്പുരാന്റെ ഉത്തരവുണ്ടായി, എന്നെ ആറുമാസം തടവിന് ശിക്ഷിച്ചതായി. തിരുവനന്തപുരം പൂജപ്പുര സെൻട്രൽ ജയിലിലേക്കാണ് പോകേണ്ടത്. ഉത്തരവിട്ട മജിസ്ട്രേറ്റ് എന്നെ കണ്ട് പറഞ്ഞു: 'ഗൗരിയമ്മയെ ഞാൻ കഠിനതടവിനൊന്നും ശിക്ഷിച്ചിട്ടില്ല. എന്തായാലും ആറുമാസത്തെ ശിക്ഷയല്ലേ. ആവശ്യത്തിനുള്ള വസ്ത്രങ്ങളെല്ലാം കൊണ്ടുപോകണം.' തിരുവനന്തപുരത്തേക്ക് ബസിലാണ് കൊണ്ടുപോയത്.

ചേർത്തല സ്റ്റേഷനിൽ അന്നു സ്പെയർ പൊലീസ് വണ്ടി ഇല്ലാതിരുന്നതിനാൽ, രണ്ടു വനിതാപൊലീസിനെയും ഒരാൺപൊലീസിനെയും കൂട്ടി എന്നെ ബസിൽ കയറ്റിവിട്ടു. ബസ് മാറിമാറി കയറി ചെന്നപ്പോൾ സന്ധ്യ കഴിഞ്ഞതിനാൽ, സെൻട്രൽ ജയിലിലേക്കയക്കാതെ, തിരുവനന്തപുരം സെക്രട്ടറിയേറ്റിനു വടക്കു പുറത്തുള്ള സ്റ്റേഷനിലാണ് കൊണ്ടുചെന്നത്. സബ് ഇൻസ്പെകടർ സ്ഥലത്തില്ലാതിരുന്നതിനാൽ കുറേ നേരം പുറത്തു നില്ക്കേണ്ടിവന്നു.

എന്നെ കൊണ്ടുചെന്നയുടനെ അവിടെയുള്ള പൊലീസുകാരും റിസർവ്വ് പൊലീസുകാരും എന്നെ കാണാൻ കൂടി. ഹെഡ് കോൺസ്റ്റബിൾ അവരെ തടഞ്ഞിനാൽ ദൂരെനിന്നു നോക്കിക്കണ്ടതല്ലാതെ കമന്റൊന്നും പാസാക്കിയില്ല. ഹെഡ് കോൺസ്റ്റബിൾ, ഇൻസ്പെക്ടറുമായി സംസാരിച്ചശേഷം ഒരു ലോക്കപ്പ് മുറി, എന്തോ സാധനങ്ങൾ ഇരുന്നതുമാറ്റി തൂത്തു വൃത്തിയാക്കി. എനിക്കായി കോൺസ്റ്റബിൾ എവിടെനിന്നോ പായും തലയിണയും കൊണ്ടുവന്നു. അതു തരുന്നതിനിടയിൽ എന്നോടിത്രയും പറഞ്ഞു: "ഞാൻ പായും തലയിണയും കൊടുത്ത്

ലോക്കപ്പിൽ താമസിച്ചവരെല്ലാം മന്ത്രിയായിട്ടുണ്ട്. പട്ടം താണുപിള്ള സാറിന് ഈ മുറിയിൽ പായും തലയിണയും കൊടുത്തത് ഞാനാണ്. സാറും മന്ത്രിയാകും. അപ്പോൾ എന്നെ മറക്കരുത്." അയാളുടെ സ്നേഹത്തിന് മനസ്സാ നന്ദി പറഞ്ഞു.

അടുത്തദിവസം രാവിലെ പൂജപ്പുര സെൻട്രൽ ജയിലിലേക്ക്. അവിടെ ഒട്ടേറെ സംഭവബഹുലമായ കാര്യങ്ങളുണ്ടായി. സമരസേനാനികളുടെ ദുരിതപൂർണ്ണമായ ജീവിതവും ബഹളവും പ്രതിഷേധവും എന്റെ നിരാഹാരവുമെല്ലാം. ജയിലിലെ ഏഴാം വാർഡിലായിരുന്നു ഞാൻ. നാട്ടിൽനിന്ന് അവിടെ പാർപ്പിച്ചിരുന്ന സഖാക്കൾക്ക് സൗകര്യം തീരെയില്ലായിരുന്നു. അത് മുദ്രാവാക്യമായി അലയടിച്ചു. ബഹളം അമർച്ച ചെയ്യാൻ പൊലീസ് ക്രൂരമായ മർദ്ദനമഴിച്ചുവിട്ടു. അതിലാണ് അയ്യപ്പൻ എന്ന സഖാവ് മരിച്ചത്. ഇത് എന്റെ മനസ്സിനെ പ്രക്ഷുബ്ധമാക്കി. സഖാക്കളുടെ പ്രതിഷേധത്തിനൊപ്പം ഞാനും ചേർന്നു. അത് എനിക്കെതിരെയുള്ള കൊടിയ മർദ്ദനത്തിൽ കലാശിച്ചു. മോശമായി എന്നല്ല, സ്ത്രീത്വത്തെ അപമാനിക്കുന്ന തരത്തിൽ പോലുമുള്ള പെരുമാറ്റമുണ്ടായി. ഇതിൽ പ്രതിഷേധിച്ച് പതിനേഴ് ദിവസം ഞാൻ നിരാഹാരം കിടന്നു. പൊലീസ് എന്നെ അടിച്ചുകൊന്നു എന്ന കിംവദന്തി നാട്ടിലെല്ലാം പടർന്നു. അതിനാൽ രോഷംപൂണ്ട ജനങ്ങൾ സംഘടിച്ച് നാട്ടിലാകമാനം പ്രകടനങ്ങൾ നടത്തി. പലയിടത്തും വെടിവെപ്പ് ഉണ്ടായി. അതിൽ ജനാർദ്ദനൻ എന്നയാൾ മരിച്ചു. കർത്ത എന്ന ഒരു ഉയർന്ന പൊലീസ് ഉദ്യോഗസ്ഥൻ നല്കിയ ഉറപ്പിന്റെ അടിസ്ഥാനത്തിലാണ് ഞാൻ നിരാഹാരം അവസാനിപ്പിച്ചത്. എന്നാൽ, അയാൾ നല്കിയ ഉറപ്പൊന്നും പാലിക്കപ്പെട്ടില്ല. എന്തായാലും പൂജപ്പുര ജയിലിലെ ജീവിതം എന്റെ രാഷ്ട്രീയ ജീവിതത്തിൽ അവിസ്മരണീയമായ അനുഭവങ്ങളാണ് നല്കിയത്. തിരഞ്ഞെടുപ്പിൽ രാഷ്ട്രീയ തടവുകാരിയായി കിടന്നുകൊണ്ട് മത്സരിച്ചു ജയിച്ച അനുഭവവും എനിക്കുണ്ട്. സ്വാതന്ത്ര്യത്തിനുശേഷവും നിരവധിതവണ ജയിൽശിക്ഷ അനുഭവിക്കേണ്ടിവന്നിട്ടുണ്ട്. സമരങ്ങളും മർദ്ദനങ്ങളും ഏല്ക്കേണ്ടിവന്നിട്ടുണ്ടെങ്കിലും ഒരു നല്ല നാളേക്ക് വേണ്ടിയുള്ള, സാമൂഹികനീതിക്ക് വേണ്ടിയുള്ള യാത്രയിൽ അതൊന്നും വേദനയായി തോന്നിയിട്ടില്ല. ഇതെല്ലാം 1947-48 ലെ അനുഭവങ്ങളായിരുന്നു."

എന്റെ പൊലീസ് അനുഭവങ്ങൾ

ഡോ. ഫിലിപ്പോസ് മാർ ക്രിസോസ്റ്റം തിരുമേനി

എന്റെ കുട്ടിക്കാലത്ത് സ്കൂളിനടുത്ത് ഒരു പൊലീസ് പിക്കറ്റ്പോസ്റ്റ് ഉണ്ടായിരുന്നു. ഇന്നത്തെ ആധുനിക പൊലീസല്ല പഴയ ബ്രിട്ടീഷ് പൊലീസ്. ഈ പൊലീസുകാരനാണ് അവിടുത്തെ വാഹനങ്ങൾ കട ന്നുപോകുന്നതും മറ്റും പരിശോധിക്കുന്നത്. ഏറെ കൗതുകത്തോടെ യാണ് പൊലീസിനെ ഞങ്ങൾ കണ്ടിരുന്നത്. അവർ ഞങ്ങളോടും വലിയ സൗഹാർദ്ദത്തിലായിരുന്നു. അതുകൊണ്ടുതന്നെയാണ് പൊലീസിനെ പേടിയില്ലാതായതും. പൊലീസിന്റെ തൊപ്പിയും വിസിലുമൊക്കെ സ്വന്ത മാക്കിയാൽ കൊള്ളാമെന്ന മോഹം കൂട്ടുകാർക്കെല്ലാം ഉണ്ടായിരുന്നു. പിക്കറ്റ് പോസ്റ്റിലെ ബഞ്ചിൽ ഉറങ്ങാനെത്തുന്ന പൊലീസുകാരന്റെ പോക്കറ്റിൽനിന്നും വിസിൽ എടുക്കാനായി ഞങ്ങൾ കരുതിയിരിക്കും. ഒട്ടേറെ തവണ ശ്രമം നടത്തിയെങ്കിലും ഞങ്ങൾ പോക്കറ്റിൽ തൊടു മ്പോൾ പൊലീസുകാരൻ ഉണരും. ഇതാണെന്റെ ആദ്യകാല പൊലീസ് അനുഭവം.

മറ്റൊരുനുഭവം കൂടിപറയാം. അലക്സാണ്ടർമാർത്തോമ്മാതിരു മേനി കാലം ചെയ്തപ്പോൾ കുമ്പനാട് ഫെലോഷിപ്പ് ആശുപത്രിയിൽ നിന്നും ഭൗതികശരീരത്തോടൊപ്പം ഒരു ഇൻസ്പെക്ടർ കടന്നുപോ കുന്നത് കണ്ട് ഞാൻ എന്റെ കാറിൽ കയറാൻ ക്ഷണിച്ചു. എന്നാൽ അദ്ദേഹം പറഞ്ഞത് പൊലീസുകാരും, മറ്റുള്ളവരും നടക്കുമ്പോൾ ഞാൻ കാറിൽ കയറില്ല, തിരുമേനി ക്ഷമിക്കണം എന്നാണ്.

ഒരിക്കൽ ഇംഗ്ലണ്ട് യാത്രയ്ക്കിടയിൽ ഒരു ബ്രിട്ടീഷുദ്യോഗസ്ഥൻ എന്നോട് ബ്രിട്ടനിൽ ഏറ്റവും ആകർഷകമായത് എന്താണെന്ന് ചോദിച്ചു. എന്റെ മറുപടി ലണ്ടൻ പൊലീസെന്നായിരുന്നു. പൊലീസിന്റെ സൗഹാർ ദ്ദമായ മുഖമാണ് എനിക്ക് അവിടെ കാണാൻ കഴിഞ്ഞത്. റോഡ് മുറിച്ച്

കടക്കവേ വീണുപോയ ഒരു കൊച്ചു പെൺകുട്ടിയെ രക്ഷിക്കാനായി ഓടിയെത്തിയ പൊലീസുദ്യോഗസ്ഥൻ സിഗ്നൽ ലൈറ്റുകൾ ഓഫ് ചെയ്ത് ആ കുട്ടിയെ രക്ഷിക്കുകയും അവളുടെ മുടിയൊക്കെ ചീകിയൊതുക്കി സന്തോഷത്തോടെ പറഞ്ഞുവിടുകയുമുണ്ടായി. സഹായത്തിന്റെ ചെറിയ അവസരങ്ങളിൽപോലും അതീവ ശ്രദ്ധപുലർത്തുന്ന പൊലീസ് സംവിധാനം തന്നെയാണ് എന്നെ അതിശയിപ്പിച്ചത്. ബ്രിട്ടീഷ് പാർലമെന്റും കത്തീഡ്രലും ഒന്നുമല്ല എന്നെ ആകർഷിച്ചത്.

കേസും വയ്യാവേലിയുമായി നടക്കുവാനുള്ളതല്ല പൊലീസ്. സമൂഹത്തിന് സേവനം ചെയ്യുന്നതിനുള്ളതാവണം. അടിപിടിയുണ്ടാക്കുന്നവർക്ക് മാത്രമേ പൊലീസിനെ വേണ്ടൂ എന്നത് ശരിയല്ല. പൊലീസിന് സമൂഹത്തിന് സന്തോഷകരമായും, സമാധാനപരമായും ജീവിക്കുവാനുള്ള സാഹചര്യമുണ്ടാക്കാൻ കഴിയണം. പൊതുസ്ഥലങ്ങളിൽ ചപ്പുചവറുകൾ വലിച്ചെറിയുന്നവരെ ശിക്ഷിക്കണം. സമൂഹത്തിലെ അശരണർക്ക് തുണയാവണം പൊലീസ്. അതുകൊണ്ട് സമൂഹത്തിനു ദോഷകരമായി പ്രവർത്തിക്കുന്നവരെ തിരുത്തി നേരെയാക്കാനായിരിക്കണം പൊലീസ് പ്രവർത്തിക്കേണ്ടത്. ഇംഗ്ലണ്ടിൽ സീറ്റ്ബെൽറ്റ് ഇടണമെന്ന് നിർബ്ബന്ധമാണ്. ഒരു മനുഷ്യൻ ഞങ്ങളുടെ ക്യാമ്പിൽവന്ന് ഇതിനെപ്പറ്റി സംസാരിച്ചു. അയാളുടെ പ്രസംഗം കേമമായിരുന്നു. ഒരു കുട്ടി വീട്ടിൽ നിന്നിറങ്ങിപോയി കൂട്ടുകാരുമായി കാറിനുള്ളിൽ സ്ഥലമുള്ളപ്പോൾത്തന്നെ അവൻ മട്ഗാഡിന്റെ പുറത്ത് കയറിയിരുന്നു. അമ്മ വിലക്കിയെങ്കിലും അവൻ കേട്ടില്ല. പോയ വഴിക്ക് അവൻ മറിഞ്ഞുവീണു. കാറിന്റെ ഒരു ഭാഗംതന്നെ അവന്റെ ശരീരത്തിലിടിച്ചു. അവർ അവനെ ആശുപത്രിയിലാക്കി. അമ്മകാണാൻ വന്നു. അവൻ പറഞ്ഞു അമ്മേ അമ്മ പറഞ്ഞത് കേൾക്കാത്തതുകൊണ്ടാണ് ഇത് സംഭവിച്ചത്. അതുപോലെയാണ് പൊലീസും. പൊലീസ് പറയുന്നതനുസരിക്കാൻ തയ്യാറാകണം. ഇംഗ്ലണ്ടിലെ ഒരു പൊലീസ് ഓഫീസർ എന്നോട് പറഞ്ഞത് ഇരുപത്തിയഞ്ച് വർഷമായി ജോലിചെയ്യുന്നുണ്ടെങ്കിലും ആക്സിഡന്റിൽ മരണപ്പെട്ടവരിൽ ഒരു ശവശരീരത്തിൽ പോലും ബൽറ്റ് ഉണ്ടായിരുന്നില്ലെന്നാണ്. മരിച്ചവരെല്ലാവരും ബെൽറ്റ് ഇടാത്തവരാണ് എന്ന്. അതുകൊണ്ട് നിങ്ങൾക്ക് (പൊലീസുകാർക്ക്) സമൂഹത്തിനുവേണ്ടി പലതും ചെയ്യാൻ കഴിയും. നിങ്ങൾക്ക് മാത്രമേ അതിനുകഴിയൂ.

അറിവിന്റെ കുറവാണ് ആളുകളെ വഴിതെറ്റിക്കാനുള്ള ഒരു കാരണം. അറിവും സംസ്കാരവുമുള്ള സമൂഹത്തെ വാർത്തെടുക്കുന്നതിലൂടെ മാത്രമേ സത്യവും നീതിയും പുലരുകയുള്ളൂ. പൊലീസ് മാത്രം മാറിയിട്ട് കാര്യമില്ല. എല്ലാവരും മാറ്റത്തിന് തയ്യാറാകണം. പൊലീസിനെക്കുറിച്ച് വ്യാപകമായ തെറ്റിദ്ധാരണയാണ് സമൂഹത്തിൽ നിലനില്ക്കുന്നത്. സത്യാന്വേഷണത്തിന്റെ പാതയിലാണ് പൊലീസ്. സത്യം തെളിയിക്കാൻ ചിലപ്പോൾ ഇടി കൊടുക്കേണ്ടിവരുമെന്നതും യാഥാർത്ഥ്യമാണ്.

ചിലരോട് എത്ര പഞ്ചാരവർത്തമാനം പറഞ്ഞാലും നന്നാകില്ല. അവന്മാർക്ക് രണ്ട് കൊടുത്താലും കുഴപ്പമില്ലെന്നുള്ളതാണ് എന്റെ പക്ഷം. പൊലീസിനു നേരെ നടക്കുന്ന വിമർശനങ്ങളും ആരോപണങ്ങളും പലപ്പോഴും ഏകപക്ഷീയമാണ്. ഒറ്റപ്പെട്ട സംഭവങ്ങളെ പർവ്വതീകരിച്ച് സേനയെ മുഴുവനായും മോശപ്പെടുത്തുന്നത് ശരിയല്ല. പൊലീസിന് പറയാനുള്ളത് ചെവിക്കൊള്ളാൻ സമൂഹം തയ്യാറല്ലാ എന്നതാണ് വാസ്തവം. ഏറെ തെറ്റിദ്ധരിക്കപ്പെടുന്ന ഒരു വിഭാഗമാണ് പൊലീസ്. മനുഷ്യത്വമില്ലാത്തവരും, അഴിമതിക്കാരും, മർദ്ദകരുമാണ് എന്നുള്ള ധാരണയാണ് മാറേണ്ടത്.

പൊലീസ് ദോഷം ചെയ്താൽ സമൂഹം വിമർശിക്കും. നല്ലതുചെയ്താൽ അംഗീകാരം ലഭിക്കുന്നുമില്ല. അതിന് സമൂഹത്തെ പ്രേരിപ്പിക്കേണ്ടത് ഞങ്ങളുടെയൊക്കെ കടമയാണ്. പൊലീസുകാർ ഇടിക്കുന്നവരും അടിക്കുന്നവരും അല്ല. സമൂഹത്തിൽ നിലനില്ക്കുന്ന സമാധാനം പൊലീസില്ലെങ്കിൽ ലഭിക്കുമായിരുന്നോ എന്ന് നാം ചിന്തിക്കണം. പണം, സ്വാധീനം എന്നിവയോടൊട്ടും വഴിപ്പെടരുതെന്ന് പറഞ്ഞാൽ സാദ്ധ്യമല്ലായിരിക്കും. എന്നാൽ കഴിവതും വഴിപ്പെടരുത്. സാധുവിന്റെ സംരക്ഷണമായിരിക്കണം പൊലീസ് ചെയ്യേണ്ടത്. നിങ്ങൾ സമൂഹത്തിൽ ഒഴിച്ചുകൂടാൻ പാടില്ലാത്ത ഘടകമാണ്. സമൂഹത്തിന്റെ അഭിവൃദ്ധിക്ക് നിങ്ങളുടെ സേവനം സഹായകരമാവട്ടെ എന്ന് ഞാൻ പ്രാർത്ഥിക്കുന്നു. വിശ്വസിക്കുന്നു. മനുഷ്യനെ സമാധാനപരമായി ജീവിക്കുവാൻ സഹായിക്കുന്നത് പൊലീസാണ്. അതുകൊണ്ട് പൊലീസ് ദൈവത്തെ മഹത്വപ്പെടുത്തുന്നവരാണ് എന്നാണ് എന്റെ കാഴ്ചപ്പാട്. ദൈവമില്ലായെന്നു പറയുകയും സമത്വത്തിനും സമാധാനത്തിനും വേണ്ടി പ്രവർത്തിക്കുകയും ചെയ്യുന്നവരെല്ലാം വിശ്വാസികളാണ്. ദൈവത്തിന് മഹത്വം വരത്തക്കവണ്ണം ഭൂമിയെ സമാധാനത്തിൽ പരിപാലിക്കുന്ന കുറെ ആളുകളുടെ സംഘടനയാകണം നിങ്ങളുടേത്. എല്ലാ മതവിശ്വാസികളും രാഷ്ട്രീയ വിശ്വാസികളും ഉൾക്കൊള്ളുന്ന നിങ്ങളുടെ സംഘടന സമാധാനത്തിന്റെ പ്രതീകമായി സമൂഹത്തിൽ എന്നുമുണ്ടാകട്ടെയെന്ന് പ്രാർത്ഥിക്കുന്നു.

പുനലൂർ പൊലീസ് സ്റ്റേഷനിലെ തടങ്കൽ ജീവിതം

എം എൻ ഗോവിന്ദൻ നായർ

കമ്യൂണിസ്റ്റ് പാർട്ടിക്ക് നിരോധനമുള്ള കാലം.* ഒരു വർഷത്തെ ഒളിവുജീവിതത്തിനു ശേഷം പന്തളത്തു താമസിക്കുന്നതിനിടയിൽ ഒരു ദിവസം രാവിലെ മാവേലിക്കര പൊലീസ് ഇൻസ്പെക്ടർ കണ്ണനാചാരി വീട്ടിൽ വന്ന് എന്നെ വീണ്ടും അറസ്റ്റ് ചെയ്തു. അറസ്റ്റ് ചെയ്ത എന്നെ നേരെ മാവേലിക്കര സ്റ്റേഷനിലേക്കാണ് കൊണ്ടുപോയത്. എന്തിനാണ് അറസ്റ്റ് ചെയ്തതെന്നതിനെപ്പറ്റിയും ഏതുവകുപ്പനുസരിച്ചാണ് അറസ്റ്റ് ചെയ്തതെന്നതിനെക്കുറിച്ചും എന്നെപ്പോലെതന്നെ ഇൻസ്പെക്ടറും അജ്ഞനായിരുന്നു.

നാലഞ്ചു ദിവസത്തിനകം എന്നെ പുനലൂർ സ്റ്റേഷനിലേക്കു മാറ്റി. തടങ്കൽക്കാലമത്രയും ഞാൻ അവിടെയാണു കഴിച്ചുകൂട്ടിയത്. പുനലൂർ പൊലീസ് സ്റ്റേഷനും താലൂക്കുകച്ചേരിയും ഒരേ കെട്ടിടത്തിലാണ് പ്രവർത്തിച്ചിരുന്നത്. മുൻവശത്ത് താലൂക്ക് കച്ചേരിയും പുറകുവശത്ത് പൊലീസ് സ്റ്റേഷനും അതിനടുത്ത് വലതുവശത്ത് ആശുപത്രിയും ഇടതുവശത്ത് ഒരു പ്രൈമറി സ്കൂളും ഉണ്ടായിരുന്നു. ഇൻസ്പെക്ടർ ഇരിക്കുന്ന മുറിയുടെ ചുറ്റുമായി അല്പം വീതിയുള്ള വരാന്തയുമുണ്ടായിരുന്നു. കിഴക്കുവശത്തുള്ള വരാന്തയോടടുത്തു വരാന്തയ്ക്കു തണലേകിക്കൊണ്ട് ഒരു വലിയ പാഴ്മരം വളർന്നു പന്തലിച്ചു നിന്നിരുന്നു. ആ വരാന്തയിൽ ഇട്ടിരുന്ന ഒരു സോഫാ ആയിരുന്നു എന്റെ ആസ്ഥാനം. കാവല്ക്കാരായും പരിസേവകന്മാരായും ഏതാനും സ്പെഷ്യൽ പൊലീസ് കൂട്ടിനുണ്ടായായിരുന്നു. പുനലൂർ തഹസിൽദാറായിരുന്നു എന്റെ രക്ഷാകർത്താവ്. അദ്ദേഹം സ: പുന്നൂസിന്റെ ഒരകന്ന ബന്ധുവായതുകൊണ്ട് ഏതാണ്ട് ഒരു വർഷക്കാലത്തെ എന്റെ താമസത്തിനിടയിൽ ഒരിക്കലെങ്കിലും തെറ്റിദ്ധാരണയുണ്ടാകുമെന്ന ഭയം അദ്ദേഹത്തെ

അലട്ടിയിരിക്കാം. എന്റെ സൂക്ഷിപ്പുകാരനായ പൊലീസ് ഇൻസ്പെക്ടർ പേട്ടസ്വദേശിയായ ഒരു മി: ഫെർണാണ്ടസായിരുന്നു. അടി, ഇടി കാര്യങ്ങളിൽ പേരുകേട്ട ആളായിരുന്നില്ല. പൊലീസ് സാഹിത്യത്തിൽ അദ്ദേഹത്തിന് പ്രത്യേകപരിശീലനവും ഡിഗ്രിയുമുണ്ടായിരുന്നു എന്നു തോന്നുന്നു. അങ്ങനെയുള്ള ഇൻസ്പെക്ടർമാരോട് അക്കാലങ്ങളിൽ സാധാരണ പൊലീസുകാർക്ക് വലിയ മതിപ്പുണ്ടായിരുന്നില്ല. അവരുടെ മാതൃകാ ഇൻസ്പെക്ടർ കൈക്കൂലി മേടിക്കാത്തവരും എന്നാൽ കൈയിൽ കുടുങ്ങുന്നവരുടെ മേൽ നല്ലവണ്ണം ദേഹദണ്ഡം ഏല്പിക്കുന്നവരുമാണ്. 'ഏമാനെ' കാണിക്കാതിരുന്നതിനാണ് അവിടെ ഫീസ്. ശ്രീ. ഫെർണാണ്ടസ് അക്കൂട്ടത്തിൽപ്പെട്ട ആളായിരുന്നില്ല. എങ്കിലും അദ്ദേഹത്തിന്റെ നാക്കുകേട്ടാൽ ചിലപ്പോൾ കേട്ടു നില്ക്കുന്നവരുടെ തൊലി പൊളിഞ്ഞുപോകും.

ഞാൻ ഒരു മാതൃകാതടവുകാരനായിരുന്നു എന്നാണ് എന്റെ പക്ഷം. അധികൃതന്മാരെ നിരന്തരമായി ശല്യപ്പെടുത്തിക്കൊണ്ടിരിക്കുന്ന പ്രകൃതക്കാരനായിരുന്നില്ല ഞാൻ.

കക്കൂസും കുളിമുറിയും ഒന്നും അക്കാലങ്ങളിൽ പൊലീസ് സ്റ്റേഷനുകളിൽ ഉണ്ടായിരുന്നില്ല. രാവിലെ ചീക്കിനിറക്കുക എന്നൊരേർപ്പാടുണ്ട്. റോഡരികിലും ആറ്റുതീരത്തുള്ള കുറ്റിക്കാടുകളുമാണ്, അതിനായി ഉപയോഗിച്ചിരുന്നത്.

സ്പെഷ്യൽ പൊലീസിന്റെ അകമ്പടിയോടുകൂടിയാണ് ദിനചര്യകൾ നിർവ്വഹിക്കുന്നതിനുവേണ്ടി ഞാൻ പുറപ്പെടുന്നത്. പൊലീസ് സ്റ്റേഷനിൽനിന്ന് റോഡിലേക്കിറങ്ങുന്നിടത്ത് ഒരു ചായക്കടയുണ്ട്. അവിടെന്നിന്നും ഒരു ചായയും കുടിച്ച് മുക്കിലുള്ള മാധവൻപിള്ളയുടെ കടയിൽ നിന്നൊന്നു മുറുക്കി, പിന്നെ കൃഷ്ണസ്വാമി ക്ഷേത്രത്തിനു സമീപമുള്ള കുളക്കടവിലേക്കു എഴുന്നള്ളത്താണ്. ടോൾഗേറ്റിലുണ്ടായിരുന്ന രാമൻപിള്ളയും ഡോ: സി ആർ കേശവപിള്ളയുടെ മകനും എന്നെ കാത്തുനില്ക്കും. കല്ലടയാറ്റിൽ പേപ്പർ മില്ലിന്റെ അപഹാരം ഏല്ക്കാത്ത സ്ഥലത്തായിരുന്നു കുളക്കടവ് എന്നുള്ളതുകൊണ്ട്, രാവിലത്തെ പരിപാടികൾ വളരെ ഉല്ലാസകരമായിരുന്നു.

രാവിലത്തെ കാപ്പികുടിയും കഴിഞ്ഞ് കുറേ സമയം വായനയിൽ കഴിച്ചുകൂട്ടും. അക്കാലത്താണ് *ലാന്റ് റവന്യൂ മാനുവൽ* നാലാം വാല്യം എനിക്ക് വായിച്ചുതീർക്കാൻ കഴിഞ്ഞത്. തിരുവിതാംകൂറിലെ ഭൂവുടമാബന്ധത്തിന്റെ ചരിത്രമായിരുന്നു അത്.

പത്തുപത്തരമണിയാവുമ്പോഴേക്കും സ്റ്റേഷനിലെ തിരക്കെല്ലാം ഒഴിയും. ഞാൻ വരാന്തയിൽനിന്ന് റൈട്ടറുടെ മേശയ്ക്കു സമീപം നീങ്ങും. ഇന്നത്തെ സ്ഥിതി എന്തെന്നെനിക്കു നിശ്ചയമില്ല. പക്ഷേ, അക്കാലത്ത് സ്റ്റേഷനിലെ മർമ്മസ്ഥാനമാണ് റൈട്ടർക്കുള്ളത്. സങ്കടഹർജിയുടെ നീതിപൂർവ്വമായ വിതരണമാണ് പൊലീസ് സൈന്യത്തിനിടയിലും, നാട്ടിലും സമാധാനപരമായ അന്തരീക്ഷം നിലനിർത്തുന്നത്.

അതിന്റെ ചുമതല റൈട്ടർക്കാണ്.

ഒരു കുറ്റവാളി ഭയന്നു വിറച്ചാണ് സ്റ്റേഷനിലേക്കു വരുന്നത്. അട്ടഹാസങ്ങളും പോർവിളികളും കൈയേറ്റങ്ങളുമായാണ് മിക്കവരേയും അകത്തേക്കു സ്വാഗതം ചെയ്യുന്നത്. എന്നാൽ രണ്ടുനാലുദിവസത്തിനകം പൊലീസുകാരനിലെ മനുഷ്യൻ കുറേശ്ശേ തലപൊക്കും. കുറ്റവാളിയിലെ മനുഷ്യനും. പിന്നെ കുശലപ്രശ്നമായി. ലോഹ്യം പറച്ചിലായി. കുറ്റവാളിയുടെ ബാഹ്യലോകവുമായുള്ള കണ്ണിയായും മറ്റും പെരുമാറുന്നത് പൊലീസുകാരനാണ്. ആ വിചാരം കുറ്റവാളിയുടെ ബന്ധുമിത്രാദികൾക്കും കാണും. അങ്ങനെ ഭയന്നുവിറച്ചു വരുന്ന കുറ്റവാളി സ്റ്റേഷൻ പരിസരവുമായി പൊരുത്തപ്പെട്ട് അതിന്റെ ഭാഗമായി തീർന്നു. കുറ്റവാളികൾ മാറി മാറി വന്നുകൊണ്ടിരിക്കും. കുറ്റകൃത്യങ്ങളിൽ വലിയ മാറ്റങ്ങൾ ഉണ്ടാകാറില്ല. ചുരുക്കി പറഞ്ഞാൽ കുറ്റവാളികളുടെ ഒരു ലോകമാണ് പൊലീസ് സ്റ്റേഷൻ.

റൈട്ടറുടെ ഇരിപ്പിടത്തിൽനിന്നും നോക്കിയാൽ രോഗികളുടെ ആശുപത്രിയിലേക്കുള്ള പ്രവാഹമാണ് കാണാൻ കഴിയുന്ന മറ്റൊരു കാഴ്ച. മനുഷ്യന്റെ നിസ്സഹായതയ്ക്കു സാക്ഷ്യം വഹിക്കുന്ന ഒരു മഹദ്സ്ഥാപനത്തിൽ അകപ്പെട്ടാൽ എത്ര സമ്പന്നനും എത്ര പരാക്രമശാലിയും ഏറ്റവും വലിയ മുട്ടാളനും നിസ്സഹായനായി കഴിയുന്ന പരിതാപകരമായ കാഴ്ച നമ്മെ പിടിച്ചിരുത്തി ചിന്തിപ്പിക്കുന്നതാണ്. ഇതെല്ലാം കണ്ടും കേട്ടും ഊണിനു സമയമാകുന്നതുവരെ റൈട്ടറെ ബോറടിച്ചു സമയം കൊല്ലും. ഊണു കഴിഞ്ഞാൽ ഉറക്കം നിർബ്ബന്ധമാണ്. നാലു മണിയാകുന്നതിനു മുമ്പുതന്നെ നടക്കാൻ ഇറങ്ങും. സ്നേഹിതന്മാരും ബന്ധുക്കളുമെല്ലാം കാണാൻ വന്നെത്തുന്നത് കുളക്കടവിലും നടക്കാൻ പോകുമ്പോഴുമാണ്. ഈ സൗകര്യം അറിയാതെ അധികൃതരുടെ അനുവാദംവാങ്ങി കാണുന്നവരുമുണ്ട്.

പുനലൂർ പരിസരത്തുള്ള നാട്ടുപ്രമാണികളിൽ പലരുമായും പരിചയപ്പെടുന്നത് അന്നാണ്. *ജനയുഗം* മാനേജരായിരുന്ന സ്പെൻസർ അന്നു പേപ്പർമിൽ തൊഴിലാളികളുടെ ഒരു സംഘടന രൂപീകരിച്ച് അതിന്റെ സെക്രട്ടറിയായി പ്രവർത്തിക്കുകയാണ്.

തിരുവിതാംകൂറിന്റെ ഏറ്റവും പഴയ ഒരു വ്യവസായശാലയാണ് അത്. ഇതിനകം പല കൈമാറ്റങ്ങളും നടന്നെങ്കിലും അന്ന് അതിന്റെ സ്ഥാപകയുടമയായ ഒരു ശ്രീ നരസിംഹ അയ്യരാണതു നടത്തിക്കൊണ്ടിരുന്നത്. അസംസ്കൃത സാധനങ്ങളുടെ സാമീപ്യം, റെയിൽവേ സ്റ്റേഷൻ, ആവശ്യത്തിലധികമുള്ള ജലസമ്പത്ത്– എല്ലാമാണ് പുനലൂർ പേപ്പർമിൽ തുടങ്ങുന്നതിന് അദ്ദേഹത്തെ പ്രേരിപ്പിച്ചത്. തൊഴിലാളികളുടെ എന്തോ ആവശ്യത്തിനായി സ്റ്റേഷനിൽ വന്ന സ്പെൻസറുമായി അക്കാലത്തുണ്ടായ ബന്ധം ഇന്നും തുടരുകയാണ്.

കുളിക്കാൻ പോകുമ്പോൾ എന്നോടൊപ്പം പതിവായി ഡോക്ടർ കേശവൻപിള്ളയുടെ മകൻ വന്നുകൊണ്ടിരുന്നു എന്നു പറഞ്ഞല്ലോ.

ഏതാനും മാസങ്ങൾക്കുശേഷം ഒരു ദിവസം പതിവുപോലെ അദ്ദേഹം എന്തോ കാരണത്താൽ എന്നോടൊപ്പം കുളിക്കുന്നതിനുവന്നില്ല. ഏതാനും മണിക്കൂറുകൾ കഴിഞ്ഞപ്പോൾ അറിയുന്നത് ചുഴലിരോഗിയായ അദ്ദേഹം കുളിച്ചുകൊണ്ടിരിക്കെ ചുഴലിബാധയുണ്ടായി വെള്ളത്തിൽ വീണുമരിച്ചു എന്നാണ്. എന്നെ വളരെ വേദനിപ്പിച്ച ഒരു സംഭവം ആയിരുന്നു അത്.

അക്കാലത്തുണ്ടായ മറക്കാൻ കഴിയാത്ത മറ്റൊരു കാര്യം സ്റ്റേഷനിൽ വന്നെത്തിയ ഒരു അപൂർവ്വസന്ദർശകനാണ്.

ഒരു ദിവസം വൈകുന്നേരം ഉദ്ദേശം ആറരമണി സമയം. ഒരു കുത്തുകേസിൽ മുറിവേറ്റ ആളിനേയും കെട്ടിയെടുത്തു ഒരു സംഘം ആളുകൾ സ്റ്റേഷനിൽ വന്നെത്തി. മുറിവു ഗുരുതരമായതുകൊണ്ട്, മരണമൊഴി എടുക്കാമെന്നു തീരുമാനിച്ചു. നേരെ ആശുപത്രിയിലേക്കു എല്ലാവരുമായി യാത്രയായി. റൈട്ടർ സ്റ്റേഷനിൽ ഉണ്ടായിരുന്ന വിളക്കുമായിട്ടാണ് മൊഴി എടുക്കാൻ പോയത്. അന്നു ഇലക്ട്രിക് ലൈറ്റൊന്നുമില്ല. സ്റ്റേഷനിൽ ശേഷിച്ചിരുന്ന മറ്റൊരു വിളക്കു മണ്ണെണ്ണയില്ലാതെ അണഞ്ഞുപോയി. എന്റെ വരാന്തയിലെ വിളക്കുമാത്രമാണ് ആകെ അവിടെയുണ്ടായിരുന്നത്. പാറാവുകാരനും ഞാനുമല്ലാതെ മറ്റാരും സ്റ്റേഷനിൽ ഉണ്ടായിരുന്നില്ല. വിളക്കില്ലാത്ത വിവരം അറിയിക്കുവാനും വേഗം അവർ മടങ്ങിവരാനും റൈട്ടറേയും കൂട്ടരേയും അറിയിക്കുവാൻ അദ്ദേഹം എന്നോടഭ്യർത്ഥിച്ചു. ഞാൻ എന്റെ വിളക്കുമെടുത്തുപോയി ദൗത്യം നിർവ്വഹിച്ചു. തിരിച്ചു സ്റ്റേഷൻമുറിയിൽ എത്തിയപ്പോൾ കണ്ട കാഴ്ച ആശ്ചര്യവും സംഭ്രമവും എല്ലാം ഞങ്ങളിൽ ഉണ്ടാക്കി. ലോക്കപ്പുമുറിയിലുള്ള തമിഴ്നാട്ടുകാരനായ ഒരു യുവാവ് സുഖമായിപ്പാടുന്നുണ്ട്. ആ പാട്ട് ആസ്വദിച്ചുകൊണ്ട് എട്ടടിയിൽ കുറയാതെ നീളമുള്ള ഒരു പാമ്പ് ലോക്കപ്പുമുറിക്കുനേരെ സ്റ്റേഷൻ മുറിക്കു കുറുകെ അങ്ങനെ കിടക്കുകയാണ്. ഒറ്റ നോട്ടത്തിൽത്തന്നെ അതിന്റെ നീളവും നിറവും കണ്ടു ചേരയാണെന്ന് തീരുമാനിച്ചു. ആ ബോദ്ധ്യംകൊണ്ട് അശേഷം ഭയം തോന്നിയില്ല. ചേര കടിച്ചും പട്ടരടിച്ചും കേട്ടിട്ടില്ലെന്നുള്ളത് പണ്ടേയുള്ള പഴമൊഴിയാണ്. പട്ടരടിച്ചു തുടങ്ങിയെങ്കിലും ചേര ആരെയും കടിച്ചതായി കേട്ടുകേഴ്വിപോലുമില്ല. അതുകൊണ്ടു ലോക്കപ്പുമുറിയുടെ നേരെ നിന്ന് വെളിയിലേക്കുള്ള വാതിലിനു നേരെ അവനെ തിരിച്ചുവിടുന്നതിനുള്ള ശ്രമമായി. ഒരു ട്രേ എടുത്തു സാവധാനത്തിൽ അതിന്റെ നേരെ നിരക്കിക്കൊടുത്തു. നേരെ വന്ന് അതിൽ കയറി. കടലാസു ചുരുട്ടി എറിഞ്ഞു നോക്കി. പുറത്തേക്കുപോകാനുള്ള ഭാവമില്ല. പൊലീസ് കവാത്തുചെയ്യുന്നതിനു തോക്കിനു പകരമുള്ള വടിയുണ്ട്. അതെടുത്തു നിലത്തടിച്ചു ശബ്ദമുണ്ടാക്കി പുറത്താക്കാമെന്നു കരുതി. അവ വച്ചിരിക്കുന്ന സ്ഥലത്തേക്കു തൊണ്ടിമുറിയുടെ കതകിലുണ്ടായിരുന്ന ഒരു ദ്വാരത്തിൽക്കൂടി അത് ആ മുറിയിൽ കടന്നുകൂടി. പുള്ളികൾ കിടക്കുന്ന മുറിയിൽനിന്നും മാറിക്കിട്ടിയതിൽ ആശ്വാസമായി. കുറച്ചുസമയത്തിനകം

എല്ലാവരും തിരിച്ചെത്തി. വിവരം അറിയിച്ചു. രാത്രിയിൽ അവൻ പുറത്തിറങ്ങാതിരിക്കാൻ ദ്വാരം നല്ലതിൻവണ്ണം അടച്ചു. ചേര ഉറങ്ങുന്നിടത്തു പണം വരുമെന്നാണ് പണ്ടുള്ള വിശ്വാസം. വന്നെത്തിയ ഇൻസ്പെക്ടറേയും വിവരം അറിയിച്ചു. പിറ്റേദിവസം തൊണ്ടിമുറിയാകെ ചേരയെ തിരിഞ്ഞു. കണ്ടുകിട്ടിയില്ല. വാറ്റാനുപയോഗിക്കുന്ന കലങ്ങൾ ധാരാളം ആ മുറിയിലുണ്ടായിരുന്നു. അവൻ അതിൽ എവിടെയോ ഒളിച്ചു. ചേരയായതുകൊണ്ട് ഇരുന്നുകൊള്ളട്ടെ എന്നുള്ള മട്ടിൽ തിരച്ചിൽ ഉപേക്ഷിച്ചു.

രണ്ടുദിവസം കഴിഞ്ഞു. റൈട്ടറുടെ മേശയ്ക്കു സമീപം കിടന്നിരുന്ന കടലാസുകളുടെ ഇടയിൽ ഒരനക്കം. ടോർച്ചടിച്ചു നോക്കിയപ്പോൾ സുന്ദരമായ ചന്ദ്രക്കലയുള്ള മൂർഖന്റെ തലയാണ് പുറത്തുകണ്ടത്. ലൈറ്റടിച്ചപ്പോൾ വീണ്ടും തല അകത്തേക്കു വലിച്ചു. ആകെ സംഭ്രമമായി. ഏതായാലും അവൻ പുറത്തു കടക്കാതിരിക്കാനുള്ള ഏർപ്പാടുണ്ടാക്കി.

പിറ്റേദിവസം അവനെ പിടികൂടാനും കൊല്ലാനുമുള്ള തിരക്കാണ്. ഞാനാണല്ലോ ഒന്നാം സാക്ഷി. ഞാനും കൂട്ടത്തിലുണ്ട്. അപ്പോഴാണ് രണ്ടുപൊലീസുകാർ തമ്മിൽ വലിയ തർക്കം. ഇടിച്ചാണ്ടിക്ക് അപ്പോൾ അവനെ കൊല്ലണം. കുട്ടൻപിള്ള കാവും കുളവും എല്ലാമുള്ള കുടുംബത്തിൽപ്പെട്ടയാളാണ്. അവനെ കൊല്ലാമോ എന്നൊരു സംശയം. ആളുകളെ അടിക്കുകയും ഇടിക്കുകയും ചെയ്യുന്നതിൽ കുട്ടൻപിള്ള മോശക്കാരനല്ല. പക്ഷേ, പാമ്പിനെ കൊല്ലാമോ എന്നാണ് സംശയം. പൊതുജനാഭിപ്രായം കുട്ടൻപിള്ളക്കെതിരായതുകൊണ്ട് അവൻ കൊല്ലപ്പെട്ടു. എട്ടടിനീളമുള്ള ഒരു മൂർഖൻ, ട്രേ ഉരുട്ടുകയും കടലാസ് എറിയുകയുമെല്ലാം ചെയ്തപ്പോൾ മൂർഖനാണെന്ന ബോധം എനിക്കുണ്ടായിരുന്നെങ്കിൽ എന്തു സംഭവിക്കുമായിരുന്നുവെന്ന് ഊഹിക്കാൻപോലും കഴിയുകയില്ല. പുനലൂർ ജീവിതത്തിലെ മറക്കാനാവാത്ത ഒരു സംഭവമായിരുന്നു അത്.

മന്ത്രിയുടെ പോക്കറ്റടിച്ച പൊലീസുകാരൻ

ഡോ. ആർ ഗോപാലകൃഷ്ണൻ നായർ

കേരളത്തിന്റെ റെയിൽവേ വികസനചരിത്രത്തിന്റെ ആദ്യകാൽ വയ്പ്പുണ്ടായത് ശ്രീ. എം എൻ ഗോവിന്ദൻ നായർക്ക് റെയിൽവേയുടെ ചുമതലയുണ്ടായിരുന്ന കാലത്താണ്. എറണാകുളം–തിരുവനന്തപുരം മീറ്റർഗേജ് റെയിൽവേപ്പാത ബ്രോഡ്ഗേജ് ആക്കിയതായിരുന്നു സംഭവം. അന്ന് ചീഫ് എഞ്ചിനീയറായിരുന്ന അൻവർ വർഗ്ഗീസിനെയും നാം അനുസ്മരിക്കണം.

പാതയുടെ ഉദ്ഘാടനം വളരെ ആഘോഷപൂർവ്വം കൊണ്ടാടുകയായിരുന്നു. കേന്ദ്ര റെയിൽവേ സഹമന്ത്രി മുഹമ്മദ് ഷാഫി ഖുറേഷി നേരിട്ടു തന്നെ പരിപാടികളിൽ പങ്കെടുക്കാനെത്തിയിരുന്നു. പുതിയ പാതയിലൂടെ എറണാകുളത്തുനിന്നും തിരിച്ച് തിരുവനന്തപുരത്ത് ഒരു കോച്ച് എത്തുകയായിരുന്നു പരിപാടി.

കാലം അടിയന്തരാവസ്ഥയുടേത്. അതുകാരണം കനത്ത സുരക്ഷാക്രമീകരണങ്ങൾ ഏർപ്പെടുത്തിയിരുന്നു. ഒരു ഐ ജിയുടെ (ശ്രീ. പി ഗോപിനാഥൻ നായരായിരുന്നു എന്നാണ് ഓർമ്മ) നേതൃത്വത്തിലായിരുന്നു സുരക്ഷാ സംവിധാനം.

ഓരോ സ്റ്റേഷനിലും ട്രെയിനിനു അതിഗംഭീരമായ സ്വീകരണമാണു ലഭിച്ചത്. കതിനാവെടികളും മധുരപലഹാര വിതരണവും എല്ലാമുണ്ടായിരുന്നു. കോട്ടയത്ത് നൃത്തവും പാട്ടും ബിരിയാണി സദ്യയും മറ്റുമായിരുന്നു ഒരുക്കങ്ങൾ.

ഈ തിരക്കിനിടയിലേക്ക് എം എൻ ഇറങ്ങിപ്പോവുകയും ജനങ്ങളുടെ ആഘോഷങ്ങളിൽ മുഴുകുകയും ചെയ്തു. ഇതു ശരിയല്ല എന്നൊരു മുൻസൂചന ഐ ജി നല്കിയിരുന്നെങ്കിലും അതൊന്നും കൂട്ടാക്കാൻ എം എൻ തയ്യാറായിരുന്നില്ല.

ട്രെയിൻ കൊല്ലത്തെത്തിയപ്പോഴാണ് ജൂബ്ബയുടെ പോക്കറ്റിലുണ്ടായിരുന്ന പാർക്കർ പേന കാണാതായ കാര്യം എം എൻ അറിഞ്ഞത്. അപ്പോൾത്തന്നെ റെയിൽവേ അധികൃതർ മറ്റൊരു പാർക്കർ പേന കൊല്ലത്തു വച്ചുതന്നെ എം എന്നിനു സമ്മാനിക്കുകയും ചെയ്തു. എങ്കിലും എം എൻ ദുഃഖിതനായിരുന്നു. സർദാർ പണിക്കർ എം എന്നിനു സമ്മാനിച്ച പേനയാണ് നഷ്ടമായത്.

ആഘോഷങ്ങൾക്കൊടുവിൽ എല്ലാവരും ഈ സംഭവം വിസ്മരിച്ചു. വീണ്ടും പുഴയൊഴുകി എന്നു പറയും പോലെ കാലം കടന്നുപോയി. ഒരു ദിവസം തപാലിൽ ഞങ്ങൾക്കൊരു കത്തുകിട്ടി. കത്തിന്റെ ഉള്ളടക്കം ഏതാണ്ട് ഇപ്രകാരമായിരുന്നു:

'എന്നെ അറിയാനിടയില്ല. ഞാൻ ഒരു പോക്കറ്റടിക്കാരനാണ്. അങ്ങയോടൊപ്പം ജയിലിലും കിടന്നിട്ടുണ്ട്. എന്നെ നന്നാക്കാൻ അങ്ങ് ഒരുപാട് ഉപദേശിക്കുകയും ചെയ്തിട്ടുണ്ട്. എന്നാൽ ഇന്നലെ റെയിൽവേ പരിപാടിക്കിടയിൽ എന്നെ കണ്ടിട്ട് അങ്ങ് അറിഞ്ഞഭാവം പോലും നടിച്ചില്ല. എന്നെ ഓർമ്മിപ്പിക്കാൻ ഞാൻ അങ്ങയുടെ പോക്കറ്റിലെ പേന അടിച്ചെടുക്കുന്നു. കുറച്ചുദിവസം കഴിഞ്ഞ് അയച്ചുതരാം.

ഒരു കാര്യം കൂടി ഓർമ്മിപ്പിക്കട്ടെ. ഇങ്ങനെ സെക്യൂരിറ്റിയും അകമ്പടി പൊലീസുമൊന്നുമില്ലാതെ ഒറ്റയ്ക്കു യാത്രചെയ്യുന്നത് ശരിയല്ല എന്ന് ഓർമ്മിപ്പിക്കാനും കൂടിയാണ് ഞാൻ പോക്കറ്റടിക്കുന്നത്!'

ഇത് ഒരു പ്രധാനകാര്യമായി കരുതി ഞാൻ മന്ത്രിയുടെ ശ്രദ്ധയിൽപ്പെടുത്തി. പൊലീസിനെ അറിയിക്കണമെന്നായിരുന്നു എന്റെ അഭിപ്രായം. എം എൻ ആകട്ടെ, അത് കാര്യമായെടുത്തതേയില്ല. കുറച്ചുദിവസം കഴിഞ്ഞ് പേന അയയ്ക്കാമെന്നല്ലേ എഴുതിയിരിക്കുന്നത്. അതുവരെ കാക്കാം എന്നായിരുന്നു എം എന്നിന്റെ നിലപാട്.

ദിവസങ്ങൾ കാത്തിരുന്നിട്ടും പേന മടക്കിക്കിട്ടിയില്ല. ഞാൻ വീണ്ടും എമ്മനെ ഇക്കാര്യം ഓർമ്മിപ്പിച്ചു. അദ്ദേഹത്തിന്റെ പ്രതികരണം ഇതായിരുന്നു.

"എനിക്ക് ഇങ്ങനെ ഒരാളെ ഓർമ്മയില്ല. താനൊരു കാര്യം ചെയ്യ്. നമ്മുടെ ഗൺമാന്മാരുടെ കൈയക്ഷരവും കത്തിലെ അക്ഷരവും ഒന്നൊത്തുനോക്ക്. മറ്റാരും അറിയണ്ട."

സംഗതി ശരിയായിരുന്നു. എം എൻ പൊലീസകമ്പടിയില്ലാതെയാണ് സഞ്ചരിച്ചിരുന്നത്. അതുകൊണ്ടുതന്നെ അവർക്ക് യാത്രപ്പടി കിട്ടിയിരുന്നുമില്ല. ആ വിഷമത്തിൽ ഒരു വിരുതൻ പറ്റിച്ച പണിയായിരുന്നു ഈ കത്ത്. എം എൻ ഇതറിഞ്ഞപ്പോൾ ഇങ്ങനെ നിർദ്ദേശിച്ചു:

"അയാളെ ഒന്നു വിരട്ടിയേരെ; മറ്റാരോടും പറയണ്ട. ഞാനറിഞ്ഞതായും അറിയിക്കേണ്ട. വേണമെങ്കിൽ അവർ പിന്നാലെ വന്നോട്ടെ. എന്നോടൊപ്പം ഏതായാലും വേണ്ട."

പൊലീസുകാരൻ വർഗ്ഗീസിനെ സ്മരിക്കുമ്പോൾ.....

സി അച്ചുതമേനോൻ

കേരളത്തിലെയെന്നല്ല, ഇന്ത്യയിലെതന്നെ ആദ്യത്തെ സംഘടിത പൊലീസ് പണിമുടക്ക് 1940 ൽ നടന്നു. കൊച്ചീരാജ്യത്തെ പൊലീസ് പണിമുടക്കായിരുന്നു അത്. അതിന്റെ സൂത്രധാരനും സംഘാടകനും നായകനുമായിരുന്ന ശ്രീ. വർഗ്ഗീസ് ആയിരത്തി തൊള്ളായിരത്തി എൺപതിൽ നിര്യാതനായി. ആ ധീരസുഹൃത്തിന്റെ നിര്യാണത്തിൽ അനുശോചനം രേഖപ്പെടുത്താൻ ഒരു രാഷ്ട്രീയ നേതാവും ഉണ്ടായില്ല. അദ്ദേഹത്തിന്റെ ശവശരീരത്തിൽ ഒരാളും റീത്തു സമർപ്പിച്ചില്ല. ഇന്നു സംഘടിതരായി മുന്നേറിക്കൊണ്ടിരിക്കുന്ന പൊലീസ് അസോസിയേഷൻപോലും തങ്ങളുടെ ആ പൂർവ്വഗാമിയെ അനുസ്മരിച്ചില്ല!

വർഗ്ഗീസ് പൊലീസുകാരെ സംഘടിപ്പിച്ച് ഒരു പണിമുടക്കിലേക്കു നയിച്ചത് രസകരമായ ഒരു കഥയാണ്. വർഗ്ഗീസ് പൊലീസിൽ സി ഐ ഡി വിഭാഗത്തിലെ ഒരു കോൺസ്റ്റബിൾ ആയിരുന്നു. തൃശൂർ പൊലീസ് സ്റ്റേഷനുമായി ബന്ധപ്പെട്ടാണ് പ്രവർത്തിച്ചിരുന്നത്. രാഷ്ട്രീയപ്രവർത്തകരുടെ, പ്രത്യേകിച്ചു കമ്മ്യൂണിസ്റ്റുകാരുടെ, ചലനങ്ങളെ സൂക്ഷിച്ചു രഹസ്യങ്ങൾ ചോർത്തിയെടുത്തു റിപ്പോർട്ടുചെയ്യുക എന്നതായിരുന്നു അയാളെ ഏല്പിച്ചിരുന്ന ഡ്യൂട്ടി. അങ്ങനെയാണ് അയാൾ ഞാനുമായും തൃശൂരിലെ മറ്റു രാഷ്ട്രീയപ്രവർത്തകരുമായും പരിചയപ്പെടുന്നത്.

രണ്ടാം ലോകമഹായുദ്ധം പൊട്ടിപ്പുറപ്പെട്ട കാലമായിരുന്നു അത്. പ്രധാനപ്പെട്ട കമ്മ്യൂണിസ്റ്റ് നേതാക്കന്മാരെല്ലാം ഒന്നുകിൽ ജയിലിലോ അല്ലെങ്കിൽ ഒളിവിലോ ആയിക്കഴിഞ്ഞു. ഞങ്ങളെപ്പോലെയുള്ള ചിലർ ഒളിവിൽ പോകാതെ പരസ്യമായിനിന്നു പ്രവർത്തിക്കുകയും, രഹസ്യപ്രവർത്തകരുമായി ബന്ധം വയ്ക്കുകയും ചെയ്തിരുന്നു. അങ്ങനെയുള്ള ഒരവസ്ഥയിൽ രഹസ്യപ്പൊലീസുകാരുമായി പരിചയപ്പെടുന്നതു വളരെ

അസൗകര്യപ്രദവും അസുഖകരവുമായ ഒരു അനുഭവമായിരുന്നു. കമ്യൂണിസ്റ്റ് പാർട്ടിയുടെ ഇംഗ്ലീഷിലുള്ള രഹസ്യരേഖകളിലെല്ലാം സി ഐ ഡികളെ 'സൈ്വൻ' (Swine) —എന്നുവെച്ചാൽ 'പന്നി' എന്നർത്ഥം— എന്ന ശകാരപദംകൊണ്ടാണ് പരാമർശിച്ചിരുന്നത്. അതു മലയാളത്തിലാക്കിവന്നപ്പോൾ നേർതർജ്ജമ ഉപയോഗിക്കുന്നതിനുപകരം 'നായ്ക്കൾ' എന്നാക്കിയാണ് എടുത്തു പെരുമാറിയത്. ഇവിടെ നായ്ക്കളുടെ ശല്യം കൂടുതലാണെന്നെഴുതിയാൽ സി ഐ ഡികൾ മണത്തു നടക്കുന്നുണ്ടെന്നു മനസ്സിലാക്കണം. ഈ പദപ്രയോഗങ്ങളിൽനിന്ന് അക്കാലത്ത് സി ഐ ഡികളോടു കമ്യൂണിസ്റ്റ് പ്രവർത്തകർക്കുണ്ടായിരുന്ന അലർജി എത്രമാത്രമാണെന്നൂഹിക്കാം.

നിർദ്ദേശങ്ങളും ചട്ടങ്ങളും ഇങ്ങനെയൊക്കെ ആയിരുന്നെങ്കിലും ഞങ്ങളിൽ ചിലരും വർഗ്ഗീസുമായി അത്രയൊന്നും ശത്രുതയിലായിരുന്നില്ല. അയാൾ അയാളുടെ ഡ്യൂട്ടി ചെയ്യുന്നു. അയാളെ വെട്ടിച്ചു നമ്മുടെ പ്രവർത്തനം നടത്തേണ്ടതു നമ്മുടെ കടമ എന്നായിരുന്നു ഞങ്ങളുടെ സമീപനം. പിന്നെ നിങ്ങളെ 'വാച്ചു' ചെയ്യാൻ ആജ്ഞാപിക്കപ്പെട്ടിരിക്കുന്ന സി ഐ ഡിക്കാരൻ ഇന്നയാളെന്നറിയുന്നതു വാസ്തവത്തിൽ ഗുണമാണ്. പ്രസ്തുതൻ ആരാണെന്നു നമുക്ക് അറിയാത്തപ്പോഴാണ് അബദ്ധംപറ്റാൻ കൂടുതൽ എളുപ്പം. ഏതായാലും ഞങ്ങൾ വർഗ്ഗീസുമായി പലപ്പോഴും റോഡിൽനിന്നും തേക്കിൻകാട്ടിൽനിന്നുമൊക്കെ സംസാരിക്കാറുണ്ട്. പക്ഷേ, ആഫീസിൽ കയറാൻ അനുവദിക്കാറില്ല. അതേ സമയം അയാളെ വെട്ടിച്ച് തൃശൂർ ടൗണിൽത്തന്നെ രഹസ്യയോഗങ്ങൾ കൂടുകയും ഒളിവിലുള്ള ആളുകളെ കൊണ്ടു നടക്കുകയും ഒക്കെ ചെയ്യാൻ ഞങ്ങൾ പഠിച്ചിരുന്നു.

വ്യക്തിപരമായി എനിക്കു മറ്റൊരു വൈഷമ്യംകൂടി ഉണ്ടായിരുന്നു. സി ഐ ഡി ഇൻസ്പെക്ടർ എന്റെ സ്വന്തം അമ്മാവൻ ചേലാട്ട് രാമൻമേനോനായിരുന്നു. സി ഐ ഡി ആയതുകൊണ്ട് അദ്ദേഹം യൂണിഫാറമിടാതെയാണ് സഞ്ചരിക്കുക. അതോ നല്ല ഖദർമുണ്ടും, ഖദർ ജൂബ്ബയും, ഖദർഷാളും ധരിച്ചുകൊണ്ട്. സി ഐ ഡി പ്രവർത്തനം സുഗമമാക്കുന്നതിനുള്ള വേഷപ്പകർച്ചയാണിതെന്നാണ് പലരും ധരിച്ചിരുന്നത്. വാസ്തവമെന്താണെന്നുവച്ചാൽ നിസ്സഹകരണപ്രസ്ഥാനത്തിന്റെ കാലം മുതൽ --അന്ന് ഒരു ഹൈസ്കൂൾവിദ്യാർത്ഥിയായിരുന്നു— ഖദർ ധരിച്ചുവന്നിരുന്ന ഒരാളായിരുന്നു അദ്ദേഹം. തൃശൂർ പട്ടണത്തിൽ ആദ്യമായി ഖദർ ധരിക്കാൻ തുടങ്ങിയവരിൽ ഒരാൾ. എനിക്കു പലപ്പോഴും അദ്ദേഹത്തിന്റെ വീട്ടിൽ പോകേണ്ടിവന്നിട്ടുണ്ട്. എങ്ങനെ പോകാതിരിക്കാൻ കഴിയും? അദ്ദേഹത്തിന്റെ ഭാര്യ ജാനകിയമ്മായി വളരെ സ്നേഹമുള്ള ഒരു സ്ത്രീയായിരുന്നു. എറണാകുളത്തു അമ്മാവൻ ജോലിയായിരുന്ന കാലത്ത് അവിടെച്ചെന്നാൽ അമ്മായിയെ കാണാതെ മടങ്ങാൻ മനസ്സുവരില്ല. സ്നേഹത്തിനു പുറമെ കുറച്ചൊരു ലാഭവും ഉണ്ടായിരുന്നു അതിന്റെ പുറകിൽ. അന്നൊക്കെ എറണാകുളത്തേക്കു യാത്രപുറപ്പെടുന്നതു

കഷ്ടിച്ച് അങ്ങോട്ടുള്ള വണ്ടിക്കൂലിമാത്രം കൈയിൽ വച്ചുകൊണ്ടാണ്. എറണാകുളത്തു ചെന്നാൽ ചക്കാത്തിന് ഊണുകിട്ടാനും അമ്മായിയെ കാണാനും പറ്റിയ ഒരു മാർഗ്ഗമാണ് അവരുടെ വീട്ടിൽക്കയറൽ. ചിലപ്പോഴൊക്കെ മടക്കയാത്രയ്ക്കുള്ള പണംകൂടി അവരുടെ കൈയിൽനിന്നു വാങ്ങും. അമ്മാവൻ ഒരിക്കലും വീട്ടിലുണ്ടാകാറില്ലന്നതുകൊണ്ട് ഞങ്ങൾ തമ്മിൽ കണ്ടുമുട്ടാറുമില്ല. ഏതായാലും ഇത്തരത്തിലുള്ള സി ഐ ഡി ബന്ധങ്ങൾ പുലർത്തിപ്പോന്നതിനെപ്പറ്റി എനിക്ക് ഇന്നും, ഒരു കുറ്റബോധവും തോന്നുന്നില്ല–ഏടിൽ എന്തുതന്നെ എഴുതിപ്പിടിപ്പിച്ചിരുന്നാലും.

വർഗ്ഗീസിനെപ്പറ്റിയാണല്ലോ പറഞ്ഞുവന്നത്. കമ്യൂണിസ്റ്റ് പാർട്ടിക്കാരായ, അല്ലെങ്കിൽ കോൺഗ്രസ് സോഷ്യലിസ്റ്റ് പാർട്ടിക്കാരായ, പ്രവർത്തകരുമായുള്ള നിരന്തരബന്ധത്തിൽനിന്നു വർഗ്ഗീസ് സംഘടനാപരമായ പല പാഠങ്ങളും പഠിച്ചു എന്നത് നിസ്സംശയമാണ്. ജോലിയുടെ പേരും പറഞ്ഞ് അയാൾ കൊച്ചീരാജ്യത്തിന്റെ നാനാഭാഗങ്ങളിലും സഞ്ചരിച്ച് മിക്ക പൊലീസ്സ്റ്റേഷനുകളുമായും ബന്ധപ്പെട്ടു. അവിടെയെല്ലാം ഓരോ സെൽ (രണ്ടും മൂന്നും പേരടങ്ങിയ ഗ്രൂപ്പുകൾ) സൃഷ്ടിച്ചു.

ആയിടയ്ക്കാണ് ഒരുദിവസത്തെ പ്രഭാതപത്രങ്ങളിൽ സംഭ്രമജനകമായ ഒരു വാർത്ത തിരുവനന്തപുരത്തുനിന്നും വന്നത്. തിരുവനന്തപുരത്ത് ഒരു കമ്യൂണിസ്റ്റ് അണ്ടർഗ്രൗണ്ട് സെൽ കണ്ടുപിടിക്കപ്പെട്ടിരിക്കുന്നു! സെല്ലിൽ മൂന്നുപേരുണ്ടായിരുന്നു. അതിൽ സഖാവ് ഉള്ളൂർ ഗോപിയുടെ പേർ മാത്രമേ എനിക്കിപ്പോൾ ഓർമ്മയുള്ളു, രണ്ടാമത്തെയാൾ പൂജപ്പുര കൃഷ്ണൻ നായരാണോ എന്നു സംശയം. തീർച്ചയില്ല. മൂന്നാമത്തെ ആളെപ്പറ്റി അശ്ശേഷം ഓർമ്മയില്ല. സെൽ എന്നു കേട്ടപ്പോൾ സാധാരണക്കാരുടെ ധാരണ എന്താണെന്നല്ലേ അറിയേണ്ടത്? ഭൂമിക്കടിയിൽ ഒരു അറയുണ്ടാക്കി അതിലാണ് കമ്യൂണിസ്റ്റുകാർ ഒളിച്ചിരിക്കുന്നത് എന്നായിരുന്നു. അതുകൊണ്ടാണ് 'അണ്ടർഗ്രൗണ്ട് സെൽ' എന്നു പേർ വന്നതെന്നും അവർ ധരിച്ചു. പോരേ പൂരം!

വർഗ്ഗീസിന്റെ സംഘടനായത്നങ്ങൾ ഒരുദിവസം പെട്ടെന്നുണ്ടായ പൊലീസ് കോൺസ്റ്റബിൾമാരുടെ മിന്നൽപ്പണിമുടക്കിൽ ചെന്നെത്തി. കൊച്ചിരാജ്യത്തെ നിരവധി പൊലീസ്സ്റ്റേഷനിൽ ഒന്നിച്ചു ഒരൊറ്റദിവസം പണിമുടക്ക്. ഏകദേശം ഇരുന്നൂറിൽപ്പരം പൊലീസുകാർ അന്ന് പണിമുടക്കി എന്നാണ് എന്റെ ഓർമ്മ. അല്ലേ, അതിലധികംപേർ കാണണം. കാരണം, അത്രയുംപേർ അറസ്റ്റ് ചെയ്യപ്പെടുകയുണ്ടായി.

അന്നത്തെ പൊലീസ് കമ്മീഷണർ (ഇന്നത്തെ ഐ ജിക്കു തുല്യമായ കൊച്ചിയിലെ ഉദ്യോഗപ്പേരായിരുന്നു അത്) കുപ്രസിദ്ധനായ മങ്ങാട്ടു നാരായണമേനോനായിരുന്നു. മലബാറിൽ മാപ്പിളലഹളയെ അമർച്ചചെയ്യുന്നതിന് അതിക്രൂരമായ മർദ്ദനം നടത്തി വിഖ്യാതിയും ഉദ്യോഗക്കയറ്റവും നേടിയ ആളാണ് മങ്ങാട്ടു നാരായണമേനോൻ. മാത്രവുമല്ല, ലഹളക്കാർ തട്ടിക്കൊണ്ടുപോയതായി പറയപ്പെടുന്ന മുതലിൽ നല്ലൊരു ഭാഗം അമുക്കിയെന്നും നാരായണമേനോനെപ്പറ്റി പറഞ്ഞുകേ

ട്ടിട്ടുണ്ട്. പക്ഷേ, അതിന്റെ സത്യാവസ്ഥയെപ്പറ്റി ഞാൻ ഉറപ്പുപറയുകയില്ല. ഒരുവൻ ഒരു കാര്യത്തിൽ ചീത്തയാണെങ്കിൽ പിന്നെ അവനെപ്പറ്റി പറയാൻവയ്യാത്ത അപവാദങ്ങളില്ല എന്നാണല്ലോ ലോകസ്വഭാവം.

അതെന്തായിരുന്നാലും അദ്ദേഹം മർദ്ദകവീരനായിരുന്നു എന്നതിൽ സംശയമില്ല. ഷൺമുഖംചെട്ടി ദിവാനായി വന്നപ്പോൾ കൊണ്ടുവന്ന ഒരു ഉദ്യോഗസ്ഥനാണദ്ദേഹം. തന്റെകീഴിൽ ഒരു പൊലീസ് പണിമുടക്കം നടന്നതു തന്റെ സാമർത്ഥ്യത്തേയും പ്രശസ്തിയേയും ചോദ്യം ചെയ്യുന്ന ഒരു സംഭവമായി അദ്ദേഹം പരിഗണിച്ചു. നേതാക്കന്മാരെ ഒറ്റപ്പെടുത്തി ശിക്ഷിക്കുവാൻ പഠിച്ചപണി പതിനെട്ടും നോക്കി. കോൺസ്റ്റബിൾമാരെല്ലാം അത്ഭുതമായ അച്ചടക്കത്തോടും ഐക്യത്തോടുംകൂടി പെരുമാറിയതിനാൽ അധികൃതർ അതിൽ പരാജയപ്പെട്ടു. ഒടുവിൽ പണിമുടക്കിൽ പങ്കെടുത്ത സർവ്വരുടേയും പേരിൽ കേസ് ചാർജ് ചെയ്യുകയാണുണ്ടായത്. എല്ലാവരേയും ശിക്ഷിച്ചു. രണ്ടു വർഷം വീതം കഠിനതടവിന് എന്നാണ് എന്റെ ഓർമ്മ. അവരുടെ കേസുവിചാരണ നീണ്ടുപോയതുകൊണ്ട് അനേകമാസങ്ങൾ അവർക്കു റിമാന്റിൽ എറണാകുളം സബ്ജയിലിൽ കഴിയേണ്ടി വന്നു. അങ്ങനെയിരിക്കെയാണ് 1942 ൽ എന്നെ വീണ്ടും അറസ്റ്റ് ചെയ്തത്. അന്നാണ് സബ്ജയിലിൽ വച്ചു വർഗ്ഗീസും കൂട്ടരുമായി ഞാൻ കണ്ടുമുട്ടിയത്. പിന്നീട് ആദ്യം രാഷ്ട്രീയത്തടവുകാരായ ഞങ്ങളെ തടങ്കലിൽ വയ്ക്കാൻ ഉത്തരവു പുറപ്പെടുവിച്ചും പൊലീസുകാരെ ശിക്ഷയ്ക്കുശേഷവും വിയ്യൂർ സെൻട്രൽ ജയിലിൽ കൊണ്ടുവന്നു. പക്ഷേ, പരസ്പരം കാണാൻ തരപ്പെടാത്ത രണ്ടു കെട്ടുകൾക്കുള്ളിലാണ് ഞങ്ങളെ പാർപ്പിച്ചത്.

ശിക്ഷകഴിഞ്ഞു മടങ്ങിവന്ന വർഗ്ഗീസ് ഒരു ചെറിയ ചെമ്പുപാത്രവ്യവസായം തുടങ്ങി. തത്തമംഗലത്ത്. പിന്നീട് പല അവസരങ്ങളിലും ഞങ്ങൾ തമ്മിൽ കണ്ടു സംസാരിച്ചിട്ടുണ്ട്. രാഷ്ട്രീയത്തടവുകാർക്കും പെൻഷൻ അനുവദിച്ചകൂട്ടത്തിൽ തങ്ങൾക്കും അതനുവദിക്കണമെന്ന നിവേദനവുമായി ഞാൻ മുഖ്യമന്ത്രിയായിരുന്ന കാലത്ത് എന്നെ സമീപിച്ചു. ഗവൺമെന്റ് അതനുവദിച്ച് ഉത്തരവായി. ആ ഉത്തരവു പിന്നീട് പണിമുടക്കിയ എം എസ് പിക്കാർക്കും ഉപകാരമായി. ഇവർക്കാർക്കും പെൻഷൻ നല്കാൻ കേന്ദ്രഗവൺമെന്റ് സമ്മതിച്ചിട്ടില്ല എന്നുകൂടി എടുത്തുപറയേണ്ടിയിരിക്കുന്നു.

അങ്ങനെ ഇന്ത്യയിലെ ഒന്നാമത്തെ പൊലീസ് പണിമുടക്കം നയിച്ച വർഗ്ഗീസ് ആരുമറിയാതെ നിശ്ശബ്ദനായി കാലയവനികയ്ക്കുള്ളിൽ മറഞ്ഞു. ആ സ്നേഹിതനെ ഇങ്ങനെയെങ്കിലും സ്മരിച്ചത് എന്റെ ഹൃദയശാന്തിക്കുവേണ്ടിക്കൂടിയാണ്.

കൊല്ലം കസ്ബാ ലോക്കപ്പിൽ അഞ്ചു നാൾ

ഡോ. പുതുശ്ശേരി രാമചന്ദ്രൻ

കൊല്ലത്ത് ശ്രീനാരായണ കോളേജ് ആരംഭിച്ചതിന്റെ രണ്ടാം വർഷമാണ് ഞാനവിടെ ഇന്റർമീഡിയറ്റിനു ചേർന്നത് – 1949 ൽ. ഹൈസ്കൂൾ പഠനകാലത്ത് വിദ്യാർത്ഥി കോൺഗ്രസിന്റെ നേതൃത്വത്തിൽ പ്രവർത്തിച്ചിരുന്ന ഞാൻ, രാഷ്ട്രീയ സാഹചര്യം മാറിയപ്പോൾ കോൺഗ്രസുമായി അകന്നു. ഭരണത്തിലെത്തിയ കോൺഗ്രസിന്റെ ജനവിരുദ്ധനയങ്ങൾ കമ്മ്യൂണിസ്റ്റ് പാർട്ടിയുടെ വളർച്ചയ്ക്ക് വഴിയൊരുക്കി. ഞാൻ ജനിച്ചുവളർന്ന വള്ളികുന്നം പ്രദേശത്തും കമ്മ്യൂണിസ്റ്റ് പാർട്ടി ഉണ്ടായി. ഞാനും അതിൽ അംഗമായി. അന്ന് കമ്മ്യൂണിസ്റ്റ് പാർട്ടി നിരോധിക്കപ്പെട്ടിരുന്നു.

ഞാൻ എസ് എൻ കോളേജിൽ ചേർന്ന് കൊല്ലത്ത് താമസമായതോടെ സ. ജെ ചിത്തരഞ്ജൻ എന്നെ ബന്ധപ്പെട്ടു. ആലുവ യു സി കോളേജിലെ വിദ്യാർത്ഥി പ്രക്ഷോഭത്തെതുടർന്ന് പുറത്താക്കപ്പെട്ട ചിത്തൻ കൊല്ലംഭാഗത്ത് ഒളിവിലിരുന്ന് വിദ്യാർത്ഥിപ്രസ്ഥാനം സംഘടിപ്പിക്കുകയായിരുന്നു. കമ്മ്യൂണിസ്റ്റ് ബന്ധമുള്ള വിദ്യാർത്ഥികളെ മണത്തറിഞ്ഞ് സ്റ്റുഡന്റ്സ് ഫെഡറേഷനുമായി ബന്ധിപ്പിക്കുകയായിരുന്നു ചിത്തനും കൂട്ടരും. അങ്ങനെ പാർട്ടിനിർദ്ദേശപ്രകാരം എസ് എൻ കോളേജിൽ ഞങ്ങൾ എസ് എഫിന്റെ യൂണിറ്റ് ആരംഭിച്ചു. ഒ മാധവൻ, ആർ കെ നാരായണൻ, നാരായണനുണ്ണി, സാമുവൽ, മുളവനപ്പണിക്കർ തുടങ്ങിയവരടങ്ങിയ വിദ്യാർത്ഥികളുടെ പാർട്ടിസെല്ലിൽ ഞാനുമുണ്ടായിരുന്നു.

കമ്മ്യൂണിസ്റ്റ് പാർട്ടി നിരോധിക്കപ്പെട്ടിരുന്നതിനാൽ അന്ന് മനുഷ്യാവകാശങ്ങൾക്കുവേണ്ടി നാടെങ്ങും സമരം ഏറ്റെടുത്തു നടത്തിയിരുന്നത് പാർട്ടിയോട് ബന്ധമുണ്ടായിരുന്ന വിദ്യാർത്ഥി യുവജനസംഘടനകളാണ്.

പറവൂർ ടി കെ നരായണപിള്ളയായിരുന്നു അന്ന് തിരു-കൊച്ചി മുഖ്യ മന്ത്രി. കമ്യൂണിസ്റ്റ് പാർട്ടിയോടും അതിന്റെ പോഷകസംഘടനകളോടും കടുത്ത എതിർപ്പായിരുന്നു ആ സർക്കാരിന്.

തലേക്കൊല്ലം എസ് എൻ കോളേജ് ആരംഭിച്ചപ്പോൾത്തന്നെ സമരവും തുടങ്ങിയിരുന്നു. ഡിറ്റെൻഷനെതിരെയും പ്രീയൂണിവേഴ്സിറ്റി കോഴ്സിനെതിരെയും ആയിരുന്നു സമരം. പില്ക്കാലത്ത് ആർ എസ് പി നേതാവും മന്ത്രിയുമായിത്തീർന്ന ആർ എസ് ഉണ്ണി പിന്നീട് കൊല്ലത്തെ തൊഴിലാളിനേതാവായി ഏറെക്കാലം പ്രവർത്തിച്ച പി ഭാസ്കരൻ, എൻ മാധവൻ തുടങ്ങിയവർ ആ സമരത്തെത്തുടർന്ന് ലോക്കപ്പിലായി. ആ ഘട്ടത്തിലാണ് രണ്ടാം ബാച്ചുകാരായ ഞങ്ങൾ ചെല്ലുന്നത്.

തലേവർഷത്തെ സമരങ്ങളുടെ പശ്ചാത്തലത്തിൽ, ആ വർഷം കോളേജ് യൂണിയൻ ഇല്ല എന്ന് പ്രിൻസിപ്പൽ, പ്രഖ്യാപിച്ചു. സ്വന്തം കൈപ്പടയിൽ സമരം ചെയ്യില്ലെന്ന് എഴുതി ഒപ്പിട്ടുകൊടുത്ത് അഡ്മിഷൻ നേടിയവരാണ് അധികം വിദ്യാർത്ഥികളും. എന്നാലും സ്റ്റുഡന്റ്സ് ഫെഡറേഷൻ സമരത്തിന് ആഹ്വാനം ചെയ്തു. ഭൂരിപക്ഷം വിദ്യാർത്ഥികളും ക്ലാസ് ബഹിഷ്കരിച്ച് പുറത്തുവന്നു. സമരം വിജയിക്കുമെന്ന മട്ടു കണ്ടപ്പോൾ കോളേജ് യൂണിയൻ തിരെഞ്ഞെടുപ്പ് നടത്താമെന്ന് പ്രിൻസിപ്പൽ സമ്മതിച്ചു. ആ സമരത്തിലൂടെ കൊല്ലം എസ് എൻ കോളേജിൽ സ്റ്റുഡന്റ്സ് ഫെഡറേഷന്റെ സാന്നിദ്ധ്യം ഞങ്ങൾ ഉറപ്പിച്ചെടുത്തു.

വിദ്യാർത്ഥികോൺഗ്രസായിരുന്നു മുൻവർഷം കോളേജിലെ പ്രധാന സംഘടന. പി കെ യശോധരൻ, കടയ്ക്കാവൂർ ശ്രീധരൻ, ഒ എൻ വി കുറുപ്പ്, വിമലദാസ്, വേലപ്പൻ നായർ തുടങ്ങിയവരായിരുന്നു അന്ന് വിദ്യാർത്ഥി കോൺഗ്രസിന്റെയും ആർ എസ് പിയുടെ വിദ്യാർത്ഥി വിഭാഗത്തിന്റെയും നേതാക്കൾ. അതുകൊണ്ട് സ്റ്റുഡൻസ് ഫെഡറേഷന്റെ പ്രവർത്തനം ഞങ്ങൾ ശക്തമാക്കി. യൂണിയൻ ഇലക്ഷന്റെ സമയമായി. സ്റ്റുഡന്റ്സ് ഫെഡറേഷനെതിരെ മറുപക്ഷത്തിന്റെ ചെയർമാൻ സ്ഥാനാർത്ഥി ഒ എൻ വിയും ജനറൽ സെക്രട്ടറിയായി കടയ്ക്കാവൂർ ശ്രീധരനും മത്സരിച്ചു. ഞങ്ങളുടെ ചെയർമാൻ സ്ഥാനാർത്ഥി ഒ മാധവനും ജനറൽ സെക്രട്ടറിസ്ഥാനാർത്ഥി കോന്നിയൂർ പ്രഭാകരൻ നായരും ആയിരുന്നു. ഞാനും തിരുനെല്ലൂരുമൊക്കെ മറ്റുസ്ഥാനങ്ങളിലേക്കും മത്സരിച്ചു. തിരഞ്ഞെടുപ്പിൽ സ്റ്റുഡന്റ്സ് ഫെഡറേഷൻ സ്ഥാനാർത്ഥികൾ വൻ ഭൂരിപക്ഷത്തോടെ ജയിച്ചു.

അടുത്ത സമരം കോളേജ് യൂണിയൻ ഉദ്ഘാടനത്തെച്ചൊല്ലിയായിരുന്നു. ഉദ്ഘാടനത്തിന് എ ഐ ടി യു സി ജനറൽ സെക്രട്ടറി ചക്കരച്ചെട്ടിയാരെ വിളിക്കണമെന്ന് ഞങ്ങൾ ആവശ്യപ്പെട്ടു. പാർട്ടിയുടെ താല്പര്യമനുസരിച്ചായിരുന്നു അത്. പ്രിൻസിപ്പൽ അതംഗീകരിച്ചില്ല. അതേത്തുടർന്ന് യൂണിയൻ ചെയർമാൻ, സെക്രട്ടറി തുടങ്ങിയ നാലു യൂണിയൻ ഭാരവാഹികളെ പ്രിൻസിപ്പൽ സസ്പെന്റു ചെയ്തു. അതോടെ വീണ്ടും എസ് എൻ കോളേജ് സമരഭൂമിയായി.

സമരം തുടങ്ങിയതോടെ മാനേജ്മെന്റ് കമ്മിറ്റി അടിയന്തര യോഗം ചേർന്നു. കൂടുതൽ വിദ്യാർത്ഥികളെ സസ്പെന്റുചെയ്തു. രണ്ടുവിദ്യാർത്ഥി സംഘടനകളുടെയും നേതാക്കൾ അക്കൂട്ടത്തിലുണ്ടായിരുന്നു. അറസ്റ്റുചെയ്യേണ്ടവരുടെ ഒരു പ്രത്യേക ലിസ്റ്റ് പൊലീസിനെ ഏല്പിച്ചു. കൂട്ടത്തിൽ എന്റെ പേരും ഉണ്ടായിരുന്നു. കോളേജ് കൗൺസിൽ യോഗം കഴിഞ്ഞ് പുറത്തേക്കു കടന്ന ഹിന്ദി പ്രൊഫസർ എൻ ഇ വിശ്വനാഥയ്യർ എന്നെ വിളിച്ച് രഹസ്യമായി വിവരം അറിയിച്ചു. സമരസമിതിയുടെ മുൻനിരയിലുണ്ടായിരുന്ന ഞങ്ങളിൽ ചിലർ അതോടെ ഒളിവിലുമായി. കോളേജ് അഡ്മിഷൻകാലത്ത് വീട്ടുകാർ എനിക്കു താമസസൗകര്യം ഏർപ്പാടാക്കിയിരുന്നത് ഇന്ദിരാഹോട്ടലിന്റെ മുകൾ നിലയിൽ ആയിരുന്നു. അവിടം പൊലീസുകാരുടെ താവളമായിരുന്നതിനാൽ, ഞാൻ മറ്റുവിദ്യാർത്ഥികൾ താമസിച്ചിരുന്നിടങ്ങളിൽ മാറിമാറി രാത്രികൾ കഴിച്ചുകൂട്ടി.

ഓരോ ദിവസവും രണ്ടുപേർവീതം പ്രിൻസിപ്പലിന്റെ ഓഫീസിനു മുമ്പിൽ സത്യഗ്രഹം നടത്തുക എന്നതായിരുന്നു സമരപരിപാടി. സത്യഗ്രഹമിരിക്കുന്നവരെ പൊലീസ് അറസ്റ്റ് ചെയ്യും. എഴുന്നേല്ക്കാൻ കൂട്ടാക്കാത്ത സത്യഗ്രഹികളെ വലിച്ചിഴച്ചു കൊണ്ടുപോയി വാനിലേക്കെറിയും. വാനിലിട്ടും ലോക്കപ്പിലിട്ടും ക്രൂരമായി മർദ്ദിക്കും. ഒ മാധവനും എം കെ പുരുഷോത്തമനും (എം കെ കുമാരന്റെ അനുജൻ) ആയിരുന്നു ആദ്യദിവസത്തെ സത്യഗ്രഹികൾ. അവരെ അറസ്റ്റ ചെയ്ത് മർദ്ദിച്ച് ലോക്കപ്പിലടച്ചു. അവരെ മർദ്ദിച്ചതിൽ പ്രതിഷേധിച്ച് വിദ്യാർത്ഥികൾ പൊലീസ് സ്റ്റേഷനിലേക്ക് പ്രകടനം നടത്തി. അവരെ പൊലീസ് ലാത്തി ചാർജ് ചെയ്ത് പിരിച്ചുവിട്ടു. അറസ്റ്റ് ചെയ്യപ്പെട്ടവർ ലോക്കപ്പിൽ നിരാഹാര സത്യഗ്രഹം തുടർന്നു. ഓരോ ദിവസവും രണ്ടുപേർ വീതം പ്രിൻസിപ്പലിന്റെ മുറിക്കു മുമ്പിൽ നിരാഹാരമിരിക്കും, അവരെ അറസ്റ്റ് ചെയ്ത് ലോക്കപ്പിലാക്കും. അവിടെയും സത്യഗ്രഹം തുടർന്നു. അവരെല്ലാം കഠിനമായ മർദ്ദനത്തിന് ഇരയായി. ഒ മാധവനും പുരുഷോത്തമനും, മുളവനപ്പണിക്കർ, സാമുവൽ, ആർ കെ നീലകണ്ഠൻ, ജയരാജൻ, കോന്നിയൂർ പ്രഭാകരൻ നായർ തുടങ്ങി നേതൃനിരയിലുണ്ടായിരുന്ന മിക്കവരും ലോക്കപ്പിലായി, മർദ്ദനം നേരിട്ട് നിരാഹാരം തുടർന്നുകൊണ്ടിരുന്നു. ഒന്നാംവർഷം പുറത്താക്കപ്പെട്ട വിദ്യാർത്ഥി നേതാക്കളും കോളേജിലെത്തി സത്യഗ്രഹത്തിൽ പങ്കെടുത്ത് അറസ്റ്റിലായി. ബാലകൃഷ്ണനും സഹദേവനുമൊക്കെ ആ കൂട്ടത്തിലുണ്ടായിരുന്നു. വിദ്യാർത്ഥി കോൺഗ്രസിൽനിന്ന് വീറോടെ സമരത്തിൽ പങ്കെടുത്ത് അറസ്റ്റുവരിച്ച് ലോക്കപ്പിലായവരാണ് വേലപ്പൻനായരും വിമലദാസും. എല്ലാപേരുകളും ഇപ്പോൾ ഓർക്കാനാവുന്നില്ല. പരിക്ഷീണരാകുന്ന സത്യഗ്രഹികളെ ആശുപത്രിയിലാക്കി ബലംപ്രയോഗിച്ച് മൂക്കിൽ ട്യൂബ് കടത്തി അതിലൂടെ ദ്രവരൂപത്തിൽ ആഹാരം കൊടുത്ത ഡോക്ടർമാരോട് സത്യഗ്രഹികൾ കയർത്തു. എട്ടുപത്തു ദിവസമായിട്ടും പരിഹാരമൊന്നുമായില്ല. പുതി

യതായി സമരത്തിനിറങ്ങാൻ ആളില്ലാത്ത സ്ഥിതിയായി. പാർട്ടിനിർദ്ദേശ പ്രകാരം സമരത്തിനിറങ്ങാതെ, സത്യഗ്രഹികളെ സംഘടിപ്പിക്കുന്ന ചുമതലയായിരുന്നു എനിക്ക്.

അടുത്ത ദിവസത്തേക്ക് സത്യഗ്രഹിയെ വേണം. പേരു തന്നിരുന്ന മയ്യനാട്ടുകാരനായ അശോകൻ വീട്ടുതടങ്കലിലാണെന്നറിഞ്ഞ് അയാളെ തേടിയെത്തിയ എനിക്ക് വീട്ടുകാരുടെ എതിർപ്പിനെത്തുടർന്ന് വെറും കൈയോടെ പോരേണ്ടിവന്നു.

അന്നുരാത്രി എനിക്ക് ഉറങ്ങാൻ കഴിഞ്ഞില്ല. അടുത്തദിവസം വൃശ്ചികം ഒന്നാണ്, 1949 നവംബർ 15,16 ആണ് തീയതി. എന്റെ പേരിൽ അറസ്റ്റുവാറന്റ് ഉണ്ടെന്നറിഞ്ഞ് അമ്മ അന്നുമുതൽ ഓച്ചിറ പടനിലത്ത് ഭജനമിരിക്കാൻ പോകുകയാണ് എന്നു ഞാൻ അറിഞ്ഞിരുന്നു. സത്യഗ്രഹം മുടങ്ങാൻ പാടില്ല. പുറത്തു നിന്നുള്ള പാർട്ടി ബന്ധം സണ്ണി സെബാസ്റ്റ്യനിലൂടെയാണ്. രാത്രി അയാളെ കണ്ട് അവസ്ഥ അറിയിച്ചു. നാളെ എന്തായാലും ഞാൻ പൊലീസ്പിടിയിൽപ്പെടാതെ സത്യഗ്രഹത്തിനിറങ്ങും എന്നറിയിച്ചു.

രാവിലെ തന്നെ ഞാൻ കോളേജിലേക്കു പുറപ്പെട്ടു. പൊലീസ് പിടിയിൽപ്പെടാതിരിക്കാൻ ശ്രദ്ധിച്ചാണ് പോയത്. കോളേജ് പരിസരത്തെത്തി രംഗനിരീക്ഷണം നടത്തി. കിഴക്കു വശത്തെ റോഡിലാണ് പൊലീസ് വാൻ. അവിടെയും ഇവിടെയുമായി കുറച്ച് പൊലീസുകാരുണ്ട്. ഫസ്റ്റ് ബെല്ലടിച്ചപ്പോൾ അവരുടെ കണ്ണിൽപ്പെടാതെ ഞാൻ പ്രിൻസിപ്പലിന്റെ ഓഫീസിനു മുന്നിലെത്തി. "ഇങ്ക്വിലാബ് സിന്ദാബാദ്, വിദ്യാർത്ഥി സമരം സിന്ദാബാദ്" എന്ന് ആദ്യത്തെ മുദ്രാവാക്യം വിളിച്ചപ്പോഴേക്കും സിവിൽ ഡ്രസിലുള്ള ഏതാനും പൊലീസുകാർ എന്നെ വളഞ്ഞുകഴിഞ്ഞു. നിമിഷങ്ങൾക്കുള്ളിൽ യൂണിഫോമിലുള്ള പൊലീസുകാർ വന്ന് അറസ്റ്റ് ചെയ്തു. അപ്പോഴേക്കും കുറേ വിദ്യാർത്ഥികൾ വന്ന് എനിക്ക് വലയം തീർത്തു. അവരും പൊലീസുമായി ചെറിയബലപ്രയോഗമുണ്ടായി. ഒടുവിൽ അവരെ വിരട്ടിയോടിച്ച് എന്നെ വലിച്ചിഴച്ച് വാനിൽ കയറ്റാൻ ശ്രമിച്ചു. വിദ്യാർത്ഥികളും പൊലീസുമായി ഉന്തും തള്ളുമുണ്ടായി. അവരെ ബലം പ്രയോഗിച്ച് മാറ്റി. എന്നെ പൊലീസ് വാനിലേക്ക് അക്ഷരാർത്ഥത്തിൽ എടുത്തെറിഞ്ഞു. വാനിൽവച്ച് അത്രവലിയ മർദ്ദനമുണ്ടായില്ല. ലോക്കപ്പിലെത്തിയതിൽപ്പിന്നെയായിരുന്നു കൊടിയ മർദ്ദനം. ബോധംകെട്ടുവീണ ഞാൻ പിന്നെയൊന്നും അറിഞ്ഞില്ല. ഉണരുമ്പോൾ കൊല്ലം കസ്ബാസ്റ്റേഷനിലെ ഇരുട്ടുമുറിയിൽ ഒരു മൂത്രക്കുടത്തിനടുത്ത് അവശനായി കിടക്കുകയായിരുന്നു ഞാൻ. അടുത്തിരുന്ന് അപരിചിതനായ ഒരുപയ്യൻ പത്രക്കടലാസുകൊണ്ട് വീശുന്നുണ്ടായിരുന്നു. പോക്കറ്റടിക്കേസിൽ അകത്തായ ഓച്ചിറക്കാരൻ ഇബ്രാഹീംകുട്ടി. അഴുക്കുപിടിച്ച ഒരു തുണിചുരുട്ടി അവൻ എന്റെ തലയ്ക്കു താങ്ങുതന്നു. ഒന്നു തിരിയാൻ ശ്രമിച്ചപ്പോൾ ശരീരമാകെ അസഹ്യമായ വേദന. തല പിടിച്ച് കാലുകൾക്കിടയിൽ അമർത്തിപ്പിടിച്ച് എന്റെ മുതുകത്ത് ഇടിച്ചത്

ആലപ്പുഴക്കാരനായ ബേക്കർ എന്ന മുട്ടാളനായ പൊലീസുകാരനായിരുന്നത്രെ. മുട്ടുകൊണ്ടും ലാത്തികൊണ്ടും എന്റെ മുതുകത്ത് അയാൾ കോൺഗ്രസ് ഭരണം നടത്തി.

അഞ്ചുദിവസം ഞാനാലോക്കപ്പിൽ നിരാഹാരം കിടന്നു. മാപ്പെഴുതിക്കൊടുത്ത് പുറത്തുവരാൻ വീട്ടുകാരുടെയും പൊലീസിന്റെയും സമ്മർദ്ദമുണ്ടായി. ഒടുവിൽ അഞ്ചാം ദിവസം എന്റെ കേസ് ചാർജ് ചെയ്ത് കോടതിയിലെത്തിച്ചു. അപ്പോഴാണ് അവിചാരിതമായ ഒരു സംഭവമുണ്ടായത്.

അപ്പോൾ സത്യഗ്രഹം തുടങ്ങിയിട്ട് പന്ത്രണ്ടു ദിവസമായിരുന്നു. പൊലീസ് കാവലിൽ ആശുപത്രിയിൽ അവശനായി കിടന്നിരുന്ന ഒ മാധവനെ ഉച്ചയ്ക്ക് ഒരു പൊലീസുകാരൻ മദ്യപിച്ചു വന്ന് ആക്രമിച്ചു. മർദ്ദനമേറ്റ് കട്ടിലിൽനിന്ന് താഴെവീണ മാധവൻ ബോധരഹിതനായി. കൊല്ലം പട്ടണത്തിലാകെ ഒ മാധവൻ പൊലീസ് മർദ്ദനമേറ്റു മരിച്ചു എന്ന വാർത്ത കാട്ടുതീ പോലെ പരന്നു. വിദ്യാർത്ഥികളും തൊഴിലാളികളുമെല്ലാം ക്ഷുബിതരായി തെരുവിലിറങ്ങി. എസ് എൻ കോളേജിനു നേരെ കല്ലേറുണ്ടായി. കാര്യങ്ങൾ പൊലീസിന്റെ നിയന്ത്രണത്തിലല്ലാതെയായി. തിരുവനന്തപുരത്തും വിദ്യാർത്ഥികൾ പ്രക്ഷോഭം തുടങ്ങി. കാര്യങ്ങൾ അപകടത്തിലാണെന്ന് മനസ്സിലാക്കിയ മുഖ്യമന്ത്രി, കൊല്ലത്തുകാരനായ സ്പീക്കർ വി ഗംഗാധരനെയും കെ ബാലകൃഷ്ണനെയും മദ്ധ്യസ്ഥരായി അയച്ചു. അവർ കൊല്ലത്തെത്തി പൊലീസും കോളേജ് മാനേജ്മെന്റുമായി നടത്തിയ ചർച്ചക്കൊടുവിൽ സമരം ചെയ്ത വിദ്യാർത്ഥികൾക്കെതിരെയുള്ള എല്ലാ കേസുകളും പിൻവലിച്ചു; കോളേജിൽ എല്ലാവരെയും തിരിച്ചെടുക്കാനും സമ്മതിച്ചു. ഈ തീരുമാനങ്ങൾ മൈക്കിലൂടെ വിളിച്ചു പറഞ്ഞ് കഴിഞ്ഞപ്പോഴാണ് ആളുകൾ പിരിഞ്ഞുപോയത്.

എന്റെ ആദ്യകാല കവിതകളിൽ പ്രധാനപ്പെട്ട ഒന്ന് എഴുതാൻ പ്രേരണയായത് ഈ അനുഭവമാണ്. ആ മർദ്ദനത്തിന്റെ ആദ്യത്തെ വാർഷികത്തിൽ എഴുതിയ കവിതയാണ് 'ആവുന്നത്ര ഉച്ചത്തിൽ' അതിൽ നിന്നും ചില വരികൾ

"മുപ്പതു റാത്തലു തൂങ്ങുന്ന നിന്റെ കൈ-
മുട്ടുകളെൻ മുതുകു ഭരിക്കവേ,
ചങ്ക് ചെലമ്പിക്കിലുങ്ങി, യൊരഞ്ചാറു
ചെമ്പുകുടങ്ങളുരുമ്മുന്ന മാതിരി!
ഞാനറിഞ്ഞെന്നെന്ന 'ഹിംസ'യന്നാദ്യമായ്;
ഞാനാസ്വദിച്ചാ മഹത്തായ 'ഗാന്ധിസം'.
നീയോർത്തിരിക്കണം-കാറിക്കൊരച്ചിനി
കാറിച്ചുമയ്ക്കിലും ചീറിത്തരിക്കുന്നു
ചോരക്കണങ്ങ, ളണയാത്ത കൊള്ളികൾ!

നീവെറും വേട്ടനായൊറ്റ വായ്ച്ചോറിന്നു

നീളെ വാലാട്ടാൻ, കൊരയ്ക്കാൻ, കടിക്കുവാൻ
നിന്നോടെനിക്കു വെറുപ്പുമവജ്ഞയും
തന്നെ; പക്ഷേ, സഹതാപമാണേറെയും !

അമ്മയും പെങ്ങളുമച്ഛനുമേട്ടനു-
ഉമ്മവെച്ചൂട്ടി പുലർത്തിയ ഞങ്ങളെ
ലോക്കപ്പിലിട്ടെല്ലു തല്ലിപ്പൊടിക്കുവാ-
നാക്കശ്മലന്മാർ പിടികൂടിയിന്നലെ !
ആ മർദ്ദനത്തിന്റെയാദ്യത്തെ വാർഷിക-
മാണി, ന്നുയരുക, രക്തനക്ഷത്രമേ.”

സബ്ഇൻസ്പെക്ടർ പഴയ സഖാവ്

വി വിശ്വനാഥമേനോൻ

ആലുവ ജയിലിലിലടയ്ക്കപ്പെട്ട ആദ്യദിനം. ഞാൻ ജയിലഴികൾക്കിടയിലൂടെ നോക്കിനിന്നു. പൊലീസ് ഇൻസ്പെക്ടർ ജോൺ വരുന്നു. ഞാൻ സൂക്ഷിച്ചുനോക്കി. "സഖാവ് ജോൺ"! ഞാൻ എന്നെത്തന്നെ മറന്ന് അറിയാതെ ഉറക്കെ വിളിച്ചുപോയി. പിന്നീടാണ് പരിസരബോധമുണ്ടായത്. ഏതായാലും ജോൺ വിളികേട്ട് അടുത്തുവന്നു. എന്നെ തുറിച്ചുനോക്കി. രണ്ടുപേർക്കും തമ്മിൽ മനസ്സിലായി. തൃശൂരിൽ വച്ചു നടന്ന അഖിലകൊച്ചി വിദ്യാർത്ഥി ഫെഡറേഷന്റെ സമ്മേളനം ഓർമ്മ വന്നു. ഞാൻ അന്ന് സെക്രട്ടറി എന്ന നിലയ്ക്ക് സല്യൂട്ട് സ്വീകരിക്കാൻ നില്ക്കുമ്പോൾ വിദ്യാർത്ഥി വോളന്റിയർ മാർച്ചിന്റെ വൈസ് ക്യാപ്റ്റനായി മാർച്ച് നയിച്ച് സല്യൂട്ട് തന്നത് ജോൺ ആയിരുന്നു. പിന്നെ ആ ജോൺ ഈ പൊലീസ് വേഷത്തിൽ എത്തിയതിനെക്കുറിച്ച് ഞാൻ ചിന്താക്കുഴപ്പത്തിലായി എന്നു മാത്രം!

ജോൺ ഒന്നും പറഞ്ഞില്ല. "എന്താ വേണ്ടത്" എന്നു മാത്രം ചോദിച്ചു. "എനിക്കൊന്നു കുളിക്കണം." ജോൺ ഒന്നു പരുങ്ങി. പിന്നീട് പാറാവുകാരനോട്, എന്നെ കിണറ്റിൻകരയിൽ കൊണ്ടുപോയി കുളിപ്പിക്കാൻ പറഞ്ഞു. പാറാവുകാരന് അത്ര ദഹിച്ചമട്ടില്ല. എന്നാലും മേലധികാരിയുടെ ഉത്തരവ് നിറവേറ്റി.

കിണറിന്റെ ഏറ്റവും അടിപറ്റിയാണു വെള്ളം. നല്ല ആഴമുള്ള കിണർ. വെള്ളം കോരാൻ നല്ല ശീലമില്ല. എറണാകുളത്ത് പൈപ്പുജലം കിട്ടിയിരുന്നതുകൊണ്ട് അങ്ങനെയൊരു ശീലം വേണ്ടിവന്നിട്ടില്ല. അതൊന്നും കാര്യമാക്കാതെ സ്വർഗ്ഗം കിട്ടിയ മട്ടിൽ ഞാൻ വെള്ളം തൊട്ടികൊണ്ട് വലിച്ചുകോരി തലവഴി ഒഴിച്ച് കിട്ടാവുന്നത്ര വെള്ളം കൊണ്ടു കുളിച്ചു.

ആകെ ഒരു കുളിർമ്മയും ആശ്വാസവും കിട്ടി. ഞാൻ സെല്ലിലേക്കു തിരിച്ചെത്തിയപ്പോൾ സഹപ്രതികൾക്കൊക്കെ അത്ഭുതം! ക്രൂരനും മർദ്ദകവീരനുമായ ജോൺ വിശ്വത്തിനെ എന്തുകൊണ്ടു കുളിക്കാനനുവദിച്ചു? മറ്റുള്ളവരെല്ലാം കുളിച്ചിട്ട് ദിവസങ്ങളായിരുന്നു! ഞാൻ സ്മരണ പുതുക്കി. ജോൺ വിദ്യാർത്ഥി ഫെഡറേഷന്റെ വോളന്റിയർ വൈസ് ക്യാപ്റ്റനായിരുന്നതും വോളന്റിയർ സല്യൂട്ട് ഞാൻ സ്വീകരിച്ച കഥയുമൊക്കെ അവരെ വിസ്തരിച്ചു പറഞ്ഞുകേൾപ്പിച്ചു.

എന്നാൽ ജോൺ, കെ സി മാത്യുവിനേയും മറ്റും മർദ്ദിക്കുന്ന കാര്യത്തിൽ വളരെ നികൃഷ്ടമായ നിലപാടെടുത്തിരുന്നതിനാൽ 'മർദ്ദകവീരൻ' എന്നാണ് പൊതുവേ അറിയപ്പെട്ടിരുന്നത്. അതിനാൽ കൂട്ടുപ്രതികൾക്കു മാത്രമല്ല പൊലീസുകാർക്കും ജോണിന്റെ എന്നോടുള്ള, മയത്തിലുള്ള സമീപനം ഒരത്ഭുതവാർത്തയായിരുന്നു.

എന്നെ കാണാൻ മജിസ്ട്രേട്ടിന്റെ അനുവാദത്തോടുകൂടി എന്റെ സഹോദരീഭർത്താവും അഡ്വക്കേറ്റുമായ ഗോവിന്ദൻകുട്ടിച്ചേട്ടൻ ജയിലിലെത്തി. അത്ഭുതമെന്നു പറയട്ടെ, ജോൺ അദ്ദേഹത്തെ പ്രത്യേകതാല്പര്യമെടുത്തു സ്വീകരിച്ചിരുത്തി. ജോണിന്റെ ഓഫീസിൽത്തന്നെ സന്ദർശനം അനുവദിച്ചു. എന്നെ അങ്ങോട്ടുവിളിപ്പിച്ച് കസേരയിലിരുത്തി ഗോവിന്ദൻകുട്ടിച്ചേട്ടനോടു സംസാരിക്കാൻ അനുവദിച്ചു. പൊലീസുകാർ തന്നെയാണ് ചായയും വിഭവങ്ങളും പുറത്തുപോയി വാങ്ങിക്കൊണ്ടുവന്നത്. ജയിലിനകത്തുനിന്ന് എല്ലാവരേയും പുറത്തിറക്കിക്കൊണ്ടുവന്നാണ് ഭക്ഷണം കൊടുത്തത്. ഇതെല്ലാമായപ്പോൾ സാദാ പൊലീസുകാർക്ക് എന്നോടുണ്ടായിരുന്ന പക അലിഞ്ഞലിഞ്ഞ് ചെറിയ ഒരു ബഹുമാനത്തിലേക്ക് അതു വഴിമാറി.

ഒരു ദിവസം രാവിലെ എല്ലാവരേയും ചീക്കിനിറക്കി. കക്കൂസിനു മുമ്പിൽ ക്യൂ നില്ക്കണം. ഓരോരുത്തർ ഇരിക്കുമ്പോഴേക്കും "എണീക്കെടാ" എന്നു ശാസിക്കും. അതാണു പതിവ്. എന്നാൽ ഞാൻ അന്ന് ജോണിനെ കണ്ടപ്പോൾ "എനിക്ക് ഈ കാര്യത്തിൽ കുറച്ചുകൂടി സമയം അനുവദിച്ചുകിട്ടണം" എന്നു സൗഹൃദപൂർവ്വം ആവശ്യപ്പെട്ടു. എന്നെ ക്യൂവിൽ അവസാനം നിർത്താനും ആവശ്യത്തിനു സമയമനുവദിക്കാനും പൊലീസുകാർക്ക് ജോൺ നിർദ്ദേശം നല്കി. അങ്ങനെ ആ കാര്യത്തിലും അല്പം ഇളവു ലഭിച്ചു. ഡൽഹിയിലെ സൗകര്യങ്ങളോടുകൂടിയ ജയിൽ മുറിയും ആലുവായിലെ അസൗകര്യങ്ങളും എന്നെ പീഡിതചിത്തനാക്കിയിരിക്കുന്നു.

ആയിടയ്ക്കാണ് പി സി ആയ ശങ്കരപ്പിള്ള ശബരിമലയാത്രകഴിഞ്ഞ് ചാർജെടുക്കുന്നത്. ശരിയായ വ്രതം അനുഷ്ഠിച്ചുതന്നെയാണ് ശങ്കരപ്പിള്ളയുടെ മലയാത്ര. വലിയ ഭക്തനാണ്. ആ നാല്പത്തൊന്നു ദിവസം ആരെയും ഉപദ്രവിക്കുകയില്ല. പക്ഷേ, യാത്രകഴിഞ്ഞു തിരിച്ചെത്തിയാൽ പിന്നെ ഇടിയുടെ കൈലാസമാണ്. അത് അവിടത്തെ ക്രിമിനലുകൾ പറഞ്ഞറിഞ്ഞതാണ്. എല്ലാവരും ഇടി പ്രതീക്ഷിച്ച് സഹനശക്തി

സമ്പാദിക്കുകയാണ്.

ശങ്കരപ്പിള്ള പ്രത്യക്ഷപ്പെട്ടു. "ആരൊക്കെയാടാ പുതിയ പുള്ളികള്? താൻ ഡൽഹിക്കാരനാണല്ലോ?" എന്നെ നോക്കി പുച്ഛരസത്തിലൊരു ചോദ്യം! ചീക്കിനിറക്കാൻ വന്നതാണ്. എന്നെയും കൂട്ടത്തിലിറക്കി അയാളുടെ സമ്പ്രദായം കണ്ടപ്പോൾ അകത്തുകയറിയിട്ടു കാര്യമില്ലെന്നു തോന്നി. അവസാനം എന്നെ തള്ളി അകത്താക്കി. പരിപാടി തുടങ്ങുന്നതിനുമുമ്പ് "എണീക്കെടാ" എന്നു ബഹളം കൂട്ടിത്തുടങ്ങി. ഞാൻ അതു കാര്യമാക്കാതെ കാര്യം നിർവ്വഹിച്ച് ശൗചം കഴിഞ്ഞു പതുക്കെ പുറത്തിറങ്ങി. താമസിച്ചതിന്റെ പേരിൽ അടിക്കാനായി എന്റെ നേർക്ക് കൈയോങ്ങി അടുത്തു. കൂടെയുള്ള മറ്റൊരു പൊലീസുകാരൻ തടഞ്ഞില്ലായിരുന്നെങ്കിൽ അടികൊണ്ടതുതന്നെ! അയാൾ ശങ്കരപ്പിള്ളയെ പിടിച്ചു മാറ്റിനിർത്തി ചെവിയിലെന്തോ മന്ത്രിച്ചു. ഏതായാലും ശങ്കരപ്പിള്ള ശൗര്യം ഉപേക്ഷിച്ചു. തല്ലുവേണ്ടെന്നുവച്ചു. ജോണിന്റെ എന്നോടുള്ള ചെറിയ വിട്ടുവീഴ്ചാമനോഭാവം ശങ്കരപ്പിള്ളയുടെ ചെവിയിലെത്തി എന്നു തോന്നുന്നു.

മർദ്ദനം ഒരു സ്ഥിരം എക്സർസൈസ് എന്ന നിലയിൽ പൊലീസുകാർ കൈകാര്യം ചെയ്തിരുന്നതിന് മറ്റൊരു ഉദാഹരണമാണ് പൊലീസായ 'ഡോക്ടർ കുഞ്ഞൻ.' അധഃകൃതസമുദായത്തിൽപ്പെട്ടയാളായിരുന്നു അയാൾ. ഞങ്ങളുടെ കൂട്ടത്തിൽപ്പെട്ട സ്വസമുദായക്കാരെ തിരഞ്ഞുപിടിച്ചാണ് ചെണ്ടമേളം! ഡോക്ടർമാർ പരിശോധിക്കുന്നതുപോലെ വിസിൽ സ്റ്റെതസ്കോപ്പാക്കി നെഞ്ചിലൊക്കെ പരിശോധിക്കുന്നതായി അഭിനയിക്കും. അതുകഴിഞ്ഞ് നെഞ്ചത്തുതന്നെ ഭയങ്കരമായി ഇടിക്കും. ഞങ്ങളുടെ കൂടെയുണ്ടായിരുന്ന ചാഞ്ചൻ ഇത്തരം ഇടി ദിവസവും ഏറ്റു വാങ്ങാറുണ്ട്. മാധവനെന്ന ആരോഗ്യംകുറഞ്ഞ സഖാവിനെ ഇമ്മാതിരി ഇടിച്ചപ്പോൾ വല്ലാതെ അസുഖമായി. ഇതറിഞ്ഞ ഇൻസ്പെക്ടർ, 'ഡോക്ടർ ' കുഞ്ഞനെ നല്ലവണ്ണം താക്കീതു ചെയ്തു. ജാതി പരിഗണനവച്ചുള്ള ഭീകരമർദ്ദനത്തെപ്പറ്റിയുള്ള വിവരണം കേട്ട് 'കുഞ്ഞ' നെന്ന ഡോക്ടർകുഞ്ഞൻ മനസ്സിൽനിന്നു മായാത്ത ഒരു ചിത്രമായി തെളിഞ്ഞുനില്ക്കുന്നു. മറ്റൊരു പ്രത്യേകത അയാൾക്കുണ്ടായിരുന്നത്, ദിവസവും രാവിലെ ഇടിപ്പരിപാടി കഴിഞ്ഞാൽ വന്നു തമാശപറയും. പിന്നെ മറ്റൊരാളായി മാറും.

ഹെഡ്കോൺസ്റ്റബിൾ പങ്കജാക്ഷൻപിള്ള ശക്തിയായി ഇടിക്കും. പക്ഷേ, വല്ലപ്പോഴുമേ ഇടിക്കൂ. സ്വജാതിക്കാരെ ഒഴിവാക്കും. ഒരുപക്ഷേ, എന്നെ ഒഴിവാക്കിയിരുന്നത് അതുകൊണ്ടായിരിക്കും!

മേല്പറഞ്ഞവരൊക്കെ തിരുവിതാംകൂർ പൊലീസായിരുന്നു. എന്നാൽ ഇടക്കാലത്തുവന്ന സുന്ദരനായ 'മദനസുന്ദരമേനോൻ' കൊച്ചീക്കാരനായിരുന്നു. മർദ്ദനവിഷയത്തിൽ വലിയ വ്യത്യാസമില്ല. അന്തിക്കാട് തൊഴിലാളിസമരകാലത്ത് അയാൾ നടത്തിയ കൊടിയ മർദ്ദനപരമ്പരകൾ ജയിൽവാർത്തയായി തടവുകാർക്കിടയിൽ പ്രചരിച്ചിരുന്നു.

പൊലീസുകാരുടെ ലിസ്റ്റിൽ 'ഇബ്രാഹീം' എന്ന പൊലീസ് വേറിട്ടുനിന്നു. അയാൾ ചാർജെടുത്തതിന്റെ പിറ്റേദിവസം എന്റെ അടുത്തുവന്നു. എനിക്കൊരു കെട്ട് ബീഡിയും തീപ്പെട്ടിയും തന്നു. പൊലീസുകാർ ഉപേക്ഷിക്കുന്ന ബീഡിക്കുറ്റി പെറുക്കി വലിച്ചിരുന്ന ഞങ്ങൾക്ക് അങ്ങേയറ്റം ആഹ്ലാദം പകർന്നുതന്ന സംഭവമായിരുന്നു അത്. ഞാനും അന്തേവാസികളും സുഖിച്ചുവലിച്ചു.

"താൻ ഇതിൽ വന്നുപെട്ടല്ലോ എന്റെ കുട്ട്യേ?" അയാളുടെ ചോദ്യവും പെരുമാറ്റവും എല്ലാവർക്കും അത്ഭുതമായി. ഇബ്രാഹിമിന്റെ കുടുംബവക്കീലായ എന്റെ അച്ഛന്റെ കക്ഷികളായിരുന്നു. അവരുടെ നഷ്ടപ്പെടാറായ കുടുംബവീട് കേസിൽ രക്ഷപ്പെട്ടതിന്റെ നന്ദിയായിരുന്നു എനിക്കുതന്ന സൗഹൃദവും ബീഡിയും തീപ്പെട്ടിയും!

സഹോദരനയ്യപ്പന്റെ ഭാര്യാസഹോദരൻ (ഡോക്ടർ കെ എൻ രാജിന്റെ അനുജൻ) സർക്കിൾ ഇൻസ്പെക്ടറായിരുന്നു. ഭീകരമർദ്ദകൻ എന്നു വിശേഷിപ്പിക്കാമായിരുന്ന ആ ഉദ്യോഗസ്ഥൻ വന്നാൽ പിന്നെ എല്ലാവർക്കും ഇടിതന്നെ! എന്നെ കാണാൻ വിളിച്ചപ്പോൾ "കാലുകൊണ്ടാ ഇടിക്കുക - സൂക്ഷിച്ചോ" എന്ന മുന്നറിയിപ്പ് അനുഭവസ്ഥർ തന്നിരുന്നു. ചെന്നപ്പോൾ ഒരു കാൽ താഴോട്ടിട്ട് ആട്ടിക്കൊണ്ട് മേശയുടെ മൂലയിൽ ചന്തികുത്തി ഇരിക്കുന്നു. എസ് ഐ ജോൺ അടുത്തുതന്നെയുണ്ട്. കാൽ ആട്ടിക്കൊണ്ടിരുന്ന സർക്കിൾ ഇൻസ്പെക്ടർ എന്നെ വിളിച്ചു. "വരണം മി.വിശ്വം. എന്തൊക്കെയായിരുന്നു ലോകോളേജ് വിശേഷങ്ങൾ?" കാൽ എത്താത്തദൂരത്ത് സൂക്ഷിച്ചുനിന്നിരുന്ന ഞാൻ ഇടിയെങ്ങാൻകിട്ടിയാൽ ഉറക്കെ 'സിന്ദാബാദ്' വിളിക്കുമെന്ന് ഉറപ്പിച്ചിരുന്നു. "അയ്യപ്പൻമാഷുടെ മകൻ സുഗതൻ എവിടെയുണ്ട്?" എന്റെ മറുചോദ്യം. (സഹോദരനയ്യപ്പന്റെ മകൻ സുഗതൻ പഠിക്കുമ്പോൾ സ്റ്റുഡന്റ്സ് ഫെഡറേഷനിലെ അംഗമായിരുന്നു. പില്ക്കാലത്ത് ലണ്ടനിൽ പഠിക്കാൻ പോയി, ഒരു മദാമ്മയെ വിവാഹം ചെയ്ത് അവിടെ താമസമായെന്നു കേട്ടിട്ടുണ്ട്).

സർക്കിൾ കാൽ ശക്തിയായി വീശാൻതുടങ്ങി. കാലുകൊണ്ടുള്ള ഇടിവരാൻ പോകുന്നു എന്ന തോന്നലിൽ, ജോൺ ഉടനെ, വേണ്ടെന്ന് കണ്ണുകൊണ്ടാംഗ്യം കാണിച്ചു. ഇടി പകുതിവഴിയിൽ നിന്നു.

ഞാൻ ചെല്ലുന്നതിനുമുമ്പ് മറ്റൊരു ഹംഗർ സ്ട്രൈക്ക് ആലുവാ ജയിലിൽ നടന്നിരുന്നു. ആ സ്ട്രൈക്കിനു മുന്നോടിയായി ഹെഡ് കോൺസ്റ്റബിൾ ഗോവിന്ദനിൽനിന്ന് ഒരു വിവരം ചോർന്നുകിട്ടി. ക്രിമിനലുകൾക്ക് നല്ല ഇടി കൊടുക്കാറുള്ള ഗോവിന്ദൻ കമ്യൂണിസ്റ്റുകാരെ തല്ലില്ല. "എടാ, നായ്ക്കളേ, അടികൊണ്ടു ചാകാതെ നിരാഹാരം കിടന്നുകൂടെ? നിങ്ങൾ മൃഗങ്ങളൊന്നുമല്ലല്ലോ? എന്റെ അനുജനാണ് ഗോപി." ഗോപി കമ്യൂണിസ്റ്റുകാരനാണ്. പാർട്ടിയുടെ പുറത്തുനിന്നുള്ള നിർദ്ദേശം ഗോവിന്ദൻ അറിയിച്ചതാണെന്നു മനസ്സിലായി. ആ സമരത്തിൽ തലമുടി വളർത്താനുള്ള അവകാശം നേടിയെടുത്തു. എന്നാൽ നേതാക്കളെ പറ

വൂർ ജയിലിലേക്കു മാറ്റിയിരുന്നു.

മറ്റൊരു പ്രശ്നം ബീഡി വലിക്കാൻ കഴിയാത്തതായിരുന്നു. എല്ലാവരും ബീഡി വലിക്കാൻ ചീക്കിനു പോകുമ്പോൾ അകത്തേക്കു കയറുമ്പോഴും പുറത്തേക്കിറങ്ങുമ്പോഴും മുണ്ടഴിച്ചു കുടയണം. ബീഡിക്കുറ്റി സമ്പാദിച്ചിട്ടുണ്ടോ എന്നറിയാൻ! കെ സി മാത്യു കുടയുന്നതിനിടയിൽ കൈയിൽ ചുരുട്ടിപ്പിടിച്ചിരുന്ന ബീഡിക്കുറ്റി താഴെ വീണു. കിട്ടി പൊലീസിന്റെ ഇടി! കെ സി മാത്യു ജയിൽമുറിയിലെ ചൂലിന്റെ ഈർക്കിലികൾ ഇഴപിരിച്ച് നീളംകൂട്ടി തുമ്പത്തല്പം മാറാലയും പിടിപ്പിച്ച് വരാന്തയിൽ വീഴുന്ന ബീഡിക്കുറ്റികൾ കലാപരമായി വലിച്ച് മുറിയിലെത്തിക്കുമായിരുന്നുവത്രേ! പൊലീസുകാരൻ ഗോപാലൻനായർക്ക് ദയതോന്നി ഒരു പായ്ക്കറ്റ് സിഗററ്റ് കൊണ്ടു കൊടുത്ത്, “കണ്ട മാറാരോഗങ്ങളുള്ള പൊലീസുകാരുടെ ബീഡിക്കുറ്റി എടുത്തു വലിക്കണ്ട” എന്നുപദേശിച്ചു. “ഞാനും ബി എക്കാരൻ, താനും ബി എക്കാരൻ. അതുകൊണ്ടു പറയുന്നതാ” എന്നും പറയും. എന്നെ സഹായിച്ച ജോൺ ഒരിക്കൽ ഞാൻ ജയിലിലിൽ എത്തുന്നതിനു മുമ്പ് കെ സി മാത്യുവിന്റെ നെറ്റിയിൽ എരിയുന്ന സിഗരറ്റ് കുത്തിക്കെടുത്തി എന്നു കേട്ടിട്ടുണ്ട്. കേസൊക്കെയായപ്പോഴേക്കും ഇടിയൊക്കെ നിന്നു. ജയിലിൽ അല്പം സൗഹാർദ്ദമായ അന്തരീക്ഷമായി. എന്നാൽ വിയ്യൂരെത്തുന്നതുവരെ വിശപ്പു മാറാൻ ഭക്ഷണം കിട്ടിയിരുന്നില്ല. പൊലീസുകാരുടെ പങ്ക് എടുത്തുകഴിഞ്ഞാൽ ബാക്കിയുള്ളവർക്ക് കഷ്ടിയാണ്. ഹോട്ടലുകാരൻ പറയും, “ഈ പൊലീസുകാർക്ക് മുഴുവൻ ഫ്രീ കൊടുക്കണം. ഞങ്ങൾക്കു മുതലാവണ്ടേ? അപ്പോൾ ജയിൽപുള്ളികൾക്കുള്ളതു കുറയും. ഞങ്ങളെന്തു ചെയ്യാനാ?”

ഇങ്ങനെ പൊലീസ് ചരിത്രം പറഞ്ഞാൽ അവസാനിക്കാത്തത്രയുണ്ട്.

രഹസ്യപ്പൊലീസിന്റെ പിടിയിൽ

പി ഭാസ്കരൻ

ആയിരത്തിത്തൊള്ളായിരത്തി നാല്പത്തിയാറ് ഒക്ടോബർ അവസാന ആഴ്ച. എറണാകുളം ജെട്ടിയിൽ ബോട്ടിറങ്ങി നടന്നുപോകവേ ബുക്സ്റ്റാളിലിരുന്നു ബഷീർ വിളിച്ചു. വർഗ്ഗീസ് വൈദ്യനുമൊപ്പമുണ്ട്. കൂത്താട്ടുകുളത്തു പൊലീസ്‌വെടിവെപ്പുണ്ടായി നാലഞ്ചുപേർ മരിച്ചതായി ഒരു ശ്രുതി പരന്നിരിക്കുന്ന സമയം. പത്രങ്ങളിലൊന്നും വാർത്ത വരുന്നില്ല. എന്താണുണ്ടായതെന്ന് ഒരു നിശ്ചയവുമില്ല.

തിരുവിതാംകൂറിൽ അറസ്റ്റുവാറന്റുള്ള ഒട്ടേറെ നേതാക്കൾ അന്നു കൊച്ചിയിൽ ഒളിവിൽ പാർക്കുന്നുണ്ട്. പലരെയും സുഹൃത്തുക്കളുടെ കൂടെ ലോഡ്ജുകളിലും മറ്റും കൂട്ടിക്കൊണ്ടുപോയി താമസിപ്പിക്കാൻ ഞാൻ മുൻകൈയെടുത്തിട്ടുണ്ട്. പലരും, പക്ഷേ, കടുത്ത പട്ടിണിയിലായിരുന്നു. കമ്യൂണിസ്റ്റുകാരെ സഹായിക്കാൻ അനുഭാവികൾക്കുകൂടി ഭയമുള്ള കാലം.

കെ സി ജോർജ് ഒളിവിൽ താമസിക്കുന്ന ബഷീറിന്റെ മുറിയിലേക്കാണ് വൈദ്യർ എന്നെ കൊണ്ടുപോയത്. കെ സി വല്ലതും കഴിച്ചിട്ട് ദിവസങ്ങളായി. ഒളിവിൽ കഴിയുന്ന സഖാക്കളെല്ലാം അവശരാണ്.

കോട്ടയത്തു പോയി അല്പം പണം സംഘടിപ്പിച്ചു കൊണ്ടുവരുന്ന ചുമതലയാണ് എന്നെ ഏല്പിച്ചത്. പിന്നെ, കൂത്താട്ടുകുളത്തെ വെടിവെപ്പിനെക്കുറിച്ച് വിശദമായി മനസ്സിലാക്കി *ദേശാഭിമാനി*ക്ക് ഒരു റിപ്പോർട്ടും അയക്കണം.

ഡി സി കിഴക്കേമുറി അന്ന് കോട്ടയത്ത് ബുക്സ്റ്റാൾ നടത്തുകയായിരുന്നു. വൈ എം സി എയിലെ ഒരു മുറിയിലാണ് താമസം. അദ്ദേഹത്തിനെയും പോപ്പുലർ പ്രസ് ഉടമ കെ എം ചാണ്ടി, കോട്ടയം ഭാസി, പി എൻ കേശവൻ വക്കീൽ, രാഘവക്കുറുപ്പ് തുടങ്ങിയവരേയും കണ്ട്

കാശു വാങ്ങാനാണ് കെ സിയും വൈദ്യരും എന്നോടു പറഞ്ഞത്. മുൻപും ഞാനിങ്ങനെ ഇവർക്കുള്ള കത്തുമായിപ്പോയി പണം സ്വരൂപിച്ച പരിചയമുണ്ട്.

പുലർച്ചെതന്നെ പാലാരിവട്ടത്തുനിന്ന് ബസിൽ കോട്ടയത്തിനു പുറപ്പെട്ടു. മുണ്ടും ജുബ്ബായും തന്നെ വേഷം. 'നോട്ടപ്പുള്ളികളാണ് സൂക്ഷിക്കണം' എന്ന് വർഗ്ഗീസ്‌വൈദ്യൻ മുന്നറിയിപ്പ് നല്കിയിരുന്നെങ്കിലും 'കോട്ടയത്ത് എന്നെ ആരറിയാൻ' എന്ന ധൈര്യത്തിലാണ് യാത്ര. ആദ്യം കണ്ടത് ഡി സിയെയാണ്. വൈകുന്നേരം പണം സംഘടിപ്പിച്ചുവെക്കാമെന്ന് അദ്ദേഹം ഉറപ്പുനല്കി. ടി എം വർഗ്ഗീസിന്റെ അനന്തരവനായ കെ എം ചാണ്ടിയെയും മറ്റുചിലരെയും കണ്ടു. എല്ലാവരും പണം തരാമെന്ന് ഉറപ്പുനല്കി.

കോട്ടയത്ത് എപ്പോഴെത്തിയാലും കോട്ടയം ഭാസിയുടെ വീട്ടിൽ പോകുന്ന പതിവുണ്ട്. അദ്ദേഹത്തിനെന്നെ വലിയ കാര്യമായിരുന്നു. നല്ല വിശപ്പുണ്ടായിരുന്നു. നല്ലൊരു ഊണും തരപ്പെടുമല്ലോ എന്നും ചിന്തിച്ചു. കൂത്താട്ടുകുളത്ത് പട്ടാളമിറങ്ങിയെന്നും തലേനാൾ വെടിവെപ്പിൽ ആറുപേർ മരിച്ചെന്നും മറ്റുമുള്ള വാർത്ത അദ്ദേഹത്തിൽനിന്ന് ശേഖരിച്ചു. കടലാസിൽ മറ്റാർക്കും മനസ്സിലാകാത്തവിധം കോഡ്ഭാഷയിലാണ് കുറിച്ചെടുത്തത്. പൊലീസിന്റെ പിടിയിലായാൽ അവർക്കൊന്നും മനസ്സിലാകരുത്. പാർട്ടിക്ക് വിവരങ്ങൾ ലഭ്യമാക്കാൻവേണ്ടി പുറത്തുനിർത്തിയിരുന്ന സഖാവായിരുന്നു കോട്ടയം ഭാസി. അദ്ദേഹത്തെ കുടുക്കുകയുമരുത്.

സൂക്ഷിച്ചു പുറത്തിറങ്ങുമ്പോഴേക്കും പുറത്ത് അജ്ഞാതനായ ഒരാൾ നില്ക്കുന്നത് ശ്രദ്ധയിൽപ്പെട്ടു. അകലയല്ലാതെ ഒരു ജീപ്പുമുണ്ട്. വെള്ള ജുബ്ബയും മുണ്ടുമാണ് വേഷം. നിഗൂഢമായ മുഖഭാവം. സർ സി പിയുടെ സി ഐ ഡികൾ ഈ വേഷമാണ് ധരിക്കുന്നതെന്ന് അറിയാം. ധൈര്യമായി മുന്നോട്ടു നടന്നു. അതാ, മുന്നിൽ അതേപോലെ മറ്റൊരുവൻ. ഇനി രക്ഷയില്ല. ആദ്യം കണ്ടയാൾ അടുത്തുവന്ന് കൈക്ക് മുറുക്കിപ്പിടിച്ചു. "എറണാകുളത്തുനിന്നും വന്നയാളല്ലേ, ഏമാനെ ഒന്നു കണ്ടിട്ട് പോകാം."

"ഞാനോ? നിങ്ങൾക്കാളെ തെറ്റിയതായിരിക്കും." ഞാൻ രക്ഷപ്പെടാൻ ശ്രമിച്ചു. "തെറ്റിയിട്ടൊന്നുമില്ല. നിങ്ങളല്ലേ പോപ്പുലർ പ്രസിൽ പോയ ആൾ?" അവർ എന്നെ നടത്തിച്ച് കോട്ടയം തിരുനക്കര പൊലീസ് സ്റ്റേഷനിലേക്ക് കൊണ്ടുപോയി. സബ് ജയിലും അവിടെത്തന്നെയായിരുന്നു.

നിന്നാൽ ചുമരിൽ കൈയും തലയും മുട്ടുന്നത്ര ഇടുങ്ങിയ തൊണ്ടിമുറിയിലേക്കാണ് അവരെന്നെ തള്ളിയത്. കടുത്ത മർദ്ദനവും ഏല്ക്കേണ്ടിവന്നു. പെട്രോൾടിന്നുകളും തൊണ്ടിസാധനങ്ങളും കൂട്ടിയിട്ട ആ മുറിയിൽ വെളിച്ചംപോലും കടക്കുമായിരുന്നില്ല. ആകെയുള്ളത് പൊലീസുകാരിരിക്കുന്ന മുറിക്കഭിമുഖമായി ഒരു വാതിൽ. അന്നു രാത്രി കഴിക്കാനൊന്നും തന്നില്ല. ഒരു ഒറ്റമുണ്ട് മാത്രമായിരുന്നു വേഷം. മൂലയ്ക്ക് വെച്ചി

രുന്ന മൺചട്ടിയിലാണ് മൂത്രമൊഴിച്ചത്. ആ രാത്രി എനിക്ക് ഒരിക്കലും മറക്കാൻ പറ്റില്ല. അത്രയ്ക്കു ഭീകരമായ പീഡനമാണ് ഏറ്റത്. അർദ്ധ രാത്രി രണ്ടു പൊലീസുകാർ ചേർന്ന് പുറത്തിറക്കി ഹാളിനകത്തേക്കു കൊണ്ടുപോയി തലങ്ങും വിലങ്ങും തല്ലി, കൂടെ തെറിയഭിഷേകവും. എന്റെ മനസ്സിൽ അപ്പോൾ ചെങ്കൊടി മാത്രമേ ഉണ്ടായിരുന്നുള്ളൂ. വിപ്ല വത്തെക്കുറിച്ചുള്ള ശോണിമയാർന്ന സ്വപ്നങ്ങളാലാകാം ഞാൻ നിശ്ശ ബ്ദനായി. ഒന്നു ഞരങ്ങുകപോലും ചെയ്യാതെ നിന്നു. 'ഇവൻ മലബാ റിനമല്ലേ' എന്ന് ആക്രോശിച്ചുകൊണ്ട് അവർ തളരുവോളം മർദ്ദനം തുടർന്നു. അടുത്ത നാളും പട്ടിണിയായിരുന്നു. പച്ചവെള്ളം മാത്രം വെച്ചു തന്നു. മൂത്രമാണോ വിഷമാണോ എന്നു നിശ്ചയമില്ലാത്തതുകൊണ്ട് അതുപോലും ഒരിറക്ക് കുടിക്കാൻ ഭയമായിരുന്നു. പിന്നെ ഒരുനേരം ആഹാരം കിട്ടിത്തുടങ്ങി. ചോളംകൊണ്ടുണ്ടാക്കിയ ദോശയും കട്ടൻകാ പ്പിയും. അടുത്ത ഏതോ ചായപ്പീടികയിൽനിന്നും കൊണ്ടുവരുന്നതാണ്.

ഇതിനിടയിൽ എന്നെക്കുറിച്ച് അന്വേഷിക്കാൻ സി ഐ ഡികൾ കൊച്ചിക്കും കൊടുങ്ങല്ലൂരിനും പോയി. അവർ തിരിച്ചുവന്നതിനുശേഷ മാണ് മർദ്ദനം അവസാനിച്ചത്. 'അങ്ങത്തേ, ഇവൻ പറയുന്നത് ശരിയാ. ഭാസ്കരമേനോനാണ് പുള്ളി. അച്ചൻ എം എൽ സിയായിരുന്നു.'

മൂന്നാംനാൾ കൈയാമം വെച്ചു നടത്തി മജിസ്ട്രേറ്റിന്റെ മുന്നിൽ ഹാജരാക്കി. ഗൂഢാലോചന, രാജ്യദ്രോഹം, അട്ടിമറി, വിദ്ധ്വംസകപ്രവർ ത്തനം തുടങ്ങിയ കുറ്റങ്ങൾ ചാർത്തി എന്നെ റിമാൻഡ് ചെയ്തു സിംഗിൾസെല്ലിൽ. സർ. സി പിക്കെതിരായി പുന്നപ്ര-വയലാറിൽ വാരി ക്കുന്തവുമേന്തി ആയിരങ്ങൾ രണഭൂവിലിറങ്ങി രക്തസാക്ഷിത്വം വരിച്ചു. പട്ടാളക്കാർ മാർഗ്ഗമദ്ധ്യേ വിശ്രമിക്കാനെത്തിയത് സെല്ലിനടുത്ത പൊലീസ് സ്റ്റേഷൻ ഹാളിലായിരുന്നു. പുന്നപ്ര-വയലാറിൽ ഒഴുകിയ ചുടുനിണത്തിന്റെ ഗന്ധം സെല്ലിൽ കിടന്ന എന്നെ പിടിച്ചുലയ്ക്കാൻ തുടങ്ങി. ആക്ഷനിൽ പങ്കെടുത്ത് പട്ടാളക്കാർ തങ്ങളുടെ തോക്കുകൾക്കു മുന്നിൽ പിടഞ്ഞുവീണവരുടെ എണ്ണത്തെക്കുറിച്ച് ഊറ്റംകൊള്ളുന്നതും കണ്ടു. എന്റെ ഹൃദയം നീറി, അതൊരു വിങ്ങലായി.

പാർട്ടിക്കാർ നിർദ്ദേശിച്ചപ്രകാരം ജാമ്യത്തിനപേക്ഷിച്ച് പതിനാറാം ദിവസം പുറത്തിറങ്ങി. കോട്ടയം ഭാസിയുടെ ചേട്ടൻ പി എസ് നായർ, റിട്ട. ഹെഡ്മാസ്റ്ററായ പി പി ജോൺ തുടങ്ങിയവരായിരുന്നു ജാമ്യക്കാർ. ഒരു വർഷത്തേക്ക് നല്ലനടപ്പുജാമ്യമാണ് കിട്ടിയത്. കേസിന്റെ ദിവസ മല്ലാതെ തിരുവിതാംകൂറിൽ പ്രവേശിക്കാൻ പാടില്ലെന്നായിരുന്നു വ്യവസ്ഥ.

ജയിലിൽനിന്നും പുറത്തിറങ്ങിയപ്പോൾ ഇട്ടോണ്ടുപോകാൻ മുഷിഞ്ഞ പഴയ ബനിയൻ മാത്രമാണുണ്ടായിരുന്നത്. ലോക്കപ്പിലായി രുന്നപ്പോൾ ഷർട്ട് പൊലീസുകാർ അഴിച്ചുവാങ്ങിയിരുന്നു. അത് തിരികെ കിട്ടിയില്ല. പുതിയതു വാങ്ങാൻ കൈയിലാണെങ്കിൽ കാശുമില്ല. ഈ വേഷത്തിൽ മടങ്ങാനും വയ്യ. അങ്ങനെ വിഷമിച്ചിരിക്കുമ്പോഴാണ്

ഡി സിയെ കണ്ട് സഹായം ചോദിച്ചാലോ എന്നു തോന്നിയത്. അന്നു സന്ധ്യക്ക് വൈ എം സി എയിലെത്തി ആളിനെ കണ്ട് കാര്യം പറഞ്ഞു. അദ്ദേഹം സന്തോഷത്തോടെ തന്റെ ചാരനിറത്തിലുള്ള ഒരു കള്ളി ഖദർഷർട്ട് നല്കി. അതു എനിക്കു നിധിപോലെയായിരുന്നു. ആ ഷർട്ടുമിട്ട് ഇറങ്ങി. എന്റെ കൈയിൽ എറണാകുളത്തു പോകാനുള്ള ബസ്കൂലി കൂടി അദ്ദേഹം വെച്ചുതന്നു.

അലഞ്ഞുതിരിഞ്ഞു നടക്കുന്നവർക്കെതിരെ ചുമത്തുന്ന എന്തോ കുറ്റം ചാർത്തിയാണ് എനിക്കെതിരെ കേസെടുത്തത്. അത് അഞ്ചാറു മാസത്തിലധികം മനഃപൂർവ്വം നീട്ടിക്കൊണ്ടുപോയി. അന്നും കേസ് അവധിക്കുവെച്ച് പീഡിപ്പിക്കുക പൊലീസിന്റെ തന്ത്രമായിരുന്നു.

ജയിൽജീവിതത്തിനുശേഷം നേരേ പോയത് കൊടുങ്ങല്ലൂരിലേക്കാണ്. എന്നെ തടവിലാക്കിയതറിഞ്ഞതുമുതൽ അമ്മ തളർന്നു കിടപ്പായിരുന്നു. ബിരുദപരീക്ഷപോലുമെഴുതാതെ പൊലീസിന്റെ തല്ലും തൊഴിയുമേറ്റു നടക്കുന്ന എന്നെക്കുറിച്ചോർത്ത് അമ്മയ്ക്കുണ്ടായ സങ്കടം എത്രമാത്രമായിരിക്കാം. എന്നെ പൊലീസ് പിടിച്ച വാർത്ത പത്രങ്ങളിൽ വന്ന് നാട്ടിലറിഞ്ഞിരുന്നു. കുറേക്കാലത്തേക്ക് പിന്നീട് ഒന്നുമറിയാതായപ്പോൾ പൊലീസ് എന്നെ തല്ലിക്കൊന്ന് എവിടെയെങ്കിലും ഉപേക്ഷിച്ചിട്ടുണ്ടെന്നുവരെ കഥകൾ പ്രചരിച്ചു. അമ്മയെ ആശ്വാസവാക്കുകൾ കൊണ്ട് സമാധാനിപ്പിക്കാൻ ശ്രമിക്കുമ്പോഴും എന്റെ മനസ്സിലിരുന്ന് പുന്നപ്ര-വയലാറിന്റെ വെടിയുണ്ടകൾ ഗർജ്ജിക്കുന്നുണ്ടായിരുന്നു.

പിന്നെ താമസിച്ചില്ല, സി പിയുടെ പട്ടാളം സംഹാരതാണ്ഡവമാടിയ ആ യുദ്ധക്കളത്തിലേക്കുതന്നെ ഞാൻ പോയി. ഹൃദയഭേദകമായിരുന്നു അവിടത്തെ കാഴ്ചകൾ. വെടിയുണ്ടകൾക്കു മുമ്പിൽ വിരിമാറു കാട്ടി രക്തസാക്ഷിത്വം വരിച്ചവരുടെ ധീരോദാത്തകഥകൾ ഞാൻ ഉറ്റവരുടേയും ഉടയവരുടേയും ശബ്ദങ്ങളിൽത്തന്നെ കേട്ടു.

അതുവരെ അറിയാത്ത ഒരുപാട് അനുഭവങ്ങളുണ്ടായി. വീട്ടിൽ മടങ്ങിയെത്തിയ ഉടൻ ഞാൻ എഴുതിത്തുടങ്ങി. 'വയലാർ ഗർജ്ജിക്കുന്നു' പിറവിയെടുത്തത് അങ്ങനെയാണ്.

നല്ലവനായ പൊലീസുകാരാ, നീയാകാൻ എനിക്കു മോഹം

പി കെ വാസുദേവൻ നായർ

ലോകദൃഷ്ടിയിൽ ഞാനൊരു കമ്യൂണിസ്റ്റുകാരനാണ്. മുൻമുഖ്യ മന്ത്രിയാണ്. കേരളത്തിലെ മുതിർന്ന രാഷ്ട്രീയ പ്രവർത്തകരിലൊരാ ളാണ്. ഈ വിശേഷണങ്ങളിലൊക്കെ സംതൃപ്തനായ പി കെ വാസു ദേവൻ നായർ എന്ന ഈ ഞാൻ ഇടയ്ക്കിടെ സ്വയമാലോചിച്ചു കൂട്ടുന്ന ഒരു രൂപമുണ്ട്. കാക്കിയാണ് അപ്പോൾ വേഷം. അതെ, പൊലീസ് ഓഫീ സറായ പി കെ വാസുദേവൻ നായർ!

നാടിനു നന്മയും നാട്ടുകാർക്കു സംരക്ഷണവും നല്കാൻ കഴിയുന്ന നേരും നെറിയുമുള്ള പൊലീസ് ഓഫീസർ. സെക്രട്ടറിയേറ്റിനു മുന്നിൽ വിദ്യാർത്ഥികളെ ലാത്തികൊണ്ട് തച്ചുതല്ലുന്നതു കാണുമ്പോൾ, സഹായം തേടി സ്റ്റേഷനിലെത്തുന്ന പാവങ്ങളോടു കിട്ടിയ പണം പോരാ യെന്നു പറയുന്നയാളെ അറിയുമ്പോൾ, ലോക്കപ്പിലെ മൂന്നാംമുറയുടെ ഞെട്ടിക്കുന്ന വിവരണം കേൾക്കുമ്പോൾ, ക്രൂരമായ പൊലീസ് പീഡന ത്തിനിരയായ എന്റെ സഹോദരിമാരുടെ കണ്ണീർ കാണുമ്പോൾ ആ ആഗ്രഹം എന്നിൽ ഉയരുന്നു. അവരെ സഹായിക്കുന്ന ഒരു പൊലീസു കാരനാകാൻ എനിക്കു സാധിച്ചിരുന്നുവെങ്കിൽ!

ഇതു പറയുമ്പോൾ എ കെ ആന്റണിയോ ഇ കെ നായനാരോ രാഷ്ട്രീയം കാണേണ്ടതില്ല. സംസ്കാരചിത്തമായ ഒരു സമൂഹത്തിനു ചേർന്ന പൊലീസുകാരെ സൃഷ്ടിക്കാൻ നമുക്കാർക്കും കഴിഞ്ഞിട്ടില്ല. മുഖ്യമന്ത്രിയായിരുന്ന എനിക്കും സാധിച്ചില്ല. അമിതാധികാര പ്രയോഗ ത്തിൽ പൊലീസ് എന്നും അഭിരമിച്ചു.

വഴി മാറ്റണം എന്ന ഉറച്ച ചിന്ത ഇ എം എസിനുണ്ടായിരുന്നു. 1957 ൽ അധികാരത്തിലേറുമ്പോൾ പൊലീസിനെ മനുഷ്യനാക്കുക എന്നതു നയമായിത്തന്നെ ആ ഗവൺമെന്റ് പ്രഖ്യാപിച്ചു. അട്ടിമറിക്കാനായിരുന്നു

സ്വാഭാവികമായും ശ്രമം. പല്ലും നഖവും നഷ്ടപ്പെട്ടൊരു പൊലീസുണ്ടോ എന്ന ചർച്ച ആസൂത്രിതമായി പലരും (അതിൽ പൊലീസിനു തന്നെ മുൻതൂക്കം) പരത്തി. വിമോചനസമരത്തിലൂടെ സർക്കാർ പോയതോടെ പൊലീസ് വിപ്ലവം തീർന്നു.

പൊതുജന ദൃഷ്ടിയിൽ എന്താണു നമ്മുടെ പൊലീസ്? മിടുക്കന്മാരായ ഓഫീസർമാരുടെ ഒരു സേനയാണ് അവരെന്നതു മാറ്റി നിർത്തുക. പൊലീസെന്നാൽ പീഡനം, മർദ്ദനം, പിടുങ്ങൽ ഇതൊക്കെയല്ലേ? കഴിഞ്ഞ നായനാർ മന്ത്രിസഭയുടെ കാലത്തു പെരുമ്പാവൂരിലെ എന്റെ വസതിയിൽ കള്ളൻ കയറി. രണ്ടുമൂന്നു ദിവസത്തേക്കു ജീവിതക്രമം തന്നെ തെറ്റുന്ന തരത്തിലായിരുന്നു പൊലീസ് ഉദ്യോഗസ്ഥരുടെ വരവും ഫോൺ വിളികളും. പക്ഷേ, ഒന്നും സംഭവിച്ചില്ല. പോയതു പോയി.

ആന്റണി അധികാരത്തിലേറിയശേഷം വീണ്ടും എന്റെ വീട്ടിൽ കള്ളനെത്തി. നാട്ടിലില്ലാതിരുന്ന എനിക്കു പിറ്റേന്നു ഭാര്യയുടെ വിളി വന്നു. പൊലീസിനെ അറിയിക്കണ്ടേയെന്നായിരുന്നു പരിഭ്രാന്തി നിറഞ്ഞ ചോദ്യം. ഞാൻ പറഞ്ഞു ഒരാളോടും പറയരുത്. ഉള്ള സ്വൈര്യം കളയേണ്ട. കേരളത്തിലെ സാധാരണക്കാരിൽ ഭൂരിഭാഗവും ഇങ്ങനെ ചിന്തിക്കുന്നവരായിരിക്കും.

കിടങ്ങൂരിൽ അമ്മാവനായ കെ പി നാരായണപിള്ളയുടെ വസതിയിൽ തങ്ങി ഇന്റർമീഡിയറ്റിനു പഠിക്കുന്ന കാലത്താണു പൊലീസിന്റെ കിരാതമായ മുഖം ആദ്യമായി എന്റെ മനസ്സിൽ പതിയുന്നത്. അബ്കാരി കരാറുകാരനും പ്രമാണിയുമായ അമ്മാവൻ, സത്യവുമായി ഒരു ബന്ധവുമില്ലാത്ത ഒരു കേസിൽപ്പെട്ടു. പൊലീസിന് അദ്ദേഹത്തോട് അടുക്കുക വയ്യ. പകരം കസ്റ്റഡിയിലെടുക്കപ്പെട്ട സഹായികൾ ലോക്കപ്പു വാസത്തിനുശേഷം പുറത്തേക്കു വരുന്നതു കണ്ടു ഞാൻ കരഞ്ഞിട്ടുണ്ട്. കൈകളും കാലുകളും അതിക്രൂരമായി പൊള്ളിക്കപ്പെട്ട്, കണ്ണീർ തൂവുന്ന പാവങ്ങൾ. ശേഷം രാഷ്ട്രീയത്തിലേക്കു കാലൂന്നിയപ്പോൾ പുന്നപ്ര – വയലാറിന്റെ ദുരന്തക്കാഴ്ചകൾ. എ ഐ എസ് എഫിന്റെ സംസ്ഥാന പ്രസിഡന്റായിരുന്നു അക്കാലത്ത്.

ഒരു പുനരധിവാസ ക്യാമ്പിന്റെ സംഘാടകരെന്ന നിലയിൽ അവിടെയെത്തിയ ഞങ്ങളാരും ആലപ്പുഴ കടപ്പുറത്തെ ആ ഒരു രാത്രി മറക്കില്ല. ലോക്കപ്പിൽ നിന്നു വിട്ടയക്കപ്പെട്ട സൈമൺആശാൻ എന്ന മുതിർന്ന നേതാവ് നേരം പുലരുവോളം പൊലീസ് ലോക്കപ്പിൽ എന്തു നടന്നു എന്ന് ഞങ്ങളോടു വിവരിച്ചു. കേട്ടിരിക്കാൻ പറ്റുമായിരുന്നില്ല അത്.

അപ്പോൾ അനുഭവിച്ചവർക്കോ? കൊല്ക്കത്ത തീസിസ് നല്കിയ ഒളിവു ജീവിതത്തിനുശേഷം ആയിരത്തിത്തൊള്ളായിരത്തിഅൻപത്തിയൊന്നിൽ പുറത്തുവന്ന എന്നെയും കെ അനിരുദ്ധനെയും അറസ്റ്റ് ചെയ്യുന്നത് ഒരുമിച്ചാണ്. തിരുവനന്തപുരം കന്റോൺമെന്റ് സ്റ്റേഷനിലെ രണ്ടു മാസം നീണ്ട ലോക്കപ്പ് വാസം സൈമൺആശാന്റെ അനുഭവങ്ങൾക്കു

സമമല്ലായിരിക്കാം. എന്തിലെങ്കിലും പിടിച്ചു നിന്നില്ലെങ്കിൽ പൊലീസ് സഹവാസം മനുഷ്യരെ എന്തൊക്കെയാക്കി തീർക്കാമെന്ന ബോദ്ധ്യം ആ ദിവസങ്ങൾ ഞങ്ങൾക്കു നല്കി. മലയാളഭാഷയിൽ ഇങ്ങനെയും വാക്കുകളുണ്ടെന്നു മനസ്സിലാക്കി!

പ്രബുദ്ധകേരളത്തിലെ സ്ഥിതി ഇന്നും അതുതന്നെയല്ലേ? ഞങ്ങളുടെ തറവാട്ടിൽനിന്നു പൊലീസ് ഓഫീസറായ അശോകൻ എന്ന കൊച്ചനുജനെ ഓർമ്മ വരുന്നു. (ഓർമ്മിക്കാനേ കഴിയൂ. പ്രിയപ്പെട്ട ആ കുട്ടി ഒരു അപകടത്തിൽ മരിച്ചു.) ഇതൊക്കെ മനസ്സിൽ വച്ച് പി ജിയും ഞാനുമൊക്കെ അവനോടു സംസാരിക്കുമായിരുന്നു. ആദ്യമൊക്കെ താല്പര്യത്തോടെ ഞങ്ങളെ കേട്ടിരുന്ന അവൻ പിന്നെപ്പിന്നെ ഇങ്ങനെ പ്രതികരിക്കാൻ തുടങ്ങി:

"ഞങ്ങളുടേത് ഒരു വല്ലാത്തലോകമാണ്. തട്ടിപ്പുകാരുടെയും വെട്ടിപ്പുക്കാരുടെയും ക്രിമിനലുകളുടെയും ലോകം. എനിക്കായിട്ട് ഒന്നും ചെയ്യാനാവില്ല."

നല്ലകാഴ്ചപ്പാടുകളുമായി സർവ്വീസിലേക്കു വരുന്നവരും ആരംഭശൂരത്വത്തിനുശേഷം ചളിക്കുണ്ടിൽ പോകുകയാണ്. ഭരണകൂടം ഇന്നും നിസ്സഹായരായി നില്ക്കുന്നു. പൊലീസിലെ രാഷ്ട്രീയ ഇടപെടൽ കുറയ്ക്കാനുള്ള ആന്റണിയുടെ ശ്രമം നല്ലതുതന്നെ. പക്ഷേ, യഥാർത്ഥപ്രശ്നം അതാണോ എന്ന് അദ്ദേഹവും ചിന്തിക്കണം. ജനങ്ങളുടെ പ്രശ്നങ്ങളാണു രാഷ്ട്രീയക്കാർ പൊലീസിനു മുന്നിൽ അവതരിപ്പിക്കുന്നതെന്നു കരുതാം. അവരെ മാറ്റിനിർത്തുമ്പോൾ പൊലീസ് ചെവികൊടുക്കുന്നതും പ്രമാണിമാർക്കാവാം. സത്യവും ധർമ്മവുമാണോ അപ്പോൾ പരിപാലിക്കപ്പെടുക?

ചുരുക്കുന്നു.

സമൂഹത്തിന് ഏറ്റവും കൂടുതൽ നന്മചെയ്യാനും ഏറ്റവും കൂടുതൽ ദ്രോഹം നല്കാനും കഴിയുന്ന വിഭാഗമാണ് പൊലീസ്. ആദ്യത്തെകൂട്ടത്തിൽപ്പെടുന്നവർ എന്നോടു ക്ഷമിക്കുക. നിങ്ങളിലൊരാളാകാണമെന്ന ആഗ്രഹമാണല്ലോ ഇടയ്ക്കിടെ എന്റെ മനസ്സിൽ മിന്നി ഉയരുക.!

ഒരു പൊലീസനുഭവം

ആർ ബാലകൃഷ്ണപിള്ള

ദൃശ്യമാധ്യമങ്ങൾ ഇല്ലാത്ത കാലമാണത്. പത്രങ്ങളും അപൂർവ്വം. അതുകാരണം നമ്മളെ ആരും തിരിച്ചറിയില്ല. പേരു പറഞ്ഞാൽ അറിയും എന്നല്ലാതെ മുഖം കണ്ടാൽ ആർക്കും അറിയില്ല. അത്തരം ഒരനുഭവം എനിക്ക് തൃശൂർജില്ലയിലെ പുതുക്കാട് പൊലീസ്സ്റ്റേഷനിൽ 1962 മെയ് മാസത്തിലുണ്ടായി.

ഒരിക്കൽ ഞാനെന്റെ ഫിയറ്റ്കാറിൽ ഡ്രൈവർക്കൊപ്പം യാത്ര ചെയ്യുമ്പോൾ പുതുക്കാട് റോഡരികിൽ ഒരു മനുഷ്യൻ ചോരയിൽ കുളിച്ചു ബോധരഹിതനായി കിടക്കുന്നതു കണ്ടു. ഏതോ വാഹനം ഇടിച്ചിട്ടിട്ടു പോയതാണ്. നേരം വൈകിട്ട് അഞ്ചു മണിയോടടുത്തുകാണും. വണ്ടി നിർത്തിച്ചു. ഞാനും ഡ്രൈവറും ചേർന്ന് ഇയാളെ എടുത്ത് കാറിന്റെ പിൻസീറ്റിൽ കിടത്തി. പുതുക്കാട് അടുത്തുള്ള ഒരു സർക്കാർ ഡിസ്പെൻസറിയിൽ കൊണ്ടുചെന്നു ചികിത്സ ഏർപ്പാടാക്കി. എന്റെ ഒരു പൗരബോധംകൊണ്ടായിരിക്കാം, ഇക്കാര്യം അടുത്തുള്ള പൊലീസ്സ്റ്റേഷനിൽ അറിയിക്കണമെന്ന് എനിക്കുതോന്നി.

വണ്ടിയുടെ പിൻസീറ്റുമുഴുവൻ ചോരയാണ്. കാറിൽ ഞാൻ പുതുക്കാട് പൊലീസ്സ്റ്റേഷനിൽ ചെന്നു. എസ് ഐയെ കണ്ടു. കുറച്ചു പ്രായമായ തടിച്ച ഒരാളാണ് എസ് ഐ. ഞാൻ ആരാണെന്നു പറഞ്ഞില്ല. നടന്ന കാര്യം മുഴുവൻ പറഞ്ഞു. അദ്ദേഹം ചോര പുരണ്ട ഷർട്ടും വണ്ടിയുടെ പിൻസീറ്റുമൊക്കെ നോക്കിയിട്ടു പറഞ്ഞു:

“താനങ്ങോട്ടു മാറി നില്ക്ക്. ഒരുത്തനെ വണ്ടിയിടിച്ച് ഇട്ടിട്ട് വന്നിരിക്കുവാ, അല്ലേ? ഇപ്പം പോവണ്ട. കാര്യങ്ങൾക്കൊരു തീർപ്പായിട്ട് പോയാൽ മതി.”

ഞാനവിടെ നിന്നു. എം എൽ എ ആണെന്ന് ഞാൻ അപ്പോഴും പറ

ഞ്ഞില്ല. പി ടി പുന്നൂസിന്റെ ഭാഷയിൽ ഞാൻ 'അനാഗതശ്മശ്രു'* ആയുള്ളകാലം. മീശ പോലും നേരെചൊവ്വേ കിളിച്ചിട്ടില്ല. നീണ്ടുമെലിഞ്ഞൊരു രൂപം.

എസ് ഐ ഇതുപറഞ്ഞപ്പോൾ എനിക്കൊരു ചിരിയാവന്നത്. എന്നാൽപ്പിന്നെ ബാക്കിയുംകൂടി അറിഞ്ഞിട്ടുപോകാമെന്നു വെച്ചു. ഒരഞ്ചുമിനിറ്റു കഴിഞ്ഞപ്പോൾ ഞാൻ, എനിക്കു പോകണമെന്നുപറഞ്ഞു. കുറ്റക്കാരനായിട്ടല്ല ഞാനിവിടെ വന്നതെന്നും ഒരാൾ റോഡിൽ അപകടത്തിൽപ്പെട്ടു കിടക്കുന്നതുകണ്ടപ്പോൾ അയാളെ ആശുപത്രിയിലാക്കിയിട്ടു നിങ്ങളെ വിവരം അറിയിക്കാൻ വന്നതാണെന്നും വിശദീകരിച്ചു. നിങ്ങൾക്കു വേണമെങ്കിൽ എന്റെ പേരിൽ കേസെടുത്തിട്ടു വണ്ടി കസ്റ്റഡിയിലെടുത്തോളൂ. എനിക്കു പോകണം എന്നു പറഞ്ഞു. ഏതായാലും, പോയി അപകടസ്ഥലം കണ്ടുവന്നിട്ടല്ലാതെ ഒന്നും ചെയ്യാൻ പറ്റില്ലെന്നും അവിടെത്തന്നെ നില്ക്കാനുമായിരുന്നു എസ് ഐയുടെ കല്പന.

ഇന്നും ഇതൊരു ശാപമാണ്. ഒരു സാധാരണക്കാരന് ആത്മാഭിമാനത്തോടെ പൊലീസ്സ്റ്റേഷനിൽ കയറാൻ പറ്റാത്ത അവസ്ഥ. അവനു നല്ല പെരുമാറ്റം അവിടെനിന്നു കിട്ടിയാൽ അതൊരു വലിയ കാര്യമാണ്. ഇന്നും പലരും റോഡിൽ കിടന്നു ചോരവാർന്നു മരിക്കുന്നതു പൊലീസിന്റെ ഈ മാറാത്ത മനോഭാവംമൂലമാണ്. എന്തിനാണ് പുലിവാലു പിടിക്കുന്നതെന്നു സാധാരണക്കാർ ചിന്തിച്ചുപോകും. ആളുകളെ ശിക്ഷിക്കാൻ, ഒരുവേള തൂക്കിക്കൊല്ലാൻവരെ അധികാരമുള്ള കോടതികളിൽ ജനങ്ങൾ ഭയലേശമില്ലാതെ പോകുന്നു. നൂറോ ഇരുനൂറോ രൂപയുടെ പെറ്റിക്കേസിലല്ലാതെ ശിക്ഷ നടപ്പാക്കാൻ അധികാരമില്ലാത്ത പൊലീസ് സ്റ്റേഷനെ സാധാരണക്കാരൻ ഭയക്കുന്നു. മാറിയ കാലഘട്ടത്തിൽ ഇതു ചർച്ച ചെയ്യപ്പെടേണ്ടൊരു യാഥാർത്ഥ്യമാണ്.

ഏതാണ്ട് മുക്കാൽ മണിക്കൂറോളമായി. ഞാൻ നിന്നുവേരിറങ്ങുകയാണ്. ഞാൻ എസ് ഐയോട് 'ഐ വാണ്ട് ടു കോണ്ടാക്ട് യുവർ എസ് പി' എന്നു പറഞ്ഞു. അന്ന് വി എൻ രാജനാണ് തൃശൂർ എസ് പി. പില്ക്കാലത്ത് രാജൻ ഐ ജി ആയപ്പോൾ കുറച്ചുകാലം ആഭ്യന്തരവകുപ്പുഭരിച്ച പി ജെ ജോസഫ് രാജനെ മാറ്റിയിട്ട് എം കെ ജോസഫിനെ ഐ ജിയായി കൊണ്ടുവന്നു. എം കെ ജോസഫ് പിന്നീട് കേരളത്തിലെ ഡി ജി പി യായി. 1978 ലായിരുന്നു ഇത്. അന്ന് ഒറ്റ ഐ ജിയേ ഉണ്ടായിരുന്നുള്ളൂ. ഡി ജി തസ്തികയില്ല. വി എൻ രാജനെ പി ജെ ജോസഫ് കേന്ദ്രത്തിലേക്കയച്ചു. സീനിയോറിറ്റി ഇല്ലാതാക്കിയാണ് എം കെ ജോസഫിനെ ഐ ജിയും, തസ്തിക ക്രമീകരിച്ചപ്പോൾ ഡി ജി പിയുമാക്കിയത്. എം കെ ജോസഫ് കഴിവുള്ള ഡി ജി പിയായിരുന്നു. പക്ഷേ, എം കെ ജോസഫിനുവേണ്ടി വി എൻ രാജനെ തഴഞ്ഞതു നീതീകരിക്കാവതല്ല.

---

* അനാഗതശ്മശ്രു – മീശമുളയ്ക്കാത്തവൻ

എന്തിനാണ് എസ് പിയെ വിളിക്കുന്നതെന്ന് എസ് ഐ ചോദിച്ചു. എനിക്കീ വിവരം ഒന്നു പറയാനാണെന്ന് ഞാൻ. പൊലീസ്സ്റ്റേഷനിലെ ഫോൺ ഉപയോഗിക്കാൻ പറ്റില്ലെന്നു മറുപടി. ഉപയോഗിച്ചേ പറ്റൂയെന്ന് ഞാനും പറഞ്ഞു. അപ്പോൾ എസ് ഐ ചോദിച്ചു:

“നിങ്ങൾക്കെങ്ങനെ എസ് പിയെ അറിയാം? അദ്ദേഹത്തെ പരിചയമുണ്ടോ?” “അതെ, പരിചയമുണ്ട്. നിങ്ങൾക്കു സംശയമുണ്ടെങ്കിൽ ആർ ബാലകൃഷ്ണപിള്ള എന്നൊരാളെ ഇവിടെ പിടിച്ചുവെച്ചിട്ടുണ്ടെന്നു പറഞ്ഞു നോക്ക്.” എന്ന് ഞാൻ മറുപടി പറഞ്ഞു.

എന്റെ പേരു പറഞ്ഞതോടെ എസ് ഐ സീറ്റിൽനിന്നു ചാടിയെഴുന്നേറ്റു. സല്യൂട്ടടിച്ചു. ചെയ്തുപോയതിനൊക്കെയും ക്ഷമചോദിച്ചു. ഇതിനുശേഷം ഞാനൊരു പാഠം പഠിച്ചു. മന്ത്രിയായിരുന്ന കാലത്തൊഴികെ റോഡിൽ അപകടം പറ്റിക്കിടന്ന ഒരാളെയും ഞാനെന്റെ കാറിൽ ആശുപത്രിയിലോ പൊലീസ്സ്റ്റേഷനിലോ എത്തിച്ചിട്ടില്ല. മന്ത്രി ആയിരിക്കുമ്പോൾ എസ്കോർട്ടുകാർ നോക്കിക്കൊള്ളുമല്ലോ. അഞ്ചൽ സ്വദേശിയായ ഒരു പുരോഹിതനെ മൈൽക്കുറ്റിയിൽ തലയിടിച്ചു രക്തം വാർന്ന നിലയിൽ ഞാൻ ആശുപത്രിയിലാക്കിയിരുന്നു. അടുത്തിടെ എന്നെ കണ്ടപ്പോൾ അദ്ദേഹമത് നന്ദിപൂർവ്വം സ്മരിച്ചു.

റോയപ്പെട്ട പൊലീസിന്റെ ആതിഥ്യം

എം ടി വാസുദേവൻ നായർ

ഒരിക്കൽ ഞാൻ മദ്രാസിലുള്ളപ്പോൾ മധുവും ശങ്കരാടിയും 'അയ്യപ്പ ഹോട്ടലി'ൽ കുറേ ദിവസമായുണ്ട് എന്ന് ആരോ പറഞ്ഞു. ഫോൺ ചെയ്തപ്പോൾ മധുവിനെ കിട്ടി. അവിടെനിന്ന് ഭക്ഷണം കഴിക്കാം എന്ന് മധു ക്ഷണിച്ചു. അക്കാലത്ത് മദ്രാസിലെ വളരെയടുത്ത സുഹൃത്തുക്കളിൽ ഒരാളായിരുന്നു അനിയൻ. അരവിന്ദാക്ഷൻ എന്നാണ് പേര്. തിരുവനന്തപുരത്തെ ഒരു വലിയ കുടുംബത്തിൽനിന്നു വരുന്ന ആൾ. മദ്രാസിൽ ഒരു വർക്ക്ഷോപ്പ് നടത്തുന്നു. കാശില്ലാതെ വിഷമിക്കുന്ന എല്ലാവർക്കും അനിയൻ ഒരാശ്രയമാണ്. വർക്ക്ഷോപ്പിൽ ഇരിക്കുന്ന സമയം കുറവ്. പക്ഷേ, കാര്യങ്ങൾ നടത്തിക്കൊണ്ടുപോകാൻ വിശ്വസ്തരായ ജോലിക്കാരുണ്ട്. ഭക്ഷണത്തിന് മധുവിന്റെ ക്ഷണമുണ്ടെന്ന് പറഞ്ഞപ്പോൾ അനിയൻ എന്നെ അവിടെ കൊണ്ടുവിടാമെന്നു സമ്മതിച്ചു. ശോഭനാപരമേശ്വരൻ നായരും കൂടെവന്നു. അവിടെ ഞങ്ങൾ ആദ്യം കയറിയത് ശങ്കരാടിയുടെ മുറിയിലായിരുന്നു. മധു അങ്ങോട്ടു വന്നു. അവർ ഇടയ്ക്കിടക്ക് താമസിക്കുന്ന ഹോട്ടലാണിത്. മാനേജരേയും പരിചാരകന്മാരേയുമൊക്കെ നന്നായിട്ടറിയാം. ഞങ്ങൾ അഞ്ചുപേർക്ക് ഇരിക്കാൻ ശങ്കരാടിയുടെ മുറിയിൽ ചില കസേരകൾ വരുത്തി. എന്നിട്ട് വളരെ ദുഃഖത്തോടെ ശങ്കരാടി പറഞ്ഞു:

"തലേന്ന് വാങ്ങിയ കുപ്പിയിൽ പകുതി താഴെ മദ്യമേയുള്ളൂ. മദ്രാസിലെ മദ്യനിരോധനക്കാലമാണ്. കുറച്ചുകൂടി സാധനം വാങ്ങിക്കാൻ എന്തുചെയ്യും?" ഏതുമുക്കിലും മൂലയിലും തിരഞ്ഞ് മദ്യം വാങ്ങിക്കൊണ്ടു വരാറുള്ള അവിടുത്തെ ഒരു മലയാളി പരിചാരകനുണ്ട്. അവനെ 'പരുന്ത്' എന്നാണ് ശങ്കരാടി വിളിക്കാറ്. 'പരുന്തില്ലാത്തതുകൊണ്ട് എന്തു ചെയ്യും?' എന്നാണ് മധുവും ശങ്കരാടിയും കൂടി

ആലോചിക്കുന്നത്. ഉള്ളതുവച്ച് തുടങ്ങാമെന്ന് അനിയൻ. അഞ്ചുപേർ. അരക്കുപ്പിയിൽ താഴെ. കാര്യം അത്ര ശരിയാവില്ല എന്ന് പരമേശ്വരൻനായർ പറഞ്ഞു. ശങ്കരാടി 'പരുന്ത്' വരാതിരിക്കില്ല എന്ന് ഉറപ്പുപറഞ്ഞ് തന്റെ ഗ്ലാസിൽ കുറച്ചു മദ്യമൊഴിച്ചു. നാടൻ കാരണവന്മാരുടെ ചിട്ടയിലാണ് ശങ്കരാടിയുടെ മദ്യപാനവും. പ്രാർത്ഥിച്ച് രണ്ടുമൂന്നു തുള്ളി തൊട്ടുതെറിപ്പിച്ച് ഭഗവതിയെ വിളിച്ചാണ് തുടക്കം. മറ്റു ഗ്ലാസുകളിൽ കുറേശ്ശെ ഒഴിച്ചു. അനിയൻ വേണ്ടെന്നു പറഞ്ഞു. കാറോടിച്ച് ഞങ്ങളെ തിരികെ വിടേണ്ടതാണ്. അപ്പോൾ ഹോട്ടലിന്റെ വരാന്തയിലൂടെ ബൂട്ട്സിന്റെ ശബ്ദം. ചാരിയ വാതിൽ തുറന്ന് നാലു പൊലീസുകാർ അകത്തുകയറി. ആർക്കും പരിഭ്രമമൊന്നുമില്ല. ശങ്കരാടി പറഞ്ഞു:

"അഞ്ചുപേർ അരക്കുപ്പി കുടിച്ചതിന് ജയിലിൽ പോവേണ്ടിവന്നാൽ പോകാം." പൊലീസുകാർ മദ്യം തിരയാൻ വന്നവരല്ല. ആ ഹോട്ടലിൽ ഏതോ കള്ളക്കടത്തുകാർ ഒരുപാട് സാധനങ്ങൾ സൂക്ഷിച്ചിട്ടുണ്ട് എന്ന് വിവരം കിട്ടി വന്നവരാണത്രെ. ഞങ്ങളുടെയൊക്കെ വിഷമം മധുവിനെ ആലോചിച്ചാണ്. മധുവിന്റെ മുൻപിലും ഒരു ഗ്ലാസിൽ അല്പം മദ്യമുണ്ട്. *ചെമ്മീൻ* തമിഴ്നാട്ടിലും ധാരാളമായി ഓടിയ പടമാണ്. വന്ന പൊലീസുകാർക്ക് മധു ഒരു നടനാണെന്നറിയാമെങ്കിലും കൃത്യമായി അറിയില്ല. ഒരു മദ്യപാനസദസ്സ് കണ്ട സ്ഥിതിക്ക് അവർക്ക് ഒഴിവാക്കിപ്പോകാനും പറ്റില്ല. പൊലീസുകാരുടെ മേധാവി എന്തൊക്കെയോ നോട്ടുപുസ്തകത്തിൽ എഴുതി ഞങ്ങളോടെല്ലാം കൂടെവരാൻ പറഞ്ഞു. എന്റെ പരിഭ്രമം കണ്ട് മധു പറഞ്ഞു: "സാരമില്ല, ഏറിവന്നാൽ മദ്യപിച്ച മധുവിനെ അറസ്റ്റു ചെയ്തു എന്ന വാർത്ത നാട്ടിൽ വരും. അത്രയല്ലേയുള്ളൂ." എല്ലാവരും വളരെ നിസ്സാരമായാണ് ഈ സംഭവത്തെ കണ്ടത്. പൊലീസുകാർ അല്പം വിനയത്തിൽ പറഞ്ഞു. എത്തിപ്പെട്ട സ്ഥിതിക്ക് അവർക്ക് അതൊരു കേസാക്കാതെ വയ്യ. ഒളിച്ചുകടത്തിയ സാധനങ്ങൾ തിരയാൻ വന്നവരാണ് എന്ന സത്യവും അതിലൊരാൾ പറഞ്ഞു. പക്ഷേ, അവർക്ക് കേസ്ചാർജുചെയ്യണം. ആദ്യമായി എല്ലാവരും ഹോസ്പിറ്റലിൽ പോവണം. അവിടെനിന്ന് ഡോക്ടർ മദ്യപിച്ചോ ഇല്ലയോ എന്നു പരിശോധിച്ച് റിപ്പോർട്ട് തരണം. അതുംകൊണ്ട് പൊലീസ് സ്റ്റേഷനിൽ ചെന്ന് കുറ്റപത്രം തയ്യാറാക്കണം. യാതൊരു പരിഭ്രമവും ഇല്ലാതെ ശങ്കരാടി തമിഴിൽ പറഞ്ഞു:

'അത്രയല്ലേയുള്ളൂ; ബാക്കി ഒരു തുള്ളിയുള്ളതും കൂടെ ഞാൻ കഴിച്ചേക്കാം.'

പിന്നീട് പൊലീസ് വണ്ടിയിലും അനിയന്റെ കാറിലുമായി ഞങ്ങളെ റോയ്പ്പേട്ട ആശുപത്രിയിലേക്ക് കൊണ്ടുപോകുന്നു. എമർജൻസി വാർഡിനടുത്തുള്ള ഒരു മുറിയിൽ ഇരുത്തി പൊലീസുകാർ ഡോക്ടറെ വിളിക്കുന്നു. ഡോക്ടർ വന്നപ്പോൾ പൊലീസുകാർ ഓരോരുത്തരുടേയും പേര്, അച്ഛന്റെ പേര്, മേൽവിലാസം എന്നിവ ചോദിക്കുന്നു. തോന്നിയ പേരുകളും വിലാസങ്ങളുമൊക്കെയാണ് പറയുന്നത്. ഒരാൾ പറഞ്ഞതു

തന്നെ മറ്റൊരാൾ ആവർത്തിക്കുന്നു. ഡോക്ടർക്കും നല്ലൊരു തമാശ യായിത്തോന്നി. ഡോക്ടർ ഇടയ്ക്കിടെ മധുവിനെ സൂക്ഷിച്ചുനോക്കു ന്നുണ്ട്. അയാൾക്ക് മധു ആരാണെന്ന് മനസ്സിലായെന്നു തോന്നുന്നു. മധു, ശങ്കരാടി, അനിയൻ, ഞാൻ എന്നിവരുടെ ശ്വാസത്തിൽ മദ്യമുണ്ടെന്ന് ഡോക്ടർ സർട്ടിഫിക്കറ്റെഴുതുന്നു. സംശയത്തിന്റെ ആനുകൂല്യത്തിൽ പരമേശ്വരൻ നായരെ ഒഴിവാക്കുന്നു. ശങ്കരാടി ഡോക്ടറോട് ഇംഗ്ലീഷിലും തമിഴിലുമായി പല തമാശകൾ പറയുന്നുണ്ട്. പിന്നെ, ശങ്കരാടി എഴു ന്നേറ്റ് പൊലീസുകാരോട് ചോദിച്ചു:

"അടുത്ത സീൻ എന്നാ?"

പൊലീസുകാർ വളരെ സൗമ്യഭാവത്തിലാണ്. അവർ ഞങ്ങളെ പിന്നെ പൊലീസ്സ്റ്റേഷനിലേക്ക് കൊണ്ടുപോകുന്നു. അവിടെയെത്തി യപ്പോൾ ഒരു മലയാളി സബ്ഇൻസ്പെക്ടറുണ്ട്. അയാൾ ഞങ്ങൾക്ക് വരാന്തയിൽ ഇരിക്കാനുള്ള സൗകര്യമൊക്കെ ഏർപ്പെടുത്തി. പൊലീ സുകാരോട് പതുക്കെ തട്ടിക്കയറുന്നുമുണ്ട്.

മധുവിന്റെ വലിയ ആരാധകൻ കൂടിയാണ് ആ പൊലീസ് ഉദ്യോഗ സ്ഥൻ. പക്ഷേ, കീഴുദ്യോഗസ്ഥർ അവരുടെ നിസ്സഹായത പറയുന്നുണ്ട്. സബ് ഇൻസ്പെക്ടർ പരമേശ്വരൻ നായരോട് പറഞ്ഞു:

"എല്ലാവരേയും നിങ്ങൾക്ക് ജാമ്യത്തിലെടുക്കാം. പിന്നീട് ഇവിടെ നിന്ന് കടലാസ് വരുമ്പോൾ പേരിനൊരു വക്കീലിനെ കൂട്ടി ആരെങ്കിലും വന്നാൽ മതി." കൃത്യമായ പേരും വിലാസവും ഒന്നുമല്ലെന്ന് ആ പൊലീ സുകാരനും അറിയാം. ഈ കടലാസുപണികളെല്ലാം കഴിയുമ്പോഴേക്ക് നേരം ഒരു പതിനൊന്നരയായിട്ടുണ്ടാകും. ശങ്കരാടി ഇടയ്ക്ക് ചില പാട്ടു കൾ മൂളാനൊക്കെ ശ്രമിക്കുന്നുണ്ട്. മധു ഉപദേശിച്ചു. "കുടിക്കാനോ മര്യാദയ്ക്കു കുടിച്ചില്ല എന്നിട്ട് കുടിച്ചു പൂസായിരിക്കുന്നു എന്ന് തോന്നി പ്പിക്കണോ?" പഴയകാലത്ത് രാഷ്ട്രീയത്തിൽപ്പെട്ട് അറസ്റ്റ് വരിച്ചതും ജയി ലിൽ പോയതുമൊക്കെ ശങ്കരാടി പൊലീസുകാരനോട് പറയുന്നുമുണ്ട്. എങ്ങനെയെങ്കിലും ഞങ്ങളെയൊന്ന് ഒഴിവാക്കിയാൽ മതിയെന്ന അവ സ്ഥയിലാണ് പൊലീസുകാർ. മടങ്ങിപ്പോകാമെന്ന് ഇൻസ്പെക്ടർ പറ ഞ്ഞപ്പോൾ ശങ്കരാടിക്ക് ഭയങ്കര നിർബ്ബന്ധം. പൊലീസു വണ്ടിയിൽ ത്തന്നെ മടങ്ങിപ്പോകണം, മാത്രമല്ല ഏതെങ്കിലും നല്ല ഹോട്ടലിൽ ഭക്ഷ ണത്തിനു നിർത്തണം. മദ്രാസിലെ ഈ നിരോധന നിയമമൊക്കെ ഉള്ള തുകൊണ്ട് വ്യാജമദ്യമാണ് കിട്ടുന്നത്. കൊള്ളാവുന്ന ഒരു സ്ഥലത്തു നിന്ന് ഒരു കുപ്പി നല്ല മദ്യം വാങ്ങിച്ചുതരാൻ സൗകര്യപ്പെടുത്തുകയും വേണം. സബ്ഇൻസ്പെക്ടർ പോക്കറ്റിൽ കൈയിട്ട് കാശ് തിരുമ്പിയെ ടുക്കാൻ ശ്രമിക്കുമ്പോൾ ശങ്കരാടി പറഞ്ഞു:

"കാശൊക്കെ ഞങ്ങൾ കൊടുക്കും. നിങ്ങളുടെ വണ്ടിവേണം; മേൽനോട്ടം വേണം. അത്രേ ആവശ്യമുള്ളൂ." മധുവും അനിയനും ഞാനു മൊക്കെ നിർബ്ബന്ധിച്ച് ശങ്കരാടിയെ കാറിൽ കയറ്റി. വിചിത്രമായ ഈ അനുഭവം പില്ക്കാലത്ത് ഞങ്ങൾ പറഞ്ഞ് രസിക്കാറുണ്ടായിരുന്നു.

കേട്ടത് മധുരം, കേൾക്കാതെ പോയത് മധുരതരം

ഒ എൻ വി കുറുപ്പ്

'അജാതശത്രു'വെന്ന പരിവേഷത്തോടെ തന്റെ സേവനകാലം പൂർത്തിയാക്കുക ഉന്നതനായൊരു പൊലീസുദ്യോഗസ്ഥനെ സംബന്ധിച്ചിടത്തോളം എളുപ്പമുള്ള കാര്യമല്ല. ഇക്കാര്യത്തിൽ എം കെ ജോസഫ് എങ്ങനെ വ്യത്യസ്തനായി? സാമൂഹികമായും ഔദ്യോഗികമായും കൈവന്ന എല്ലാ ആർഭാടങ്ങൾക്കിടയിലും, അവസാനംവരെ കാത്തുസൂക്ഷിക്കാൻ കഴിഞ്ഞ ലാളിത്യമാണ് ഏറ്റവും പ്രധാനം. "ഞാനൊരു ഭാഷാദ്ധ്യാപകന്റെ മകനാണ്"എന്ന് അദ്ദേഹം പലപ്പോഴും പറയുമായിരുന്നു. ആ പിതാവിന്, ഒരു ഘട്ടത്തിൽ കുടുംബം പുലർത്താൻ സൈനിക സേവനവുമനുഷ്ഠിക്കേണ്ടിവന്നു എന്ന വസ്തുതയും തുല്യമായ അഭിമാനത്തോടെ അദ്ദേഹം പറയാറുണ്ടായിരുന്നു. കാഞ്ഞിരപ്പള്ളി പോലെയൊരു പ്രദേശത്തെ കർഷകരുടെ പൈതൃകശുദ്ധിയും ജോസഫ് സാർ അന്ത്യം വരെ കാത്തുസൂക്ഷിച്ചിരുന്നു. അങ്ങനെ ഭാഷയോടും സാഹിത്യത്തോടും എഴുത്തുകാരോടും ഹൃദയം നിറയെ സ്നേഹം, കായിക കലകളോടുള്ള അദമ്യമായ ആഭിമുഖ്യം, നാടകത്തോടുള്ള കലശലായ അഭിനിവേശം, കേരളത്തിലെ പൊലീസിനെ ആധുനികീകരിക്കാനും മൂല്യാധിഷ്ഠിതമായി പരിഷ്കരിക്കാനുമുള്ള ആഗ്രഹം, എല്ലാറ്റിനുമുപരി "അന്യജീവനുതകി"ജീവിക്കാനുള്ള ജന്മവാസന തുടങ്ങിയ പലേ ഗുണങ്ങൾ ഒരേ വ്യക്തിയിൽ ഒന്നിച്ചുചേക്കേറുക എന്നതാണ് ജോസഫ് സാറിന്റെ ജീവിതത്തെ പ്രശോഭിപ്പിച്ച ഗുണവിശേഷങ്ങൾ. ഇവയുടെയെല്ലാം നിരന്തരമായ പ്രായോഗികാവിഷ്കാരങ്ങളായിരുന്നു ആ ജീവിതത്തിലെ സംഭവപരമ്പരകൾ. പൊലീസ് വകുപ്പിൽ ഓരോ നിലയ്ക്ക് വാസനാശാലികളെ കണ്ടെത്തി അവരെ നിർലോഭം പ്രോത്സാഹിപ്പിച്ചതിന്റെ ഫലമാണ് പ്രശസ്തരായ പല സ്പോർട്സ് താരങ്ങളുടെയും ഉദയം. ഷൈനി വിത്സനും

പത്മിനി തോമസും ഐ എം വിജയനും മറ്റും അവരിൽ ചിലർ മാത്രം.

കലാകാരന്മാരോടുള്ള ജോസഫ് സാറിന്റെ ആദരവ് ആത്മാർത്ഥവും അകളങ്കവുമായിരുന്നു. ഒരിക്കൽ, കോഴിക്കോട്ടുനിന്ന് തിരുവനന്തപുരത്തേക്കുള്ള തീവണ്ടിയാത്രയ്ക്കിടയിൽ, പ്രശസ്ത സംഗീതസംവിധായകനായ എം ബി ശ്രീനിവാസനോട് ശരിക്കും ആളിനെ മനസ്സിലാക്കാതെ റെയിൽവേ പൊലീസ് അപമര്യാദയായി പെരുമാറുകയുണ്ടായി. എം. ബി എസാകട്ടെ, തന്റെ സുഹൃത്തായ പി കെ വി മുഖ്യമന്ത്രിയായിരുന്ന കേരളത്തിൽവച്ച് തനിക്കിങ്ങനെയൊരനുഭവമുണ്ടായതിൽ ക്ഷുഭിതനായി പൊലീസിനോട് കയർത്തുസംസാരിച്ചു. പൊലീസ് എറണാകുളം റെയിൽവേ പൊലീസ് സ്റ്റേഷനിൽ എം ബി എസിനെ അറസ്റ്റുചെയ്തിരുത്തി. യാത്ര മുറിഞ്ഞു. തിരുവനന്തപുരം സ്റ്റേഷനിൽ എം ബി എസിനെ കാത്തുനിന്നിരുന്ന കെ ജി ജോർജും (സംവിധായകൻ) ഞാനും അമ്പരന്നു. കടുത്ത മനഃസംഘർഷത്തോടെ മുഖ്യമന്ത്രിയെയും പൊലീസധികാരികളെയുമൊക്കെ ഇടപെടുത്തിയതിന്റെ ഫലമായി വളരെ വൈകി മറ്റൊരു വണ്ടിയിൽ എം ബി എസിനെ തിരുവനന്തപുരത്ത് എത്തിച്ചു. പക്ഷേ, അതിനകം പൊലീസ് എം ബി എസിനെതിരായി ഒരു കേസ് രജിസ്റ്റർ ചെയ്തുകഴിഞ്ഞിരുന്നു. ഞങ്ങൾ എം ബി എസിനെയുംകൊണ്ട് നേരേ പോയത് പൊലീസ് ഹെഡ് ക്വാർട്ടേഴ്സിലേക്കാണ്. ജോസഫ് സാർ എം ബി എസിനെ ആദരപൂർവ്വം സ്വീകരിച്ചിരുത്തി. തന്നെ ട്രെയിനിൽനിന്ന് പൊലീസ് ബലം പ്രയോഗിച്ച് പ്ലാറ്റ്ഫോമിലേക്ക് തള്ളിയപ്പോൾ കൈത്തണ്ടയിലെ ചെമ്പുവള മറ്റൊരു രൂപത്തിലായതും, കൈയിലേറ്റ മുറിവുകളുമൊക്കെ എം ബി എസ് കാട്ടിക്കൊടുത്തു. ജോസഫ് സാർ ആ കരം ഗ്രഹിച്ചിങ്ങനെ പറഞ്ഞു; “This is a case of an avoidable petty conflict between the police and an artist. As the Head of the police I stand by the artist.” എം ബി എസ് അവിശ്വസനീയമെന്നവിധം ആ വാക്കുകൾ കേട്ട് സ്തബ്ധനായിരുന്നുപോയി. ‘നിങ്ങൾ രണ്ടുപേരും പാട്ടിന്റെ പണിപ്പുരയിലേക്ക് കയറുമ്പോൾ ഇതൊക്കെ മറന്നുകളയണ’മെന്നുകൂടി പറഞ്ഞാണ് ജോസഫ് സാർ ഞങ്ങളെ യാത്രയാക്കിയത്. പിന്നെ, പി കെ വിയുടെ വസതിയിൽ പോയി അദ്ദേഹത്തെ കണ്ടപ്പോൾ എം ബി എസ് ജോസഫ് സാറിനെ പുകഴ്ത്തി സംസാരിക്കുകയുണ്ടായി. ‘ഞാൻ കലാകാരന്റെ കൂടെ നില്ക്കുന്നു’ എന്നു പറഞ്ഞ ആ പൊലീസ് മേധാവിയെ എങ്ങനെ മറക്കാനാണ്! ‘കേട്ടത് മധുരം, കേൾക്കാതെ പോയത് മധുരതരം’ എന്നോർത്ത് വിഷാദിക്കാനേ നമുക്ക് കഴിയൂ. വഴിവിട്ട കാരുണ്യം ഒരു കുറ്റവാളിയുടെ നേർക്കുകാണിക്കുന്ന പൊലീസ് മേധാവിയായിരുന്നില്ല ജോസഫ് സാർ എന്നുകൂടി ഓർക്കണം.

ചുവന്നതൊപ്പിയെ പേടിച്ച നാളുകൾ

സി രാധാകൃഷ്ണൻ

കുഞ്ഞായിരിക്കെ ഞാനൊരു പേടിത്തൊണ്ടനായിരുന്നു. ദുഃസ്വപ്നം കണ്ട് പാതിരാവിൽ ഞെട്ടിയുണർന്ന് പേടിച്ചുകരയും. ഉറങ്ങാൻ കിടക്കുമ്പോൾ ഉരുവിടാൻ മുത്തശ്ശി ഒരു പ്രാർത്ഥന പഠിപ്പിച്ചുതന്നിരുന്നു- ആലത്തിയൂർ ഹനുമാനേ പേടിസ്വപ്നം കാട്ടരുതേ, കണ്ടാലോ ഉടനുടനെ വാലറ്റംകൊണ്ടുണർത്തണേ! പക്ഷേ, പേക്കിനാവുകൾ അവസാനിച്ചില്ല.

എനിക്കു മൂന്നുവയസ്സാകും മുമ്പ് അമ്മ അനിയത്തിയെ പ്രസവിച്ചു. എന്റെ ചുമതല വലിയമ്മമാരിൽ ഒരാൾ ഏറ്റെടുത്തു. ആ വലിയമ്മയ്ക്ക് കുട്ടികളില്ല. അടങ്ങിയിരിക്കാത്ത എന്നെ നിയന്ത്രിക്കാൻ ആ വലിയമ്മ കണ്ടവിദ്യ പേടിക്കഥകൾ പറഞ്ഞുതരികയായിരുന്നു. തീക്കണ്ണും തേറ്റപ്പല്ലുമായി ഇരിമ്പുലക്കയും കമ്പക്കയറുമെടുത്ത് കാട്ടുപോത്തിന്റെ പുറത്തുകയറി പ്രാണൻ പിടിച്ചുപറിച്ചെടുക്കാൻ വരുന്ന യമകിങ്കരന്മാരെ സജീവമായി അവതരിപ്പിക്കും.

പില്ക്കാലത്ത് ഞാനിവരെ യഥാർത്ഥത്തിൽ കണ്ടത് ചെന്നൈയിലെ കോടമ്പാക്കത്ത് പഴയ വാഹിനി സ്റ്റുഡിയോയുടെ അരികിൽ ഒരു പെട്ടിക്കടയ്ക്കുമുന്നിൽ ആ കച്ചവടക്കാരന്റെ ശകാരം ശിരസ്സാവഹിക്കുന്നതായാണ്. ഉള്ള കടം വീട്ടാതെ പിന്നെയും ബീഡിയും സോഡയും ചോദിച്ചു ചെന്നതിനാണ് അയാൾ ചിത്തിരച്ചെന്തമിൾ അടുക്കുമൊഴിയിൽ അവരെ മയമില്ലാതെ ഉപദേശിക്കുന്നത്. അവർ വിനീതവിധേയരായി കേട്ടു നില്ക്കുന്നു! അതു വേറെ കഥ.

യമകിങ്കരന്മാരെക്കുറിച്ചുള്ള പേടി അതിനുമെത്രയോ മുമ്പേ നീങ്ങിക്കിട്ടിയിരുന്നു. ഒരിക്കൽ ഉറക്കംഞെട്ടി ഉറക്കെ നിലവിളിച്ച എന്നെ ക്രോസ് വിസ്താരം ചെയ്ത് കാര്യം മനസ്സിലാക്കി മുത്തശ്ശി പറഞ്ഞു - "മുത്തശ്ശിയുടെ കുട്ടി പേടിക്കണ്ട. നമ്മക്ക് പണിക്കരേഡിനെ വിളിക്കാം.

ഏത് കിങ്കരനേയും ആ മൂപ്പര് പിടിച്ച് കൈയാമം വെച്ച് പൂച്ചക്കുട്ടിയെപ്പോലെ കൊണ്ടോയി ജയിലിലടച്ചോളും!"

കാക്കിയുടുപ്പും ചുവന്ന അരപ്പട്ടയും ചുവന്ന കൂമ്പൻ തൊപ്പിയുമായി പണിക്കരേഡ് ഇടവഴിയിലൂടെ പോകുന്നത് വല്ലപ്പോഴും കാണാറുണ്ട്. കുണ്ടനിടവഴിയുടെ ഉയരവും വീതിയും പറ്റെ നിറഞ്ഞാണ് ആ ആജാനബാഹുവിന്റെ പോക്ക്. എതിരെ വരുന്നവരും കന്നുകാലികളും വല്ല വീടിന്റേയും പടി അകത്തേക്കു കയറി വഴി മുഴുവനായും ഒഴിയും. സൈക്കിളിന്റെ ഹാന്റിൽബാർ ശൈലിയിൽ മീശ. മാറത്ത് കാക്കിക്കുപ്പായത്തിന്റെ കഴുത്തിനിടയിലൂടെയും കൈത്തണ്ടുകളിലും കാലിലും രോമക്കാടുകളാണ്. കരടി എന്നാണ് നാട്ടുകാരുടെ ഓമനപ്പേര്.

എന്റെ ഈ അഭയസ്ഥാനം മനസ്സിലാക്കിയ വലിയമ്മ പക്ഷേ, വേറൊരു അടവുകണ്ടു. പറഞ്ഞത് അനുസരിച്ചില്ലെങ്കിൽ ചോദിക്കും– വേണോ, ഞാനാപണിക്കരേഡിനെ വിളിക്കണോ? യമകിങ്കരന്മാരെ നിലയ്ക്കു നിർത്താൻ പോന്ന കരടിയേഡിന് എന്നെ കൈയിൽ കിട്ടിയാലത്തെ കഥ എന്തായിരിക്കും! അതിനാൽ, കരടിയേഡായി പിന്നെ പേടിസ്വപ്നം.

ഇടവഴികളിലൂടെ ചുവന്ന തലയിൽക്കെട്ടുമായി ആരെങ്കിലും പോകുന്നത് കണ്ടാൽ ഞാൻ ഓടി മച്ചിലൊളിക്കും. മിക്കപ്പോഴും അത് വല്ല പഴനിവാണിഭക്കാരോ മൺചട്ടി വാങ്ങിയത് തലയിൽ കമഴ്ത്തി വീട്ടിലേക്ക് പോകുന്നവരോ ആവും. അപൂർവ്വം ചിലപ്പോൾ സാക്ഷാൽ ഏഡുതന്നെയും ആയിരിക്കും.

ഒരിക്കൽ ഓർക്കാപ്പുറത്ത് ഒരു ഒത്തുമുട്ടലുണ്ടായതോടെ എന്റെ പേടി ഇരട്ടിയായി. ഞങ്ങൾ മുറ്റത്ത് കളിക്കുന്നതിനിടെ പന്തു തെറിച്ചത് എടുക്കാൻ ഞാൻ അതിന്റെ പിന്നാലെ പടിക്കൽ ഓടിയെത്തി. ഇടവും വലവും നോക്കാതെയുള്ള ഓട്ടം കഴിഞ്ഞ് പന്തുമെടുത്ത് നിവർന്നപ്പോൾ കണ്ടത് കരടിയേഡിന്റെ മുഖം! എന്നെ കണ്ടതോടെ മീശയുടെ അറ്റങ്ങൾ കുറച്ചുകൂടി മേലോട്ട് ചുരുണ്ടു. വലിയ വീതിപ്പല്ലുകൾ തെളിഞ്ഞു. അടുത്തനിമിഷത്തിൽ എന്നെ പിടിച്ചു കടിച്ചുതിന്നുമെന്ന് ഉറപ്പായി! ഭാഗ്യത്തിന്, പിന്നെ ബോധം തെളിഞ്ഞപ്പോൾ ചുറ്റുവട്ടത്തൊന്നും ഏഡില്ല!

വീട്ടിലും വീട്ടിൽ വിരുന്നുവരുന്നവരുടെ വകയായും കരടിയേഡിന്റെ വീരകഥകൾ പലപ്പോഴും പറഞ്ഞുകേൾക്കാറുണ്ട്. അതിശക്തരായ പല രാക്ഷസരെയും കഴുത്തിനു പിടിച്ചു മെരുക്കിയിട്ടുണ്ട്. ബ്രഹ്മരക്ഷസ്സു ബാധിച്ച് മാവുമരം പുഴക്കി ആക്രമിക്കാൻ വന്നവനെ ഒറ്റയടിക്ക് മണ്ണുകപ്പിച്ചു. അമ്പലത്തിൽ എഴുന്നള്ളിക്കെ മദമിളകി പാപ്പാനെ കുത്തിയ ആനയെ മെരുക്കി ആട്ടിൻകുട്ടികണക്കെ ആലിൽ ചങ്ങലയ്ക്കിട്ടു. ഒരു നേരത്തെ ഭക്ഷണത്തിന് നാലു പൂവൻകോഴിയും ഒരു ആട്ടിൻകുട്ടിയും തികയില്ല. പൂശ്രക്കുളത്തിൽ കുളിക്കെ മുതല കാലിൽ പിടിച്ചു എന്നു കണ്ടപ്പോൾ അതിന്റെ വായ വലിച്ചു കീറി സിദ്ധി വരുത്തി. കരടിയേഡിന്റെ മുഖം കണ്ടാൽ ഏതു മഹാതിരുമാലിയും ഉള്ളനേര് തത്ത

പറയുമ്പോലെ പറയും!

സ്കൂളിൽ ആറാംക്ലാസിലായിട്ടും കരടിയേഡിനെ ഞാൻ ഭയന്നു. എല്ലാ ശിവരാത്രിക്കും തൃപ്രങ്ങോട് മഹാശിവക്ഷേത്രത്തിൽ കൊണ്ടു പോയി മുത്തച്ഛൻ എന്നെ ശയനപ്രദക്ഷിണം ചെയ്യിക്കും. ശിവശിവ എന്നു ജപിച്ച് ഒപ്പം നടക്കുന്ന മുത്തച്ഛന്റെ കണ്ണുനിറഞ്ഞു നില്ക്കും. സ്വാതന്ത്ര്യസമരക്കാരനും യുക്തിവാദിയുമായ അച്ഛൻ ഉരുട്ടൽ ശിക്ഷ എന്നാണ് ഇതിനെ വിശേഷിപ്പിച്ചത്. അവന് ആയുസ്സുണ്ടാകാനാണ് എന്നായിരുന്നു അപ്പോൾ മുത്തച്ഛന്റെ മറുപടി. ആയുസ്സിന്റെ കാര്യം ഇങ്ങനെ ഉറപ്പായതിനാൽ യമകിങ്കരന്മാരെ ഒട്ടും തന്നെ പേടി ഇല്ലാ തെയും ആയി.

അങ്ങനെ ഇരിക്കെയാണ് എന്റെ ക്ലാസിലെ രാധ എന്ന കുട്ടി പെട്ടെന്ന് മരിച്ചത്. രണ്ടുദിവസം രാധ സ്കൂളിൽ വന്നില്ല. മൂന്നാംനാൾ ഞങ്ങൾ സ്കൂളിൽ ചെന്നപ്പോൾ എല്ലാരെയും വിളിച്ച് ഹെഡ്മാസ്റ്റർ പറഞ്ഞു – "ആറിലെ കെ രാധ മരിച്ചുപോയി, അതുകൊണ്ട് സ്കൂൾ ഇല്ല, എല്ലാവർക്കും രാധയുടെ വീട്ടിൽ പോവാം."

കൈവേലസാറായ പരമേശ്വരൻനായർ വാഴയുടെ ഉണക്കഇല ചുരുട്ടി ഒരു വലിയ തെരികപോലെ ആക്കി വർണ്ണക്കടലാസുചുറ്റിയ തിൻമേൽ കോൽപ്പൂവും കൃഷ്ണകിരീടവും ഒക്കെ പറിച്ചുകുത്തി അതു മായി മുന്നിൽ നടന്നു. വീടെത്താറായപ്പോഴേ കരച്ചിൽ കേട്ടുതുടങ്ങി. പുരുഷസ്വരത്തിലുള്ള അലറിക്കരച്ചിലിന്റെ കൂടെ, അതിനു ശ്രുതിയെ ന്നോണം, സ്ത്രീകളുടെ പതിഞ്ഞ സ്വരവും.

പടി കയറിയപ്പോഴാണ് മനസ്സിലായത് കരടിയേഡിന്റെ വീടാണ് അതെന്ന്! വളരെ നീണ്ടു നന്നേ മെലിഞ്ഞ തണ്ടിൽ വിരിഞ്ഞ ആമ്പൽപ്പൂ പോലെ എപ്പോഴും പുഞ്ചിരിക്കുന്ന രാധ കരടിയുടെ മകളാണെന്ന് അറി യില്ലായിരുന്നു. കുറച്ചാളുകൾ മുറ്റത്തും കോലായിലുമായി ഉണ്ട്. കരടി യേഡ് ചുവരിൽ തലതല്ലി എന്റെ പൊന്നു മോളേ എന്ന് അലമുറയിടു ന്നു. കലങ്ങിയ കണ്ണുകളിൽനിന്ന് കണ്ണീരുതിർന്ന് കാക്കിക്കുപ്പായത്തിന്റെ മാറിടം നെടുനീളം നനഞ്ഞിരിക്കുന്നു. പലരും ചേർന്ന് പിടിച്ചുനിർത്താൻ നോക്കിയിട്ടും അടങ്ങുന്നില്ല.

വെള്ളപുതപ്പിച്ചു കിടത്തിയ രാധയെ കണ്ടപ്പോൾ ഉറങ്ങുകയാ ണെന്നേ തോന്നിയുള്ളൂ. മരിച്ച ഒരാളെ ആദ്യമായിട്ടാണ് കാണുന്നത്. മരിക്കുക എന്നാൽ യമകിങ്കരന്മാർ ജീവനെ പിടിച്ചുപറിച്ചു കയറിട്ടു വരിഞ്ഞു കെട്ടി പോത്തിൻപുറത്ത് കൊണ്ടുപോകുന്നതാണെന്ന് വലി യമ്മ അന്ന് രാത്രി വീണ്ടും വിശദീകരിച്ചു. അതോടെ അവരോടുള്ള പേടി പിന്നെയും വന്നു. ഇത്ര കരുത്തനായിട്ടും തന്റെ മകളുടെ ജീവൻ പിടിച്ചു പറിച്ചു കൊണ്ടു പോകുന്നത് തടയാൻ കരടിയേഡിന് കഴിഞ്ഞില്ലെങ്കിൽ കൂടുതൽ ശക്തർ ആ കിങ്കരന്മാർ തന്നെ എന്ന് തീർച്ചയായില്ലേ! മാത്ര വുമല്ല, ഇത്രയും വ്യസനിച്ച് കരയുന്ന ഒരാളെ ആരും ഒരു തരത്തിലും പേടിക്കേണ്ടതില്ലാ എന്ന് നിശ്ചയമായി, കരുത്തുള്ളവർ കരയുമോ? കടുപ്പ

മേരിയെ കരിമ്പാറയിൽനിന്നു നീരുറവപുറപ്പെടുന്നപോലെ ഇരുന്നു ആ കാഴ്ച. കാലമിത്രയായിട്ടും എന്റെയുള്ളിൽ ആ ചിത്രം മായാതെ നില്ക്കുന്നു. വല്ലാത്ത ഒരു സങ്കടം അതുളവാക്കുന്നു.

ഏതായാലും, രക്ഷകവിഗ്രഹം തകർന്നപ്പോൾ യമകിങ്കരഭയം പുനരവതരിച്ചു. ഞെട്ടിഉണരലും പേടിച്ചുനിലവിളിയും വീണ്ടും പതിവായി. വിഷയം മുത്തച്ഛന്റെ മുന്നിലെത്തി. പൊലീസുകാരും പട്ടാളക്കാരുമെല്ലാം മനുഷ്യർ തന്നെയാണെന്നും അവർക്കുമുണ്ട് സങ്കടവും വേദനയുമൊക്കെ എന്നും മുത്തച്ഛൻ എന്നെ പഠിപ്പിച്ചു.

അന്നുതന്നെയാണ് നചികേതസ്സിന്റെ കഥ വിസ്തരിച്ചു പറഞ്ഞുതന്നതും. ഒരു കൊച്ചുകുട്ടി ഒട്ടും ഭയപ്പെടാതെ യമകിങ്കരരെ എന്നല്ലാ അവരുടെ യജമാനനായ യമധർമ്മ രാജാവിനെപ്പോലും അഭിമുഖീകരിച്ച് എല്ലാഅറിവും നേടിയ കഥ മുത്തച്ഛൻ തികച്ചും വിശ്വസനീയമായി അവതരിപ്പിച്ചു. ജീവനെടുക്കുന്ന യമരാജാവുതന്നെ ധീരനായ ആ കുട്ടിക്ക് മരണമില്ലാത്ത അവസ്ഥയിലെത്താനുള്ള ഔഷധം നല്കിയ കഥ!

അതോടെ എന്റെ എല്ലാവിധ പേടികളും പമ്പ കടന്നു. എന്റെ എന്നു ഞാൻ കരുതുന്നതിൽ ആർക്കുമെടുത്തുകൊണ്ടു പോകാൻ കഴിയുന്നതൊക്കെയും പോയാലും ഒന്നിനുമൊരാൾക്കും തൊടാൻ പോലും കഴിയാത്ത ഒരു ഞാൻ ഉണ്ട് എന്ന് എനിക്കു ബോദ്ധ്യമായി. മറ്റെല്ലാവരിലും ശാശ്വതമായി ഉള്ളതും അതുതന്നെയെന്നുകൂടി മനസ്സിലായി. അപ്പോൾ, ഞാൻ ആരെയും ഒന്നിനെയും പേടിക്കേണ്ടതില്ലെന്നു മാത്രമല്ല ഞാൻ ആരെയും പേടിപ്പിക്കാൻ ശ്രമിക്കാനും പാടില്ല!

പേടിക്കുന്നവന് പൂർണ്ണസ്വാതന്ത്ര്യം ഒരിക്കലും കൈവരില്ല. പേടിപ്പിക്കുന്നവന്, തിരിച്ചടിയെ എപ്പോഴും പേടിക്കേണ്ടിയും വരും. ചുരുക്കത്തിൽ, ആരുമാരെയും പേടിപ്പിക്കില്ല, ആർക്കുമൊരു പേടിയുമില്ല, എന്നാലതു തന്നെ സ്വർഗ്ഗരാജ്യം!

മേല്പറഞ്ഞത് പഴയ കഥ. ഒരു പുതിയ സംഭവം കൂടി. മാറ്റത്തിന്റെ കുളിര്.

2011 ഡിസംബറിലെ അവസാനത്തെ വെള്ളിയാഴ്ച പൊലീസിന്റെ ജനമൈത്രി സുരക്ഷാസംവിധാനം തിരൂർ ടൗൺഹാളിൽ വിളിച്ചുകൊണ്ടുപോയി എന്നെ ആദരിച്ചു. കേരള സാഹിത്യ അക്കാദമി ഫെലോഷിപ്പു നല്കിയതിനായിരുന്നു അനുമോദനം.

ഒരു എഴുത്തുകാരനെ ആരെങ്കിലുമൊക്കെ ആദരിക്കുന്നത് ഒരു ആനക്കാര്യമാണോ, ഇതിത്ര പറയാനുണ്ടോ, എന്നാണെങ്കിൽ ഉണ്ട്. അല്പം ചില വിശേഷങ്ങളുണ്ട്. പൊലീസാണ് അനുമോദിച്ചത് എന്നത് ഒരു വിശേഷം. സാഹിത്യത്തിൽ പൊലീസിന് താല്പര്യമുണ്ടാകാമെന്ന് എന്റെ ഗ്രാമത്തിൽ ഇതുവരെ ആരും കരുതിയിരുന്നില്ല. പൊലീസ് അന്വേഷിച്ചു വരികയും അവരുടെ വാഹനത്തിൽ കൂട്ടിക്കൊണ്ടുപോവുകയും ചെയ്താൽ എന്തോ കുഴപ്പമാണെന്നാണ് വിശ്വാസം. എന്റെ സ്നേഹമുള്ള അയൽക്കാരിൽ ചിലർ ചോദിക്കുകതന്നെ ചെയ്തു. എന്തിനാ

പൊലീസ് വന്നത്? കുഴപ്പം വല്ലതും?

അനുമോദിക്കാനാണ് കൊണ്ടുപോയതെന്നു പറഞ്ഞിട്ട് അവർക്ക് വിശ്വാസം വരാൻ പ്രയാസമായതുകൊണ്ട് ഞാൻ അവർ തന്ന അനുമോദനപത്രവും പാരിതോഷികവും കാണിച്ചാണ് അവരുടെ ഉൽക്കണ്ഠയ്ക്ക് ശമനം വരുത്തിയത്. നാട്ടുകാരെ കുറ്റം പറഞ്ഞിട്ടു കാര്യമില്ല. 'ഇടിയൻ ഏമാൻ' എന്നൊക്കെയല്ലാതെ 'സാഹിത്യകുശലൻ ഏമാൻ' എന്ന് ഇന്നോളം ഒരു പൊലീസ്മേധാവിയെയും ആരും വിശേഷിപ്പിച്ച ചരിത്രമില്ലല്ലോ, സല്യൂട്ടോടെ ആയിരുന്നു പൂ തന്ന് സ്വീകരിച്ചതുപോലും. പക്ഷേ, സ്വാഗതപ്രസംഗവും അദ്ധ്യക്ഷപ്രസംഗവുമെല്ലാം നല്ലഭാഷയിൽ അസ്സൽ ഔചിത്യത്തോടെ! ഈശ്വരാ ഇവർക്ക് ഈ ഭാഷയും ഭാവവും വശമാണല്ലോ എന്ന് ഞാൻപോലും അന്തംവിട്ടിരുന്നുപോയി.

ജില്ലാമേധാവി സേതുരാമൻ ഐ പി എസ് മാതൃഭാഷാപഠന – ഭരണഭാഷയാക്കാഞ്ഞാലുള്ള കെടുതികളെക്കുറിച്ച് ഗവേഷണം നടത്തി ഒന്നാന്തരം ഒരു മാർഗ്ഗനിർദ്ദേശകപുസ്തകം എഴുതിയിരിക്കുന്നു. അദ്ദേഹം സ്കൂൾ തലത്തിൽ പൊലീസിനെ പരിചയപ്പെടുത്താൻ ഉതകുന്ന വെബ്സൈറ്റും ഉണ്ടാക്കിയിരിക്കുന്നു. മാറ്റം വരുത്തിയേ അടങ്ങൂ എന്നു വാശി!

തിരികെ വന്നപ്പോൾ ഞാൻ ആലോചിച്ചു. എന്തുകൊണ്ടാണ് പൊലീസുകാരിൽ സമൃദ്ധമായുള്ള കഴിവുകളും സംസ്കാരവും നാട്ടുകാർക്ക് അനുഭവിക്കാൻ കിട്ടാത്തത്? വെള്ളക്കാർ അവരുടെ നാട്ടിലെ പൊലീസിന്റെ മാതൃകയിൽ ഇവിടെയും ഇടിയൻ പൊലീസിനെ ഉണ്ടാക്കി എന്നാണ് പതിവുപരാതി. അത് ശരിയല്ലെന്ന് ഇംഗ്ലണ്ടിലെ സ്ഥിതി ഒരു നോക്കു കണ്ടപ്പോൾ ബോദ്ധ്യമായി. അവിടത്തെ പൊലീസ് ജനമൈത്രിയിലാണ് വിശ്വസിക്കുന്നത്. ആരുമാരും പൊലീസിനെ ഭയക്കുകയോ വെറുക്കുകയോ ചെയ്യുന്നില്ല. അവിടത്തെ ചിലരോട് ഞാൻ അന്വേഷിച്ചു. ഇതിപ്പോൾ പൊലീസിന്റെ പരിഷ്കൃതരൂപമാണോ അതോ പണ്ടേ ഇങ്ങനെ ആണോ? അവർ പറഞ്ഞു, പണ്ടേ ഇങ്ങനെയാണ്.

അപ്പോൾ നമ്മുടെ പൊലീസിനെ 'ചീത്ത' യാക്കിയത് ആരാണ്? നാം തന്നെ എന്നല്ലേ മറുപടി ഉള്ളൂ? നാമെന്തിനാണ് ചീത്തയാക്കിയത്? നമ്മുടെ ചീത്തത്തരങ്ങൾക്ക് കൂട്ടുനില്ക്കാൻ തന്നെ! അപ്പോൾ, നമ്മുടെ പൊലീസിനെ നേരെയാക്കാൻ നാം എന്തു ചെയ്യണം? നമ്മുടെ ചീത്തത്തരങ്ങൾ കളയണം! വളരെ ലളിതമാണ് ഈ സമവാക്യം.

നമ്മുടെ പ്രധാനപ്പെട്ട ചീത്തത്തരങ്ങൾ എന്തെല്ലാമാണ്? ചുരുക്കിപ്പറഞ്ഞാൽ ഒറ്റവാചകത്തിൽ ഒതുക്കാം. ഞാൻ ഒരു നിയമവും പാലിക്കില്ല. മറ്റെല്ലാവരും എല്ലാ നിയമവും പാലിച്ചുകൊള്ളണമെന്ന് നാമോരോരുത്തരും ശഠിക്കുന്നു! ഇങ്ങനെ ആയാൽ നിയമപാലനത്തിന് അടിയല്ലാതെ എന്തു പ്രതിവിധി?

എന്നാലോ; അടിച്ചെങ്കിലും നിയമം നടപ്പിലാക്കാൻ അനുവദിക്കുമോ? അതുമില്ല.

കൊല്ലം കലാപവും ശബരിമല തീവയ്പ് കേസും

എൻ ചന്ദ്രശേഖരൻ നായർ

കൊല്ലം വടയാറ്റുകോട്ട ക്ഷേത്രത്തിൽ ആണ്ടുതോറും ഉറിയടി ഉത്സവം നടക്കുമായിരുന്നു. ഒരു കൊല്ലം ഉറിയടി ഘോഷയാത്ര ചിന്നക്കടയിലുള്ള മുസ്ലിം പള്ളിയുടെ നടയിലൂടെ കടന്നുപോയപ്പോൾ മുസ്ലീങ്ങൾ ഘോഷയാത്ര തടഞ്ഞു. ലഹളയുണ്ടായി. ലഹള അമർച്ച ചെയ്യാൻ വെടിവെപ്പുവരെ ഉണ്ടായി. പള്ളിമതിലിൽ വെടിയേറ്റുവെങ്കിലും ആരും വെടിവെപ്പുമൂലം മരിച്ചില്ല. അങ്ങനെ കൊല്ലം പട്ടണത്തിൽ ഒരു വർഗ്ഗീയവിദ്വേഷത്തിനു വിത്തുവീണു.

ഇന്ത്യയുടെ പല ഭാഗങ്ങളിലും ഇത്തരം സംഭവങ്ങൾ ഉണ്ടായിക്കൊണ്ടിരുന്ന ഒരു കാലഘട്ടമായിരുന്നു അത്. അതിന്റെ ഒരനുകരണമാണ് കൊല്ലത്ത് ഉണ്ടായത്. ഈ സംഭവത്തിൽ ഗവൺമെന്റും ഉന്നത ഉദ്യോഗസ്ഥന്മാരും ഉൽക്കണ്ഠാഭരിതരായി. ഈ വിഷവിത്ത് കിളുർത്ത് വളർന്നാൽ ആപത്താണെന്ന് ആർക്കാണ് അറിഞ്ഞുകൂടാത്തത്? ഇതു മുളയിൽത്തന്നെ നുള്ളിക്കളഞ്ഞേ തീരൂ. അന്ന് സർ ഹബീബുള്ളായിരുന്നു ദിവാൻജി. അദ്ദേഹം ഈ സംഭവത്തിൽ അത്യന്തം ഖിന്നനായിരുന്നു. മുസ്ലിംപള്ളിയുടെ സമീപത്തുകൂടി വാദ്യഘോഷങ്ങളോടെ ഘോഷയാത്ര നടത്തിയാൽ രക്തം ഒഴുകുമെന്നും അതു രാജ്യത്തിന്റെ മറ്റു ഭാഗങ്ങളിലേക്ക് വ്യാപിക്കുമെന്നും ദിവാൻജി ഭയപ്പെട്ടു. കൊട്ടാരംവരെ ഉൽക്കണ്ഠ വളർത്തി. ഇതിന് എന്താണ് പോംവഴി എന്ന് അധികാരികൾ കിണഞ്ഞ് ആലോചിക്കുന്നുണ്ടായിരുന്നു. ഈ സ്ഥിതിഗതികൾ നേരിടുന്നതിനുവേണ്ടി എന്നെ കൊല്ലം പൊലീസ് ഇൻസ്പെക്ടറായി സ്ഥലം മാറ്റി നിയമിച്ചു. അടുത്തവർഷം ഉറിയടി ഘോഷയാത്ര നടക്കുകയില്ലെന്നും, നടക്കുമെന്നും, നടന്നാൽ തടയുമെന്നും പ്രചരണം പ്രകമ്പനംകൊണ്ടു. രണ്ടു വിഭാഗക്കാരും വാശിയോടെ സന്നാഹങ്ങൾ നടത്തിത്തുടങ്ങി. ഏതാ

യാലും ഉറിയടിഘോഷയാത്ര പതിവിൻപടി നടക്കണമെന്നും കലാപമുണ്ടാകാതെ വേണ്ടതു ചെയ്തിരിക്കണമെന്നും ഉന്നത ഉദ്യോഗസ്ഥന്മാർ തീരുമാനിച്ചു. ഈ പ്രശ്നത്തിന് അർഹിക്കുന്നതിലേറെ പ്രാധാന്യം നല്കി എന്നാണ് എനിക്കുതോന്നിയത്.

പട്ടാളകമാൻഡർ കൊല്ലത്തുവന്നു. ഘോഷയാത്ര കടന്നുപോകുന്ന വഴി, പള്ളിയുടെ സ്ഥാനം എല്ലാം പരിശോധിച്ചു. പട്ടാളക്കാർക്കു തോക്കുകൾ സ്ഥാപിക്കാനുള്ള സ്ഥാനങ്ങളൊക്കെ മാർക്ക്ചെയ്തു. പാലസ് സർവ്വാധികാരി മി. പരമേശ്വരപ്പണിക്കർ സ്ഥലത്ത് എത്തി. അദ്ദേഹം എന്നെക്കണ്ട് ദീർഘമായി ചർച്ചകൾ നടത്തുകയും അദ്ദേഹത്തിനുള്ള ആശങ്ക വ്യക്തമാക്കുകയും ചെയ്തു. ഈ കാര്യത്തിൽ യാതൊരു ഭയത്തിന്റെയും ആവശ്യമില്ലെന്നും ഞാൻ ഉത്തരവാദിത്വപ്പെട്ട് ഇക്കൊല്ലം ഉറിയടി ഘോഷയാത്ര നടത്തിച്ചുകൊടുത്തുകൊള്ളാമെന്നും കൊട്ടാരം സർവ്വാധികാരിയെ അറിയിച്ചു. അദ്ദേഹത്തിന് അത് അത്ര വിശ്വാസമായില്ല. പട്ടാളത്തിന്റെ ആവശ്യമേ ഇല്ലെന്നും പൊലീസിനെ അയച്ചുതന്നാൽ മതിയെന്നും ഉത്സവം നടത്തിക്കാമെന്നും ഞാൻ ഉറപ്പിച്ചും തറപ്പിച്ചും പറഞ്ഞുകഴിഞ്ഞപ്പോൾ മി. പരമേശ്വരപ്പണിക്കർ എന്നോട് ആ ഉറപ്പ് രേഖാമൂലം തരണമെന്നാവശ്യപ്പെട്ടു. സാധാരണരീതിയിൽ കൊട്ടാരം സർവ്വാധികാരിക്ക് ഇങ്ങനെയൊരുറപ്പുകൊടുക്കുന്നതുതന്നെ സാഹസികമായി കരുതാം. വരുംവരായ്മകൾ നോക്കാതെ അദ്ദേഹം ആവശ്യപ്പെട്ടതുപോലെ ഞാൻ രേഖാമൂലം ഉറപ്പു കൊടുത്തു. ഈ രേഖ അദ്ദേഹം കൊട്ടാരത്തിൽ ഹാജരാക്കുകയും ചെയ്തു. രാജ്യം ഭരിക്കുന്ന മഹാരാജാവ് തിരുമേനിപോലും ഈ പ്രശ്നം ഉൽക്കണ്ഠയോടെയാണ് വീക്ഷിച്ചുകൊണ്ടിരുന്നത്.

വ്രണത്തിൽ മരുന്നുവച്ചു കെട്ടിയതുകൊണ്ട് വ്രണം കരിയുകയില്ലല്ലോ. വ്രണത്തിലെ ദുഷ്ട് എടുത്തു മാറ്റിയശേഷം മരുന്നുവച്ചെങ്കിലേ വ്രണം കരിയൂ. ഈ ലഹളയ്ക്കു നേതൃത്വം നല്കുന്ന – അല്ലെങ്കിൽ പ്രേരിപ്പിക്കുന്ന ശക്തികളെ നിലയ്ക്കുനിർത്തിയാൽ മാത്രമേ കലാപം ഒഴിവാകൂ എന്ന് എനിക്കു ബോദ്ധ്യമായി. ഹിന്ദുപ്രമാണിമാരുടേയും മുസ്ലീംപ്രമാണിമാരുടേയും അവരിൽ ലഹളയ്ക്കു കളമൊരുക്കുന്നവരുടേയും ഒരു പട്ടിക ഞാൻ തയ്യാറാക്കി. ഈ പട്ടികയിലെ പ്രമുഖൻ ഒരു മുസ്ലിംചട്ടമ്പിയായിരുന്നു. മൊയ്തീൻമൈതീൻ എന്നാണ് അയാളുടെ പേര്. ഇയാൾ വെറും ഒരു സാധാരണ ചട്ടമ്പിയായിരുന്നില്ല. ജനസ്വാധീനമുണ്ട്, അഭ്യാസബലമുണ്ട്, എന്തും ചെയ്യാൻ മടിയില്ലാത്ത കരുത്തുമുണ്ട്. തിരഞ്ഞെടുപ്പുകൾ വരുമ്പോൾ സ്ഥാനാർത്ഥികൾ ഇയാളുടെ സഹായം തേടാൻ പരക്കം പായാറുണ്ട്. പാണ്ഡവകൗരവയുദ്ധത്തിൽ ശ്രീകൃഷ്ണന്റെ സഹായം തേടാൻ ഇരുവിഭാഗവും കിണഞ്ഞു ശ്രമിച്ചതുപോലെയാണ് ഇയാളെ പിടികൂടാൻ സ്ഥാനാർത്ഥികളും കൂട്ടരും ശ്രമിച്ചിരുന്നത്. വോട്ടറന്മാരെക്കൊണ്ട് പരസ്യവോട്ടുചെയ്യിക്കുകയായിരുന്നു ഇയാളുടെ പരിപാടി. ഇയാൾ സ്ത്രീകളെ കടന്നാക്രമിക്കുക, ധനം

കൊള്ളയടിക്കുക എന്നുവേണ്ട എന്ത് അതിക്രമവും ചെയ്യാൻ മടിച്ചിരുന്നില്ല. ഇയാളുടെ പേരിൽ പല കേസുകളുമുണ്ടായിരുന്നു. ഇയാളെ പിടിച്ചാൽ പിടിക്കുന്നവന്റെ തല ചിന്നക്കടയിലെ നടുറോഡിൽക്കിടന്ന് ഉരുളുമെന്നായിരുന്നു പ്രചരണം. ആ ഭീഷണി കുറിക്കുകൊണ്ടു. ഞാൻ പല സന്ദർഭങ്ങളിലും ഇയാളെ പിടിച്ചുകൊണ്ടു വരാൻ പൊലീസുകാരെ നിയോഗിച്ചിട്ടുണ്ട്. പക്ഷേ, അവരൊക്കെ മൊയ്തീൻമൈതീനെ തിരക്കി പോയിട്ടു പോയതുപോലെ തിരിച്ചുവരികയാണു ചെയ്തത്. ആദ്യം രണ്ടു പേരെ അയച്ചു; ഒരു വിശേഷവുമുണ്ടായില്ല. ഇത് നാണക്കേടായല്ലോ എന്ന് എനിക്കും തോന്നി. ഇത് ഒരു പ്രസ്റ്റീജ് പ്രശ്നമായി മാറി. മാത്രമല്ല, ഉറിയടി ഉത്സവം അടുത്തടുത്തു വരികയുമാണ്. ഒരക്രമി പൊലീസിനെ ഭീഷണിപ്പെടുത്തി നഗരത്തിൽ വിലസുക, പൊലീസുകാരും ഉദ്യോഗസ്ഥന്മാരും ഭയന്നുകഴിയുക. ഛേയ്, ഇതു പാടില്ലല്ലോ, എന്തു സംഭവിച്ചാലും ശരി ആ അക്രമിയെ ഒതുക്കുക, പിടിക്കുക എന്ന് ഞാൻ ദൃഢനിശ്ചയം ചെയ്തു. അയാളുടെ നീക്കങ്ങളും പോക്കുകളും ശ്രദ്ധിക്കാൻ വിദഗ്ദ്ധരായ ഏതാനും ചാരന്മാരെ ആരുമറിയാതെ ഞാൻ നിയോഗിച്ചു. അത്ര പെട്ടെന്ന് അയാളുടെ സങ്കേതമൊന്നും കണ്ടെത്താൻ കഴിയുകയില്ല. എങ്കിലും നിരന്തരമായ അന്വേഷണത്തിന്റെ ഫലമായി ഒരു ദിവസം സന്ധ്യയോടുകൂടി ഇയാൾ കൊട്ടിയത്ത് ഒരു ചായക്കടയിൽ ഇരിക്കുന്നുണ്ടെന്ന് ചാരന്മാർ എന്നെ അറിയിച്ചു. പിന്നെ ഒട്ടും താമസിച്ചില്ല. സ്റ്റേഷനിലുണ്ടായിരുന്ന പൊലീസുകാരേയും കൂട്ടി ഞാൻ കൊട്ടിയത്തേക്ക് പുറപ്പെട്ടു. എന്തിനുവേണ്ടിയാണ് പുറപ്പാട് എന്ന് പൊലീസുകാരോട് അപ്പോൾ പറഞ്ഞില്ല. ചായക്കടയുടെ പടിക്കൽ വണ്ടി നിർത്തി ഞങ്ങൾ ഇറങ്ങി. ചായക്കട വളയാൻ നിർദ്ദേശം നല്കി. പൊലീസിനെ കണ്ടാൽ പിൻഭാഗത്തു കൂടിയേ അയാൾ പുറത്തുചാടുകയുള്ളു എന്ന് എനിക്കറിയാമായിരുന്നു. ഞാൻ പിൻഭാഗത്തെ വാതിലിനോടു ചേർന്നു കാത്തുനിന്നു. മൊയ്തീൻമൈതീൻ ഇരിപ്പിടത്തിൽനിന്ന് എഴുന്നേറ്റു രംഗനിരീക്ഷണം നടത്തി ഒന്ന് അട്ടഹസിച്ചു. കാര്യം പന്തിയല്ലെന്നു കണ്ട് അയാൾ നീണ്ടകഠാര ഊരിപ്പിടിച്ചുകൊണ്ട് പിൻവാതിലിലൂടെ പുറത്തു ചാടി. അയാൾ പുറത്തുചാടി നിലത്തുനില്ക്കുംമുമ്പ് ഞാൻ അയാളെ കൈയടക്കിപ്പിടിച്ച് ഒതുക്കി. കഠാരി ഇരുന്ന കൈ എന്റെ പിടിയിൽ വന്നില്ലായിരുന്നുവെങ്കിൽ ഞാൻ കുത്തേറ്റു നിലംപതിക്കുമായിരുന്നു. പൊലീസുകാർ ഓടിക്കൂടി ബന്ധിച്ചു ദേഹോപദ്രവം ഒന്നും അപ്പോൾ ഏല്പിക്കരുതെന്ന് ശട്ടംകെട്ടി ഒരു ബസിൽക്കയറ്റി ആ ഭയങ്കരനെ ചിന്നക്കടയിൽ കൊണ്ടുവന്നിറക്കി. ചിന്നക്കടമുക്കു മുതൽ പിന്നെ കാൽനടയായിട്ടായിരുന്നു പൊലീസ് സ്റ്റേഷനിലേക്കുള്ള യാത്ര. അക്രമിയെ നടുക്കുനിർത്തി ഇരുവശത്തും പൊലീസുകാരെ നിർത്തി യാത്ര തുടർന്നു. രാത്രി എട്ടുമണിയായിക്കാണും. അതൊരു ഘോഷയാത്രയായിരുന്നു. റോഡിന്റെ ഇരുവശങ്ങളിലും ആളുകൾ നിരനിരയായി നിന്നാണ് ഈ മഹാത്ഭുതം കണ്ടത്. സ്റ്റേഷനിൽ കൊണ്ടുവന്നു ലോക്കപ്പും ചെയ്തു.

ലോക്കപ്പിൽവച്ചും അയാളെ ദേഹോദ്രവം ചെയ്യരുതെന്ന് ഞാൻ ഏർപ്പാടുചെയ്തു. സ്റ്റേഷനിൽ കൊണ്ടുവന്ന് രഹസ്യമായി മർദ്ദനമുറ നടത്തുന്ന ഏർപ്പാട് എനിക്കിഷ്ടമായിരുന്നില്ല. ചിന്നക്കടയിലൂടെയുള്ള ഘോഷയാത്രാവേളയിൽ അയാൾക്കു വേണ്ടതുകിട്ടി. ഈ അറസ്റ്റോടുകൂടി അക്രമികൾ പത്തിതാഴ്ത്തി.

ഏറിനെ കടിക്കാതെ എറിഞ്ഞവനെ കടിക്കണമെന്ന് മലയാളത്തിൽ ഒരു പഴമൊഴിയുണ്ടല്ലോ? കൊല്ലത്തെ വർഗ്ഗീയകലാപത്തിന്റെ കേന്ദ്രബിന്ദു ഈ അക്രമിയായിരുന്നു. അവിടുത്തെ സാധാരണ മുസ്ലീങ്ങൾക്കോ ധനികർക്കോ വ്യാപാരികൾക്കോ ഈ ലഹളയിൽ യാതൊരു താല്പര്യവുമില്ലായിരുന്നു. ഈ മുഷ്കൻ മുന്നിട്ടിറങ്ങി. അതിന് ചിലർ കൂട്ടുനിന്നു. ചിലർക്ക് കൂട്ടുനില്ക്കാതെ തരമില്ലെന്നുവന്നു. അങ്ങനെയാണ് അവിടെ വർഗ്ഗീയകലാപമുണ്ടായതും വെടിവയ്പ്പിനുകാരണമായതും. മൊയ്തീൻ അമർന്നപ്പോൾ കാര്യങ്ങൾ അമർന്നു. കൂട്ടുകാർ മാളത്തിലേക്കു പിൻവലിഞ്ഞു.

അക്കൊല്ലം ഉറിയടി ഉത്സവം പതിവിൻപടിതന്നെ നടത്താൻ ഞാൻ വേണ്ട ഏർപ്പാടുകൾ ചെയ്തു. പട്ടാളം വന്നില്ല. തോക്കുകൾ നിരത്തിയില്ല. പൊലീസുകാരെ എല്ലാ വീഥികളിലും ഡ്യൂട്ടിക്കിട്ടു. ഞാൻ സദാസമയവും ടൗണിൽ റോന്തുചുറ്റിക്കൊണ്ടിരുന്നു; യാതൊരനിഷ്ടസംഭവവും കൂടാതെ ഉത്സവം പതിവിൻപടി നടക്കുകയും ചെയ്തു.

അന്ന് കൊല്ലം ഡിസ്ട്രിക് മജിസ്ട്രേറ്റ് മി. എം പി ജോസഫ് ആയിരുന്നു. അദ്ദേഹമാണ് സ്ഥിതിഗതികൾ അധികൃതസ്ഥാനങ്ങളിൽ അറിയിച്ചുകൊണ്ടിരുന്നത്. മണിക്കൂറുകൾ ഇടവിട്ട് അന്വേഷണവും റിപ്പോർട്ടും കൈമാറിക്കൊണ്ടിരുന്നു. ഉറിയടി ഉത്സവം കഴിഞ്ഞ് അദ്ദേഹം ദിവാൻജിക്കും പാലസ് സർവ്വാധികാരിക്കും നല്കിയ റിപ്പോർട്ടിൽ പൊലീസ് ഇൻസ്പെക്ടറുടെ ബുദ്ധിപൂർവ്വമായ നടപടിമൂലമാണ് അനിഷ്ടസംഭവങ്ങൾ ഉണ്ടാകാതിരുന്നതെന്ന് പ്രത്യേകം രേഖപ്പെടുത്തി. ഏതു കലാപം എവിടെയുണ്ടായാലും അതിന്റെ കാരണവും കലാപത്തിന്റെ പിന്നിലെ ശക്തികളെയും കണ്ടുപിടിച്ച് ഫലപ്രദമായ നടപടികൾ സ്വീകരിച്ചാൽ അതുശമിപ്പിക്കാൻ സാധിക്കുമെന്ന് തീർച്ചയല്ലേ?

ശബരിമല തീവയ്പ് കേസ്

1949 ജൂലൈ 1–ാം തീയതി തിരുകൊച്ചി സംയോജനംനടന്നു. തിരുവിതാംകൂർ മഹാരാജാവ് തിരുമേനി രാജപ്രമുഖനായി അവരോധിക്കപ്പെട്ടു. തിരുവിതാംകൂറിലെ മുഖ്യമന്ത്രിയായിരുന്ന ടി കെ നാരായണപിള്ളയെ തിരു-കൊച്ചി മുഖ്യമന്ത്രിയായി തെരഞ്ഞെടുത്തു. മി. വി പി മേനോന്റെ ഉപദേശമനുസരിച്ച് അദ്ദേഹം തിരു-കൊച്ചി മന്ത്രിസഭ രൂപീകരിച്ചു. ഇ ഇക്കണ്ടവാര്യർ, പനമ്പിള്ളി ഗോവിന്ദമേനോൻ, ഇ ജോൺഫിലിപ്പോസ്, കെ അയ്യപ്പൻ, എൻ കുഞ്ഞിരാമൻ, ആനി മസ്ക്രീൻ ടി എ അബ്ദുള്ള എന്നിവരായിരുന്നു മന്ത്രിമാർ. തുടർന്ന് തിരു-കൊച്ചി

പൊലീസ് ഐ ജിയായി എന്നെ നിയമിച്ചുത്തരവുണ്ടായി.

1950 കാലഘട്ടത്തിൽ തിരു-കൊച്ചി സംസ്ഥാനം വർഗ്ഗീയചേരിതിരിവുകൊണ്ടും മറ്റുപലതുകൊണ്ടും അസ്വസ്ഥമായിരുന്നു. അക്കാലത്താണ് ശബരിമല ശ്രീ. ധർമ്മശാസ്താവ് ക്ഷേത്രം ആരോ തീവച്ചു നശിപ്പിച്ചത്. ആ കേസ് അന്വേഷിക്കാനുള്ള ഭാഗ്യമോ നിർഭാഗ്യമോ എനിക്കുണ്ടായി.

ക്രിസ്ത്യാനികൾ സംഘടിച്ചു ചെയ്ത ഒരു കടുംകൈയാണിതെന്ന് ശക്തമായ പ്രചരണവും തുടങ്ങി. അന്ന് പി ജി എൻ ഉണ്ണിത്താനായിരുന്നു ദേവസ്വംബോർഡ് പ്രസിഡന്റ്. ശബരിമല ക്ഷേത്രം തീവച്ച് നശിപ്പിച്ചു എന്ന വാർത്ത രാജ്യത്തെ ഒട്ടാകെ ഞെട്ടിപ്പിച്ചു എന്നുതന്നെ പറയാം. ഈ വാർത്ത ലഭിച്ചയുടനെ ഒട്ടും വൈകാതെ ഞാനും, ദേവസ്വം ബോർഡ് പ്രസിഡന്റ് മി. ഉണ്ണിത്താനും ശബരിമലക്ഷേത്രസങ്കേതത്തിലേക്കുപോയി.

ഈ സംഭവം രാജ്യത്തുണ്ടാക്കാവുന്ന പ്രത്യാഘാതങ്ങളെപ്പറ്റി ചിന്തിച്ച് ഗവണ്മെന്റിനും വളരെ ഉൽക്കണ്ഠയും ഭയവും ഉണ്ടായിരുന്നു. ഞാൻ ശബരിമലയ്ക്ക് പുറപ്പെടുംമുമ്പുതന്നെ അതിവിദഗ്ദ്ധന്മാരായ പൊലീസ് ഉദ്യോഗസ്ഥന്മാരെ തെരഞ്ഞെടുത്ത് ഒരു അന്വേഷണസംഘം സംഘടിപ്പിച്ചു. അവരെ അന്വേഷണത്തിനു നിയോഗിച്ചു. അവർ അന്വേഷണാർത്ഥം പുറപ്പെടുകയും ചെയ്തു. അപ്പോഴേക്കും ഈ അന്യായം ക്രിസ്ത്യാനികൾ ചെയ്തതോ ചെയ്യിച്ചതോ ആണെന്നുള്ള കുബുദ്ധികളുടെ ദുഷ്പ്രചരണം കൊടുമ്പിരിക്കൊണ്ടുകഴിഞ്ഞിരുന്നു. ഈ പ്രചരണം ശുദ്ധ അസംബന്ധമാണെന്ന് എനിക്ക് അറിയാമായിരുന്നു. ഞാൻ ഐ ജിയാകും മുമ്പുമുതലേ ശബരിമല തീർത്ഥാടനം നടത്തിയിട്ടുണ്ട്. ഭക്തന്മാരുടെ ഭാഷയിൽ പറഞ്ഞാൽ ഞാൻ അപ്പോഴേക്കും ഒരു പെരിയസ്വാമിയായി കഴിഞ്ഞിരുന്നു. ക്രിസ്ത്യാനികൾ സംഘടിച്ച് മനഃപൂർവ്വം ഇങ്ങനെ ഒരു കടുംകൈ ചെയ്യുകയില്ലെന്ന് യഥാർത്ഥ അയ്യപ്പഭക്തന്മാർക്കറിയാമായിരുന്നു. തീർത്ഥാടനത്തിനു പോകുന്ന ഭക്തന്മാർക്ക് വഴിയരികിൽ പാർക്കുന്ന ക്രിസ്ത്യാനികൾ എല്ലാ സഹായ സഹകരണങ്ങളും ചെയ്തുകൊടുക്കുക പതിവാണ്. ഞാനും അക്കാര്യത്തിൽ അനുഭവസ്ഥനാണ്. അപ്പോൾ അവർക്ക് അങ്ങനെ വിദ്വേഷമുണ്ടാകാൻ ഇടയില്ല എന്ന് തീർച്ച. കൂടാതെ തീർത്ഥാടകരിൽ പലപ്പോഴും ക്രിസ്ത്യാനികളും ഉണ്ടായിരുന്നു. പിന്നെ ഈ അക്രമം ആരു കാട്ടി?

ഞാൻ ശബരിമലയിലെത്തി. ദയനീയവും ബീഭത്സവും ആയിരുന്നു അവിടത്തെ കാഴ്ച. ശ്രീഅയ്യപ്പവിഗ്രഹം തല വേർപെട്ടുകിടക്കുന്നു. ക്ഷേത്രത്തിന്റെ മേല്ക്കൂര വെന്തു താഴെ കിടക്കുന്നു. വെന്തുകരിഞ്ഞ പഴന്തുണികൾ, പായുടെ അംശങ്ങൾ എന്നിവയും അവിടെ കണ്ടു. ശ്രീകോവിലിന്റെ പിത്തളത്തകിടിട്ട കതകിൽ കോടാലി കൊണ്ടു വെട്ടിയ പാടുകൾ ഉണ്ട്. ഞാൻ ആ പാടുകൾ എണ്ണിനോക്കി. ഇരുപത്തിയെട്ടു വെട്ടുകളുടെ പാടുകൾ ഉണ്ടായിരുന്നു. എല്ലാ ചുറ്റുപാടും സശ്രദ്ധം

വീക്ഷിച്ചു. ക്ഷേത്രം കരിഞ്ഞു വീണുകിടക്കുന്ന രീതി, അവിടെ ശേഷിച്ചിട്ടുള്ള വസ്തുക്കൾ, കരിഞ്ഞും കരിയാതെയും കിടക്കുന്ന വസ്തുക്കൾ എല്ലാം വിശദമായി പരിശോധിച്ചു. ഏത് ഈശ്വരവിശ്വാസിയേയും വേദനിപ്പിക്കുന്നതായിരുന്നു ആ കാഴ്ച. ഞാൻ ഈ സംഭവത്തെപ്പറ്റി വിശദമായി ചിന്തിക്കുകയും പഠിക്കുകയും ചെയ്തു.

ശബരിമല തീവെപ്പുസംഭവം എന്നിൽ ഉളവാക്കിയ പ്രതികരണവും വേദനയുംമൂലം ഇക്കാര്യങ്ങളെപ്പറ്റി അന്ന് വളരെയേറെ ചിന്തിക്കാൻ ഇടയായി. ജ്ഞാനിയുടെ കീർഭവാനിക്ഷേത്രധ്വംസന കഥ എനിക്കു വളരെയേറെ സമാധാനം നല്കി. അങ്ങനെ സമാധാനത്തോടെ അക്രമിയെ തേടിപ്പിടിക്കാനുള്ള തീവ്രശ്രമങ്ങൾ നടത്തുകയും ചെയ്തു. സംഭവസ്ഥലത്തുനിന്നും ലഭിച്ച സൂചനകൾ വിലയിരുത്തിക്കൊണ്ടാണ് ഞാൻ അന്വേഷണം തുടർന്നത്. അന്വേഷണം ഫലപ്രദമാവുകയും കുറ്റവാളിയെ കണ്ടെത്തുകയും ചെയ്തുവെങ്കിലും, അന്ന് രാജ്യത്തു നിലനിന്നിരുന്ന വർഗ്ഗീയ, രാഷ്ട്രീയ ചിന്താഗതികളും മാത്സര്യങ്ങളും ജനകീയ ഭരണത്തിന്റെ പ്രത്യേക സ്വഭാവവുംമൂലം ഉദ്ദേശിച്ച രീതിയിലോ ശരിയായ മാർഗ്ഗത്തിലോ കാര്യങ്ങൾ കലാശിച്ചില്ല.

പ്രതികാരഭ്രാന്തന്റെ ക്രൂരതാണ്ഡവം

പതിനൊന്നുമാസത്തെ ഭരണത്തിനുശേഷം പറവൂർ ടി കെ നാരായണപിള്ളയുടെ നേതൃത്വത്തിലുള്ള തിരു-കൊച്ചിയിലെ ആദ്യത്തെ മന്ത്രിസഭ നിലംപതിച്ചു. പ്രധാനമായും പാർട്ടിക്കകത്തും പുറത്തും വളർന്നുകൊണ്ടിരുന്ന രാഷ്ട്രീയ-സാമുദായിക മാത്സര്യങ്ങൾ നിമിത്തമാണ് മന്ത്രിസഭാപതനമുണ്ടായത്. പിന്നീട് വന്ന മന്ത്രിസഭകളും ഇതേ കാരണംകൊണ്ടാണ് മുഴുവൻ കാലാവധിയും അധികാരത്തിൽ ഇരിക്കാൻ സാധിക്കാതെ വന്നത്. കോൺഗ്രസിൽ പല ഗ്രൂപ്പുകൾ രൂപം കൊണ്ടു. ഈ കിടമത്സരങ്ങൾ നടക്കുന്ന കാലത്താണ് ശബരിമല തീവെപ്പുകേസ് ഉണ്ടായതും അന്വേഷണം തുടർന്നതും. ഈ കേസ് അന്വേഷണത്തിന് അതിവിദഗ്ദ്ധരും വിശ്വസ്തരുമായ ഏതാനും പൊലീസ് ആഫീസർമാരെ പ്രത്യേകം തെരഞ്ഞെടുത്ത് അന്വേഷണം ഊർജ്ജിതമായി തുടർന്നെങ്കിലും രാജ്യത്ത് അന്ന് അലയടിച്ചുയർന്നുകൊണ്ടിരുന്ന പ്രചരണങ്ങൾ അന്വേഷണ ഉദ്യോഗസ്ഥന്മാർക്ക് വിഷമം സൃഷ്ടിച്ചുകൊണ്ടിരുന്നു. കോൺഗ്രസ് എന്നാൽ ക്രിസ്ത്യാനികളുടെ കോൺഗ്രസാണെന്നും, ടി കെ നാരായണപിള്ള അവരുടെ കോടാലിക്കൈയാണെന്നും ഹിന്ദുക്കളുടെ സുപ്രധാന തീർത്ഥാടനകേന്ദ്രം ക്രിസ്ത്യാനികൾ നശിപ്പിച്ചതാണെന്നും മറ്റുമായിരുന്നു പ്രചരണങ്ങൾ. ശ്രീ. മന്നത്തുപത്മനാഭനെപ്പോലുള്ള നേതാക്കന്മാരുടെ വിമർശന വാക്ശരങ്ങൾ ബ്രഹ്മാസ്ത്രം പോലെയാണ് എരിഞ്ഞു ചീറിക്കൊണ്ടിരുന്നത്.

എങ്കിലും പൊലീസ് പതറാതെ, തെറ്റിദ്ധാരണകളിലും ഊഹാപോഹങ്ങളിലും കുടുങ്ങാതെ ശ്രദ്ധാപൂർവ്വം അന്വേഷണം തുടർന്നു. കുറ്റ

വാളി ആര്, എങ്ങനെ എന്നു ചിന്തിച്ച് തെളിവുകൾ വിലയിരുത്തിയപ്പോൾ ഒന്നുരണ്ടു സുപ്രധാനകാര്യങ്ങൾ മിഴിച്ചുനില്ക്കുംപോലെ മുമ്പിൽ കണ്ടു. ശ്രീകോവിലിന്റെ കതകിൽ ഇരുപത്തിയെട്ട് വെട്ടുകളുടെ പാടാണല്ലോ കണ്ടത്. അങ്ങനെ വെട്ടിയത് കതകുപൊളിക്കാനാണെന്ന് വ്യക്തം. കതകു പൊളിക്കാൻ ഇരുപത്തിയെട്ട് വെട്ടിന്റെ ആവശ്യമുണ്ടായപ്പോൾ, അന്ന് പ്രചരണം നടന്നിരുന്നതുപോലെ സംഘം ചേർന്ന് വന്നു കതകു പൊളിച്ചു എന്ന് അനുമാനിക്കാൻ നിർവ്വാഹമില്ലാതായി. കാരണം, സംഘം ചേർന്നുവന്നാൽ നല്ല ഒരു തടിക്കഷണം മൂന്നുനാലുപേർകൂടി എടുത്ത് കതകിന് ഇടിച്ചാൽ കതകുപൊളിയും. അപ്പോൾ വെട്ടിന്റെ ആവശ്യമില്ല, അതിനാൽ സംഘം ചേർന്നല്ല അക്രമം നടത്തിയതെന്ന് നിഗമനത്തിൽ ഞങ്ങൾ എത്തി.

തീവച്ചു നശിപ്പിക്കാൻ ഉപയോഗിച്ച പായ് കഷണങ്ങളും തുണിക്കഷണങ്ങളും തീ കത്തിക്കാൻ ഉപയോഗിച്ച നെയ്യും അമ്പലം വക സ്റ്റോറിൽ ഉണ്ടായിരുന്നതാണ്. ഇതു കണ്ടെത്താനും എടുക്കാനും അവിടെ നിത്യപരിചയമുള്ളവർക്കേ സാധിക്കൂ. നിത്യപരിചയമുള്ളവർ എന്നു പറയുമ്പോൾ, ശാന്തിക്കാർ, മറ്റുജീവനക്കാർ, മറ്റു താമസക്കാർ എന്നിവരെയാണ് സംശയിക്കേണ്ടത്. ശാന്തിക്കാരനെയോ ജോലിക്കാരെയോ സംശയിക്കാൻ തക്ക യാതൊരു സൂചനയും ലഭിച്ചില്ല. അവർ പൂജ തീർന്നാൽ നാട്ടിലേക്കു മടങ്ങുന്നവരാണ്.

തുണിയും പായും പഴന്തുണികളും നെയ്യിൽ മുക്കി കഴുക്കോലിനിടയിൽ തിരുകി കയറ്റിവച്ചാണ് തീ വച്ചിട്ടുള്ളത്. അതാണ് ശ്രീകോവിലിനു ചുറ്റും അവിടവിടെ കരിഞ്ഞതും മുഴുവൻ കരിയാത്തതുമായ പായ്ക്കഷണങ്ങളും തുണിക്കഷണങ്ങളും കണ്ടത്. അല്ലാതെ അവ അവിടെ വരാൻ സാദ്ധ്യതയില്ല. അപ്പോൾ ക്ഷേത്രത്തെ സംബന്ധിച്ചു വിപുലമായും വിശദമായും അറിവുള്ള ആളായിരിക്കണം ഈ അക്രമം കാട്ടിയത്. അങ്ങനെ ക്ഷേത്രത്തെപ്പറ്റി അറിവുള്ള ഒരാളിനെ കണ്ടെത്തിയാൽത്തന്നെ, അയാൾക്ക് ഇങ്ങനെ അതിക്രമം കാട്ടാനുള്ള പ്രേരണ എന്താണെന്നുകൂടി കണ്ടുപിടിക്കേണ്ടതുണ്ട്. പിന്നീട് അതിനുള്ള ശ്രമം തുടങ്ങി. ശാന്തിക്കാരനെപ്പറ്റിയും സിൽബന്ധികളെപ്പറ്റിയും പഠിച്ചു; അന്വേഷിച്ചു. ഫോറസ്റ്റ് കോൺട്രാക്ടർമാർ പലപ്പോഴും ഈ ക്ഷേത്രസങ്കേതത്തിൽ എത്താറുണ്ട്. അങ്ങനെയുള്ളവരുടെ മുഴുവൻ ലിസ്റ്റും വരുത്തി മേൽവിലാസങ്ങൾ കണ്ടുപിടിച്ച് കൂലങ്കഷമായ അന്വേഷണം നടത്തി. ഓരോരുത്തരേയും വരുത്തിയും വരുത്താതെയും അന്വേഷിച്ചു. അവരാരും ഇതിൽ അന്തർഭവിച്ചതായി സംശയിക്കാൻ യാതൊരു കാരണവും കണ്ടില്ല. അങ്ങനെ പലവഴി ചിന്തിച്ചും അന്വേഷിച്ചും ഇരിക്കവെ ഒരു പേരു പൊന്തിവന്നു.

'കോടാലിസ്വാമി.'

കോടാലിസ്വാമിയെപ്പറ്റി അവിടെ എത്തുന്ന എല്ലാ തീർത്ഥാടകർക്കും അറിയാം. ക്ഷേത്രത്തിനു സമീപമുള്ള ഒരു വലിയ മരത്തിന്റെ പൊത്തി

ലാണ് ഈ സ്വാമിയുടെ ഇരുപ്പ്. ശരീരമാസകലം ഭസ്മംപൂശി, ചുറ്റും ചാമ്പലും ഭസ്മവും വിരിച്ച് പത്മാസനത്തിൽ അങ്ങനെയിരിക്കും. അവിടെ എത്തുന്ന ഭക്തന്മാരെ അനുഗ്രഹിക്കും. ഭസ്മം പ്രസാദമായി നല്കും. താടിയും ദീക്ഷയും നീട്ടി കോടാലി സമീപംവച്ച് അങ്ങനെ മിക്ക സമയവും ഈ സ്വാമികൾ അവിടെയുണ്ടാകും. കാണിക്കയിനത്തിൽ ധാരാളം പണവും കിട്ടും.

ക്ഷേത്രപരിസരത്ത് അല്ലെങ്കിൽ പമ്പയിൽ തങ്ങും. ഈ സ്വാമിയെപ്പറ്റി അന്വേഷിച്ചപ്പോൾ അയാൾ സംഭവം നടന്നതിനുശേഷം അവിടെയില്ലെന്നു മനസ്സിലായി. കോടാലിസ്വാമിയെപ്പറ്റി തിരക്കിയപ്പോൾ മറ്റു ചില സംഭവങ്ങൾ വെളിവായി. ശബരിമല ക്ഷേത്രം തീവയ്ക്കുന്നതിനു തൊട്ടുമുമ്പു നടന്ന മകരസംക്രമവിളക്ക് കഴിഞ്ഞ് തേനും മറ്റും ശേഖരിക്കാൻ വനത്തിലേക്കു പോയ ഒരു സംഘമാളുകൾ തിരിച്ചെത്തിയപ്പോൾ ഈ കോടാലിസ്വാമികൾ അമ്പലത്തിന്റെ പരിസരത്ത് ശ്രീകോവിലിനു സമീപം മാംസം പാകംചെയ്ത് ഭക്ഷിക്കുന്നതുകണ്ടു. അവർ ഉടനെതന്നെ സ്വാമിയെ പിടികൂടി പൊലീസിൽ ഏല്പിച്ചു. ക്ഷേത്രസങ്കേതം അശുദ്ധമാക്കിയ കുറ്റത്തിന് അയാളുടെ പേരിൽ പൊലീസ് ഒരു കേസ് ചാർജ്ചെയ്തു. ഈ കേസിൽ ഒരു മാസമോ മറ്റോ തടവുശിക്ഷ ഇയാൾക്കു ലഭിച്ചു. തടവുശിക്ഷ കഴിഞ്ഞ് ഒന്നും സംഭവിച്ചില്ലെന്ന മട്ടിൽ സ്വാമി വീണ്ടും ശബരിമലസങ്കേതത്തിൽ എത്തി. അടുത്ത വിഷുദിനത്തിൽ സ്വാമി ശബരിമലയിലുണ്ടായിരുന്നു. മരപ്പൊത്തിൽ പത്മാസനത്തിലിരുന്ന് വീണ്ടും ഭക്തജനങ്ങളെ അനുഗ്രഹിച്ചുതുടങ്ങി. ഈ ഘട്ടത്തിൽ ഈ സ്വാമിയെ ആരോ ഒരാൾ തിരിച്ചറിഞ്ഞു. അമ്പലം അശുദ്ധമാക്കുകയും അതിനു ശിക്ഷ അനുഭവിക്കുകയും ചെയ്ത ആളാണ് ഈ സ്വാമികൾ എന്നു തിരിച്ചറിഞ്ഞവർ ഇയാളെ പിടികൂടി കണക്കിനു തല്ലി. ഏതാണ്ട് മരണപ്രായമാകുംവരെ മർദ്ദിച്ചു എന്നാണ് മനസ്സിലാക്കാൻ കഴിഞ്ഞത്. ഇതിൽ ക്ഷുഭിതനായ കോടാലിസ്വാമി പ്രതികാരത്തിനുള്ള വഴികൾ ആലോചിച്ചു. ഇനിമേൽ ക്ഷേത്രസങ്കേതത്തിൽ പോകാനോ തന്റെ പൂജനീയസ്ഥാനം വീണ്ടെടുക്കാനോ സാദ്ധ്യമല്ലെന്നു കണ്ടു. ധാരാളം വരവുണ്ടായിരുന്ന വഴിയും അടഞ്ഞു. പക്വതയില്ലാത്ത അയ്യപ്പന്മാരുടെ കോപത്തിന്റെ ശക്തി അനുഭവിച്ച് അറിഞ്ഞു. ഇതിനു മുമ്പും ഈ മാതിരി കോപപ്രകടനങ്ങൾ സ്ഥലവാസിയെന്ന നിലയിൽ അയാൾക്ക് അറിയാമായിരുന്നു. അയ്യപ്പന്റെ വേഷവിധാനമില്ലാതെ ഒരിക്കൽ ഒരു സാധു രാത്രി ഭക്തന്മാരുടെ സങ്കേതത്തിൽ കടന്നുചെന്നു. മോഷ്ടാവാണെന്ന് ആരോ വിളിച്ചുപറഞ്ഞു. കൂട്ടമായി അയാളെ തല്ലി. അയാൾ മരണത്തെ പ്രാപിച്ചു. തനിക്കു പതനം ഉണ്ടായത് ക്ഷേത്രം നിമിത്തമാണ്; അവിടേക്കു ഇനി പ്രവേശനം ഇല്ല. അതു നശിപ്പിക്കതന്നെ കരണീയം. അമ്പലം തീവെക്കാൻ തയ്യാറായി. പ്രതികാരരുദ്രനെപ്പോലെ അയാൾ ജ്വലിച്ചു, അമ്പലത്തിലെത്തി. മേല്പറഞ്ഞവിധം തുണിയും പായും ഒക്കെ, അമ്പലത്തിൽ ബന്ധികളല്ലാതെ ആർക്കും അറിയാൻപാടി

ല്ലാത്ത സ്ഥാനത്തുനിന്നും എടുത്തു നെയ്യിൽ മുക്കി, തീവയ്ക്കുകയു മാണ് ചെയ്തത്. അയാൾ കോടാലികൊണ്ടു വെട്ടി കതകു തുറക്കാൻ ശ്രമിച്ചു. അതിന്റെ പാടാണ് കതകിൽ കണ്ടത്. അയ്യപ്പനോടുള്ള വിരോ ധമായിരുന്നില്ല അയാളെ ഇതിനു പ്രേരിപ്പിച്ചത്. അയ്യപ്പഭക്തന്മാർ ചെയ്ത ദ്രോഹമായിരുന്നു അയാളെ കുപിതനാക്കിയത്.

ഈ സംഭവത്തിനുശേഷം കോടാലിസ്വാമി പോണ്ടിച്ചേരിയിലേക്കു കടന്നുകളഞ്ഞു. സ്വാമിയെ ഞങ്ങൾ എല്ലാ ദിക്കിലും തിരക്കി. അങ്ങനെ തിരക്കി തിരക്കിനടക്കവേയാണ് അയാൾ പോണ്ടിച്ചേരിയിലുണ്ടെന്നു പിടി കിട്ടിയത്. അന്ന് പോണ്ടിച്ചേരി ഇന്ത്യയുടെ ഭരണത്തിൽപ്പെട്ട പ്രദേശമാ യിരുന്നില്ല. നമുക്ക് പോണ്ടിച്ചേരിയുമായി യാതൊരു ബന്ധവും കരാറും ഉണ്ടായിരുന്നില്ല. അവിടെനിന്ന് ആരേയും അറസ്റ്റുചെയ്തു കൊണ്ടുപോ രാനും നിർവ്വാഹമില്ലായിരുന്നു. അപ്പോൾ വീണ്ടും ഞങ്ങൾ വിഷമവൃത്ത ത്തിലായി. ഇത്രയുമൊക്കെ തേടിപ്പിടിച്ച സ്ഥിതിക്ക് ഇയാളെ പിടികൂടാ നുള്ള മാർഗ്ഗവും കണ്ടെത്തണമല്ലോ. അതിനുള്ള ശ്രമമായി പിന്നീട്. അപ്പോൾ കോടാലിസ്വാമിയുടെ പൂർവ്വചരിത്രത്തെപ്പറ്റി അന്വേഷിച്ചു.

സ്വാമിയുടെ വീട് വൈക്കത്തിനടുത്താണ്. ജന്മംകൊണ്ട് ക്രിസ്ത്യാ നിയും കർമ്മംകൊണ്ട് ഹിന്ദുവുമാണ്. ഇയാൾ ഹിന്ദുവാണെന്നാണ് ഭക്ത ന്മാരുടെ ധാരണ. മതവിദ്വേഷംകൊണ്ടല്ല സ്വാമികൾ ഈ പാതകം ചെയ്തത്. അയാൾക്ക് മതവിദ്വേഷമുണ്ടായിരുന്നില്ല. അയ്യപ്പഭക്തനുമാ യിരുന്നു അയാൾ. ഈ സ്വാമിയെ പോണ്ടിച്ചേരിയിൽനിന്നു കൊണ്ടുവ രാൻ ഒരു തന്ത്രം പ്രയോഗിച്ചുകളയാമെന്ന് ഞങ്ങൾ നിശ്ചയിച്ചു. ഇയാ ളുടെ ബന്ധുക്കളെ കണ്ടുപിടിച്ചു. അവരുമായി ഈ രഹസ്യംവിടാതെ ബന്ധംപുലർത്തി. എന്നിട്ട് സ്വാമിയുടെ അമ്മ അത്യാസന്നനിലയിൽ കിട പ്പിലാണെന്നും സ്വാമിയെ കാണാൻ അമ്മ ആഗ്രഹം പ്രകടിപ്പിക്കുന്നു എന്നും പോണ്ടിച്ചേരിയിൽ ചെന്നു സ്വാമിയെ കണ്ട് അറിയിച്ച് അയാളെ കൂട്ടിക്കൊണ്ടുവരാൻ ഒരു കെണിയിറക്കി. പോണ്ടിച്ചേരിക്ക് ആളും പോയി.

ഇതിനിടയ്ക്കു ഗവൺമെന്റ് ലവലിൽ ചില സംഭവവികാസങ്ങളു ണ്ടായി. ഈ കേസ് അന്വേഷണകാര്യം തന്നെ ഉൽക്കണ്ഠയ്ക്കു കാര ണമായി. അന്വേഷണവിവരങ്ങൾ പരമരഹസ്യമായിട്ടാണ് ഞങ്ങൾ സൂക്ഷിച്ചിരുന്നത്. കുറ്റക്കാരൻ മുൻപു വിവരിച്ച വസ്തുതകൾ കാരണം കോടാലിസ്വാമിയല്ലാതെ മറ്റാരും ആയിരിക്കാൻ ഇടയില്ലെന്ന് അന്വേഷ ണത്തിൽ ഉൾപ്പെട്ടിരുന്ന ഏതാനും ഉദ്യോഗസ്ഥന്മാർക്കു മാത്രമേ അറി യാമായിരുന്നുള്ളൂ. കേസന്വേഷണകാര്യത്തിൽ ചില പ്രബലസ്ഥാന ങ്ങൾക്കു ചില സംശയങ്ങൾ തോന്നി. ക്രിസ്ത്യാനികളെ ഒന്നടങ്കം പ്രതി ക്കൂട്ടിൽ കയറ്റാനാണ് ശ്രമമെന്നും ഇതുടനെ തടയണമെന്നും അവർ ശക്തിയായി ആവശ്യപ്പെട്ടു. ഇതു തികച്ചും തെറ്റിദ്ധാരണയുടെ ഫലമാ യിരുന്നു. അന്വേഷണം ഏതുവഴിക്ക് എങ്ങനെ പോകുന്നു എന്ന് അറി ഞ്ഞുകൊണ്ടല്ല അവർ ഈ കൃത്രിമസംശയങ്ങൾക്ക് വശംവദരായത്.

ഏതായാലും ഈ സമ്മർദ്ദങ്ങളുടെ ഫലമായി ഒരു സ്പെഷ്യൽ ആഫീസറെ കേസന്വേഷണത്തിന് നിയോഗിക്കണമെന്ന് ഒരു നിർദ്ദേശമുണ്ടായി. മദ്രാസ് ക്രൈംബ്രാഞ്ചിൽ സേവനം അനുഷ്ഠിച്ചുകൊണ്ടിരുന്ന മി.കേശവമേനോൻ ഇവിടെ എ ഐ ജി ആയി അക്കാലത്തു സേവനമനുഷ്ഠിക്കയായിരുന്നു. അദ്ദേഹത്തെ ഈ കേസന്വേഷണത്തിനു സ്പെഷ്യൽ ആഫീസറായി നിയമിച്ചാലെന്തെന്ന് അന്നത്തെ ചീഫ് സെക്രട്ടറി ശ്രീ. കെ ജി മേനോൻ എന്നോടു ചോദിച്ചു. സമർത്ഥനായ ഒരു ഉദ്യോഗസ്ഥനായതുകൊണ്ട് ആ നിയമനം നന്നായിരിക്കുമെന്നു ഞാൻ അഭിപ്രായപ്പെട്ടു. അതനുസരിച്ച് കേസന്വേഷണത്തിന്റെ പരിപൂർണ്ണചുമതല മി. കേശവമേനോൻ ഏറ്റെടുത്തു. പുതിയ ലൈനിൽ ആദിമുതൽ അദ്ദേഹം അന്വേഷണം തുടങ്ങി. പക്ഷേ, കുറ്റക്കാരനെ സംബന്ധിച്ചു ശരിയായ ഒരു തെളിവും കേശവമേനോനു ലഭിച്ചില്ല. ഒടുവിൽ കേസന്വേഷിച്ചുകൊണ്ടിരുന്ന പൊലീസ് ഉദ്യോഗസ്ഥന്മാർ ചെല്ലുമെന്നു ഭയപ്പെട്ടിരുന്ന – അതായത് ക്രിസ്ത്യാനികളെ പ്രതിക്കൂട്ടിൽ കയറ്റുമെന്നുള്ള ഭയം – അതേ നിഗമനത്തിൽ കേശവമേനോനും എത്തിച്ചേർന്നു. കാഞ്ഞിരപ്പള്ളി, എരുമേലി തുടങ്ങി ശബരിമലയുടെ പ്രാന്തപ്രദേശത്തുള്ള ക്രിസ്ത്യാനികൾ വേട്ടയ്ക്കു പോകവെ ചെയ്തതാണ് ഈ അക്രമം എന്ന നിഗമനത്തിൽ എത്തുകയും പ്രതികളെ വ്യക്തമായി തിരിച്ചറിയാൻ കഴിഞ്ഞിട്ടില്ലെന്നു രേഖപ്പെടുത്തുകയും അതനുസരിച്ചുള്ള ഒരു റിപ്പോർട്ട് ഗവൺമെന്റിനു സമർപ്പിക്കുകയും ചെയ്തു. മി.മേനോന്റെ അന്വേഷണത്തിന്റെ തുടക്കത്തിൽ സമർത്ഥമായ രീതിയിൽ കോടാലി സ്വാമിയെ നാട്ടിൽക്കൊണ്ടുവന്നു. കേശവമേനോൻ അയാളെ ചോദ്യം ചെയ്തശേഷം തല്ക്കാലം വിട്ടയച്ചു. ആ തക്കത്തിനു കോടാലിസ്വാമി വീണ്ടും നാടുവിട്ടു. പിന്നീട് അയാൾ നാട്ടിൽ തിരിച്ചുവന്നിട്ടില്ല. എവിടെയാണെന്ന് ആർക്കും നിശ്ചയവുമില്ല.

കോടാലിസ്വാമി ഒരു ക്രിസ്ത്യൻഭവനത്തിൽ ജനിച്ചുവളർന്ന ആളായിരുന്നു എങ്കിലും മതവിദ്വേഷംകൊണ്ടല്ല, സ്വന്തം നിലയിലുള്ള വിദ്വേഷകചിന്ത മാത്രമായിരുന്നു അയാളെ ഇതിനു പ്രേരിപ്പിച്ചതെന്നുവേണം അനുമാനിക്കാൻ. അയാൾ ഈ കേസിൽ കുടുങ്ങാതെ രക്ഷപ്പെട്ടതിനെപ്പറ്റിയും ഞാൻ ആലോചിച്ചു. ഏറെനാൾ അയ്യപ്പസങ്കേതത്തിൽ ഭക്തനെന്ന നിലയിൽ – ഒരുപക്ഷേ, യഥാർത്ഥ ഭക്തനുമായിരുന്നിരിക്കാം. ജീവിച്ചതുകൊണ്ട് അയ്യപ്പൻതന്നെയാണ് അയാളെ ഇതിൽനിന്നു വിമുക്തനാക്കിയത് എന്നു ഞാൻ വിശ്വസിക്കുന്നു. അല്ലെങ്കിൽ – കോടാലി സ്വാമി കുടുങ്ങുമായിരുന്നു. ശിക്ഷയും വാങ്ങുമായിരുന്നു. അതൊന്നും നടന്നില്ല. എല്ലാം ഈശ്വരഹിതം എന്നേ സമാധാനിക്കേണ്ടതുള്ളൂ.

എന്റെ മജിസ്ട്രേട്ട് നിയമനവും ആദ്യത്തെ ഐ ജിയും

മലയാറ്റൂർ രാമകൃഷ്ണൻ

ആയിരത്തിത്തൊള്ളായിരത്തി അമ്പത്തിയഞ്ചിൽ ഉദ്യോഗം തേടാൻ വീണ്ടും ഒരവസരം വന്നു. തിരു-കൊച്ചി സർക്കാരിന് കുറെ മജിസ്ട്രേട്ടുമാരെ വേണം. അപേക്ഷ അയക്കാൻ ഞാൻ മടിച്ചു. വൈകുണ്ഠത്തിലെത്തി നില്ക്കുന്ന എന്നെ സർവ്വീസ് കമ്മിഷൻ തെരഞ്ഞെടുക്കുമോ? എടുത്താൽത്തന്നെ സർക്കാർ നിയമന ഉത്തരവു തരുമോ?

ഇങ്ങനെ ഒരു സെലക്ഷൻ നടക്കാൻപോകുന്നുവെന്ന് എന്റെ അമ്മയെ ആരോ ധരിപ്പിച്ചു. ഞാൻ അപേക്ഷ അയക്കണമെന്ന് അമ്മ നിർബ്ബന്ധിച്ചു. ഞാൻ അനുസരിച്ചു.

എറണാകുളം ഡർബാർഹാളിൽവച്ചാണ് ഇന്റർവ്യൂ നടന്നത്.

സെലക്ഷൻബോർഡിലുണ്ടായിരുന്ന പ സ കമ്മീഷനംഗങ്ങൾ എന്നെ കണ്ടപ്പോൾ ചിരിക്കയാണുണ്ടായത്. അവർ മൂന്നാണ്ടത്തെ വിവാദപുരുഷനായ എന്നെ തിരിച്ചറിഞ്ഞുവെന്നു വ്യക്തം.

എനിക്കുതോന്നി, അവർ എന്നെ പരിഹസിക്കയാണെന്ന്.

അവർ എന്റെ നിയമവിജ്ഞാനം അളക്കാൻ പല ചോദ്യങ്ങളും ചോദിച്ചു.

അവസാനത്തെ ചോദ്യവും അതിനുള്ള എന്റെ മറുപടിയും ഞാൻ ഓർക്കുന്നു. ചെയർമാൻ: Do you raise questions of law in the court? (കോടതിയിൽ നിങ്ങൾ നിയമപ്രശ്നങ്ങൾ ഉന്നയിക്കാറുണ്ടോ?)

ഞാൻ: Sir, Maugham once said : If you have fact on your side, hammer it to the jury; if you have law on your side, hammer it to the judge; if you have neither, hammer on the table. We in Alwaye hammer on the table. (സർ, മോം ഒരിക്കൽ പറയുകയുണ്ടായി: വസ്തുത നിങ്ങളുടെ ഭാഗത്താണെങ്കിൽ അതു ജൂറിയോട് ആഞ്ഞടിച്ചു പറയുക;

നിയമം നിങ്ങളുടെ ഭാഗത്താണെങ്കിൽ, ജഡ്ജിയോട്! രണ്ടുമില്ലെങ്കിലോ മേശപ്പുറത്തു ആഞ്ഞടിക്കുക. ആലുവയിൽ ഞങ്ങൾ മേശയിലാഞ്ഞടിക്കുന്നു!)

ഇന്റർവ്യൂ ബോർഡംഗങ്ങൾക്ക് ഉത്തരം രസിച്ചെന്നുതോന്നി.

ആഴ്ചകൾ കഴിയുന്നു. തിരുവനന്തപുരം ആൾ ഇന്ത്യാ റേഡിയോയിൽനിന്നും ഒരു 'ടോക്ക്' നടത്താൻ ക്ഷണം കിട്ടുന്നു. രാത്രി ഒമ്പതേകാൽതൊട്ട് ഒമ്പതരവരെ. അക്കാലത്ത് മുൻകൂട്ടി 'ടേപ്പ്' ചെയ്യുന്ന ഏർപ്പാടില്ലായിരുന്നു; സംഭവം 'ലൈവ്.'

റേഡിയോപ്രഭാഷണം നടത്തേണ്ട തീയതിയുടെ തലേന്ന് ഞാൻ തിരുവനന്തപുരത്തെത്തി. യദൃച്ഛയാ ശ്രീ. കുളത്തുങ്കൽപോത്തനെ കണ്ടു. അദ്ദേഹമാണു പറഞ്ഞത്, മജിസ്ട്രേട്ട് പണിക്ക് എന്നെയും തെരഞ്ഞെടുത്തിട്ടുണ്ടെന്ന്. 'എങ്ങനെയറിയാം' എന്ന എന്റെ ചോദ്യത്തിന് പോത്തൻ മറുപടി പറഞ്ഞില്ല: "ങാ, തനിക്കേതായാലും പണി കിട്ടാൻപോകുന്നില്ല" എന്നു പറയുകയും ചെയ്തു.

റേഡിയോ ടോക്കിനുശേഷം രാത്രി ഒൻപതു മുപ്പത്തഞ്ചിന് പ്രതിഫലച്ചെക്കും കൈപ്പറ്റി പുറത്തു കടന്ന ഞാൻ തെല്ലൊന്നമ്പരന്നുപോയി. എന്നെ കാത്തു നില്ക്കുന്നു ഒരു പൊലീസ് ഇൻസ്പെക്ടർ!

"നിങ്ങളല്ലേ മലയാറ്റൂർ രാമകൃഷ്ണൻ?"

"അതെ."

"ഐ ജി അദ്ദേഹത്തിന് നിങ്ങളെ കാണണം!"

ഇൻസ്പെക്ടർ എന്നെ പൊലീസ്ജീപ്പിൽ കയറ്റി. ഐ ജിയുടെ ഔദ്യോഗികവസതിയിലേക്ക് (സനഡുബംഗ്ലാവിലേക്ക്) ജീപ്പ് നീങ്ങി.

ശ്രീ. ചന്ദ്രശേഖരൻനായരായിരുന്നു അന്നത്തെ ഐ ജി. ഞാൻ മുമ്പൊരിക്കലും അദ്ദേഹത്തെ കണ്ടിരുന്നില്ല. ഉഗ്രപ്രതാപശാലിയാണെന്ന് കേട്ടിരുന്നു. എന്തിനാണ് അദ്ദേഹം എന്നെ 'അറസ്റ്റ്' ചെയ്തിരിക്കുന്നത്? 'സനഡു' വിലെത്തുമ്പോൾ ആ ചോദ്യം മനസ്സിൽ നിറഞ്ഞുനിന്നു.

ഇൻസ്പെക്ടർ ചൂണ്ടിക്കാണിച്ച മുറിയിൽ ഞാൻ കടന്നു. വലിയ മേശയ്ക്കരികിൽ ഷർട്ട് ധരിക്കാത്ത ഒരു ഭീമാകാരൻ ചുരുട്ടുവലിച്ചുകൊണ്ടിരിക്കുന്നതാണ് ഞാൻ കണ്ടത്. ഞാൻ പറഞ്ഞു: "നമസ്കാരം."

ഐ ജി മന്ദസ്മിതപൂർവ്വം എഴുന്നേറ്റു മേശയ്ക്കപ്പുറത്തു നിന്നിരുന്ന എന്റെയടുത്തെത്തി. എന്റെ മുതുകിൽ തട്ടി:

"സോ, യൂ ആർ ദ ഫേമസ് മലയാറ്റൂർ രാമകൃഷ്ണൻ?" അദ്ദേഹം ചോദിച്ചു.

ഞാനൊന്നും മിണ്ടിയില്ല.

"ഇരിക്കൂ" എന്നു പറഞ്ഞു ഐ ജി. ഞാൻ ഒരു കസേരയിലിരുന്നു. അദ്ദേഹം തന്റെ കസേരയിലേക്കു മടങ്ങി.

അദ്ദേഹത്തിന്റെ ഒരു ക്രോസ്വിസ്താരമാണ് ഞാൻ പിന്നീടു നേരിട്ടത്.

ജീവിതത്തിലെ ചില പ്രധാന സന്ദർഭങ്ങളിൽ നടന്നിട്ടുള്ള

കാര്യങ്ങൾ – സംഭാഷണങ്ങളടക്കം – ലോഹത്തകിടിൽ ആസിഡു കൊണ്ടു വരച്ച രേഖാചിത്രങ്ങളെപ്പോലെ, ഓർമ്മയിൽ സ്ഥിരമായി പതിഞ്ഞുകിടക്കുന്നു. ഐ ജിയുടെ ചോദ്യങ്ങളും എന്റെ ഉത്തരങ്ങളും ഞാൻ പകർത്തുമ്പോൾ അന്നേ ദിവസം എഴുതിയ ഡയറിക്കുറിപ്പുകൾ എന്റെ മുമ്പിലുണ്ടെന്നു തോന്നുന്നുണ്ടോ?

ഇല്ല. മങ്ങലേല്ക്കാത്ത ഓർമ്മ മാത്രമാണുള്ളത്.

"ഇന്റർവ്യൂ എങ്ങനെയിരുന്നു? ഫെയേർഡ് വെൽ?"

"എങ്ങനെ ഫെയർ ചെയ്താലും ഉദ്യോഗം കിട്ടുകയില്ലല്ലോ!"

"അതു നിങ്ങളുടെ കുറ്റംകൊണ്ടല്ലേ?"

"ഞാനെന്തു കുറ്റം ചെയ്തു സാർ?"

"നിങ്ങൾ കമ്യൂണിസ്റ്റല്ലേ?"

"ഞാൻ പാർട്ടിമെമ്പറല്ല."

"ഇടപ്പള്ളിക്കേസിൽ കീഴ്ക്കോടതിയിൽ കമ്യൂണിസ്റ്റുകാർക്കുവേണ്ടി നിങ്ങൾ ഹാജരായില്ലേ?"

"ഹാജരായി"

"എന്തിനു ഹാജരായി?"

"വക്കീൽ വേഷം കെട്ടിയാൽ പിന്നെ ചെകുത്താന്റെ വക്കാലത്തും സ്വീകരിക്കേണ്ടേ, സർ?"

"ഉം... ഇപ്പോഴെന്താണാഗ്രഹം? ഉദ്യോഗം വേണോ വേണ്ടയോ?"

"വേണം ഞാനീയിടെ വിവാഹം കഴിച്ചു സാർ."

ഐ ജി ഉറക്കെ ചിരിച്ചു. പിന്നെ ഒരു വാഗ്ദാനംപോലെ അദ്ദേഹം പറഞ്ഞു: "വെൽ, ഐ വിൽ ടേക്ക് കേയർ ഓഫ് യു!"

എന്നോടെന്തിന് ഐ ജി ശ്രീ. ചന്ദ്രശേഖരൻനായർ സ്നേഹം കാണിച്ചു? എന്റെ ചേട്ടൻ രാമനാഥൻ അദ്ദേഹത്തിന്റെ ഇൻസ്പെക്ടറായിരുന്നു. എന്റെ 'കാരണവവൃന്ദ' ത്തിൽപ്പെട്ട പൊലീസ് സൂപ്രണ്ട് വൈദ്യനാഥയ്യർ (വലിയ വൈത്തി) അദ്ദേഹത്തിന്റെ സഹപ്രവർത്തകനായിരുന്നു ഒരു കാലത്ത്, അതുകൊണ്ടൊന്നും ചന്ദ്രശേഖരൻനായർ എന്നോടു സ്നേഹം കാണിക്കേണ്ട കാര്യമില്ല. പിന്നെ? എന്തോ! റേഡിയോസ്റ്റേഷനിൽ എന്നെ തേടിപ്പിടിച്ച കാര്യവും എന്നെ അത്ഭുതപ്പെടുത്തുന്നു. ഐ ജി എന്റെ 'മൂവ്മെന്റ്' 'വാച്ച്' ചെയ്തിരുന്നുവെന്നുവേണം വിചാരിക്കാൻ.

(ആലുവയിൽ അക്കാലത്ത് വടിവേലുപ്പിള്ള എന്നൊരു 'ഐ ഡി' ഹെഡ്കോൺസ്റ്റബിളുണ്ടായിരുന്നു. അയാൾ എനിക്കെതിരായി വെരിഫിക്കേഷൻ റിപ്പോർട്ടയച്ചെന്നും ഐ ജി ഓഫീസിൽ അനേകരുടെ മേലൊപ്പുകളോടെയെത്തിയ ആ റിപ്പോർട്ട് നിരാകരിച്ചുകൊണ്ട് സ്വന്തം കൈപ്പടയിൽ ചന്ദ്രശേഖരൻനായർ സാർ എനിക്കനുകൂലമായി വിധിയെഴുതിയെന്നും പിന്നീടു ഞാൻ മനസ്സിലാക്കി. അന്ന് താണുപിള്ള സാർ മുഖ്യമന്ത്രിയായിരുന്നില്ല. എന്നെ മജിസ്ട്രേട്ടായി നിയമിക്കാൻ തീരുമാനമെടുക്കുമ്പോൾ ശ്രീ. പനമ്പിള്ളി ഗോവിന്ദമേനോൻ " One Bad Coin

Out of Circulation" എന്നു പറഞ്ഞതായും കേട്ടിട്ടുണ്ട്.)

ഞാൻ മട്ടാഞ്ചേരിയിൽ മജിസ്ട്രേട്ടായി ചാർജെടുത്തു. ഐ ജിയോടു നന്ദി പ്രകടിപ്പിക്കണമെന്ന് കലശലായ ആഗ്രഹം തോന്നി. ആയിടെ 'നമ്മുടെ ശിക്ഷാനിയമം' എന്ന പേരിൽ ഇന്ത്യൻ പീനൽകോഡിനെ പ്പറ്റി *മാതൃഭൂമി* ആഴ്ചപ്പതിപ്പിൽ ഞാൻ കുറെ ലേഖനങ്ങൾ എഴുതുക യുണ്ടായി. പുസ്തകരൂപത്തിൽ പ്രസിദ്ധം ചെയ്തപ്പോൾ ഞാൻ അത് ശ്രീ. ചന്ദ്രശേഖരൻനായർക്കു സമർപ്പിച്ചു. അദ്ദേഹത്തിന്റെ അനുവാദം കൂടാതെയാണ് ഞാനങ്ങനെ ചെയ്തത്.

എറണാകുളം പൊലീസ് ക്ലബ്ബിൽ ഐ ജി ചിലപ്പോൾ ക്യാമ്പ് ചെയ്യു മായിരുന്നു. എന്നെ വല്ലപ്പോഴും വിളിക്കും. ഞാൻ അദ്ദേഹത്തെ കാണാൻ ചെല്ലും. അങ്ങനെ ഒരു തവണ പോയപ്പോൾ ഞാൻ പറഞ്ഞു: "സാർ, സാറാണ് എനിക്കു ജോലി വാങ്ങിത്തന്നത്. ആ ജോലി ഉപേക്ഷിക്കാൻ സാർ എന്നെ അനുവദിക്കണം."

"വാട്ട്!" ആ ഒറ്റവാക്ക് സ്ഫോടനമായിരുന്നു.

ഞാൻ ഏതാണ്ടിപ്രകാരം പറഞ്ഞു: "സാർ, എനിക്കു തോന്നുന്നു ഞാനൊരു തടവറയിലാണെന്ന്. റിക്ഷയിൽ കയറി കോടതിയിൽ പോകുന്നു, മടങ്ങുന്നു. ആളുകളോട് ഇടപഴകാനാവാത്ത അവസ്ഥ. പെറ്റി ക്കേസുകളാണ് ഏറെ.. പിന്നെ ഇടയ്ക്കൊരു ദേഹോപദ്രവം, അടികല ശൽ, ചേതം, കുറ്റകരമായ ഭീഷണിപ്പെടുത്തൽ – ബോറടിക്കുന്നു, സാർ. പഴയ വക്കീൽപണിയും അല്പം എഴുത്തുംകൊണ്ട് ഇന്നത്തെ ഇരുന്നൂറു രൂപ കിട്ടും."

"എഴുതിയാലെന്തു കിട്ടും?" ഐ ജി ചോദിച്ചു.

*ജയകേരള*ത്തിൽനിന്നും *ഷെർലക് ഹോംസ് കഥകൾ* തർജ്ജമചെ യ്യുന്നതിന് മാസംപ്രതി പതിനഞ്ചുരൂപ കിട്ടും. *സരസൻ* മാസിക യിൽനിന്ന് ഹാസ്യചിത്രങ്ങൾക്കു പത്തുരൂപ. *മാതൃഭൂമി* ആഴ്ചപ്പതിപ്പിൽ കഥ എഴുതിയാൽ ഇരുപത്തഞ്ചുരൂപ. *ശങ്കേഴ്സ്* വീക്കിലിയിൽനിന്നും ഇടയ്ക്കല്പം ചില്ലറ...."

കുറെ നിമിഷങ്ങൾ അദ്ദേഹം മൗനംപൂണ്ടിരുന്നു. അകലെ പ്രതിമയെപ്പോലെ നിന്നിരുന്ന ഒരു പൊലീസുകാരനോട് ചായകൊണ്ടു വരാൻ പറഞ്ഞു.

ചായവന്നു.

ചായകുടിക്കുമ്പോൾ ഐ ജി എന്നോടു പറഞ്ഞ വാക്കുകൾ ഞാൻ മുമ്പു പറഞ്ഞ ഓർമ്മയെന്ന ലോഹത്തകിടിലെ 'എച്ചിങ്' തന്നെയാണ്.

"രാമകൃഷ്ണൻ, നിങ്ങൾ ആ പുസ്തകം എനിക്കു സമർപ്പിച്ചുകൂടാ യിരുന്നു. നിങ്ങൾ എനിക്കു ചീത്തപ്പേരുണ്ടാക്കി. സ്റ്റേറ്റ് ജുഡീഷ്യറിയിൽ ഞാൻ ഒരു കമ്യൂണിസ്റ്റുകാരനെ കടത്തിവിട്ടുവെന്നാണ് കഥ. ഐ സ്മഗ്ൾഡ് എ കമ്യൂണിസ്റ്റ് ഇന്റു ദ ലോവർ ജൂഡീഷ്യറി! സാരമില്ല. കഥ പറയുന്നവർ പറയട്ടെ അതേ കമ്യൂണിസ്റ്റിനെ ഞാൻ ഐ എ എസി ലേക്കു കടത്തിവിടാൻ പോകുന്നു. അപ്പോഴവർ എന്തു പറയുമെന്ന

റിയണം. അതിനു മുമ്പ് രാജിവയ്ക്കരുത്! ”

മാസങ്ങൾക്കകം ഐ എ എസിലേക്ക് ഒരു സ്പെഷ്യൽ റിക്രൂട്ട്മെന്റ് നടക്കുമെന്നും, ഞാൻ പരീക്ഷ എഴുതണമെന്നും അദ്ദേഹം പറഞ്ഞു: “നിങ്ങൾക്കു സെലക്ഷൻ കിട്ടും; എനിക്കുറപ്പാണ്.” എന്ന പ്രോത്സാഹനവചനം അദ്ദേഹം പറഞ്ഞപ്പോൾ അദ്ദേഹം എന്നെ അനുഗ്രഹിക്കുകയാണെന്ന് എനിക്കു തോന്നി.

ആയിരത്തിത്തൊള്ളായിരത്തിഅൻപത്തിയാറ് ഡിസംബറിൽ ഐ എ എസ് പരീക്ഷ നടന്നു. അപേക്ഷയോടൊപ്പം രണ്ടു സ്വഭാവസർട്ടിഫിക്കറ്റുകൾ അയക്കണമായിരുന്നു. വൈകുണ്ഠനായ ഞാൻ വിചാരിച്ചു; ഐ എ എസ് ഓഫീസർമാർ തരുന്ന സർട്ടിഫിക്കറ്റുകളാണെങ്കിൽ ഭാവിയിൽ വടിവേലുപ്പിള്ള എന്നെ ഉപദ്രവിക്കുകയില്ലെന്ന്. രണ്ടേ രണ്ട് ഐ എ എസ് കാരെയേ അന്നറിയാമായിരുന്നുള്ളൂ. ശ്രീ. വി വി ജോസഫും ശ്രീ. പി ഐ ജേക്കബ്ബും. സ്വഭാവസർട്ടിഫിക്കറ്റ് ആവശ്യപ്പെട്ടുകൊണ്ട് ഞാൻ രണ്ടുപേർക്കും കത്തയച്ചു. മടക്കത്തപാലിൽ തന്നെ ശ്രീ. ജോസഫ് ഒന്നാംതരം സർട്ടിഫിക്കറ്റ് അയച്ചുതന്നു. എനിക്ക് എല്ലാ വിജയങ്ങളും ആശംസിക്കുന്ന കത്തു സഹിതം. ഒന്നു രണ്ടാഴ്ച കഴിഞ്ഞാണ് ജേക്കബ്ബിന്റെ മറുപടി വന്നത്. ഉള്ളടക്കം, നിങ്ങളെ എനിക്ക് വലിയ പരിചയമില്ല. അതുകൊണ്ട് ഒരു സ്വഭാവ സർട്ടിഫിക്കറ്റ് നല്കാൻ സാദ്ധ്യമല്ല. എനിക്കാവശ്യമായിരുന്ന രണ്ടാം സ്വഭാവ സർട്ടിഫിക്കറ്റ് പിന്നീട് എഴുതിത്തന്നത് ഐ ജി ചന്ദ്രശേഖരൻ നായർ സാറായിരുന്നു.

റിസൾട്ട് വന്ന് അനേകം ആഴ്ചകൾ കഴിഞ്ഞിട്ടും നിയമന ഉത്തരവുകിട്ടിയില്ല. ഒരു സായാഹ്നത്തിൽ എറണാകുളത്ത് ഒരു ഫുട്ബോൾ ടൂർണമെന്റ് കണ്ടിരിക്കുമ്പോൾ, സ്ഥലം ഡി വൈ എസ് പി ശ്രീ. ലത്തീഫ് എന്റെ അരികിലെത്തി. “നിങ്ങൾ ഇവിടിങ്ങനെ കളിയും കണ്ടിരുന്നാലോ? അഡ്വേഴ്സ് പൊലീസ്റിപ്പോർട്ടാണ് പോയിരിക്കുന്നത്. തൃശൂർ കളക്ടറേറ്റിൽനിന്നും അത് ഐ ജി ഓഫീസിലെത്തുംമുമ്പേ വല്ലതും ചെയ്യാൻ പറ്റുമോ എന്ന് നോക്ക്!”

ഞാൻ തിരുവനന്തപുരത്തേക്കു പോയി.

ചന്ദ്രശേഖരൻസാറിനെ കാണാം. അദ്ദേഹം രക്ഷിക്കാതിരിക്കില്ല. കുറവങ്കോണത്തുള്ള ‘സുമേരു’ എന്ന അദ്ദേഹത്തിന്റെ ബംഗ്ലാവിൽ ഞാൻ ചെന്നു. കാര്യം പറഞ്ഞു. “രാമകൃഷ്ണൻ, ഞാൻ പെൻഷൻപറ്റി, രണ്ടാഴ്ചമുമ്പ് അതറിഞ്ഞില്ലേ? ” അദ്ദേഹം ചോദിച്ചു. “അറിഞ്ഞു, സാർ.”

“എനിക്ക് എന്തെങ്കിലും ചെയ്യാൻ പറ്റുമോ?”

“ഞാ നോക്കാം.”

സ്പെഷ്യൽ ബ്രാഞ്ച് എസ് പി റസാലത്തെ അദ്ദേഹം ടെലിഫോണിൽ വിളിച്ചു കാര്യം ചുരുക്കിപ്പറഞ്ഞു. സംഭാഷണമവസാനിപ്പിച്ചത് ഇങ്ങനെയാണ്. “മജിസ്ട്രേറ്റ് സെലക്ഷൻ കാലത്ത് എന്റെ കൈപ്പടയിൽ ഞാൻ രാമകൃഷ്ണനെപ്പറ്റി ഒരു റിപ്പോർട്ടെഴുതിയിട്ടുണ്ട്. അതു വേണം അയക്കാൻ.”

ഞാൻ റസാലത്തെ കാണാൻ ചെന്നു. അദ്ദേഹം അനുഭാവപൂർവ്വം പെരുമാറി. എന്നെക്കുറിച്ചുള്ള 'നല്ല റിപ്പോർട്ട്' (ഐ ജി എഴുതിയത്) തപ്പിയെടുക്കാൻ അനേകം മണിക്കൂറുകൾ വേണ്ടിവന്നു. അതു കിട്ടിയപ്പോൾ ശ്രീ. റസാലം പറഞ്ഞു. "സമാധാനമായി പൊയ്ക്കോളൂ."

ഞാൻ നന്ദി പറഞ്ഞുകൊണ്ടെഴുന്നേറ്റപ്പോൾ ശ്രീ. റസാലം ചെറുചിരിയോടെ പറഞ്ഞു: "ജസ്റ്റ് എ മിനിറ്റ്, വടിവേലുപ്പിള്ളയുടെ അഭിപ്രായമറിയണ്ടേ?"

അഡ്വേഴ്സ് റിപ്പോർട്ട് ശ്രീ. റസാലം എന്നെ കാണിച്ചുതന്നു.

ഞാൻ 15-05-1995 മുതൽ മജിസ്ട്രേറ്റായി ജോലിനോക്കുകയാണെന്നും അതിനുമുമ്പ് എ കെ ഗോപാലൻ, ടി വി തോമസ്, എം എൻ ഗോവിന്ദൻനായർ മുതലായവരുടെ സന്തതസഹചാരിയായിരുന്നു ഞാനെന്നും നിരന്തരമായി ഞാൻ രാഷ്ട്രീയഗൂഢാലോചനകളിൽ പങ്കെടുത്തിരുന്നുവെന്നും ഇടപ്പള്ളി പൊലീസ് സ്റ്റേഷനിലെ പൊലീസുകാരനെ വെട്ടിയ കെ സി മാത്യുവിന് ഞാൻ പല സഹായങ്ങളും ചെയ്തിട്ടുണ്ടെന്നും രണദിവെ തീസിസ്കാലത്ത് മലയാറ്റൂരിൽ ഞാൻ നാടൻബോംബുകൾ നിർമ്മിക്കാൻ ശ്രമിച്ചെന്നും മറ്റുമാണ് വടിവേലുപ്പിള്ള എഴുതിയിരുന്നത്.

ഒരു ഐ എ എസ് ഓഫീസർക്കു പറ്റിയ മുൻ ചരിത്രം, അല്ലേ!

തകഴിയുടെ വികൃതിയും പൊലീസിന്റെ ജനമൈത്രിയും

മിന്നൽ പരമശിവൻ നായർ

തിരുവനന്തപുരം നഗരത്തിൽ അസിസ്റ്റന്റ് കമ്മീഷണറായി ജോലി ചെയ്യുന്ന കാലം. ഒരു ദിവസം, രാത്രി പതിനൊന്നുമണിയായിട്ടുണ്ടാവും. അടുത്തദിവസം കാലത്ത് നേരിടേണ്ടിവരുന്ന നഗരസമരങ്ങളെ നേരിടാൻ ആവശ്യമായ നടപടികൾ സ്വീകരിച്ചുകൊണ്ടിരുന്നു ഞാൻ. അപ്പോൾ സെക്രട്ടേറിയറ്റിനു ചുറ്റും പ്രത്യേകം ഏർപ്പെടുത്തിയിരുന്ന പട്രോൾ പാർട്ടി (സംരക്ഷണസേന) എന്റെയടുത്തുവന്ന് ഒരു വിവരം അറിയിച്ചു. ഏജീസ് ഓഫീസിന് മുൻവശം റോഡരികിൽ സ്ഥാപിച്ചിരിക്കുന്ന സ്വദേശാഭിമാനി രാമകൃഷ്ണപിള്ളയുടെ പ്രതിമയിൽ കെട്ടിപ്പിടിച്ചുകൊണ്ട് ഒരാൾ, “എടാ... രാമകൃഷ്ണാ... എഴീ... എഴീ... പോകാം... പോകാം...” എന്ന് പറഞ്ഞു പുലമ്പുന്നു. പിടിച്ചുമാറ്റാൻ ശ്രമിച്ചപ്പോൾ അയാൾ പ്രതിമയെ പിന്നെയും മുറുകെപ്പിടിച്ചും വട്ടംചുറ്റി കെട്ടിപ്പിടിച്ചുംകൊണ്ട്, “പോടാ... പൊലീസുകാർക്കിവിടെ എന്തുകാര്യം?” എന്നു ചോദിച്ചുകൊണ്ട് അവരെ പിടിച്ചുതള്ളി. കറുത്തു തടിച്ച അയാൾ നല്ലപോലെ മദ്യപിച്ചിട്ടുണ്ടായിരുന്നു. തനിയെ നില്ക്കാൻപോലും നിവൃത്തിയില്ലാത്തവിധത്തിലാണു കാണപ്പെട്ടതെന്നും പൊലീസുകാർ പറഞ്ഞു. ആ ആൾ ഇങ്ങനെ പ്രതിമ പിടിച്ചുവലിച്ച് പ്രതിമയ്ക്ക് വല്ല ക്ഷതവും വരുത്തിയെന്നുവരാം. പൊലീസുകാർ പറഞ്ഞതുകേട്ട് ഞാൻ ഉടൻതന്നെ പ്രതിമ സ്ഥാപിച്ചിരുന്ന സ്ഥലത്തെത്തി. അവിടെ അപ്പോഴും പ്രതിമയെയും കെട്ടിപ്പിടിച്ചുകൊണ്ട് “എടാ... രാമകൃഷ്ണാ... വാടാ... പോകാം... പോകാം...!” എന്ന് പുലമ്പിക്കൊണ്ടുനില്ക്കുന്ന, വിശ്വപ്രശസ്ത മലയാളസാഹിത്യകാരൻ തകഴി ശിവശങ്കരപ്പിള്ളയെയാണ് ഞാൻ കണ്ടത്! അദ്ദേഹം വളരെയധികം മദ്യപിച്ച് തന്നത്താൻ കരുതാൻ നിവൃത്തിയില്ലാത്തവിധത്തിൽ പ്രതിമയെ വീണ്ടും പിടിച്ചു വലിച്ചുകൊണ്ടു നില്ക്കു

ന്നതുകണ്ട് ഞാൻ കൂടെയുള്ള പൊലീസുകാരുടെ സഹായത്തോടെ അദ്ദേഹത്തെ പിടിച്ചുമാറ്റി പൊലീസ് സ്റ്റേഷനിലേക്കു കൊണ്ടുവന്നു. ലഹരിനിമിത്തം അദ്ദേഹത്തിന് അപ്പോൾ നിവർന്നുനില്ക്കാൻപോലും സാദ്ധ്യമായിരുന്നില്ല.

സെക്രട്ടേറിയറ്റിന്റെ പടിഞ്ഞാറുഭാഗത്ത് അന്നു പ്രവർത്തിച്ചിരുന്ന ഒരു ഹോട്ടലിൽനിന്നും ഒരു ഗ്ലാസ് തൈര് വാങ്ങിച്ച് അദ്ദേഹത്തെ കുടിപ്പിച്ചു. തൈര് കുടിച്ചശേഷം "ഹാ! നല്ല സാധനം!" എന്ന് പറഞ്ഞുകൊണ്ട് തകഴി കന്റോൺമെന്റ് സ്റ്റേഷനിൽ എനിക്കുള്ള മുറിയിലെ തറയിൽ വീണുകിടന്നു. അദ്ദേഹത്തെ എഴുന്നേല്പിച്ച് സൗകര്യപ്രദമായി കിടത്താൻ ശ്രമിച്ചെങ്കിലും, നന്നായി മദ്യപിച്ച ആ നിലയിൽ അദ്ദേഹം ആ പരുക്കൻ തറയിൽത്തന്നെ വീണുകിടന്നു. ഞാനും ആ രാത്രി മുഴുവനും അദ്ദേഹത്തോടൊപ്പം സ്റ്റേഷനിൽ ഉണ്ടായിരുന്നു.

പിറ്റേന്നു രാവിലെ ഉദ്ദേശം അഞ്ചു മണിയോടെ അദ്ദേഹം ഉണർന്നു. "ഞാനെവിടെയാണ്? ആരാണെന്നെ ഇവിടെ കൊണ്ടാക്കിയത്?" എന്ന പരുഷഭാവേന ചോദിച്ചപ്പോൾ ഞാൻ അദ്ദേഹത്തിന്റെ മുന്നിൽ ചെന്നു നിന്നു. " അയ്യോ! സാറാണോ? ഞാനെങ്ങനെ ഇവിടെവന്നു?" എന്നുള്ള അദ്ദേഹത്തിന്റെ തുടർന്നുള്ള ചോദ്യത്തിനു മൗനം ഭജിച്ചുകൊണ്ട് ഞാൻ അദ്ദേഹം അപ്പോൾ തിരുവനന്തപുരത്തു താമസിച്ചിരുന്ന ലോഡ്ജിൽ എത്തിക്കുകയും ചെയ്തു.

തകഴിയുടെ മദ്യപിച്ചുകൊണ്ടുള്ള പ്രകടനത്തിൽ സ്വദേശാഭിമാനിയുടെ പ്രതിമയ്ക്ക് ചില്ലറ ക്ഷതങ്ങൾ ഏറ്റിരുന്നെങ്കിലും അതെല്ലാം ശരിയാക്കി. തുടർന്ന് ആരും പ്രതിമ തൊട്ടുകളിക്കാനാവാത്ത നിലയിൽ പ്രതിമയ്ക്കുചുറ്റും ഇരുമ്പ് അഴികളും, ഉള്ളിൽ പ്രവേശിക്കാൻ ഒരു ഗേറ്റും തയ്യാറാക്കി, പ്രതിമയ്ക്ക് ആവശ്യമായ രീതിയിലുള്ള സംരക്ഷണവും എന്റെ റിപ്പോർട്ടിന്മേൽ പിന്നീട് സജ്ജമാക്കാൻ സാധിച്ചു. ഒരു ദുരനുഭവത്തിൽനിന്നല്ലേ നാം ജാഗരൂകരാവാൻ പഠിക്കൂ.

മറ്റൊരനുഭവം കൂടി പറയാം. 1970–1971 ലെ അഖിലേന്ത്യാ പൊലീസ് സ്പോർട്സ് തിരുവനന്തപുരത്തുവെച്ചു നടത്താൻ സ്പോർട്സ് കമ്മിറ്റി തീരുമാനിച്ചു. ചന്ദ്രശേഖരൻനായർ സ്റ്റേഡിയമായിരുന്നു അതിനായി തെരഞ്ഞെടുത്തത്. നടത്തിപ്പിന്റെ ചുമതല (കൺവീനർ) അസിസ്റ്റന്റ് കമ്മീഷണറായിരുന്ന എന്നെയാണ് അന്നത്തെ ഐ ജിയായിരുന്ന ശ്രീ. ശിങ്കാരവേലു ഐ പി എസ് ഏല്പിച്ചത്.

തിരുവനന്തപുരത്തെ ചന്ദ്രശേഖരൻനായർ സ്റ്റേഡിയം ഇന്നത്തേതുപോലെ ആധുനികമായിരുന്നില്ല, "ആൾ ഇന്ത്യാ പൊലീസ് സ്പോർട്സിന്" അനുയോജ്യമായ രീതിയിൽ മാതൃകാപരമായും, കാണുന്നവർക്ക് ആകർഷണീയമായും ഒരു പുര കെട്ടണമെന്ന് ഞാനും സിറ്റിയിലെ മറ്റ് പൊലീസുദ്യോഗസ്ഥന്മാരും ചേർന്ന് കൂടിയിരുന്നാലോചിച്ചു. കേരളം ഭാരതത്തിലെ ഒരു പ്രത്യേക സംസ്ഥാനമാണെന്നും, എല്ലാ ജാതി – മതക്കാരും പൊതു ആവശ്യങ്ങൾക്ക് യാതൊരു വ്യത്യാസവും കൂടാതെ

ഒന്നിച്ച് പ്രവർത്തിച്ചുവരുന്നവരാണെന്നും, ഈ പന്തൽ മതമൈത്രിക്ക് ഒരു ഉദാഹരണമായിരിക്കണമെന്നുമുള്ള തീരുമാനത്തിലെത്തിച്ചേർന്ന കമ്മിറ്റി ഇതിന്റെ രൂപകല്പന ചെയ്യാൻ എന്നോടാവശ്യപ്പെട്ടു.

അതിനായി സമീപിച്ചത് പുരകെട്ടുവിദ്യയിൽ സമർത്ഥനായിരുന്ന പാൽക്കുളങ്ങര ശ്രീധരൻനായരെയായിരുന്നു. അതിനായി ഞാനും കോൺട്രാക്ടർ ശ്രീധരൻനായരും കൂടിയിരുന്നാലോചിച്ചശേഷം സ്റ്റേഡിയത്തിന്റെ പടിഞ്ഞാറുവശം മുഴുവനും ഉൾക്കൊള്ളിച്ചുകൊണ്ട് ഉദ്ദേശം അഞ്ഞൂറിൽപ്പരം അടി നീളത്തിലുള്ള പന്തലിന് രൂപകല്പന ചെയ്തു. നിശ്ചിതദിവസംതന്നെ അതിന്റെ കാൽനാട്ടുകർമ്മം അന്നത്തെ ഐ ജി യായിരുന്ന ശ്രീ. ശിങ്കാരവേലു ഐ പി എസിനെക്കൊണ്ട് നിർവ്വഹിപ്പിക്കുകയും ചെയ്തു.

പന്തൽ നിർമ്മാണത്തിൽ കേരളത്തിന്റെ മതമൈത്രി പ്രകടമാക്കണമെന്ന ചിന്ത എന്റെ മനസ്സിൽ ഉദിക്കുകയും ചെയ്തു. കേരളം മതമൈത്രിയുടെ ഒരു സംസ്ഥാനമാണെന്നും എല്ലാ മതക്കാരും പരസ്പരം സഹകരിച്ച് ഒന്നിച്ച് പ്രവർത്തിക്കുന്നവരാണെന്ന സന്ദേശം പന്തലിൽ പ്രതിഫലിക്കണമെന്ന് ഞാൻ പന്തൽകെട്ടുകാരനോട് നിർദ്ദേശിച്ചു. അതനുസരിച്ച് പന്തലിന്റെ കൂര മറയ്ക്കത്തക്കരീതിയിൽ മുൻവശത്ത് മദ്ധ്യഭാഗത്തായി ഫ്ളൈവുഡുകൊണ്ട് പത്മനാഭസ്വാമിക്ഷേത്രത്തിന്റെ പ്രതിരൂപം നിർമ്മിച്ചു. അതിന്റെ ഇരുവശങ്ങളിലായി പാളയം പള്ളിയുടെയും മുസ്ലീംപള്ളിയുടെയും മാതൃകാരൂപങ്ങൾ നിർമ്മിച്ച് നല്ല രീതിയിൽ പെയിന്റ് ചെയ്ത് സ്ഥാപിച്ചു. പത്മനാഭസ്വാമിക്ഷേത്രത്തിന്റെ മാതൃകയ്ക്ക് അറുപത്തിനാല് അടി പൊക്കവും, പള്ളിക്കും മുസ്ലീംപള്ളിക്കും അറുപത് അടി പൊക്കവും ഉണ്ടായിരുന്നു. അവ നല്ലപോലെ വൈദ്യുതി കൊണ്ടലങ്കരിച്ച് അതിമനോഹരമാക്കി. ഈ കാഴ്ച കാണാൻ നഗരത്തിൽനിന്നും നഗരപരിസരങ്ങളിൽനിന്നും ധാരാളംപേർ പാളയത്ത് ചന്ദ്രശേഖരൻനായർ സ്റ്റേഡിയത്തിന് മുൻവശത്ത് എത്തിക്കൊണ്ടിരുന്നു. ചരിത്രത്തിൽ ഇതാദ്യമായിട്ടാണ് മതമൈത്രിയുടെ സ്തംഭങ്ങളായി "ആൾ ഇന്ത്യാ സ്പോർട്ട്സ് പന്തൽ" ഉയർന്നുവന്നത്.

എന്നാൽ ഭാരതത്തിന്റെ മറ്റ് സംസ്ഥാനങ്ങളിൽനിന്നും വന്ന ചില പൊലീസുദ്യോഗസ്ഥന്മാർക്ക് ഈ കൂട്ടായ്മ (ക്ഷേത്രത്തിന്റെയും പള്ളിയുടെയും മുസ്ലീംപള്ളിയുടെയും) അത്ര രുചിച്ചതായി എനിക്ക് അനുഭവപ്പെട്ടില്ല. അവരിൽ ചില സീനിയർ ഉദ്യോഗസ്ഥന്മാർ ഐ ജി ശിങ്കാരവേലുവിനെ കണ്ട് അമ്പലവും പള്ളിയും മുസ്ലീംപള്ളിയും ഒന്നിച്ച് നിർമ്മിച്ചിരിക്കുന്നത് ശരിയാണോ? അത് ഹിന്ദുമതത്തിനുതന്നെ ഒരു പോരായ്മയല്ലേ എന്നുവരെ ചോദിച്ചതായി പറഞ്ഞറിഞ്ഞു. അതിന് അവരോട് ഐ ജി ശിങ്കാരവേലുവിന്റെ മറുപടി ഇപ്രകാരമായിരുന്നു. "കേരളം മതമൈത്രിയുടെ ഒരു സ്വർണ്ണക്കൊടി മരമാണെന്നാണ് എന്റെ ഇവിടത്തെ അനുഭവം! ഇവിടെ എല്ലാ മതങ്ങളും സന്തോഷത്തോടും സാഹോദര്യത്തോടും കഴിഞ്ഞു വരുന്നതായി എനിക്ക് അനുഭവപ്പെടുന്നു. ഈ

പന്തലിന്റെ ജനയിതാവ് സിറ്റി അസിസ്റ്റന്റ് കമ്മീഷണർ ശ്രീ.പരമശിവൻനായരാണ്. സംശയം വല്ലതുമുണ്ടെങ്കിൽ നിങ്ങൾക്ക് അദ്ദേഹത്തെ സമീപിക്കാം. അദ്ദേഹം ഇപ്പോൾ ചന്ദ്രശേഖരൻനായർ സ്റ്റേഡിയത്തിൽത്തന്നെ കാണും."

ഐ ജിയുടെ ഈ പരാമർശംകേട്ട് മൂന്നുനാല് സ്റ്റേറ്റുകളിലെ ഐ ജിമാർ എന്നെ കാണാനായി ചന്ദ്രശേഖരൻനായർ സ്റ്റേഡിയത്തിലെ എന്റെ ഓഫീസിൽ വന്നു. അവർ എന്നോട് ഐ ജി ശിങ്കാരവേലു പറഞ്ഞതനുസരിച്ചാണ് നിങ്ങളെ കാണാൻ വന്നതെന്ന് പറയുകയുണ്ടായി. അവരുടെ സംസാരത്തിൽനിന്നും പള്ളിയും മുസ്ലീംപള്ളിയും ക്ഷേത്രവും ഒരേ പന്തലിൽ സ്ഥാപിച്ചത് ഭാരതത്തിന്റെ ഹിന്ദുത്വത്തിന് എതിരല്ലേ? എന്ന് സംശയം പ്രകടിപ്പിച്ചു. ഇത് കേട്ട് ഞാൻ ചിരിച്ചുകൊണ്ട് അവർ നാലുപേരേയും കൂട്ടി ആദ്യമായി പാളയംപള്ളിയിൽ പോയി അവിടത്തെ ഫാദറിനെ കണ്ട് സംസാരിച്ചു. അദ്ദേഹം വളരെ സൗഹാർദ്ദത്തോടെയാണ് എന്നോട് പെരുമാറുന്നതെന്ന് ആ ഉദ്യോഗസ്ഥർക്ക് മനസ്സിലായി. അതിനുശേഷം അവരേയും കൂട്ടിക്കൊണ്ട് ഞാൻ പാളയം മുസ്ലീംപള്ളിയിൽ പോയി. മുസ്ലീംപള്ളിയിൽ ഇമാം ഉണ്ടായിരുന്നു. അദ്ദേഹം ഈ പന്തലിനെ അനുമോദിച്ചുകൊണ്ടും മതമൈത്രിയുടെ പ്രതീകമായി ഈ പന്തലുകൾ ജനങ്ങളുടെ മനസ്സിൽ എന്നും നിലനില്ക്കട്ടെയെന്ന് ആശീർവ്വദിക്കുകയും ചെയ്തു. തുടർന്ന് മുസ്ലീംപള്ളിക്ക് തെക്കുഭാഗത്ത് മുസ്ലീംപള്ളിയോട് തൊട്ടിരിക്കുന്ന ശ്രീ മഹാഗണപതിക്ഷേത്രത്തിൽ ചെന്നു. അതു കണ്ടപ്പോൾ ഈ പൊലീസുദ്യോഗസ്ഥന്മാർ അത്ഭുതപ്പെട്ടുപോയി. മുസ്ലീംപള്ളിയോട് തൊട്ട് മഹാഗണപതിക്ഷേത്രം! അവർ അത്ഭുത പരതന്ത്രരായി നിന്നുപോയി എന്നു മാത്രമല്ല കേരളം മതമൈത്രിയുടെ ഒരു മാതൃകാ സംസ്ഥാനമാണെന്നും, ഇപ്രകാരം എല്ലാ മതങ്ങളും ഒന്നിച്ച് പ്രവർത്തിച്ചാൽ രാജ്യത്ത് സമാധാനവും ക്ഷേമവും ഉണ്ടാകുമെന്ന് ഒറ്റ സ്വരത്തിൽ പറഞ്ഞുകൊണ്ടും, സംശയം തീർത്തുതന്നതിന് എന്നെ അനുമോദിക്കുകയും ചെയ്തു. പിന്നീടവർ പത്മനാഭക്ഷേത്രം സന്ദർശിക്കുകയും, അതിനവർക്ക് വേണ്ട സൗകര്യം ചെയ്തുകൊടുക്കുകയും ചെയ്തു.

അന്നത്തെ പൊലീസ് സ്പോർട്സ് നടത്തിപ്പ് വളരെ ശ്രമകരമായിരുന്നുവെങ്കിലും പങ്കെടുത്ത എല്ലാ ഉദ്യോഗസ്ഥന്മാരും സന്തുഷ്ടരായിരുന്നു. മാത്രമല്ല, മതമൈത്രി ഇത്രകണ്ട് വേരൂന്നിയ ഒരു സംസ്ഥാനം ഭാരതത്തിൽ ഒരിടത്തും കാണാൻ സാധിക്കുകയില്ല എന്നുള്ള അഭിപ്രായവും പ്രകടിപ്പിച്ചാണ് അവരെല്ലാം സംസ്ഥാനം വിട്ടുപോയത്. ആനന്ദലബ്ധിക്കിനിയെന്തുവേണം!

ഇങ്ങനെയും ഒരു സർവ്വീസ് സ്റ്റോറി

ഡോ. കെ സുകുമാരൻ നായർ (റിട്ട. ഡി ജി പി)

കാലം 1977. ഞാൻ തൃശൂർ ജില്ലാപൊലീസ് സൂപ്രണ്ടായിരുന്നു.

നിയമസമാധാനപ്രശ്നങ്ങൾ ഒട്ടേറെയുള്ള കാലമായിരുന്നു അത്. രാജൻ കേസിന്റെ പശ്ചാത്തലത്തിൽ കെ കരുണാകരൻ എന്ന ഭീഷ്മാചാര്യർ മുഖ്യമന്ത്രി സ്ഥാനത്തുനിന്നു മാറിക്കഴിഞ്ഞിരുന്നു.

പല ദിവസങ്ങളായി ജോലിത്തിരക്കുമൂലം മാറ്റിവയ്ക്കേണ്ടി വന്ന ഒരു ചെറിയ ആവശ്യം – മുടി വെട്ടാൻ സമയം കഴിഞ്ഞിരിക്കുന്നു. ഇന്നത്തെപ്പോലെ നല്ല സലൂണുകളോ ബ്യൂട്ടി പാർലറുകളോ സ്ത്രീകൾക്കുവേണ്ടി പോലും ഉണ്ടായിരുന്നില്ല. സാധാരണയായി എസ് പിയുടെ വീട്ടിൽവന്നു മുടി വെട്ടിയിരുന്ന വിജയനെത്തന്നെ നമ്മുടെ സഹായികൾ വരുത്തി. കരുണാകരൻ സാറിന്റെ മുടിവെട്ടുന്ന ആളാണ് എന്നറിഞ്ഞപ്പോൾ കൂടുതൽ സന്തോഷമായി.

അന്നു ഞാൻ വൈകിട്ട് ആറുമണിക്കു തന്നെ വീട്ടിലെത്തി. അല്പം കഴിഞ്ഞു വിജയൻ ജോലി ആരംഭിച്ചു. തൃശൂർ കളക്ടറേറ്റിനു വടക്കു ഭാഗത്തുള്ള എസ് പിയുടെ ക്വാർട്ടേഴ്സിന്റെ പിന്നിലാണ് ഇരിക്കുന്നത്. അഞ്ചുമിനിട്ട് കഴിഞ്ഞപ്പോൾ ഗേറ്റിനു വെളിയിൽ ഒരു കാർ വന്നുനില്ക്കുന്ന ശബ്ദം കേട്ടു.

നിമിഷങ്ങൾക്കുള്ളിൽ ഭാര്യ തെല്ലുഭയത്തോടെ വന്നുപറഞ്ഞു: ''ഇതാ, ജയറാം പടിക്കൽ സാറും മധുസൂദനൻ സാറും വന്നിരിക്കുന്നു. ഇപ്പോൾ എഴുന്നേറ്റുവരാൻ പറ്റുമോ?"

ഞാൻ ആകെ ധർമ്മസങ്കടത്തിലായി. എവിടെ, എന്തു കുറ്റകൃത്യങ്ങൾ നടന്നാലും 'പടിക്കൽ അന്വേഷിക്കണം' എന്നു ജനങ്ങൾ മുറവിളികൂട്ടുന്ന കാലം കഴിഞ്ഞിട്ട് അധികമായിട്ടില്ല. ക്രൈം ബ്രാഞ്ച് ഡി ഐ ജിയായിരുന്നു. ഇപ്പോൾ സസ്പെൻഷനിലാണ്.

പ്രഗത്ഭനും വളരെയധികം ജനപ്രീതി ആർജ്ജിച്ച ഉദ്യോഗസ്ഥനുമായിരുന്നു. ടി വി മധുസൂദനൻ. ഉത്തരമേഖലാ ഡി ഐ ജിയായിരുന്നു. അദ്ദേഹവും സസ്പെൻഷനിലാണ്.

രണ്ടുപേർക്കും കാലത്തിന്റെ 'വിപരീതാർത്ഥദർശനം' അനുഭവവേദ്യമായിരിക്കുന്നു. രാജൻ കേസിൽ അകപ്പെട്ടു കുറച്ചുനാളത്തെ ജയിൽവാസവും കഴിഞ്ഞ് ഇപ്പോൾ ജാമ്യത്തിൽ കഴിയുകയാണ്. എങ്കിലും എസ് പിയായി ആദ്യനിയമനം കിട്ടിയ മുപ്പതു വയസ്സുതികയാത്ത ഞാൻ അവരുടെ മുന്നിൽ ഒരു കൊച്ചുപയ്യൻ മാത്രമായിരുന്നു.

അപ്പോൾ ഭാര്യ ധൈര്യം തന്നു: "സാരമില്ല. ഇനി എന്തായാലും ഇക്കാര്യം നടക്കട്ടെ. ഞാൻ അവരോട് ഇരിക്കാൻ പറയാം. ചായ ഉണ്ടാക്കിക്കൊടുക്കാം." അവർ ഓടി അകത്തേക്കു പോയി.

അപ്പോഴേക്കും സന്ധ്യയായി. നിർഭാഗ്യവശാൽ വൈദ്യുതിയും നിലച്ചു. ഞങ്ങളുടെ പരിഭ്രമം കണ്ടു വിജയനും പരിഭ്രമിച്ചുതുടങ്ങി. കണ്ണു ശരിക്കുകാണാതെ എങ്ങനെയോ അയാൾ ജോലിതീർത്തു. സത്യത്തിൽ വളരെ വികൃതമായിപ്പോയി. ചീകിവയ്ക്കാൻ പോലും മുടിയുമില്ലാതായി.

തിടുക്കത്തിൽ കുളിച്ചു. തിരിച്ചുവന്നപ്പോൾ മധുസൂദനനും പടിക്കലും എന്റെ ക്യാമ്പ് ഓഫീസ് മുറിയിൽ, പരാതിക്കാർ വന്നിരിക്കുന്ന തടിക്കസേരയിൽ ലേശം മ്ലാനതയോടെ ഇരിക്കുകയാണ്. അപ്പോഴേക്കും വൈദ്യുതി വന്നുകഴിഞ്ഞിരുന്നു. എന്നേക്കാൾ വളരെയധികം സീനിയറായ പ്രശസ്തരായ രണ്ടു മേലുദ്യോഗസ്ഥർ, അവർക്കു വന്നുഭവിച്ച ഒരു നിസ്സഹായാവസ്ഥയിൽ എന്നെ കാത്തിരിക്കേണ്ടി വന്നത് എനിക്കു വല്ലാത്ത മനഃപ്രയാസമുളവാക്കി.

എന്റെ വിഷമം മനസ്സിലാക്കിയ മധുസൂദനൻ തന്റെ സ്വതഃസിദ്ധമായ നർമ്മബോധത്തോടെ പറഞ്ഞു: "യൂ ഹാഡ് എ വണ്ടർ ഫുൾ ഹെയർകട്ട്" (നിങ്ങൾ നന്നായി മുടിവെട്ടിച്ചിരിക്കുന്നു.) വളരെ വികൃതമായിപ്പോയി എന്നറിയാവുന്ന ഞാൻ കരയുന്നപോലെ ചിരിച്ചു.

ജയറാം പടിക്കൽ ഇംഗ്ലീഷിൽ പറഞ്ഞു: "ഞങ്ങൾ ഒരത്യാവശ്യയാത്രയിലാണ്. തിരുവനന്തപുരത്തുനിന്നു കോഴിക്കോട്ടേക്കു പോകുകയാണ്. ഇനി ഞങ്ങൾ ഇറങ്ങുന്നു." ഉള്ളിലുള്ള സ്നേഹം ലേശവും പുറമേ പ്രകടിപ്പിക്കാത്ത കാര്യമാത്രപ്രസക്തമായ ശൈലിയാണ് അദ്ദേഹത്തിന്റേത്.

മധുസൂദനൻ കാരുണ്യത്തോടെ ചിരിച്ചു: "ഞങ്ങൾ വക്കീലിനെ കാണാനാണു പോകുന്നത്. നിങ്ങളെ കാണണമെന്നു തോന്നി. എന്തായാലും ഉദ്ദേശിച്ചുവന്ന കാര്യം ഇനി പറയുന്നില്ല."

"അതെന്താണു സർ? പറഞ്ഞാട്ടെ സർ, ഐ ആം പ്രിപ്പേഡ് ടു ഡു എനിതിങ് സർ" – ഞാൻ മനസ്സാന്നിദ്ധ്യം വീണ്ടെടുത്തു വിശ്വസ്തത പ്രകടിപ്പിച്ചു.

"ഇല്ല. ഇനിപറയേണ്ട കാര്യമില്ല. ഇവിടെ വെറുതെയിരുന്നപ്പോൾ നിങ്ങളുടെ മുന്നിലിരിക്കുന്ന ആ ഫയൽ ഞങ്ങൾ തുറന്നുനോക്കി" –

മധുസൂദനൻ വീണ്ടും ഹൃദ്യമായി ചിരിച്ചു.

അപ്പോഴാണ് എനിക്ക് കാര്യം പിടികിട്ടിയത്. വീട്ടിൽ സന്ദർശകർക്ക് ഇരിക്കാൻ സെറ്റിയോ ചായകൊടുക്കാൻ കപ്പുകളോ നല്ല പ്ലേറ്റുകളോ ഇല്ലായിരുന്നു. ആകെയുള്ളത് പഴയ നാലു ചൂരൽക്കസേരകളും പിന്നെ ഏതാനും കുപ്പിഗ്ലാസുകളും മറ്റുമാണ്. ഇപ്പോഴത്തെ ചെറുപ്പക്കാരായ പല ഉദ്യോഗസ്ഥരുടെയും ജീവിതശൈലി എനിക്ക് അപ്രാപ്യമായിരുന്നു. ഈ പ്രശ്നത്തിനു പരിഹാരം കാണാൻ സ്റ്റേറ്റ് ബാങ്ക് ഓഫ് ഇന്ത്യയിൽ നിന്നും നാലായിരം രൂപ വായ്പ എടുക്കാനായി ഞാൻ പൂരിപ്പിച്ചുവച്ചിരുന്ന അപേക്ഷ എന്റെ മുന്നിലിരുന്ന ഫോൾഡറിൽ അവർ കണ്ടിരിക്കുന്നു.

രാജൻ കേസ് സംബന്ധമായി കോഴിക്കോട്ടേക്കുപോകുമ്പോൾ വരാവുന്ന ആവശ്യങ്ങൾക്ക് എന്നോട് ഒരു ചെറിയ വായ്പ ചോദിക്കാനായിരുന്നു അവർ വന്നത് - എന്നവർ പറഞ്ഞില്ല. പക്ഷേ, പറയേണ്ട ആവശ്യമില്ലായിരുന്നു. എനിക്ക് ഒന്നും സംസാരിക്കാൻ കഴിഞ്ഞില്ല.

'അത്യാവശ്യത്തിന് ഒരഞ്ഞൂറു രൂപ കൈയിലിരിക്കട്ടെ' എന്നു പറയാൻ അതിയായ ആഗ്രഹം തോന്നി. പക്ഷേ, മാസാവസാനമായിരുന്നു എന്നു തോന്നുന്നു. അത്രയും തുക എന്റെ കൈവശമില്ലായിരുന്നു.

ആ രാത്രിയിൽ അവർ രണ്ടുപേരും ഉള്ളിൽ ഒളിപ്പിച്ച നിരാശയോടെ കാറിൽക്കയറി യാത്ര തുടർന്ന രംഗം ഓർക്കുമ്പോൾ കരയണമോ ചിരിക്കണമോ എന്ന് എനിക്കിന്നും നിശ്ചയമില്ല.

ഒരു കൊടുമുടിയുടെ ഓർമ്മയ്ക്ക്

ഡോ. പി ജെ അലക്സാണ്ടർ ഐ പി എസ് (റിട്ട:)

നട്ടെല്ലു വളയ്ക്കാതെ നിവർന്നുനടക്കാൻ പഠിപ്പിച്ച പിതാവിനോടും, അക്ഷരങ്ങളുടെ രൂപവും നാമവും മടിയിലിരുത്തി പറഞ്ഞുതന്ന മാതാവിനോടും അറിവിന്റെയും അനുഭവത്തിന്റെയും ലോകത്തേക്കു കൈപിടിച്ചു കയറ്റി, ചിലതൊക്കെ വശമാക്കാൻ സഹായിച്ച ഗുരുജനങ്ങളോടുമൊപ്പം മനസ്സിന്റെ ഉള്ളറയിൽവച്ച് ആദരിക്കുകയും, ആരാധിക്കുകയും ചെയ്തുപോന്ന ചിലരിൽ ഒരാളായിരുന്നു സംസ്ഥാനത്തെ ഐ ജിയായിരുന്ന ശ്രീ. എം ഗോപാലൻ.

എന്റെ പൊലീസ് ജീവിതത്തിലെ ഗുരുവായിരുന്നു അദ്ദേഹം. മുപ്പത്തിമൂന്നു വർഷത്തോളം നീണ്ടുപോയ ഒരു പ്രത്യേകബന്ധം ഞങ്ങൾ തമ്മിൽ ഉണ്ടായിരുന്നു. ജീവിതത്തിന്റെ ഗതിവിഗതികളോ, ജയപരാജയങ്ങളോ, ഉയർച്ചതാഴ്ചകളോ, വസന്തമോ, ശിശിരമോ ഒരു മാറ്റവും അതിൽ ഉണ്ടാക്കിയില്ല. പഴകിത്തേഞ്ഞ ആ ക്ലീഷേതന്നെ ഉപയോഗിക്കട്ടെ – സുഹൃത്ത്, ഫിലോസഫർ, വഴികാട്ടി, ഉപരി ഒരു കുടുംബാംഗമായിരുന്നു എനിക്ക് അദ്ദേഹം.

കാര്യപ്രാപ്തിയും സത്യസന്ധതയും സ്വഭാവശുദ്ധിയും മറ്റു സദ്ഗുണങ്ങളുമൊക്കെയുള്ള ആളായിരുന്ന അദ്ദേഹത്തിന്റെ പ്രതിച്ഛായ എന്നും മാന്യവും ഉജ്ജ്വലവുമായിരുന്നു. കൂടുതൽ വെളിച്ചം അതിലേക്കു തെളിയിക്കാൻ ഒന്നുരണ്ടു അനുഭവങ്ങൾ കുറിക്കാനേ ഉദ്ദേശിക്കുന്നുള്ളൂ.

1962 ഡിസംബർ

പരിശീലനത്തിനു നിയോഗിക്കപ്പെട്ട എ എസ് പിയായി ഞാൻ കോഴിക്കോട്ടെത്തി. ഉത്തരമേഖലാ ഡി ഐ ജി, ശ്രീ. എം ഗോപാലനെ നേരിട്ടു കാണുന്നത് അന്ന് ആദ്യം. യൂണിഫോം അദ്ദേഹത്തിനു നന്നേ ചേരുന്നു. സുമുഖൻ. നല്ല പെരുമാറ്റം. മാന്യത തുളുമ്പുന്നത്. ഒരു തരം ഹീറോ

വർഷിപ്പ്. അവിടെത്തുടങ്ങി. പരിശീലനത്തിനായി നിയോഗിക്കപ്പെടുന്ന എ എസ് പിമാരുടെ പരിശീലനം ജില്ലാപൊലീസ് സൂപ്രണ്ടിന്റെ ചുമതലയാണ്. എന്റെ കാര്യത്തിൽ അതല്ല ഉണ്ടായത്. എസ് പി ചന്ദ്രശേഖരൻ നാഗലാന്റിലേക്കു പോയി. പകരക്കാരൻ വന്നെത്താൻ താമസിച്ചു. ചെറുപ്പക്കാരായ ഐ പി എസുകാരുടെ പരിശീലനം എങ്ങനെയായിരിക്കണമെന്ന് വ്യക്തമായ ധാരണയുണ്ടായിരുന്ന ഡി ഐ ജി എന്റെ പരിശീലനം തന്റെ ചുമതലയായി ഏറ്റെടുത്തു. അങ്ങനെ അദ്ദേഹത്തെ അടുത്തറിയാനും പഠിക്കാനും എനിക്ക് അവസരമുണ്ടായി. പിന്നീട് ഇരുന്ന തസ്തികകളിൽ പലതും അദ്ദേഹത്തിന്റെ നേരിട്ടുള്ള നിയന്ത്രണത്തിലുള്ളതായിരുന്നു. അദ്ദേഹം ഡെപ്യൂട്ടേഷനിൽ കേന്ദ്രത്തിലേക്കു പോകുംവരെ ഈ പ്രത്യേക പങ്കാളിത്തം തുടർന്നു.

പരിശീലനം ചിട്ടയിലും അടുക്കിലും. കർക്കശം. വെള്ളിയാഴ്ചകളിൽ അദ്ദേഹം പരിശോധിക്കുന്ന പരേഡിന് എത്തണം. അതുകഴിഞ്ഞു ചിലപ്പോൾ പ്രഭാതഭക്ഷണം അദ്ദേഹത്തോടൊപ്പം. തുടർന്ന് ഒരു വാചാപരീക്ഷ. പൊലീസ് തത്ത്വശാസ്ത്രം, എത്തിക്സ് ഒക്കെ വിഷയങ്ങൾ. പൊലീസ്സ്റ്റേഷൻ പരിശോധനയ്ക്കു പോകുന്ന ഡി ഐ ജിയോടൊപ്പം എ എസ് പിയും പോകും-കൂടെ. ആ കാറിൽ അന്നുതന്നെ മടങ്ങാനാണു പരിപാടിയെങ്കിൽ ഉച്ചഭക്ഷണം കൊണ്ടുപോകണം. ഒരു ഫ്ളാസ്കിൽ എന്തെങ്കിലും കുടിക്കാനും, ഒരു പൊതി സാന്റ്‌വിച്ചും കാറിൽ എനിക്കുവേണ്ടി വയ്ക്കാൻ ഡോ. ചിത്രഗോപാലൻ എന്ന നല്ല അമ്മ ഒരിക്കലും മറന്നിരുന്നില്ല.

ഉയർന്ന ഉദ്യോഗസ്ഥന്മാരുടെ സ്റ്റേഷൻപരിശോധന മലബാർ ജില്ലകളിൽ ഒരു പ്രധാന സംഭവമാണ്- ഒരു ചെറിയ മാമാങ്കം. എന്നാൽ പതിവുള്ള വിപുലമായ ആതിഥ്യസന്നാഹം അദ്ദേഹത്തിന്റെ മുമ്പിൽ എടുത്തുവിളമ്പാൻ ആരും ധൈര്യപ്പെട്ടിരുന്നില്ല.

നീണ്ടുനില്ക്കുന്ന സർക്കീട്ടിൽ താമസവും ഭക്ഷണവും സർക്കാർ ഗസ്റ്റ് ഹൗസിലോ ടി ബിയിലോ മാത്രം. രാത്രിയിൽ ഇൻസ്പെക്ഷൻ റിപ്പോർട്ട് വായിച്ചു ചർച്ചചെയ്യണം. രാത്രി വളരെയാകുംവരെ നീണ്ടുപോകും എന്റെ വിദ്യാഭ്യാസവും അദ്ദേഹത്തിന്റെ ഫയൽ നോട്ടവും.

ഞാനൊരു കൊച്ച് ട്രാൻസിസ്റ്റർറേഡിയോ-രണ്ടു ബാൻഡ് - എടുക്കുമായിരുന്നു വാർത്ത കേൾക്കാൻ. അന്നത് ഒരു പുതുമയായിരുന്നു. അതുപോലെ ഒന്നു വാങ്ങണമെന്നു പറഞ്ഞപ്പോൾ ഞാൻ അത് അതുവരെ ഉപയോഗിക്കാൻ കൊടുത്തു. കുറേക്കൂടി വലിപ്പമുള്ള മറ്റൊരെണ്ണം എനിക്കുണ്ടായിരുന്നു - ഒരു വിവാഹസമ്മാനം. പുതുതായി വാങ്ങാൻ മറ്റൊന്നുകിട്ടിയില്ല. അങ്ങനെയിരിക്കെ അദ്ദേഹത്തിന് തിരുവനന്തപുരത്തേക്ക് ട്രാൻസ്ഫറായി. നൂറോ നൂറ്റിയൻപതോ രൂപ മാത്രം വിലയുള്ള റേഡിയോയുടെ കാര്യം ആ തിരക്കിലും അദ്ദേഹം മറന്നില്ല. കോഴിക്കോട് വിടുംമുമ്പേ ഈസ്റ്റ്ഹിൽ റോഡിലുള്ള എന്റെ വാടക വീട്ടിലെത്തി ഒരു ചെക്കെഴുതിത്തന്നിട്ടേ യാത്ര പറഞ്ഞിറങ്ങിയുള്ളു. കൃത്യമായി അത്തരം

ചെറിയ ഇടപാടുകളൊക്കെ ഓർത്തിരിക്കുന്നവർ അന്നും വിരളമായിരുന്നു.

ഇതുപോലെ മറ്റൊന്ന്, നാലഞ്ചു വർഷത്തിനുശേഷം അന്നദ്ദേഹം പൊലീസിന്റെ തലപ്പത്ത് എറണാകുളം ഗസ്റ്റ്ഹൗസിൽ. പ്രഭാതം. സന്ദർശനം കഴിഞ്ഞ് മടങ്ങുന്ന ഐ ജിയെ യാത്രയക്കാൻ പൊലീസുദ്യോഗസ്ഥന്മാരുടെ ഒരു വലിയപട. ഇതിനിടെ അദ്ദേഹം ബില്ലുകൊടുത്ത് പുറത്തുവന്നു. എന്തോ ഓർത്തപോലെ അകത്തേക്ക് ചെന്ന് വീട്ടിലേക്ക് ഒന്ന് വിളിച്ചു. ട്രങ്ക് കോൾ. ഔദ്യോഗികമാകാവുന്നതേയുള്ളു. ക്യാമ്പ് ഓഫീസ് എന്ന പുകമറ ഇതിനൊക്കെയാണല്ലോ വീട്ടിൽത്തന്നെ സ്ഥാപിച്ചിരിക്കുന്നത്. ഫോൺ ബില്ല് നാലഞ്ചു രൂപ മാത്രം. കൊടുക്കാൻ പണം തികഞ്ഞില്ല. എന്തുചെയ്യണമെന്നാലോചിച്ച് നിന്നു. ഒരു നിമിഷം തികഞ്ഞ നിശ്ശബ്ദത. ഞാൻ കൊടുക്കാമെന്ന് പറയാനുള്ള ധൈര്യം ആർക്കും ഉണ്ടായില്ല. ഞാൻ അതിന് തയ്യാറായത് ഒരു സാഹസമായാണ് പലരും കണ്ടത്. തിരുവനന്തപുരത്ത് എത്തി വാങ്ങിക്കൊള്ളാമെന്ന ഉറപ്പിൽ പോലും. അതായിരുന്നു എം ഗോപാലൻ.

ജോയിന്റ് ഡയറക്ടറായി സി ബി ഐയിലുള്ളപ്പോൾ, ഓഫീസിൽ വരാനും പോകാനും ബസിനായി ഡൽഹിയിലെ നീണ്ടക്യൂവിൽ കാത്തുനില്ക്കുമായിരുന്നു അദ്ദേഹം. അക്കൂട്ടത്തിൽ ഉൾപ്പെടുത്താൻ മറ്റൊരാളെക്കൂടി എനിക്കറിയില്ല.

ക്രൈംബ്രാഞ്ചിന്റെ ഒരു ഓഫീസ് പൊലീസ് ട്രെയിനിങ് കോളേജിലായിരുന്നു. ഒന്നാം നിലയിലെ പ്രിൻസിപ്പലിന്റെ, എന്റെ മുറിയുടെ തൊട്ടടുത്തതിലാണ് ക്രൈം ബ്രാഞ്ച് എസ് പിയുടെ മുറി. ധാരാളം പൊലീസുകാരും സബ് ഇൻസ്പെക്ടർമാരും പരിശീലനത്തിന്. പകൽ ഏകദേശം മൂന്നുമൂന്നര മണി. അതാ കേൾക്കുന്നു ഒരു നിലവിളി–വളരെ ഉച്ചത്തിൽ. പുറകെ പിന്നെയും ഒന്നുരണ്ട്. എന്തെന്നറിയാൻ പുറത്തിറങ്ങി. ഉത്ഭവസ്ഥാനം എസ് പിയുടെ മുറി. അകത്ത് കടന്നു. കണ്ടത് അതിമനോഹരമായ ശാസ്ത്രീയ കുറ്റാന്വേഷണം. കാൽനീട്ടി തറയിലിരിക്കുന്നു ഒരാൾ. നീരു വന്നു വീർത്ത ഉള്ളംകാലിൽ അളന്ന്മുറിച്ച് ചൂരൽക്കൊണ്ട് അടിക്കുന്നത് ഒരു മഫ്തിക്കാരൻ. ആ ചെറിയ മുറിയിൽ അതുകണ്ട് കൊണ്ട് എസ് പിയും ഒന്ന് രണ്ട് കീഴ്ജീവനക്കാരും. കള്ളനോട്ട് കേസിലെ പ്രതിയാവാനിടയുള്ള ആളാണ് തറയിൽ. അയാളുടെ മൊഴിയുടെ നിജസ്ഥിതി എസ് പിയെ ബോദ്ധ്യപ്പെടുത്താനാണ് ചൂരൽ പ്രയോഗം!

ഈ പരിപാടി നടത്തേണ്ട സ്ഥലം പരിശീലന സ്ഥാപനമല്ല എന്ന് ഐ ജിയെ പറഞ്ഞുമനസ്സിലാക്കാൻ ഒരു ബുദ്ധിമുട്ടുമുണ്ടായില്ല. ക്രൈം ബ്രാഞ്ച് ഓഫീസ് ഉടനെ മറ്റൊരു സ്ഥലത്തേക്ക് മാറി.

അമേരിക്കൻ ലൈബ്രറിയുടെ വാഹനം കത്തിച്ച് വിപ്ലവം അരങ്ങേറിയ രാത്രി. സംഭവം അറിഞ്ഞപാടെ തനിയെ പുറപ്പെട്ടു സ്വന്തം കാറിൽ ഐ ജി, പാതിരാത്രി കഴിഞ്ഞിട്ടുണ്ടാവും. എന്നെ ഉണർത്തിയ ടെലി

ഫോൺകോൾ ഡോക്ടറുടേതായിരുന്നു. പുറകേ കുതിച്ച ഞാൻ പാളയത്ത് വച്ച് കാർ തടഞ്ഞ് ഐ ജിയെയും അത്ഭുതപ്പെടുത്തി. ആ സമയത്ത് ഒറ്റയ്ക്ക് അവിടേക്ക് പോകുന്നതിന്റെ അപാകത അദ്ദേഹത്തിനറിയാമായിരുന്നു. പക്ഷേ, വീട്ടിലിരിക്കാൻ കർത്തവ്യബോധം അനുവദിച്ചില്ല. ടി എൻ കുര്യാക്കോസിനെ വീട്ടിലെത്തിക്കാൻ ഏജീസ് ഓഫീസിൽ സ്വന്തം കാറിലെത്താൻ പ്രേരിപ്പിച്ചതും ഈ കർത്തവ്യബോധമായിരുന്നു. മഹാരാജാവിന്റെ ക്ഷേത്രദർശനം തടയാൻവരെ എത്തിയ സമരത്തെ അന്നത്തെ സർക്കാരിന്റെ ഇഷ്ടാനിഷ്ടങ്ങൾ കണക്കിലെടുക്കാതെ നേരിടാൻ തീരുമാനിച്ചത് ഇക്കാരണം കൊണ്ടായിരുന്നു. ഈ തീരുമാനവുമായി ബന്ധപ്പെട്ട് ഐ ജിയും സർക്കാരുമായുള്ള കത്തിടപാടുകൾ വായിക്കേണ്ടതാണ്. ചീഫ് സെക്രട്ടറിയായിരുന്ന പട്നായിക്കുമായി കൈമാറിയ കത്തുകൾ, ഇരിക്കുന്ന കസേരയോട് അമിതമായ സ്നേഹം ഉള്ള ആർക്കും ഇത്തരം കത്തുകൾ എഴുതാൻ കഴിയില്ല.

തലശ്ശേരി പൊലീസ് സ്റ്റേഷൻ ആക്രമണം നടന്നപ്പോൾ അദ്ദേഹം ജയ്പൂരിലായിരുന്നു. ഞാനും. പൊലീസ് സയൻസ് കോൺഗ്രസിൽ സംബന്ധിക്കാൻ. വിവരം അറിഞ്ഞയുടൻ നാട്ടിലേക്കു മടങ്ങി. കേരളത്തിൽ അത്തരം ഒന്നു സംഭവിക്കുമെന്ന് വിശ്വസിക്കാൻ അദ്ദേഹത്തിനു പ്രയാസമായിരുന്നു. നക്സൽ ആക്രമണങ്ങൾ ഇന്ത്യൻ പീനൽക്കോഡനുസരിച്ചുവേണം കൈകാര്യം ചെയ്യാൻ എന്ന തീരുമാനം അദ്ദേഹത്തിന്റേതായിരുന്നു.

കാലം മാറി. ഭരണം മാറി. പഴയകൊലക്കേസിലെ പ്രതി ആഭ്യന്തരമന്ത്രിയായി. കേസുകാലത്തെ ഉത്തരമേഖല ഡി ഐ ജിയോട് ഒടുങ്ങാത്ത പക. കേന്ദ്രത്തിലേക്ക് ഡെപ്യൂട്ടേഷനിൽ പോകരുതെന്ന പക്ഷക്കാരനായിരുന്നു ഞാൻ. ഓഫീസ് സമയം കഴിഞ്ഞ് തിരക്കൊഴിയുമ്പോൾ പതിവു കൂടിക്കാഴ്ചയിൽ അദ്ദേഹം എന്നോട് പറഞ്ഞു–ഇന്നത്തെ സാഹചര്യത്തിൽ പോകുന്നതാണ് ഡിപ്പാർട്ട്മെന്റിന് നല്ലത്. അല്ലെങ്കിൽ എന്നെ തോല്പിക്കാനായി എല്ലാ വളർച്ചയും തടയും. അതു ഞാൻ ആഗ്രഹിക്കുന്നില്ല. അതുകൊണ്ട് പോകാൻ ഞാൻ തീരുമാനിച്ചു.

പകരംവന്ന ശിങ്കാരവേലു ചോദിച്ചതും ചോദിക്കാത്തതും വാരിക്കോരി കൊടുത്തു. അദ്ദേഹത്തിന്റെ അപഗ്രഥനം തീർത്തും ശരിയായിരുന്നു എന്ന് അപ്പോൾ കൂടുതൽ വ്യക്തമായി.

കേരളത്തിന്റെ പ്രത്യേകതയായ പെരുമാൾ സംസ്കാരം ബാധിക്കാതിരുന്നത് വളരെ കുറച്ചുപേരെ മാത്രം. അവർ അതിനു കൊടുത്ത വില, മെഫിസ്നോഫിലിസിലും അവർക്കും മാത്രം അറിയാവുന്ന രഹസ്യമാണ്.

നിരവധി വർഷം അദ്ദേഹം ആംഡ് പൊലീസിലും മാനുവൽ തയ്യാറാക്കാനുമൊക്കെ ചെലവഴിച്ചിട്ടുണ്ട്. അതുപിടിപ്പുകേടുകൊണ്ടായിരുന്നില്ല. പിടിപാട് കുറവായിരുന്നത് കൊണ്ടായിരുന്നു. അദ്ദേഹത്തിന്റെ കാലത്ത് പുറത്തിറങ്ങിയിട്ടുള്ള സർക്കുലർ വകുപ്പ് നേരിടുന്ന പ്രശ്ന

ങ്ങളുടെ ആഴത്തിലുള്ള പഠനത്തിന്റെയും അപഗ്രഥനത്തിന്റെയും പ്രതിഫലനമാണ്. പൊലീസ് പരിശീലനം നവീകരിക്കാൻ കേന്ദ്രം നിയമിച്ച ഗോരെ കമ്മിറ്റിയിൽ അദ്ദേഹം അംഗമായിരുന്നു. പശ്ചാത്തല പഠനങ്ങളുടെ പഠിപ്പുരയിലുണ്ടായിരുന്ന എനിക്ക് റിപ്പോർട്ടിന്റെ എല്ലാ പുറങ്ങളിലും അദ്ദേഹത്തിന്റെ സ്വാധീനം കാണാൻ കഴിയും.

ഏറെ വർഷങ്ങൾ ഒരുമിച്ചു പ്രവർത്തിച്ചു. പണിയെടുക്കും, പണിയെടുപ്പിക്കും-അതായിരുന്നു അദ്ദേഹത്തിന്റെ രീതി. പെൻഷനായി ഡൽഹിയിൽനിന്നു മടങ്ങിയപ്പോൾ ഞങ്ങളുടെ ബന്ധം പഴയപോലെയായി. എന്റെ ദുഃഖങ്ങളിൽ അദ്ദേഹവും ഡോക്ടറും ഞങ്ങളോടൊത്തായിരുന്നു. ഒരേ ശത്രുവിന്റെ ഇരകൾ എന്ന പദവി അദ്ദേഹത്തോടൊപ്പം പങ്കുവയ്ക്കാൻ കഴിഞ്ഞതിൽ എനിക്ക് സന്തോഷമുണ്ട്.

നർമ്മദയിൽനിന്നു തെക്കോട്ടേക്കുള്ള യാത്രയിൽ ഞാനുണ്ടായിരുന്നില്ല. ഉണ്ടായിരുന്നെങ്കിൽ റോബർട്ട് ബ്രൗണിങ്ങിന്റെ "ഗ്രമേറിയൻസ് ഫ്യൂണറൽ" എന്ന കാവ്യത്തിലെ ചിലവരികൾ കടമെടുത്ത് പൊലീസിലെ സുഹൃത്തുക്കളോട് പറയുമായിരുന്നു-ഇങ്ങനെ-

കൊണ്ടുപോകാം കൂട്ടരേ
അല്പംകൂടി ഉയരത്തിലേക്ക്.
അദ്ദേഹം വിശ്രമിക്കേണ്ട ഇടം
ഈ താഴ്വരയല്ല -
അതാ ആ കൊടുമുടിയാണ്
മേഘപാളികളും ഉദയസൂര്യന്റെ
ആദ്യകിരണങ്ങളും സന്ധിക്കുന്ന
ആ ഉയർന്ന സ്ഥലം
അവിടെയാണ് അദ്ദേഹത്തെ
അടക്കം ചെയ്യേണ്ടത്.
അതാണദ്ദേഹം അർഹിക്കുന്നത്.
എത്രയോ വ്യത്യസ്തനായിരുന്നു
എന്റെ ഈ പഴയകാല ഗുരു-

ഇനിയിപ്പോൾ ഇത്രമാത്രം ബാക്കി-ഓർമ്മിക്കാൻ ഒരുപിടി നല്ല അനുഭവങ്ങൾ.

താക്കീതും ജനസൗഹൃദ പൊലീസും

ജസ്റ്റിസ് കെ ടി തോമസ്

പൊലീസ് ഉദ്യോഗസ്ഥന്മാർ അഭിഭാഷകരോട് സാധാരണയായി ബഹുമാനത്തോടുകൂടി പെരുമാറുമായിരുന്നു. ഉയർന്ന റാങ്കിലുള്ള പൊലീസ് ഉദ്യോഗസ്ഥന്മാർ രാഷ്ട്രീയസ്വാധീനമുള്ള വ്യക്തികളോടും സമ്പന്നവർഗ്ഗക്കാരോടും വളരെ സൗമ്യമായും മര്യാദയോടുംകൂടി പെരുമാറുമായിരുന്നു. എന്നാൽ പൊലീസുകാർ പലപ്പോഴും സാധാരണക്കാരായ ജനങ്ങളോട് വളരെ പരുഷമായിട്ടുമാത്രമേ ഇടപെടുകയുള്ളു എന്നും പല സന്ദർഭങ്ങളിലും അങ്ങനെയുള്ളവരെ പീഡിപ്പിക്കുമായിരുന്നു എന്നും പലരുടേയും പരാതികളിൽനിന്നും എനിക്ക് മനസ്സിലായിട്ടുണ്ട്.

അത് സഹിക്കുവാനല്ലാതെ തിരിച്ച് പ്രതികരിക്കുവാൻ അവർക്ക് മിക്കപ്പോഴും സാധിച്ചിട്ടില്ല. അധികാരമുള്ളവർ സാധാരണ ജനങ്ങളോട് വളരെ മര്യാദയായി പെരുമാറുന്നത് സംസ്കാരത്തിന്റെ ചിഹ്നമായി ഞാൻ കാണുമായിരുന്നു. അവർക്ക് പ്രത്യേക പരിശീലനം നല്കിയാലും അധികാരമുള്ളവരുടെ പെരുമാറ്റം തുടർന്നും പരുക്കനായിത്തന്നെയാണ് കണ്ടുവരുന്നത്.

പാശ്ചാത്യരാജ്യങ്ങളിൽ അധികാരമുള്ളവർ തങ്ങളുടെ മുമ്പിൽ എത്തുന്ന സാധാരണക്കാരായ ഇടപാടുകാരോട് വളരെ സഹകരണമനോഭാവത്തോടും സൗമ്യമായും പെരുമാറുന്നത് ഞാൻ പലപ്പോഴും ദർശിച്ചിട്ടുണ്ട്. ഇടപാടുകാരുമായി സംസാരിക്കുമ്പോൾ അധികാരമുള്ളവർ പുഞ്ചിരിച്ചുകൊണ്ട് പെരുമാറുന്നത് ആ രാജ്യങ്ങളിലെ സാധാരണ കാഴ്ചയാണ്. ഏതെങ്കിലും ആവശ്യത്തിന് അധികാരികളെ സമീപിക്കുമ്പോൾ പാശ്ചാത്യരാജ്യങ്ങളിൽ അവർക്ക് ലഭിക്കുന്ന ഉപചാരവും മര്യാദയോടെയുള്ള സമീപനങ്ങളും എന്നെ ആകർഷിച്ചിട്ടുണ്ട്. ആ രംഗത്ത്

ഇന്ത്യയിൽ പ്രത്യേകിച്ച് കേരളത്തിൽ അധികാരമുള്ളവർ ആരായിരുന്നാലും സാധാരണ ഇടപാടുകാരോട് കാട്ടുന്ന ധിക്കാരവും മര്യാദയില്ലാത്ത വാക്കുകളും പരുക്കൻ പെരുമാറ്റവും കാണുമ്പോൾ ഈ വൈരുദ്ധ്യത്തിന് കാരണമെന്തെന്ന് ഞാൻ ആലോചിച്ചിട്ടുണ്ട്. എന്നാൽ അധികാരമുള്ളവർക്ക് അവർ ഓട്ടോറിക്ഷാ ഡ്രൈവറായാലും ആശുപത്രി ജീവനക്കാരോ ഡോക്ടർമാരോ ആയാലും എന്തെങ്കിലും കൈമടക്ക് കൊടുത്തുകഴിഞ്ഞാൽ പെരുമാറ്റത്തിന്റെ പരുക്കൻ രീതിക്കുണ്ടാകുന്ന മാറ്റം സ്പഷ്ടമായി മനസ്സിലാക്കാൻ സാധിക്കും.

ഒരു പൊലീസുകാരൻ തനിക്ക് ഇഷ്ടമില്ലാത്ത ഒരാളോട് വാശി തീർക്കാൻ അവന്റെമേൽ ഒരു പെറ്റിക്കേസ് ചാർജ്ചെയ്തു. ഈ കേസിൽ ആരോപണം പ്രത്യക്ഷത്തിൽ നിസ്സാരമെങ്കിലും ആരോപണവിധേയന്റെ ആത്മാഭിമാനത്തെ വ്രണപ്പെടുത്തുന്നതായിരുന്നു. ആരോപണം ഇങ്ങനെയായിരുന്നു. 'പ്രതി മദ്യപിച്ച് മദോന്മത്തനായി തന്നത്താൻ കരുതുന്നതിന് നിവൃത്തിയില്ലാതെ വഴിപോക്കർക്കും അയൽക്കാർക്കും അസഹ്യതയുണ്ടാക്കത്തക്കവിധം കവലയിൽനിന്നുകൊണ്ട് അസഭ്യവാക്കുകൾ വിളിച്ചുകൂവി.' ഇങ്ങനെയുള്ള ആരോപണംകൊണ്ട് ആ കേസിൽ പ്രതിയായ വ്യക്തിക്ക് തന്റെ ആൺമക്കളും പെൺമക്കളും ഇതുവായിച്ച് സങ്കടപ്പെടുന്നതുംകൂടി കാണേണ്ടിവന്നു. കേരളാപൊലീസ് ആക്ട് അനുസരിച്ച് അതൊരു പെറ്റി കേസായിരുന്നു. അങ്ങനെയുള്ള കേസുകളിൽ സാധാരണ ഉണ്ടാകുന്നത് പ്രതികളെ കോടതിയിൽ ഹാജരാക്കി കുറ്റം സമ്മതിക്കുകയും കോടതി ചെറിയൊരു പിഴശിക്ഷ കൊടുക്കുകയും ചെയ്യുകയായിരുന്നു. എന്നാൽ എന്നെ സമീപിച്ച സാധാരണക്കാരനായ പ്രതി വളരെ സങ്കടത്തോടുകൂടി എന്നോടു പറഞ്ഞത് താൻ ജീവിതത്തിൽ ഒരിക്കൽപ്പോലും മദ്യപിച്ചിട്ടില്ലെന്നും ആരോപണത്തിൽ പറഞ്ഞതൊന്നും താൻ ചെയ്തിട്ടില്ലെന്നുമായിരുന്നു. കോടതിയിൽ കുറ്റം സമ്മതിച്ചാൽ അന്ന് ഇരുപത്തി അഞ്ച് രൂപ പിഴ വിധിക്കുന്ന കേസ് മാത്രമാണ് അതെന്ന് എനിക്കറിയാമായിരുന്നെങ്കിലും കുറ്റം നിഷേധിച്ച് വിചാരണയ്ക്ക് തയ്യാറാകണമെന്ന് പ്രതിയെ ഞാൻ ഉപദേശിച്ചു. അങ്ങനെ ചെയ്യുന്നതായാൽ അയാൾക്ക് വളരെ സമയവും ധനവും നഷ്ടപ്പെടുമെന്ന് എനിക്ക് അറിയാമായിരുന്നിട്ടും കേസ് വിചാരണ ചെയ്യപ്പെടുന്നതിന് അയാൾ തയ്യാറായി. വാദിയായ പൊലീസുകാരൻ കോടതിയിൽ മൊഴി കൊടുക്കാൻ വന്ന ദിവസം ഞാൻ വളരെ തയ്യാറെടുപ്പ് ചെയ്ത് അയാളെ ക്രോസ് വിസ്താരം നടത്തി. അതിന്റെ ഫലമായി അത് ഒരു കള്ളക്കേസാണെന്നു കോടതിക്ക് ബോദ്ധ്യപ്പെടുകയും പ്രതിയെ വെറുതെ വിടുകയുംചെയ്തു. ആ കേസ് അവിടംകൊണ്ട് അവസാനിപ്പിച്ചിരുന്നെങ്കിൽ ഈ ഓർമ്മക്കുറിപ്പുകളിൽ അത് സ്ഥാനം പിടിക്കേണ്ട കാര്യമില്ല. ആ കേസിന് പിന്നീടുണ്ടായ പരിണാമംകൊണ്ടാണ് അത് എന്റെ ഓർമ്മയിൽ നിലനില്ക്കുന്നത്.

വാദിയായ പൊലീസുകാരന് എതിരായി നഷ്ടപരിഹാരത്തിന്

കേസ് കൊടുക്കുവാൻ ഞാൻ എന്റെ കക്ഷിയെ ഉപദേശിക്കുകയും പ്രോത്സാഹിപ്പിക്കുകയും ചെയ്തു. അയാൾ അത് സമ്മതിച്ചു. ഉടനെ ഞാൻ പൊലീസ് ആക്ട് പ്രകാരം വാദി പൊലീസുകാരന് ഒരു നോട്ടീസയച്ചതിനുശേഷം അയ്യായിരം രൂപ നഷ്ടപരിഹാരമായി കിട്ടണമെന്നു പറഞ്ഞ് മുൻസിഫ് കോടതിയിൽ എന്റെ കക്ഷി വാദിയായി ഒരു സിവിൽകേസ് ഫയൽ ചെയ്തു. ആ കാലത്ത് അയ്യായിരം രൂപ ഒരു വലിയ സംഖ്യയായിരുന്നു. എന്നു മാത്രമല്ല, മുൻസിഫ് കോടതിയുടെ അധികാരപരിധിയുടെ ഏറ്റവും ഉയർന്ന സംഖ്യയായിരുന്നു.

പൊലീസുകാരൻ ആ കേസിൽ പത്രിക കൊടുക്കേണ്ടിവന്നപ്പോഴാണ് അതിന്റെ ഭവിഷ്യത്തുകൾ അയാൾ മനസ്സിലാക്കിയത്. ആ കേസിൽ സിവിൽ കോടതി അയ്യായിരം രൂപ വിധിച്ചില്ലെങ്കിൽത്തന്നെ കേവലം അഞ്ഞൂറു രൂപ മാത്രമേ വിധിക്കുകയുള്ളുവെങ്കിൽപ്പോലും, അയാൾക്ക് ജോലിയിൽനിന്നും പിരിഞ്ഞുപോകേണ്ടിവരുമെന്ന് അയാളുടെ വക്കീൽ അയാളെ ഉപദേശിച്ചിരിക്കണം- ഏതു നിലയിലും അയാൾ ആ സിവിൽ കേസിനെ ഭയപ്പെട്ടു. അയാൾ എന്നെ വന്നുകണ്ട് എങ്ങനെയെങ്കിലും ആ കേസ് ഒത്തുതീർപ്പാക്കണമെന്ന് അഭ്യർത്ഥിച്ചു. ഒടുവിൽ എന്റെ കക്ഷിക്ക് സാമാന്യം നല്ല ഒരു സംഖ്യ നഷ്ടപരിഹാരമായി കേസിന്റെ എല്ലാ ചെലവുകളും ചേർത്ത് കുറെ പണം പൊലീസുകാരൻ കൊടുത്തപ്പോൾ ഞങ്ങൾ കേസ് പിൻവലിച്ചു. ആ സിവിൽ കേസ് അതിലെ പ്രതിയായ പൊലീസുകാരൻ ഉൾപ്പെട്ട പൊലീസുകാർക്കെങ്കിലും ഒരു പാഠമായിത്തീർന്നു. പിന്നീട് സാധാരണക്കാരുടെമേൽ കളവായി പെറ്റിക്കേസ് എടുത്ത് വൈരാഗ്യം തീർക്കുന്നതിന് ആ സ്റ്റേഷനിലെ ഒരു പൊലീസുകാരനും കുറേയേറെ നാളത്തേക്ക് മുതിർന്നിട്ടില്ല.

പൊലീസ് എന്നത് അധികാരത്തിന്റേയും ശക്തിയുടേയും പ്രതീകമായി തുടരുന്നതായാൽ അത് ജനങ്ങളുടെ ശത്രുപക്ഷത്തായി മാറിക്കൊണ്ടിരിക്കും എന്നുള്ളതിന്റെ തെളിവാണ് എവിടെയൊക്കെ പൊലീസ് നടപടികളുണ്ടായാലും മാധ്യമങ്ങൾ പൊലീസിനെ പ്രതിസ്ഥാനത്തു ചേർത്ത് ജനങ്ങളുടെ മുമ്പിൽ അവതരിപ്പിക്കുന്നത്. പൊലീസ് എന്നത് യഥാർത്ഥത്തിൽ ജനങ്ങളാണെന്നും ജനങ്ങൾക്കുവേണ്ടിയുള്ള സേവകരാണെന്നും ജനങ്ങളെ ബോദ്ധ്യപ്പെടുത്തി കൊടുക്കുന്നതിലേക്കുള്ള പ്രായോഗിക പരിപാടികൾ ആണ് ജനസൗഹൃദ പൊലീസ് എന്നതുകൊണ്ട് ഉദ്ദേശിക്കുന്നത്. 1971 ൽ ഇംഗ്ലണ്ടിൽ വെച്ച് (ലണ്ടനിൽ) സൗഹൃദ പൊലീസ് എന്താണെന്ന് ഞാൻ നേരിട്ട് കണ്ടതാണ്. ഞാനും എന്റെ സുഹൃത്തും കൂടി ലണ്ടനിൽ തിരക്കേറിയ ഒരു സ്ഥലത്ത് ബസിൽ നിന്നിറങ്ങി കാഴ്ചകൾ കാണുന്നതിനും വേണ്ടി ഒരു അരികുപറ്റി നീങ്ങിക്കൊണ്ടിരുന്നു. ഞങ്ങളുടെ താല്ക്കാലിക ലക്ഷ്യം മാഡം ടു റിസോട്ട് എന്ന വിശ്വപ്രസിദ്ധിയാർജ്ജിച്ച മെഴുകുരൂപകല്പനയുടെ ഭാവനാസാമ്രാജ്യം ദർശിക്കുക എന്നതായിരുന്നു. അവിടെ ലോകചരിത്രത്തിലെ പല പ്രധാനികളുടേയും മെഴുക് രൂപങ്ങൾ ജീവനുള്ളതെന്ന് തോന്നിക്കുന്ന മാതിരി

യിൽ മെനഞ്ഞെടുത്തിട്ടുള്ളത് കാണുക എന്നുള്ള ആഗ്രഹം ലണ്ടനിൽ എത്തുന്ന എല്ലാ സന്ദർശകർക്കും ഉണ്ടാകുന്നത് സ്വാഭാവികമാണ്. പക്ഷേ, ഞങ്ങൾക്ക് ആ സ്ഥാപനത്തിലെത്താൻ എത്ര ദൂരം കൂടി പിന്നി ടേണ്ടിവരുമെന്ന് അറിവില്ലാത്തതുകൊണ്ട് അങ്ങോട്ടും ഇങ്ങോട്ടും നോക്കി നടക്കുന്നത് രണ്ട് പൊലീസുകാരുടെ ശ്രദ്ധയിൽപ്പെട്ടു. അവർ റോഡ്ക്രോസ് ചെയ്ത് ഞങ്ങളുടെയടുത്തെത്തി എന്തെങ്കിലും സഹായം വേണമോ എന്ന് ഞങ്ങളോട് ചോദിച്ചു. ഞങ്ങളുടെ ലക്ഷ്യം ഇന്നതാ ണെന്ന് പറഞ്ഞപ്പോൾ ഓ അത് ഇവിടെനിന്നും രണ്ട് മൂന്ന് ഫർലോങ്ങു കൂടി പോകണമല്ലോ എന്നുപറഞ്ഞു. തുടർന്ന് രണ്ട് പൊലീസുകാരും തമ്മിൽ എന്തോ ചർച്ച ചെയ്തു. അതിനുശേഷം അവരിൽ ഒരു പൊലീ സുകാരൻ ഞങ്ങളോടുപറഞ്ഞു. വരൂ ഞാൻ കൊണ്ടു ചെന്നാക്കാം. അത് കേട്ടപ്പോൾ ഞങ്ങൾക്ക് ആദ്യം സംശയം തോന്നി. അദ്ദേഹം വീണ്ടും പുഞ്ചിരിച്ചുകൊണ്ട് ഒന്നു രണ്ടടി നടന്നിട്ട് തിരിഞ്ഞുനിന്ന് ഞങ്ങളോട്. "പേടിക്കണ്ട; കൂടെ വരൂ" എന്നു പറഞ്ഞു. രണ്ടു മൂന്നു ഫർലോങ്ങുദൂരം വരെയും ആ പൊലീസുകാരൻ ഞങ്ങളോടൊപ്പം നടന്ന് 'മാഡം ടു റിസോർട്ട്' എന്ന സ്ഥാപനത്തിന്റെ ബോർഡ് കാണാവുന്ന ദൂരത്തിലെ ത്തിയപ്പോൾ "ഓക്കെ ഇനി നടന്നുകൊള്ളൂ" എന്നു പറഞ്ഞ് ഞങ്ങൾക്ക് ഹസ്തദാനം നല്കി, കൈ വീശിക്കാണിച്ച് അദ്ദേഹം നടന്നു നീങ്ങി. ഇന്ത്യയിൽ നിന്നുപോയ ഞങ്ങൾക്ക് മാഡം ടു റിസോർട്ടിനേക്കാൾ അത്ഭുതമായത് പൊലീസുകാരുടെ ആ പെരുമാറ്റമായിരുന്നു.

ഏതാനും ദിവസങ്ങൾ കഴിഞ്ഞപ്പോൾ ബക്കിംഹാം കൊട്ടാരം കാണുന്നതിന് ഞങ്ങൾ പോയി. അവിടെ ബാൻഡ് വായിക്കുന്ന സംഘം ഒരു നിശ്ചിതസമയം മറ്റൊരു സംഘത്തിനുവേണ്ടി വഴിമാറിക്കൊടുക്കുന്ന മനോഹരമായ ഒരു ചടങ്ങ് നിത്യവും നടക്കാറുണ്ട്. നിശ്ചിതസമയത്തിന് ഏതാനും മിനിറ്റുകൾക്ക് മുമ്പ് ഞങ്ങൾ അവിടെയെത്തിയപ്പോൾ അത് കാണാൻ ഒരു ജനക്കൂട്ടം തന്നെ സ്ഥലംപിടിച്ചിരുന്നു. അതിനിടയിൽ ഒരു സ്ത്രീയുടെ കൈയിലിരുന്ന കുഞ്ഞ് കരയാൻ തുടങ്ങി. ശ്രുതിമധു രമായ ബാൻഡ് മേളത്തിന് ഈ കരച്ചിൽ വിഘ്നം ആകുമല്ലോ എന്ന സംശയത്തിൽ ഞങ്ങൾ ഇരുന്നപ്പോൾ കണ്ട കാഴ്ച മറ്റൊരു അത്ഭുത മായിരുന്നു. രണ്ടു പൊലീസുകാർ ആ സ്ത്രീയുടെ അടുത്തേക്ക് നീങ്ങു ന്നതും അവരുമായി എന്തോ സംസാരിക്കുന്നതും ഞങ്ങൾ കണ്ടു. തുടർന്ന് അവരിൽ ഒരാൾ കുഞ്ഞിനെ കൈയിൽ വാങ്ങിച്ചു. മറ്റൊരാൾ ആ സ്ത്രീയോടൊപ്പം കുന്തക്കാലിൽ ഇരുന്ന് സ്ത്രീയുടെ സഞ്ചിയിൽ നിന്നും എടുത്ത ഫ്ളാസ്കിലെ വെള്ളം മധുരവും പാലുമായോ മറ്റോചേർത്ത് കലക്കുന്നതിനു സഹായിക്കുന്നതും തൽസമയം കുഞ്ഞിനെ എടുത്ത പൊലീസുകാരൻ അതിനെ നെഞ്ചോടു ചേർത്തു പിടിച്ച് കൈകൊണ്ട് അതിനെ തട്ടി തട്ടി കരച്ചിൽ നിർത്തുന്നതും ഞാൻ എന്റെ കണ്ണുകൾകൊണ്ട് കണ്ടു.

മേല്പറഞ്ഞമാതിരി സംഭവങ്ങൾ ഇന്ത്യയിലും പൊലീസുകാരുടെ

ഭാഗത്തുനിന്ന് ഉണ്ടായിട്ടുണ്ട്. പക്ഷേ, അത് വളരെ അപൂർവ്വസംഭവങ്ങളും, അതുകൊണ്ട് തന്നെ അവയ്ക്ക് വാർത്താപ്രാധാന്യം ഉണ്ടായിട്ടുള്ളതുമാണ്. എന്നാൽ ലണ്ടനിലെ പൊലീസിന്റെ ഭാഗത്ത് അമ്മാതിരി സംഭവങ്ങൾ നിത്യമായി ഉണ്ടായിക്കൊണ്ടിരിക്കുന്നതും ലണ്ടനിൽ അങ്ങനെ ഉണ്ടാവാനുള്ള കാരണം അവിടത്തെ പൊലീസുകാർ മാലാഖമാർ ആയതുകൊണ്ടല്ല, ഇവിടെ അവ അപൂർവ്വമായി ഉണ്ടാകുവാൻ കാരണം ഇവിടത്തെ പൊലീസുകാർ മനുഷ്യർ അല്ലാത്തതുകൊണ്ടും അല്ല. ഇപ്രകാരമുള്ള പെരുമാറ്റത്തിന്റെ പിന്നിൽ വസ്തുനിഷ്ഠമായി നടത്തപ്പെടുന്ന പരിശീലനത്തിന്റെ പശ്ചാത്തലമുണ്ടെന്നു നമ്മൾ മനസ്സിലാക്കണം. ലണ്ടനിൽ കണ്ടത് സൗഹൃദപൊലീസ് ആണെങ്കിൽ കേരളത്തിൽ അത് സംജാതമാകുന്നതിനു പ്രാരംഭമായി വേണ്ടത് അതിലേക്ക് പൊലീസുകാരെ പരിശീലിപ്പിക്കുകയും സജ്ജരാക്കുകയും ചെയ്യുക എന്നുള്ളതാണ്.

ഇപ്പോൾ അതിലേക്ക് ആരംഭിച്ചിട്ടുള്ളത് അനതി വിദൂരഭാവിയിൽ പൊലീസിന്റെ പെരുമാറ്റം നമ്മുടെ നാടിന് യശ്ശസും പ്രസിദ്ധിയും നേടിത്തരുമെന്ന് ഞാൻ വിശ്വസിക്കുന്നു. വേണമെന്ന് തീരുമാനിച്ചാൽ നേടാത്തത് ഒന്നുമില്ല. ജനസൗഹൃദ പൊലീസ് വേണമെന്ന് നാം ഹൃദയപൂർവ്വം തീരുമാനിച്ചാൽ മതി.

ഏത് ഉദ്യോഗത്തിൽ ഇരിക്കുന്നവരേയും ഭരിക്കപ്പെടേണ്ട ഒരു ആപ്തവാക്യം ഞാൻ പഠിച്ചിട്ടുള്ളത് ഇതാണ് "It is nice to be important but it is more important to be nice." "പ്രധാനിയാവുക എന്നത്, വളരെ നല്ല ഒരു കാര്യമാണ്. എന്നാൽ നല്ലതായി പെരുമാറുക എന്നതാണ് അതിലും പ്രധാനമായിട്ടുള്ളത്."

ഞാൻ കണ്ട പൊലീസ്

ഡി ബാബുപോൾ

പണ്ട് തിരുവിതാംകൂറിൽ പൊലീസിനെപ്പറ്റി പറയാറുള്ളത് ഇങ്ങനെയാണ്, ഒരാൾ പൊലീസ്‌സ്റ്റേഷനിൽ ചെന്ന് വലതുകാൽ വച്ചുകയറുമ്പോൾ "എന്താടാ ഇത് നിന്റെ അമ്മായി അപ്പന്റെ വീടാണോടാ?" എന്നാണ് ചോദിക്കുക. രണ്ടാമത്തെ പ്രാവശ്യം ചെല്ലുമ്പോൾ ഇടതുകാൽ വച്ചു കയറും. അപ്പോൾ ചോദിക്കുക; "എന്താടാ, ഇവിടെ മുടിക്കാനാണോ വന്നത്?" മൂന്നാമത്തെ പ്രാവശ്യം ചെല്ലുമ്പോൾ രണ്ടു കാൽ ഒരുമിച്ചു വച്ചു ചാടിക്കയറും. അപ്പോൾ 'ധിക്കാരി' എന്നു പറയും. ഇതാണ് തിരുവിതാംകൂർ പൊലീസിന്റെ സ്വഭാവം. തനിക്ക് മുൻപുള്ള കാലത്തെക്കുറിച്ച് എന്റെ സുഹൃത്ത് കെ വി ഉമ്മൻ (തിരുവിതാംകൂറിലെ ഇൻസ്പെക്ടറായി തുടങ്ങി IPS ലെത്തി എസ് പി ആയി പിരിഞ്ഞ) പറഞ്ഞ തമാശയാണ് ഇത്.

കൊച്ചിയിലെ പൊലീസിനെപ്പറ്റി പറയുമ്പോൾ കള്ളനെ പിടിച്ചാൽ അവനെ ചോദ്യം ചെയ്യുമ്പോൾ "പറയെടാ കുട്ടാ, നീ അങ്ങ് സത്യം പറഞ്ഞേര്. എന്റെ തൊപ്പിതെറിപ്പിക്കാതെടാ കുട്ടാ" എന്നിങ്ങനെയെന്നാണ് തിരുവിതാംകൂറിലെ പൊലീസ് പരിഹസിച്ചിരുന്നത്. അതും ഉമ്മൻ പുരാണം.

സ്കൂൾ പഠനകാലത്ത് പൊലീസിനെ ഞങ്ങൾ കുട്ടികൾ ഭയപ്പെട്ടിരുന്നു. നാട്ടുകാരനായ ഒരു പൊലീസുകാരൻ കൈയിൽ ഒരു തോക്കുമായി പെരുമ്പാവൂരിനടുത്ത് അല്പം കിഴക്കുമാറി കുറുപ്പുംപടി എന്ന കവലയിൽ വന്നിറങ്ങി അവിടത്തെ ചായപ്പീടികയിൽ കയറിയിരിക്കുന്നത് കണ്ടിട്ടുണ്ട്. സ്കൂൾ പിള്ളേരായ ഞങ്ങൾക്ക് അതിന്റെ മുമ്പിൽക്കൂടി പോകുവാൻ പേടിയായിരുന്നു. കാരണം പൊലീസുകണ്ടാൽ പിടിക്കുമെന്നുള്ള ഒരു ധാരണ അന്നുണ്ടായിരുന്നു. പോരെങ്കിൽ നാട്ടുകാരനായ

'നാറാപിള്ള പൊലീസ്' എന്ന പേര് പല പ്രാവശ്യം കേട്ടിട്ടുണ്ട്. അദ്ദേഹം ഇടിയുടെ ആളാണെന്നാണ് നാട്ടിൽ പരന്നിരുന്ന കിഞ്ചന വർത്തമാനം. ഭയം തോന്നിക്കാതിരിക്കുമോ നാട്ടിൻപുറത്തെ പിള്ളേർക്ക്!

മുട്ടിൻ മുകളുവരെയുള്ള നിക്കറും അരപ്പട്ടകെട്ടിയ കാലും കൊമ്പൻ മീശയും കൂമ്പൻതൊപ്പിയും അല്പം തടിയും കുടവയറും കൈയിൽ ഒരു വടിയുംകൂടിയാകുമ്പോൾ ഈ രൂപത്തെ ഭയന്നില്ലെങ്കിലല്ലേ അതിശയപ്പെടാനുള്ളൂ.

സ്കൂൾ പഠനകാലത്ത് പെരുമ്പാവൂർ പൊലീസ്സ്റ്റേഷനിൽ അക്കാലത്ത് മാതുണ്ണിപ്പിള്ള എന്നൊരു ഇൻസ്പെക്ടർ ഉണ്ടായിരുന്നു. അദ്ദേഹം ദിവസവും വൈകുന്നേരമാകുമ്പോൾ ഒരു സൈക്കിളിൽ ഒരു വടിയുമായി റൗണ്ട് ചെയ്യാറുണ്ടായിരുന്നു. ആ കാലത്തെ നടപ്പനുസരിച്ച് കലുങ്കേൽ ഇരിക്കാൻ പാടില്ല. അങ്ങനെയൊക്കെയാണ് അന്നത്തെ ചില പ്രമാണങ്ങൾ. അപ്പോൾ ഇങ്ങേരുടെ കൈയിലിരിക്കുന്ന വടി തെരച്ചിവാൽകൊണ്ടുണ്ടാക്കിയതാണെന്നും സൈക്കിളിലിരുന്നാൽ വീശിയടിക്കുമെന്നുമൊക്കെയുള്ള ഒരുപാട് കഥകൾ ഉണ്ടാക്കിയിരുന്നു. അന്ന് എന്നേക്കാൾ അഞ്ചാറുവയസ്സ് മൂതിർന്ന എന്റെ ഒരു ബന്ധു എന്നോടു പറഞ്ഞു. "ഈ മാതുണ്ണിപ്പിള്ള വലിയ ആളൊക്കെ ആണെന്നു പറയുന്നുണ്ടല്ലോ? അതൊക്കെ ചുമ്മാ! ഐ ജി ചന്ദ്രശേഖരൻ നായർ മൂവാറ്റുപുഴ കടന്നിട്ടുണ്ടെന്നറിഞ്ഞാൽ ഇങ്ങേര് കാൽച്ചട്ടയ്ക്കകത്ത് മൂത്രമൊഴിക്കും. അത്ര വലിയ ധൈര്യശാലിയാ." ഈ കഥയ്ക്ക് ഒരു രണ്ടാംഭാഗം കൂടിയുണ്ട്. എനിക്ക് ഐ എ എസ് കിട്ടി ചന്ദ്രശേഖരൻ നായർ സാറിനെ നേരിൽ കണ്ടപ്പോൾ ഞാൻ ഈ കഥ പറഞ്ഞു. അപ്പോൾ അദ്ദേഹത്തിന്റെ മറുപടി; " മാത്തുണ്ണി മിടുക്കനായിരുന്നു. പക്ഷേ, അല്പം കുസൃതിയുണ്ടായിരുന്നു" എന്നായിരുന്നു. തിരുവിതാംകൂറിലും തിരു-കൊച്ചിയിലും കേരളത്തിലും ഐ ജി ആയിരുന്ന ആ ഗുരുതുല്യൻ പെൻഷനായി എത്രയോ കാലം കഴിഞ്ഞ് തന്റെ പഴയ ഇൻസ്പെക്ടറെ എത്ര കൃത്യമായി ഓർത്തെടുത്തു എന്നത് അന്ന് മാത്രമല്ല ഞാൻ പെൻഷനായിട്ട് പതിനേഴ് കൊല്ലം കഴിഞ്ഞു, ഇന്നും എനിക്ക് ഒരു അത്ഭുതമാണ്.

തിരുവിതാംകൂറിൽ ഇൻസ്പെക്ടറായി, പിന്നീട് ഡി വൈ എസ് പിയായി, ഞാൻ ഇടുക്കിയിൽ കളക്ടറായിരുന്നപ്പോൾ എസ് പിയായിരുന്ന ഉമ്മച്ചനിൽ നിന്നുമാണ് ഞാൻ ധാരാളം പൊലീസ് കഥകൾ കേട്ടിട്ടുള്ളത്. അതിൽ ഒരെണ്ണം മലയാറ്റൂരിന്റെ അനുജൻ സർക്കിൾ ഇൻസ്പെക്ടർ രാമനാഥനെക്കുറിച്ചായിരുന്നു. രാമനാഥൻ ഉമ്മച്ചന്റെ ബാച്ചായിരുന്നു. ട്രെയിനിങ് തീരാറാകുന്നതിന് മുൻപ് അവരെല്ലാവരും കൂടി വളഞ്ഞിരുന്ന് സംസാരിച്ചുകൊണ്ടിരുന്നതിനിടയിൽ രാമനാഥൻ കൂട്ടുകാരോടായി പറഞ്ഞു; "ഞാൻ ഒരു സ്വപ്നം കണ്ടു." ട്രെയിനീസും പരിശീലനം നല്കുന്ന ഉയർന്ന ഉദ്യോഗസ്ഥരും എല്ലാവരും കൂടി വിനോദയാത്ര പോയി. ഒരു ആക്സിഡന്റിൽപ്പെട്ട് ഐ ജി ചന്ദ്രശേഖരൻനായർക്കും രാമനാഥനും ഇടയ്ക്കുള്ളവരെല്ലാവരും മരിച്ചുപോയി. ഇതായിരുന്നു

സ്വപ്നം. അതായത് ചന്ദ്രശേഖരൻനായരുടെ കാലം കഴിഞ്ഞാൽ രാമനാഥനാണ് ഐ ജി. അപ്പോൾ കൂട്ടുകാർ ചോദിച്ചു, അദ്ദേഹംകൂടി മരിച്ചെന്ന് സ്വപ്നം കണ്ടാൽ താങ്കൾക്ക് നാളെത്തന്നെ ഐ ജി ആകാമല്ലോ? രാമനാഥന്റെ മറുപടി : "ഐ ജി ചന്ദ്രശേഖരനായരദ്ദേഹം മരിച്ചെന്ന് സ്വപ്നം കണ്ടാൽ എന്റെ തൊപ്പി പോകും."

ജിന്നയുടെ പൊടിക്കൈകൾ

ഇടുക്കി എന്ന് പറയുമ്പോൾ ഓർത്തുപോവുന്ന ഒരു പൊലീസ് ഇൻസ്പെക്ടർ ഉണ്ട്. ജിന്നാസാഹിബ്. അന്നത്തെ രീതിക്ക് മുട്ടിന് മേലെ അവസാനിക്കുന്ന നിക്കറിട്ടാലും ജിന്ന ജിന്ന തന്നെ.

പൊലീസുമുറയിൽ സല്യൂട്ട് ചെയ്തു കഴിഞ്ഞാലുടനെ "അസ്മാദൃശ്യന്മാർ പ്രതീക്ഷാ നിർഭരനായി കാത്തുനില്ക്കാൻ തുടങ്ങിയിട്ട് സമയം ഏറെയായി സാർ" എന്ന് പറഞ്ഞ് കളക്ടറെ ആദ്യസമാഗമവേളയിൽത്തന്നെ പോക്കറ്റിലാക്കാൻ ശ്രമിക്കുന്നവൻ. ഐ ജിയെ ഘെരാവോ ചെയ്യിച്ചു എന്ന് പറയാറുണ്ട്. ദീർഘകാലം ഇടുക്കിയിൽത്തന്നെ തുടർന്നതിന് അസൂയക്കാർ നല്കിയ വിശദീകരണമാവാം. കഥയനുസരിച്ച് സംഭവം ഇങ്ങനെ. പദ്ധതിപ്രദേശം സന്ദർശിക്കുവാൻ ഐ ജി ഗോപാലൻ വന്നു. പൈലറ്റിന്റെ ചുമതല ജിന്നയ്ക്ക്. ഇടുക്കി സൈറ്റിലേക്ക് പോകുമ്പോൾ ജിന്നയുടെ ജീപ്പ് കേടായി. ഐ ജി മുമ്പോട്ട് പോയി. തൊഴിലാളികൾ ഐ ജിയുടെ കാർ തടഞ്ഞുനിർത്തി. അതിന് അവർക്ക് അവസരം കൊടുക്കുവാൻ ജിന്നയുടെ ജീപ്പ് "സഹകരിച്ചു," ജീപ്പ് കേടായാൽ നോക്കാതെ വയ്യല്ലോ. തൊഴിലാളികൾ ഐ ജിക്ക് ചുറ്റും വലയം തീർത്തപ്പോൾ ജീപ്പ് നേരെയായി. പാഞ്ഞെത്തിയ ജിന്നയുടെ ആക്രോശത്തിൽ ആൾക്കൂട്ടം അലിഞ്ഞില്ലാതായി. ജിന്നയുടെ കൈയിലാണ് ഇടുക്കിയിലെ സമാധാനത്തിന്റെ താക്കോൽ എന്ന് ഐ ജി ഗ്രഹിച്ചു. മറ്റൊരു ജിന്നാക്കഥയിൽ ഡി ഐ ജി അനന്തശങ്കരനാണ് സന്ദർശകൻ. സ്വാമി എറണാകുളത്തിരുന്ന് ദക്ഷിണമേഖല ഭരിക്കയല്ലാതെ ആനക്കാട്ടിലൊന്നും അങ്ങനെ പോകാറില്ല. സ്വാമിക്ക് ആനയെ വലിയപേടിയാണ്. ഒരിക്കൽ വന്നു. രാത്രി ഇടുക്കിയിലെ വാഴത്തോപ്പ് ഇൻസ്പെക്ഷൻ ബംഗ്ലാവിലാണ് താമസം. ഉമ്മച്ചനും ഞാനും സ്വാമിയും കൂടെ ഇരിക്കുമ്പോൾ ജിന്ന മുറിയുടെ മൂലയിൽനിന്നുകൊണ്ട് പതിവ് കഥാപ്രസംഗങ്ങൾ തുടങ്ങി. സ്വാമി ജിന്നയെ പരിഹസിച്ചു: താൻ ബാക്കിയുള്ളവരെ പേടിപ്പിക്കാനാണ് ആനക്കാര്യം പറയുന്നത്, ഇയാൾ ഇവിടെ വലിയ ആനയാണ് പൂനയാണെന്നൊക്കെ പറയുന്നുണ്ടല്ലോ. "ഒരാടിനെപ്പോലും കണ്ടില്ലല്ലോ?" "യേസ് സർ. നോ സർ. ബട്ട് സർ. ഗുഡ്നൈറ്റ് സർ. സർ, സർ, സ." എന്ന് ജിന്ന പറഞ്ഞപ്പോൾ ഡി ഐ ജി ഉറങ്ങാൻ പോയി. പിറ്റേന്ന് രാവിലെ മടങ്ങാനുള്ളതാണ്. ജിന്ന ഉറങ്ങിയില്ല. ആ അദ്ധ്വാനത്തിന് ഫലം ഉണ്ടായി. പിറ്റേന്ന് ഡി ഐ ജി മടങ്ങുമ്പോൾ മീൻമുട്ടി വളവിനപ്പുറത്ത് മൂന്നുണ്ട് ആന! വേഗം വിട്ടോളാൻ ജിന്ന; കുറെക്കൂടെ

വേഗമായാലും കൊള്ളാം എന്ന് സ്വാമി. പാവം ഡി ഐ ജിക്ക് ആനയുടെ കാലിലെ ചങ്ങല കാണാമായിരുന്നില്ല. ഏതോ കൂപ്പിൽനിന്ന് ജിന്നരായ്ക്കുരാമാനം എത്തിച്ചതായിരുന്നു ആനകൾ. നയജ്ഞനും സമർത്ഥനും ആയിരുന്ന ജിന്നയെപ്പറ്റി ഇത്തരം കഥകൾ ഒരുപാടുണ്ട്. ചിലതൊക്കെ ജിന്ന തന്നെ അടിച്ചിറക്കിയതുമാവാം. സ്വയം പരിഹസിക്കാനുള്ള നമ്പൂരിത്തം ജിന്നയ്ക്ക് അന്യമായിരുന്നില്ല.

ആദർശത്തിന് കിട്ടിയ പണി

ഞാൻ തിരുവനന്തപുരം എഞ്ചിനീയറിങ് കോളേജിൽ പഠിക്കുന്ന കാലത്ത് (1959–60) എനിക്ക് ഫ്രാൻസിൽ പോകുവാൻ ഒരു സെലക്ഷൻകിട്ടി. അതിന് പാസ്പോർട്ട് വേണം. പാസ്പോർട്ടിന് അപേക്ഷിച്ചു. അതിന്റെ വെരിഫിക്കേഷനായി ഒരു ഹെഡ്കോൺസ്റ്റബിൾ, കോളേജ് ഹോസ്റ്റലിൽ വന്നു. കാര്യങ്ങൾ ചോദിച്ച് മനസ്സിലാക്കിയ ശേഷം അദ്ദേഹം പോകുന്നില്ല. കാരണം 'പടി' കിട്ടണമല്ലോ!. അതെനിക്ക് മനസ്സിലായി. ഞാൻ അന്ന് യൂണിയൻ നേതാവും പതിനേഴ് വയസ്സിന്റെ ആദർശവും കൊണ്ടുനടക്കുന്ന കാലവുമാണ്. അപ്പോൾ ഞാൻ അദ്ദേഹത്തോട് "ശരി എനിക്കിനി പോകാമല്ലോ" എന്നു പറഞ്ഞു. അപ്പോൾ അദ്ദേഹം അർദ്ധോക്തിയിൽ രൂപയുടെ കാര്യം സൂചിപ്പിച്ചു. ചെറുപ്പത്തിന്റെ ഇളക്കത്തിൽ അപ്പോൾ ഞാൻ പറഞ്ഞു. "കൈക്കൂലി വാങ്ങുന്നതും കൊടുക്കുന്നതും തെറ്റാണെന്നാണ് എന്റെ അഭിപ്രായം. അങ്ങനെ വല്ലതുമാണെങ്കിൽ എന്റെ കൈയിൽനിന്നും ഒന്നും കിട്ടുകയില്ല." ഒരു കാര്യവുമില്ല, എന്റെ കൈയിൽ ഇപ്പോൾ കാശില്ല എന്നു പറഞ്ഞാൽ മതിയായിരുന്നു എന്ന് പിന്നീടെനിക്ക് തോന്നി. അങ്ങനെ പറഞ്ഞതിന് എനിക്ക് പണിയും കിട്ടി.

ദിവസങ്ങൾ കഴിഞ്ഞിട്ടും പാസ്പോർട്ട് വരുന്നില്ല. പോകാൻ സമയമാകുന്നു. അപ്പോൾ നാട്ടിൽ എന്റെ അച്ഛന്റെ സുഹൃത്തായിരുന്ന എം എൽ എ ഡോക്ടർ കെ എം ചാക്കോ അദ്ദേഹത്തെക്കൊണ്ട് അന്വേഷിപ്പിച്ചു. ഇത് എവിടെ ചെന്ന് കിടക്കുന്നെന്ന്. അന്നേരമാണ് മനസ്സിലായത് ഹെഡ്കോൺസ്റ്റബിൾ എഴുതി അയച്ചത് ഇങ്ങനെ; " ഇയാൾക്ക് കുഴപ്പമൊന്നുമില്ല, പക്ഷേ, ഇയാളുടെ ജന്മസ്ഥലം എറണാകുളമാണ്. അവിടെക്കൂടി അന്വേഷിക്കാതെ ഉറപ്പിച്ച് പറയാൻ കഴിയില്ല. " നോക്കണേ, രണ്ടു വർഷമായി ഞാൻ ഹോസ്റ്റലിൽ താമസിക്കുകയാണ്. ഇതുകൂടാതെ അയാൾ മറ്റൊരു പണികൂടി പറ്റിച്ചു. റിപ്പോർട്ട് കിട്ടാൻ എറണാകുളത്ത് അയക്കുന്നതിനു പകരം കോഴിക്കോടിനയച്ചു കളഞ്ഞു. പിന്നെ എം എൽ എ പോയി ഐ ജിയെ കണ്ടതിനുശേഷമാണ് പാസ്പോർട്ട് ശരിയാക്കി കിട്ടിയത്. തുടർന്ന് ഞാൻ ഫ്രാൻസിൽ പോകുകയും ചെയ്തു. ഇതാണെനിക്കുണ്ടായ ആദ്യത്തെ പൊലീസനുഭവം.

കുഷ്ഠരോഗിയുടെ ധർമ്മസങ്കടം

ഐ എ എസ് കിട്ടി സബ്കളക്ടറായി തിരുവനന്തപുരത്ത് എത്തുമ്പോഴാണ് (1967) പൊലീസുമായി ഇടപഴകേണ്ടിവന്നത്. അന്ന് സൈമൺ മാഞ്ഞൂരാനായിരുന്നു തിരുവനന്തപുരം സിറ്റിപൊലീസ് കമ്മീഷണർ. അക്കാലത്ത് ഹൃദയസ്പർശിയായ ഒരനുഭവം എനിക്കുണ്ടായി. ഒരു ദിവസം ഞാൻ ഓഫീസിലുള്ളപ്പോൾ ഓഫീസിനുപുറത്ത് ഒരു ബഹളം. ഡഫേദാറോട് എന്താണെന്ന് അന്വേഷിക്കാൻ പറഞ്ഞു. അയാൾ തിരികെ വന്നു പറഞ്ഞു; ഒരു കുഷ്ഠരോഗിക്ക് സാറിനെ കാണണം. ശിപായി രാമൻനായർ തടഞ്ഞുവച്ചിരിക്കയാണ്. അക്കാലത്ത് കുഷ്ഠരോഗം സാർവ്വത്രികമായിരുന്നു. അവർ ദൂരെ മാറി നില്ക്കുകയേ ഉണ്ടായിരുന്നുള്ളൂ. കുഷ്ഠരോഗികളെ സമൂഹം വെറുത്തിരുന്ന കാലവുമായിരുന്നു. ഇക്കാര്യങ്ങൾ മനസ്സിലുള്ള ഞാൻ രാമൻനായരോട് ആളെ അകത്തു വിടാൻ പറഞ്ഞു. അപ്പോൾ രാമൻനായർ, "സാർ, കുഷ്ഠമാണ്! കുഷ്ഠം." അപ്പോൾ ഞാൻ, "രാമൻനായരേ, കുഷ്ഠം അങ്ങനെ പകരുന്നതല്ല. വരാൻ പറ." എന്നുപറഞ്ഞു. ഇങ്ങനത്തെ മേലുദ്യോഗസ്ഥന്മാരെക്കൊണ്ട് എന്തു ചെയ്യും എന്നുള്ള ഒരു വിഷമം ഉള്ളിലൊതുക്കിയാവണം രാമൻനായർ അയാളെ കടത്തിവിട്ടത്. ഞാൻ അയാളോട് എന്താണ് പ്രശ്നം എന്ന് ചോദിച്ചു. അപ്പോൾ അയാൾ പറഞ്ഞു; "കുഷ്ഠരോഗിയായതുകൊണ്ട് നാട്ടുകാർക്ക് വെറുപ്പ്. വീട്ടിൽ പോയാൽ വീട്ടുകാർക്ക് വേണ്ടാ! അവിടെയും കയറ്റൂല്ലാ. ആശുപത്രിയിൽ ചെന്നാൽ അവിടെ സ്ഥലമില്ലെന്ന് പറയും. അതുകൊണ്ട് യജമാനൻ ഒരു സഹായം ചെയ്യണം. എന്നെ അറസ്റ്റ് ചെയ്ത് നൂറനാട് ആശുപത്രിയിലേക്ക് ഒന്ന് റിമാന്റ് ചെയ്യണം." അയാളോട് പുറത്തിരിക്കാൻ പറഞ്ഞ ശേഷം ഞാൻ വഞ്ചിയൂർ എസ് ഐയെ വിളിച്ചു. അപ്പോൾ ഞാൻ അയാളോട് ഒരർദ്ധസത്യമാണ് പറഞ്ഞത്. ഒരു കുഷ്ഠരോഗി ഇവിടെവന്ന് ബഹളമുണ്ടാക്കുന്നു. അയാളെ അറസ്റ്റ്ചെയ്ത് ആശുപത്രിയിൽ കൊണ്ടുപോകണം. നൂറനാട് ആശുപത്രിയിൽ എത്തിക്കാൻ ഉത്തരവ് കൊടുത്തു.

പിറ്റേദിവസം രാവിലെ ഞാൻ ആഫീസിൽ ചെല്ലുമ്പോൾ ശങ്കരൻ വീണ്ടും തെങ്ങിൽ. അയാൾ അവിടെത്തന്നെ ഇരിക്കുന്നു. ഞാൻ ചോദിച്ചു. "നിങ്ങൾ പോയില്ലേ?" "സാർ, അത് ശരിയായില്ല, ലോക്കപ്പിലിടാൻ അകത്തുള്ള 'പുള്ളികൾ' സമ്മതിച്ചില്ല. പുറത്തിരിക്കാൻ ഏമാന്മാരും സമ്മതിച്ചില്ല. അതുകൊണ്ട് പുറത്തെ മരച്ചോട്ടിലിരിക്കാൻ പറഞ്ഞു. അവിടെ മുഴുവൻ 'നീറാ'യിരുന്നു. അതുകൊണ്ട് ഞാനിവിടെ വന്നിരുന്നു." ഞാൻ എസ് ഐയെ വിളിച്ചു വരുത്തി. ദേഷ്യം വരാറില്ലെങ്കിലും ഞാൻ ദേഷ്യം ഭാവിച്ച് "നിങ്ങളോട് ഒരു കാര്യം എത്ര പ്രാവശ്യം പറയണം" എന്ന് ശബ്ദം ഉയർത്തി ചോദിച്ചു. എസ് ഐ കുഷ്ഠരോഗിയെ വിളിച്ചുകൊണ്ടുപോയി. പിന്നെ രോഗിയെ ഞാൻ കണ്ടിട്ടില്ല. നോക്കണേ! "തടവുപുള്ളികൾ പറയുന്നു ലോക്കപ്പിൽ പറ്റില്ല. സ്റ്റേഷനിലെ പൊലീസുകാർ പറയുന്നു അവിടെ പറ്റില്ല. രാമൻനായർ പറയുന്നു മുറിക്കകത്ത് കയ

റാൻ പറ്റില്ലെന്ന്.'' കുഷ്ഠരോഗിയുടെ ധർമ്മസങ്കടം!

ഞാൻ കുരിശുവരച്ച നിമിഷം

മറ്റൊരു വലിയ സംഭവം രാഷ്ട്രപതി ഗിരിയുടെ ശബരിമലദർശനം ആയിരുന്നു. രാഷ്ട്രപതിയുടെയും മറ്റും സന്ദർശനം ഒരു സാധാരണ ജില്ലയിൽപ്പോലും കളക്ടറുടെ ജോലി കൂട്ടുന്ന കാര്യമാണ്. ഇടുക്കി പോലുള്ള ജില്ലയാണെങ്കിൽ പറയാനുമില്ല. അതും ശബരിമലയിൽ. നേരത്തെ ഞാനും ഉമ്മച്ചനും ശബരിമലയ്ക്കുപോയി. ഞാൻ ആ ഭാഗത്തേക്ക് ആദ്യം പോവുകയായിരുന്നു. ഞങ്ങൾ പമ്പയിൽ എത്തിയപ്പോഴേക്കും കൊല്ലം കളക്ടർ ജോസഫും ഡി എസ് പി കൃഷ്ണൻ നായരും (പില്ക്കാലത്ത് ഡി ജി പി) എത്തിച്ചേർന്നു. നദിയുടെ ഒരു വശം കൊല്ലംജില്ലയും ക്ഷേത്രംഉൾപ്പെടുന്ന മറുഭാഗം ഇടുക്കിജില്ലയും ആണ്. പത്തുമണിക്കു ഞങ്ങൾ മലചവിട്ടാൻ തുടങ്ങി. നടന്നിട്ടും നടന്നിട്ടും തീരാത്ത വഴി. ഉച്ചയോടടുത്ത് സന്നിധാനത്തിൽ എത്തിയപ്പോൾ രാഷ്ട്രപതിയുടെ സന്ദർശനത്തോടു ബന്ധപ്പെട്ട ചില വിശദാംശങ്ങൾ ചർച്ച ചെയ്തു തീരുമാനങ്ങൾ എടുത്തു. അതുകഴിഞ്ഞു ദേവസ്വംബോർഡിന്റെ വക ഊണ്. ജീവിതത്തിൽ മറ്റൊരു ഭക്ഷണം ഇത്ര രുചികരമായി തോന്നിയിട്ടില്ല! അത്രയ്ക്കുണ്ടായിരുന്നു ക്ഷീണവും വിശപ്പും. തെല്ലിട അവിടെ ക്കിടന്ന് ഉറങ്ങി. പിന്നെ മലയിറങ്ങാൻ തുടങ്ങി. രാത്രി പത്തുമണി കഴിഞ്ഞു കോട്ടയത്തു തിരിച്ചെത്തിയപ്പോൾ. മല കയറിയതിന്റെ ഓർമ്മ ശരീരത്തിൽനിന്നു വിട്ടുകിട്ടാൻ മൂന്നുനാലു ദിവസങ്ങൾ പിടിച്ചു.

രാഷ്ട്രപതി വരുന്നതിന്റെ തലേന്നു ഞങ്ങൾ വീണ്ടും പമ്പയിൽ എത്തി. സന്നാഹങ്ങളൊക്കെ പരിശോധിച്ചു. രാഷ്ട്രപതിക്കു മല കയറാൻ ഉണ്ടാക്കിയ കസേരകൾ പ്രത്യേകം നോക്കി. ഒരു കസേരയിൽ ഉമ്മച്ചനും അദ്ദേഹത്തിന്റെ മടിയിൽ ഞാനും ഇരുന്നു. കസേര ചുമക്കാൻ ഏർപ്പാടാക്കിയിരുന്നവർ ഞങ്ങളെ എടുത്തുപൊക്കി. ഒരു ചെറിയ കയറ്റം അങ്ങനെ ത്രിശങ്കുസ്വർഗ്ഗത്തിൽ കയറിയിറങ്ങി. മലകയറുമ്പോഴും ഇറങ്ങുമ്പോഴും കസേര ചെരിയാതെ പിടിക്കാൻ ചുമട്ടുകാർക്കു പരിചയമുണ്ടോ എന്ന് പരീക്ഷിക്കാനാണ് ഈ പണി ചെയ്തത്.

കേരളത്തിൽ തലവെട്ടിവേദത്തിന്റെ ഗളഹസ്തകർമ്മം നിർവ്വഹിച്ച ജയറാം പടിക്കൽ കർക്കശക്കാരനായ ഒരു പൊലീസ് ഉദ്യോഗസ്ഥനാണെന്നു പരക്കെ അറിവുണ്ട്. എന്നാൽ നല്ലൊരു സുഹൃത്തും സംഭാഷണചതുരനുമാണ് അദ്ദേഹം എന്ന് ഏറെപ്പേർക്ക് അറിയാമെന്നു തോന്നുന്നില്ല. ഞങ്ങളുടെ പരിചയത്തിൽ 1966 മുതൽ ഉള്ള ചരിത്രം ഉണ്ട്. അന്നു ജയറാം കൊല്ലത്ത് ഡി എസ് പി ആയിരുന്നു. ഞാൻ അവിടെ അസിസ്റ്റന്റ് കളക്ടറും. ആ രാത്രി ഞങ്ങൾ വളരെനേരം സംസാരിച്ചുകൊണ്ട് ഇരുന്നു.

അന്നു രാത്രി ഞാൻ മൂഴിയാറ്റിൽ ആണ് താമസിച്ചത്. അവിടെ ഇലക്ട്രിസിറ്റി ബോർഡിന് ഒരു ഗസ്റ്റ്ഹൗസ് ഉണ്ട്. ഞാനും ജയറാം

പടിക്കലും കൂടെയാണു പോയത്. സന്ധ്യ കഴിഞ്ഞു. ആന ഇറങ്ങുന്ന വഴി. ചന്നംപിന്നം പെയ്യുന്ന മഴ, മൂഴിയാർ അടുക്കാറായി. മഴയും മഞ്ഞും നെയ്ത മാറാലയിലൂടെ കോളനിയിലെ വിളക്കുകൾ കാണാൻ തുടങ്ങി. പെട്ടെന്നാണു കണ്ടത്. ഒരു പുള്ളിപ്പുലി റോഡു മുറിച്ചു കടക്കവെയാണ് കണ്ടത്. റോഡിന്റെ വലതുഭാഗത്തുനിന്ന് ചാടി ഒരു നിമിഷം കാറിന്റെ ലൈറ്റുകളിലേക്കു തുറിച്ചുനോക്കി, അപ്പുറത്തുമറഞ്ഞു. ആ നിമിഷം ജയറാം പിസ്റ്റളിൽ പിടി ഉറപ്പിച്ചു. ഞാൻ കുരിശുവരച്ചു. ചത്താലും പുലി തിന്നു ചാകണമോ? തന്നെയുമല്ല, എനിക്കു മരിക്കാൻ വലിയ താല്പര്യം തോന്നുന്നുമില്ല. ജീവിക്കുന്നതിന്റെ രസംകൊണ്ടു മറ്റുമല്ല; വേറെ മൂന്നു കാര്യങ്ങൾ കൊണ്ട്. ഒന്ന്, എന്റെ അപ്പനും അമ്മയും ജീവിച്ചിരിക്കുന്നു. ഒരു വ്യാഴവട്ടക്കാലം വന്ധ്യമായിരുന്ന അവരുടെ ദാമ്പത്യത്തിന്റെ ആദ്യ ഫലമാണ് ഞാൻ. അവരുടെ ആയുഷ്കാലത്ത് ഞാൻ മരിക്കാതിരിക്കുന്നതാണ് ഭംഗി. രണ്ട്, എന്റെ ശ്വശുരൻ കുറെ ദുഃഖമനുഭവിച്ചുകഴിഞ്ഞ ആളാണ്. നാലു സന്താനങ്ങളിൽ ഇപ്പോൾ എന്റെ ഭാര്യ മാത്രമേ ജീവിച്ചിരിപ്പുള്ളൂ. എനിക്കൊരു ജലദോഷം വന്നാൽ മൂപ്പർക്ക് ഉറക്കമില്ല. അതുകൊണ്ട് എന്റെ ഭാര്യയുടെ മാതാപിതാക്കൾ ജീവിച്ചിരിക്കുമ്പോൾ അവളൊരു വിധവയാകുന്നത് ചേലുള്ള കാര്യമല്ല. മൂന്ന്, എനിക്ക് ഭാര്യ ഒന്നേ ഉള്ളെങ്കിലും കുട്ടികൾ രണ്ടാണ്. അവർ ഒന്ന് പറക്കമുറ്റിക്കണ്ടാൽ കൊള്ളാമെന്ന് എനിക്ക് മോഹമുണ്ട്. ഏതായാലും സംഗതിയുടെ ഗൗരവം പുള്ളിക്കാരനും അംഗീകരിച്ചതുകൊണ്ട് ഇന്ന് ഇത് എഴുതാൻ കഴിയുന്നു. (ഇടയ്ക്കൊന്നു പറഞ്ഞോട്ടെ ഈ "പുള്ളിക്കാരൻ" ശരിയായ "പുള്ളിക്കാരൻ" തന്നെയാണ്. എന്നാൽ മദ്ധ്യതിരുവിതാംകൂറിലെ നസ്രാണികൾ പുള്ളിയില്ലാത്ത മനുഷ്യരെയും പുള്ളിക്കാരൻ എന്നു വിളിക്കും. പുള്ളിക്കാരൻ പുറത്തിറങ്ങിയപ്പോൾ മറ്റേ പുള്ളിക്കാരൻവന്ന് പുള്ളിക്കാരത്തിയേയുംകൊണ്ട് അങ്ങ് പോയേച്ചു എന്ന് അവരിലൊരാൾ പറഞ്ഞാൽ പറയുന്നതു രാമായണകഥയാണെന്നു ശ്രോതാക്കൾ ഗ്രഹിച്ചുകൊള്ളണം. ഇവിടെ ആദ്യത്തെ പുള്ളിക്കാരൻ ശ്രീരാമനും മറ്റേപുള്ളിക്കാരൻ രാവണനും പുള്ളിക്കാരത്തി സീതയും ആകുന്നു.)

എസ് പി ബാലഗംഗാധരമേനോന്റെ വിധി

പാലക്കാട് കളക്ടറായിരിക്കുമ്പോൾ (1970–71) ബാലഗംഗാധരമേനോനായിരുന്നു എസ് പി. ബാലേട്ടൻ ആദ്യം എസ് പി ആവുമ്പോൾ ഞാൻ വിദ്യാർത്ഥിയാണ്. പതിനൊന്നാം ക്ലാസിൽ. മേനോന് ഒരിക്കലും ഐ പി എസ് കിട്ടിയില്ല. കൊച്ചിയിൽ ഇൻസ്പെക്ടർ ആയി തുടങ്ങി. 1957 ബാച്ചിലെ ഐ പി എസ് പട വിനയായി എന്ന് ബാലേട്ടൻ പറയുമായിരുന്നു. എന്നാൽ, കളക്ടറായ എന്നെ നിയമം അനുശാസിക്കുന്ന വിധത്തിൽ മാനിച്ചു അദ്ദേഹം. ഐ എ എസ് എഴുതി തോറ്റിട്ട് ഐ പി എസ് സ്വീകരിക്കാൻ നിർബ്ബന്ധിതരാവുന്നവരുടെ അപകർഷതാബോധം അദ്ദേഹത്തിന് വേണ്ടല്ലോ. യൂണിഫോമിട്ട പൊലീസുകാരന് അഭിവാദനം

ചെയ്യാനുള്ള രീതിയാണ് സല്യൂട്ട്. അത് ആരുടെയും അഭിമാന പ്രശ്നം ആവേണ്ടതില്ല. സെക്രട്ടേറിയറ്റിൽ സല്യൂട്ട് ഭയന്ന് പിൻവാതിൽ വഴി കയറിയിരുന്ന ചീഫ് സെക്രട്ടറിയും ആയിരുന്നു ഞാൻ. എന്നാൽ, അത് എന്തോ വലിയ അഭിമാനപ്രശ്നം ആണ് എന്ന മട്ടിലാണ് പലരുടെയും പെരുമാറ്റം. വെള്ള ഈച്ചരൻ മന്ത്രി ആയിരുന്നപ്പോൾ രാത്രി സലാം കിട്ടാതിരുന്നതിന് പിണങ്ങി ഒരിക്കൽ: "ഈ തോക്കുപൊക്കി സലാം ആ കരുണാകരന് മാത്രമേ ഉള്ളോ?" കാര്യം വിശദീകരിച്ചപ്പോൾ ക്ഷമിക്കാനുള്ള മഹാമനസ്കതയും ഈച്ചരൻ കാട്ടി. കൊടുക്കുന്നവരും കിട്ടുന്നവരും സന്തുലിത വീക്ഷണം ഉള്ളവരും അപകർഷതാബോധം ഇല്ലാത്തവരും ആയാൽ സല്യൂട്ട് യൂണിഫോമിട്ട കൂപ്പുകൈ മാത്രം ആണ്, വിധേയത്വ പ്രഖ്യാപനം ഒന്നും അല്ല എന്ന് തിരിച്ചറിയാം. ബാലേട്ടന് അത് അറിയാമായിരുന്നു.

ഇവിടെയും ഒരു പാലക്കാടൻ അനുഭവമുണ്ട്. ചിറ്റൂരിനടുത്ത് കർമ്മകാണ്ഡം ഗോപാലൻ നായർ എന്നൊരാൾ ജീവിച്ചിരുന്നു. കർമ്മകാണ്ഡം എന്നു പറയുന്നത് നാഡീജ്യോതിഷം പോലെ ഓലവായിക്കുന്ന പരിപാടിയാണ്. പാലക്കാട് ജില്ലയുടെ ആദ്യത്തെ കളക്ടർ ആയിരുന്ന കെ സി ശങ്കരനാരായണൻ പറഞ്ഞ അനുഭവസാക്ഷ്യമാണ് ഗോപാലൻനായരെ കാണാൻ എന്നെ പ്രേരിപ്പിച്ചത്. അദ്ദേഹം ചിറ്റൂർ ടി ബിയിൽ വന്നു. നേരത്തെ നാളും മറ്റും പറഞ്ഞിരുന്നതിനാൽ എന്റെ പേരിലുള്ള ഓലകളുമായിട്ടാണ് വന്നത്. അഞ്ച് ജ്യോതിഷികൾ നടത്തുന്ന ഒരു ചർച്ചയും ഒടുവിൽ എത്തിച്ചേരുന്ന സമവായവും ആണ് ഓലയിൽ. ഏത് സമയത്താണ് നാം ഇത് വായിക്കുക എന്നു വരെ ഓലയിലുണ്ട്. എന്റെ അനിയൻ ആയിടെ ഒരു കാർ വാങ്ങിയിരുന്നു. അവന്റെ ആദ്യത്തെ കാർ. അതിന്റെ ഉത്സാഹത്തിൽ കാറിന്റെ നിറം മാത്രമല്ല എഞ്ചിൻനമ്പർ വരെ എഴുതിയ കത്ത് തലേന്നാണ് എനിക്ക് കിട്ടിയത്. ഹിമവൽപ്രാന്തേ ഗംഗാതീരേ എന്നൊക്കെ പറഞ്ഞതും ഐ എ എസോ പട്ടാളമോ ആവണം എന്നു വായിച്ചതും തട്ടിപ്പാണെന്ന് വാദിച്ചാലും കഴിഞ്ഞ രണ്ടാഴ്ചക്കാലത്ത് കറുത്ത നിറത്തിലുള്ള ഒരു രഥം സ്വന്തമാക്കി എന്ന് വായനയ്ക്ക് യുക്തികൊണ്ട് വിശദീകരണം കാണുക വയ്യ. ഭാര്യ ഗർഭിണിയാണ് എന്ന് പറഞ്ഞത് പൊലീസ് സ്പോർട്സിന് സമ്മാനം കൊടുക്കുന്ന പടം പത്രത്തിൽ വന്നത് കണ്ടിട്ടാവാം എന്ന് യുക്തിവാദിയായ ഡെപ്യൂട്ടി കളക്ടർ ശിവശങ്കരൻനായർ പറഞ്ഞു. പക്ഷേ, ഈ കാർവിവരം വായിച്ചതിന് വിശദീകരണം ഉണ്ടായില്ല. ഞാൻ ആണ്ടു തികയ്ക്കാതെ പോവും. ഒരു വെളുത്ത പദാർത്ഥം ഉണ്ടാക്കുന്ന ഫാക്ടറിയുമായി ബന്ധപ്പെട്ടാവും പോവുക, അവിടെ ഹ്രസ്വകാലമേ തുടരൂ. ഇതേ ജോലിയിൽ തിരിച്ചെത്തി കോട്ടയത്ത് ദീർഘകാലം ഇരിക്കും, പിന്നെ കറുത്ത മണലിൽനിന്ന് വെളുത്ത പൊടി ഉണ്ടാക്കുന്ന സ്ഥാപനത്തിന്റെ അദ്ധ്യക്ഷനാവും എന്നൊക്കെ പറഞ്ഞു കർമ്മകാണ്ഡം. ഇതൊക്കെ ശരിയായി. വെള്ളൂർ ന്യൂസ്പ്രിന്റ് ഫാക്ടറി സ്പെഷ്യൽ ഓഫീസറായി പോയി. നാലു മാസം

കഴിഞ്ഞ് മാറി. ഇടുക്കിയുടെ കളക്ടറായപ്പോൾ ആസ്ഥാനം കോട്ടയം, അവിടെനിന്ന് പോയത് ടൈറ്റാനിയത്തിലേക്ക്.

ഇതൊക്കെ പിന്നെ നടന്ന കാര്യങ്ങൾ. ബാലേട്ടന് ഗോപാലൻ നായരെ കാണണം. ആളറിയാതെ വേണം. ഞാൻ കണ്ടപ്പോൾ ആവശ്യം ഉന്നയിച്ചു. നാളും നക്ഷത്രവും ഒക്കെ പറഞ്ഞു, "സുഹൃത്തെന്നല്ലേ പറഞ്ഞത്? വീട്ടിൽ വരാൻ പറയുമോ? കളക്ടറായതുകൊണ്ട് ഞാൻ ഇങ്ങോട്ട് വന്നതാണ്. തീരെ വയ്യ" എന്ന് കർമ്മകാണ്ഡം. അങ്ങനെ ഒരു അവധിദിവസം എന്റെ കാറിൽ ഞങ്ങൾ ഗോപാലൻനായരുടെ വീട്ടിൽ എത്തി. ബാലേട്ടൻ മഫ്തിയിൽ. കളഭവും കുറിയും ഒക്കെ ഇട്ടിട്ടുണ്ട്. കഴുത്തിൽ പഴയകാലത്ത് പലരും ചെയ്തിരുന്നതുപോലെ ഒരു കൈലേസ് ശരീരത്തിനും ഷർട്ടിന്റെ കോളറിനും ഇടയ്ക്ക് നിക്ഷേപിച്ചിട്ടുമുണ്ട്. എന്നെ പ്രതീക്ഷിച്ചില്ല. എങ്കിലും ഞാൻ ചെന്നത് സന്തോഷമായി. വായന തുടങ്ങി. 'ദണ്ഡനീതിയാണെങ്കിലും ന്യായാധിപനല്ല,' ജാതിയിൽ നായരാണ് ഭാര്യ രാധ ("സുഹൃത്ത്, ബന്ധു അല്ലല്ലോ" എന്ന് എന്നോട് ചോദിച്ചു!), 'പുരാധിപത്യവാനാണ്.' പുരാധിപത്യവാൻ എന്നു പറഞ്ഞാൽ ഒന്നിലധികം താലൂക്കുകളിൽ അധികാരം ഉള്ളവൻ. "ഡി വൈ എസ് പിയോ മറ്റോ ആവോ" എന്ന് ഗോപാലൻ നായർ വിനയപൂർവ്വം എന്നോട് ചോദിച്ചു. ഇത്രയും ആയപ്പോൾ ഞാൻ പറഞ്ഞു: "ഗോപാലൻ നായരെ, ഇനി മറയ്ക്കുന്നില്ല. ഇത് ബാലഗംഗാധര മേനോൻ. പാലക്കാട് ഡി എസ് പി" ആ വൃദ്ധൻ സ്തബ്ധനായി. വട്ടക്കണ്ണാടി മൂക്കിൽനിന്ന് മാറ്റി മേശയിൽ പ്രതിഷ്ഠിച്ചു. എഴുന്നേറ്റ് താണുതൊഴുതു. "മനസ്സിലാക്കിയില്ല. കളക്ടർ പരീക്ഷിച്ചതാണ്. ക്ഷമിക്കണം." ബാലേട്ടന് അറിയേണ്ടിയിരുന്നത് ഡി ഐ ജി ആകുമോ എന്നു മാത്രമായിരുന്നു. വായന കഴിഞ്ഞപ്പോൾ കർമ്മകാണ്ഡം പറഞ്ഞു. "ഒരു കയറ്റം കിട്ടും. അതിനപ്പുറത്തേക്ക് നോക്കാനില്ല." ബാലേട്ടന് സന്തോഷമായി. മടങ്ങുമ്പോൾ എന്നോട് പറഞ്ഞു. "അപ്രത്തേക്കില്ലാ, എന്ത് നോക്കാനാ? ഐ ജി ആവേ? ഇല്ലല്ലോ, 1957 ബാച്ച് കിടക്കയല്ലേ അരഡസൻ ചെറുപ്പക്കാർ." ബാലേട്ടൻ ഹൈക്കോടതി സെക്യൂരിറ്റി ഓഫീസറായിരിക്കുമ്പോൾ പ്രമോഷൻ കിട്ടി. അപ്പോഴേക്കും കരുണാകരൻ ആഭ്യന്തരമന്ത്രിയായി. ആശ്രിതവത്സലന് ഡി ഐ ജിയായി പ്രമോഷൻ കിട്ടി. ഓർഡർകിട്ടിയ സമയം കാറും കൊടിയും സ്വന്തമായി കിട്ടാൻ കാലതാമസമുള്ളതുകൊണ്ട് അന്നത്തെ ഡി ഐ ജിയെ ചെന്നു കണ്ട് അദ്ദേഹത്തിന്റെ കൊടിവച്ചകാറ് കടം വാങ്ങിച്ച് അമ്പലത്തിൽ പോയി തൊഴുത് മടങ്ങിവന്നു. ചാർജ്ജെടുത്തു. അന്നുരാത്രിതന്നെ അദ്ദേഹം മരിച്ചു. ആ വാർത്തകേട്ടപ്പോൾ ഞാൻ ഗോപാലൻ നായരെ ഓർത്തുപോയി. "ഒരു പ്രമോഷൻ കിട്ടി. അതിനപ്പുറത്തേക്ക് ഒന്നും നോക്കാനുമുണ്ടായതുമില്ല." ഇതിനെ വിധി എന്നല്ലാതെ എന്തുപറയാൻ!

അന്നൊക്കെ എസ് പിയുടെ കോൺഫിഡൻഷ്യൽ റിപ്പോർട്ട് കളക്ടർ എഴുതും. അത് ഒരു സംരക്ഷണ കവചം ആണ് എന്ന് ബാലേട്ടൻ

പറയുമായിരുന്നു. കളക്ടറും ഡി ഐ ജിയും ഒരേ അഭിപ്രായം എഴുതണമെന്നില്ല. എന്നാൽ, ഒരാൾക്ക് മുൻവിധി ഉണ്ടായാലും മറ്റേയാളുടെ അഭിപ്രായം ന്യായമായിരിക്കുമല്ലോ.

കളക്ടർമാർ മോശമായി എഴുതുക തീർത്തും അസാധാരണം ആയിരിക്കും. ഡി ഐ ജിമാർ എഴുതുമ്പോൾ കുത്തും മുനയും ഒക്കെ ഉണ്ടാവുക അസാധാരണമാവില്ലതാനും. എനിക്ക് നാല് എസ് പിമാർ ഉണ്ടായി. രണ്ട് ജില്ലകളിലായി അഞ്ചുകൊല്ലം ഇരുന്നതിനാൽ ആവാം. എന്റെ എസ് പിമാരെല്ലാം എന്റെ സുഹൃത്തുക്കളായിരുന്നു. അവരിൽ ഒരാൾ മാത്രം ആണ് ഇന്ന് ജീവിച്ചിരിക്കുന്നത്. അദ്ദേഹം ഡി ജി പി റാങ്കിൽ പെൻഷനായി സ്വദേശത്തേക്ക് മടങ്ങിയെങ്കിലും വല്ലപ്പോഴുമൊക്കെ ഫോണിൽ വിളിക്കാറുണ്ട്.

ശിങ്കാരവേലുവും എം ഗോപാലനും ആയിരുന്നു ഐ ജിമാർ അവർ എനിക്ക് നല്കിയ വാത്സല്യവും സാരോപദേശങ്ങളും ഇപ്പോഴും മനസ്സിലുണ്ട്.

ഇന്നത്തെ പൊലീസിനെക്കുറിച്ച് എനിക്ക് വലിയ അറിവില്ല. ഞാൻ കിളവനായി. എങ്കിലും പുറത്തുനിന്ന് കാണുമ്പോൾ രണ്ട് കാര്യങ്ങൾ ശ്രദ്ധിക്കാതെ വയ്യ. ഒന്ന്, പൊലീസിന്റെ കാര്യക്ഷമത സാങ്കേതികവിദ്യയ്ക്കൊപ്പം വളർന്നിരിക്കുന്നു. പണ്ടും ക്ലേശമൊന്നുമായിരുന്നില്ല എന്നതിന് *മാതൃഭൂമി* ടി വിയിലെ എക്സ് ഫയൽ സാക്ഷി. രണ്ട്, വർത്തമാന കാലത്തിന്റെ മാനസികപ്രശ്നങ്ങൾ യൂണിഫോം കൊണ്ട് തടുക്കാവുന്നവയല്ല എന്നതിനാൽ മദ്ധ്യശ്രേണിയിൽ പ്രശ്നങ്ങൾ ഉണ്ടാകുന്നു. വരാപ്പുഴ മരണത്തിനും മറ്റും പിന്നിൽ പൊലീസുകാരുടെ മാനസികസംഘർഷങ്ങൾക്കും പങ്കുണ്ട് എന്നാണ് എന്റെ നിരീക്ഷണം. Anger is the outburst of frustration എന്നാണല്ലോ നിർവ്വചനം പൊതുവായ രണ്ട് സംഗതികൾ പറഞ്ഞെന്നേയുള്ളൂ. നമ്മുടെ പൊലീസ് ഇന്നും നമ്മുടെ അഭിമാനമാണ്. അവർ ഉണർന്നിരിക്കുന്നതുകൊണ്ട് ഞാൻ സമാധാനത്തോടെ ഉറങ്ങുന്നു.

കാഷായ വസ്ത്രവും കാക്കിക്കുപ്പായവും

എം മുകുന്ദൻ

കുട്ടിക്കാലം പേടിയുടെ കാലമായിരുന്നു. പ്രേതങ്ങളും പിശാചുക്കളും മാത്രമല്ല മനുഷ്യരും പേടിപ്പിച്ചിരുന്നു. ആ നാളുകളിൽ എന്നെ ഏറ്റവും കൂടുതൽ ഭയപ്പെടുത്തിയത് കാഷായവസ്ത്രധാരികളും കാക്കിക്കുപ്പായക്കാരുമായിരുന്നു.

ഇപ്പോഴും ഇവനെ ആരെങ്കിലും സദാ പേടിപ്പിക്കുന്നുണ്ടാകും. ചിലപ്പോൾ അത് അടുത്ത സുഹൃത്തുക്കളാണെന്നു വരാം. ശത്രുക്കളാകാനിടയില്ല, കാരണം ശത്രുക്കളില്ലാത്ത ഒരാളാണ് ഇവനെന്നാണ് എന്റെ വിശ്വാസം. അസൂയക്കാരും കുശുമ്പുകാരുമുണ്ട്. തീർച്ച, പക്ഷേ, ശത്രുക്കളില്ല. ഇപ്പോൾ ഈയുള്ളവനെ പേടിപ്പിക്കുന്നത് കാഷായവസ്ത്രധാരികളാണ്.

കുട്ടിക്കാലം ഞാനവരെ പേടിച്ചു. യൗവനകാലം ആരാധിച്ചു. ഇപ്പോൾ വാർദ്ധക്യകാലമാണ്.... ഇപ്പോഴോ?

ആദ്യം കുട്ടിക്കാലത്തെക്കുറിച്ച് പറയാം. എന്റെ അയലത്തെ വീട്ടമ്മ കുഞ്ഞ് മുലകുടിക്കുവാൻ വേണ്ടി ശാഠ്യം പിടിച്ച് നിർത്താതെ കരയുമ്പോൾ പറയും: "ന്റെ മോൻ കരയണ്ട, ദാ സ്വാമി വര്ണു. സ്വാമി കരേണ കുട്ട്യേളെ പിടിച്ചോണ്ടു പോകും."

അത് കേൾക്കുമ്പോൾ സ്വിച്ച് ഓഫാക്കിയപോലെ കുഞ്ഞ് കരച്ചിൽ നിർത്തും. കുഞ്ഞുങ്ങൾക്ക് കാഷായവസ്ത്രക്കാരെ അത്രയധികം പേടിയായിരുന്നു.

എനിക്കും.

സ്കൂളിൽ പോകുമ്പോൾ വഴിയിലെവിടെയെങ്കിലും ഒരു കാഷായവസ്ത്രക്കാരനെ കണ്ടാൽ ഭയംകൊണ്ട് എന്റെ കാൽമുട്ടുകൾ കിടുകിടാ വിറയ്ക്കും.

കുട്ടിക്കാലവും കൗമാരകാലവും കഴിഞ്ഞ് യുവാവായപ്പോൾ ആ പേടിമാറി. മാത്രമല്ല കാഷായവസ്ത്രധാരികളെ കുറേശ്ശെയായി ഇഷ്ട പ്പെടുവാനും ആദരിക്കുവാനും തുടങ്ങി. കാവിയുടുപ്പുകാരെ കാണു മ്പോൾ എന്റെ മനസ്സ് തണുക്കും. കാറ്റുപോലെ എന്തോ ഒന്ന് ദേഹത്തു വന്നുതട്ടുന്നത് അറിഞ്ഞു. ഇനിയൊരു ജന്മമുണ്ടെങ്കിൽ ആൾദൈവമാ കുവാൻ ആഗ്രഹമില്ലെങ്കിലും സന്ന്യാസിയാകുന്നതിൽ എനിക്ക് വിരോ ധമില്ലായിരുന്നു. *ഹരിദ്വാറിൽ മണികൾ മുഴങ്ങുന്നു* എഴുതിയ കാലമാ യിരുന്നു അത്. എല്ലാം ഉപേക്ഷിച്ച് ഭിക്ഷാടനം ചെയ്ത് ജീവിക്കുന്നത് ഞാൻ സ്വപ്നം കണ്ടു.

അങ്ങനെയുമൊരു കാലം, ഭിക്ഷാടനം സ്വപ്നം കണ്ടുനടന്നകാലം...

കുറേക്കാലം ആ സ്വപ്നം കൂടെ കൊണ്ടുനടന്നു. അങ്ങനെയിരി ക്കവെ ബാബറി മസ്ജിദ് തകർന്നുവീണു. അതോടെ ആ സ്വപ്നവും തകർന്നു. പിന്നീട് സന്ന്യാസികളെ ഞാൻ വെറുത്തു. ഏറ്റവും ക്രൂര മായ മനുഷ്യരാണ് കാഷായവസ്ത്രധാരികളെന്ന് മനസ്സിലായി. അപ്പോ ഴേക്ക് ഇവൻ യൗവനം നഷ്ടപ്പെട്ട് മദ്ധ്യവയസ്കനായിരുന്നു.

അതൊക്കെ മനസ്സിലാക്കുവാൻ ഒരു ബുദ്ധിജീവിയോ എഴുത്തുകാ രനോ ഒന്നും ആകേണ്ട ആവശ്യമില്ല. ഒരു കുഞ്ഞിനുപോലും അറിയാ വുന്ന കാര്യമാണത്. നമ്മൾ മുതിർന്നവർ സന്ന്യാസിമാരുടെ യഥാർത്ഥ മുഖം കാണുന്നതിന് മുമ്പ് കുഞ്ഞുങ്ങൾ അത് കണ്ടിരുന്നു. അതുകൊ ണ്ടാണ് അവർ സന്ന്യാസിമാരെ പേടിച്ചത്. "അതാ സ്വാമി വരുന്നു." എന്ന് അമ്മ പറയുമ്പോൾ സഡൻ ബ്രെയിക്കിട്ടതുപോലെ കരച്ചിൽ നിർത്തുന്നത്.

മറ്റുചിലരെക്കൂടി ഞാൻ പേടിച്ചിരുന്നു. അവർ പൊലീസുകാരായി രുന്നു. ഞാൻ മാത്രമല്ല എല്ലാ കുട്ടികളും അവരെ കണ്ടാൽ പേടിച്ചുവിറ യ്ക്കുമായിരുന്നു. പൊലീസുകാർ ഭീകരജീവികളാണെന്നാണ് ഞങ്ങൾ കുട്ടികൾ മനസ്സിലാക്കിയിരുന്നത്.

അമ്പതുകളിലും മറ്റും കുട്ടികൾ മാത്രമല്ല മുതിർന്നവരും പൊലീ സുകാരെ പേടിച്ചിരുന്നു. പ്രത്യേകിച്ച് എം എസ് പിക്കാരെ!. അവരുടെ, കൈയിൽപ്പെട്ടാൽ ജീവനോടെ അവിടെനിന്നു പുറത്തുവരില്ല. ഉത്തര കേരളത്തിലെ കമ്യൂണിസ്റ്റ് ഗ്രാമങ്ങളിൽ അവർ നടത്തിയ പൈശാചിക മായ വിളയാട്ടങ്ങൾ ഇന്നും ആ നാടിന്റെ മായാത്ത ഓർമ്മകളാണ്.

മയ്യഴിയിലെ പഴയ ഫ്രഞ്ചു പൊലീസുകാരും കണ്ണിൽച്ചോരയില്ലാ ത്തവരായിരുന്നു. ഇടയ്ക്കൊക്കെ കാല്പനികരാവുകയും പെണ്ണുങ്ങളെ മണത്ത് നടക്കുകയും ചെയ്യുമെങ്കിലും അവർ നാട്ടുകാരുടെ എല്ല് ഇടിച്ചു പൊട്ടിക്കുന്നത് ഒരു പതിവായിരുന്നു. ആ പൊലീസുകാരെയും ഞാൻ ഭയപ്പെട്ടിരുന്നു.

അതേ, ഭയത്തിന്റെ നാളുകളായിരുന്നു ഇവന് കുട്ടിക്കാലം.

അതിന് ശേഷം കാലം കുറെ കടന്നുപോയി.

ഒരിക്കൽ ഡൽഹിയിലെ സൗത്ത് എക്സ്റ്റൻഷനിലെ തിരക്കിൽ

ഞാൻ അറിയാതെ തെറ്റായ സ്ഥലത്ത് കാർ പാർക്കുചെയ്തു. കാറിൽ നിന്നിറങ്ങി നടക്കുമ്പോഴാണ് ഒരു പൊലീസുകാരൻ നടന്നുവരുന്നതു കണ്ടത്. എന്റെ കാൽമുട്ടുകൾ വിറച്ചു. തെറ്റായി പാർക്ക് ചെയ്താൽ ആയിരം ഉറുപ്പികയാണ് പിഴ. അത്രയും പൈസ കൈയിലില്ലെങ്കിൽ ഡ്രൈവിങ് ലൈസൻസ് കണ്ടുകെട്ടും. പിന്നീട് കോടതിയിൽ പോയി പിഴയടച്ച് ലൈസൻസ് വാങ്ങണം. ആർക്കുണ്ടതിന് സമയം?

അങ്ങനെ ഞാൻ പരിഭ്രമിച്ചുനില്ക്കുമ്പോൾ, പൊലീസുകാരൻ വന്ന് എന്റെ കൈപിടിച്ചു കുലുക്കി: *മയ്യഴിപ്പുഴയുടെ തീരങ്ങളും, ഡൽഹിയും, ഹരിദ്വാറിൽ മണികൾ മുഴങ്ങുന്നതും* എല്ലാം വായിച്ചിട്ടുണ്ട്.

പൊലീസുകാരൻ എന്നെ ചായ കുടിക്കുവാൻ ക്ഷണിച്ചു. ട്രാഫിക് നിയമം തെറ്റിച്ചതിന് ശിക്ഷ നല്കുന്നതിന് പകരം പൊലീസുകാരൻ എനിക്ക് ചായ വാങ്ങിത്തരുകയാണ് ചെയ്തത്.

അതോടെ കുട്ടിക്കാലം മുതലേ എനിക്ക് പൊലീസുകാരോട് തോന്നിയ പേടിപോയി.

ഈയിടെ സാഹിത്യ അക്കാദമി യുവസാഹിത്യകാരന്മാർക്കുവേണ്ടി നടത്തുന്ന ക്യാമ്പിൽ പങ്കെടുക്കുവാൻ ഞാൻ ആലപ്പുഴയിൽ പോയിരുന്നു. ഒരു പൊലീസുകാരൻ അവിടെ എന്നെ തേടിവന്നു. വലിയ ഭാരമുള്ള ഒരു പൊതി താങ്ങിക്കൊണ്ടാണ് അയാൾ വന്നത്.

"ഇതെന്താണ്?"

"മുകുന്ദന്റെ പുസ്തകങ്ങൾ. എല്ലാ ടൈറ്റിലുകളുമുണ്ട്."

"ഇതെവിടന്നു കിട്ടി? കാശുകൊടുത്തു വാങ്ങിയതാണോ?"

ആ യുവപൊലീസുകാരൻ എന്നെനോക്കി സ്നേഹത്തോടെ ചിരിച്ചു. ഞാൻ ആലപ്പുഴ വരുന്നുണ്ടെന്ന് അറിഞ്ഞ് എന്റെ കിട്ടാവുന്ന എല്ലാ പുസ്തകങ്ങളും വാങ്ങി ഒപ്പിടുവിക്കാൻ വന്നതാണ് ആ കാക്കി സുഹൃത്ത്.

തൃശൂരിലും കണ്ണൂരിലും ഡൽഹിയിലും എനിക്ക് നല്ല വായനക്കാരായ പൊലീസ് സുഹൃത്തുക്കളുണ്ട്. അവർ പരുക്കൻ കാക്കിക്കുപ്പായത്തിനുള്ളിൽ അക്ഷരസ്നേഹവും ആർദ്രതയും സൂക്ഷിക്കുന്നു. നമ്മളത് പലപ്പോഴും കാണാതെ പോകുന്നു.

ഇപ്പോൾ കാക്കിക്കുപ്പായക്കാരെ ഞാൻ ഒട്ടും ഭയപ്പെടുന്നില്ല. മറിച്ച് എനിക്കവരോട് വളരെ സ്നേഹമാണുള്ളത്. നല്ലവരാണ് പൊലീസുകാർ.

കാഷായവസ്ത്രധാരികളോ? ഞാനവരെ സ്നേഹിക്കുന്നുണ്ടോ?

ഇല്ല, ഒട്ടുമില്ല ഞാനിപ്പോഴും അവരെ ഭയപ്പെടുന്നു.

പൊലീസ്, പൊലീസ്!

ഉറൂബ്

രസികനായ ആ പൊലീസുദ്യോഗസ്ഥൻ എഴുന്നേറ്റു പോയപ്പോൾ, ഞാൻ അദ്ദേഹത്തെപ്പറ്റിയും ഇന്ത്യയിലെ പൊലീസ് ഡിപ്പാർട്ട്മെന്റിന്റെ വികാസപരിണാമങ്ങളെപ്പറ്റിയുമെല്ലാം, എന്തുകൊണ്ടോ സ്വല്പനേരം ആലോചിച്ചിരുന്നു. നാടകത്തെയും സാഹിത്യത്തെയും തത്ത്വശാസ്ത്ര ത്തെയും പറ്റിയെല്ലാം സംസാരിക്കുന്ന ഒരു പൊലീസുദ്യോഗസ്ഥനെ ഞങ്ങളുടെ കുട്ടിക്കാലത്ത്, ഒരു വിഡ്ഢിക്കല്ലാതെ സങ്കല്പിക്കുവാൻ കഴിയുമായിരുന്നില്ല.

അന്ന് 'പൊലീസ് വരും, വേഗം ഉറങ്ങിക്കോ' എന്ന് അമ്മമാർ കുട്ടി കളെ പേടിപ്പിക്കുമായിരുന്നു.

പിരിച്ചയക്കപ്പെട്ട ഒരു പൊലീസുകാരൻ ഞങ്ങളുടെ അയൽപക്ക ത്തുണ്ടായിരുന്നു. ഒരടിക്ക് ഒരു മനുഷ്യന്റെ കണ്ണ് കളഞ്ഞതിനെ തുടർന്നാണ് ഉദ്യോഗം പോയത്. അത് തന്റെ മഹത്ത്വമായി അയാൾ ത്തന്നെ വാഴ്ത്തിപ്പറയുന്നതും കേട്ടിട്ടുണ്ട്. കഴുകൻ എന്ന് പറഞ്ഞുകേ ട്ടതല്ലാതെ, ആ പക്ഷിയെ ഞാൻ കണ്ടിരുന്നില്ല. കഴുകനെപ്പറ്റി പറയു മ്പോഴെല്ലാം പിരിച്ചയക്കപ്പെട്ട പൊലീസുകാരന്റെ മുഖമാണ് മനസ്സിൽ വരുക.

ഈ സങ്കല്പത്തെ അരക്കിട്ടുറപ്പിക്കുന്നതായിരുന്നു വിദ്യാർത്ഥി ജീവിതത്തിലുണ്ടായ അനുഭവങ്ങൾ.

നിയമലംഘനകാലം, അതിനുനേതൃത്വം കൊടുത്തുകൊണ്ട് എ കെ ജിയുടെ സഹോദരൻ ഞങ്ങളുടെ നാട്ടിൽ വന്നു. ദൃഢകായനും സുന്ദ രനും സാഹസികനുമായ ആ മനുഷ്യൻ എളുപ്പത്തിൽ വിദ്യാർത്ഥികളു ടെയും യുവാക്കളുടെയും ആരാധനാപാത്രമായി.

പൊലീസ് അദ്ദേഹത്തെ അറസ്റ്റു ചെയ്ത് ജയിലിലേക്കല്ല കൊണ്ടു

പോയത്; കിളച്ചിട്ട ഒരു വയലിലേക്കാണ്. വയലിന്റെ നാലു ഭാഗത്തും വൃക്ഷങ്ങളും ചെടികളും വളർന്നുനിന്നതുകൊണ്ട് അത് ഒരു എൻക്ലോഷർ പോലെയായിരുന്നു. ആരെയും പൊലീസ് അങ്ങോട്ട് പ്രവേശിപ്പിച്ചില്ല. പക്ഷേ, വിദ്യാർത്ഥികളായ ഞങ്ങളെല്ലാം മരക്കുടിലുകളിലും മറ്റും നിന്ന് ഒളിഞ്ഞുനോക്കി.

കട്ടകളിലൂടെ അദ്ദേഹത്തെ വലിച്ചിഴയ്ക്കുകയായിരുന്നു. എന്നിട്ട് മലർത്തിക്കിടത്തി. മുട്ടിൽ ആ പൊലീസുകാരൻ കയറി നിന്നു. ഇൻസ്പെക്ടർ ചമ്മട്ടികൊണ്ട് കാൽവെള്ളയിൽനിന്ന് തൊലി നക്കിയെടുക്കുകയായിരുന്നു. ആ ദൃഢശരീരൻ അതെല്ലാം അനുഭവിച്ചിട്ടും ഒരക്ഷരം മിണ്ടാതെ കിടന്നു. പിടഞ്ഞതുപോലുമില്ല. ഗാന്ധിജിയുടെ ആജ്ഞ അദ്ദേഹത്തിന്റെ ഓരോ പരമാണുവിലും പ്രവർത്തിച്ചിരുന്നെങ്കിൽ, ജീവന്റെ സഹജമായ പ്രേരണമൂലം ആ പൊലീസുകാരനെയും ആ ഇൻസ്പെക്ടറെയും താല്ക്കാലികമായെങ്കിലും തട്ടിത്തെറിപ്പിക്കുവാൻ അദ്ദേഹത്തിന് നിഷ്പ്രയാസം സാധിക്കുമായിരുന്നു.

ഒരാളും നമ്പ്യാരെ സഹായിക്കരുതെന്ന് ഇൻസ്പെക്ടർ ഉച്ചത്തിൽ പ്രഖ്യാപിച്ചുനടന്നു.

അദ്ദേഹം കട്ടില്ല; ആരെയും ദ്രോഹിച്ചില്ല. സ്വാതന്ത്ര്യം തന്റെ ജന്മാവകാശമാണെന്ന് പറയുകയേ ചെയ്തുള്ളൂ. അതിനിത്രയും കഠിന ശിക്ഷയോ!

വിദ്യാർത്ഥികൾ ഇളകിവശായി. പെട്ടെന്ന് മദ്ധ്യവയസ്കനായ ഒരു തറവാടി കൃഷിക്കാരൻ നേരെ കണ്ടത്തിലേക്കു വന്നു. എല്ലാ വിദ്യാർത്ഥികളും അദ്ദേഹത്തെ അനുഗമിച്ചു. നമ്പ്യാരെ വീട്ടിൽ കൊണ്ടുവന്ന് ശുശ്രൂഷിച്ചതിന്, പിന്നീട് ആ മദ്ധ്യവയസ്കനും വിദ്യാർത്ഥികളും ചോദ്യം ചെയ്യപ്പെട്ടു. 'ആ റൗഡികളായ പയ്യന്മാരെവിടെ?' എന്ന് സ്കൂളിൽ കയറിവന്ന് ചോദിച്ച പൊലീസ് ഇൻസ്പെക്ടറോട് 'റൗഡികളെ ഞാനിവിടെ പോറ്റാറില്ല, സാർ,' എന്ന് ദൃഢസ്വരത്തിൽ പറഞ്ഞ ഞങ്ങളുടെ പ്രഗല്ഭനും പണ്ഡിതനുമായ ഹെഡ്മാസ്റ്റർ എന്നും ഞങ്ങളുടെ ആരാധനാപാത്രമായിരുന്നു.

മറ്റൊരിക്കൽ, കോഴിക്കോട്ടുവെച്ച് എ കെ ജിയുടെ നേതൃത്വത്തിൽ നടന്ന പണിമുടക്ക് ജാഥയെ തല്ലിപ്പിരിക്കാൻ വേണ്ടി മിഠായിത്തെരുവിലൂടെ നടന്നുപോയ കാൽനടക്കാരടക്കം എല്ലാവരെയും തല്ലിച്ചതച്ച രംഗവും സ്മൃതിപഥത്തിൽ വരുന്നു. 'ഞാനൊരു വക്കീലാണേ' എന്നു വിളിച്ചുപറഞ്ഞ മാന്യനോട് 'വക്കീലിന് രണ്ടു തല്ലുകൊണ്ടാലെന്താടാ' എന്ന മറുപടിയോടെ ചുമലിൽ ഒരു വീക്കുകൂടി കൊടുത്തകഥയും ഓർമ്മിച്ചുപോയി.

ഇങ്ങനെ അനേകം രംഗങ്ങൾ. അതുകൊണ്ട് പൊലീസുകാരോടുള്ള കഠിന വിദ്വേഷം ഉള്ളിൽ തിങ്ങിനിന്നു.

ഇതിൽനിന്ന് വ്യത്യസ്തമായി പൊലീസുകാരനും മനുഷ്യനാണെന്ന് ആദ്യം തോന്നിയത്, ഏതാനും വർഷങ്ങൾക്കുശേഷം ഉണ്ടായ ഒരു

സംഭവംമൂലമാണ്. കുറ്റിപ്പുറം റെയിൽവേ സ്റ്റേഷനിൽനിന്ന് കിഴക്കോട്ട് പോകുന്ന റെയിലിന് ഒരു വളവുണ്ടല്ലോ. സന്ധ്യക്ക് അതിലേ കടന്നു പോകുന്ന വണ്ടിക്ക് തലവെച്ച് മരിക്കുക സാധാരണം. വിജനപ്രദേശം. അക്കാലത്തു സന്ധ്യകഴിഞ്ഞാൽ കുറുക്കന്റെ ഓരിയൊഴികെ, ഒന്നും അവിടെ കേൾക്കില്ല. പതിവിൻപടി ഒരാൾ തലവെച്ച് മരിച്ചു. മുപ്പതുക ളിലും നാല്പതുകളിലും ദാരിദ്ര്യം, തൊഴിലില്ലായ്മ, കുടുംബകലഹം എന്നിവയുടെ പേരിൽ ധാരാളം ആളുകൾ ആത്മഹത്യചെയ്യാറുണ്ടായി രുന്നു. വില്ലേജാപ്പീസർ ഉടനെ പൊലീസ് സ്റ്റേഷനിൽ യാദാസ്തയക്കും. ഇല്ലെങ്കിൽ ശവം നോക്കേണ്ടത് അയാളുടെ ഉത്തരവാദിത്വമാകും. രണ്ടു പൊലീസുകാർ വന്ന് രാത്രി മുഴുവൻ ശവം കാത്തുനില്ക്കും. അങ്ങനെ കാത്തുനില്ക്കുന്ന ഒരു പൊലീസുകാരൻ ഒരിക്കൽ നിറഞ്ഞ കണ്ണുക ളോടെ സംസാരിക്കുന്നതുകേട്ടു: “എന്റെ മകൾ പ്രസവിച്ചിട്ട് ഈറ്റുസന്നി യായി കിടക്കുന്നു. വെള്ളം തൊട്ടുകൊടുക്കുകയാണ്. ഭാര്യ തളർവാതം പിടിച്ച് കിടക്കുന്നു. കുടുംബത്തിൽ അഞ്ചും മൂന്നും വയസ്സുള്ള രണ്ടു പെൺകുട്ടികളേ ഉള്ളൂ. ചാകുന്നവന് പകൽ ചാവാം. ഞങ്ങളെക്കൊണ്ട് ശവം കാത്തിരുത്താൻവേണ്ടി രാത്രി വേണോ ഇത്! ആളിവിടെ നിന്നു മാറിയാൽ കുറുക്കൻ വലിച്ചുകൊണ്ടുപോകും. പിന്നെ റെയിലിൽ തല വെക്കേണ്ടത് ഞാനാകും. ഇരുപത്തിരണ്ടു രൂപയ്ക്കുവേണ്ടി ഒരു പൊലീ സുകാരൻ എന്തെല്ലാം സഹിക്കണം കുട്ടീ.”

പൊലീസുകാരനെപ്പറ്റി ഒരു വിഭിന്നവീക്ഷണം ഇതുണ്ടാക്കി. വലിയ ഭരണയന്ത്രത്തിൽ, ആജ്ഞയ്ക്കനുസരിച്ച് ചലിക്കുന്ന ആ കണ്ണിയും കുടുംബവും കുട്ടികളുമുള്ള മനുഷ്യനാണ്.

അന്ന് ദിവസേന കേട്ടിരുന്ന പൊലീസ് മർദ്ദനം ഇപ്പോൾ വല്ലപ്പോഴും നാം കേൾക്കുന്നു. ആ നടപടിയെ വെറുത്താൽ പോലും പൊലീസുകാ രനെ വെറുക്കാൻ പറ്റുന്നില്ലല്ലോ. പൂർണ്ണമായും ജനങ്ങളുടെ സ്നേഹി തനും വഴികാട്ടിയുമാകാൻ പൊലീസുകാരൻ വിചാരിച്ചാൽ പറ്റുകയില്ല. ആ വീക്ഷണത്തിലും സംവിധാനത്തിലും സമൂലമായ പരിവർത്തനം വരണമല്ലോ.

ചില പൊലീസ് ചിന്തകൾ

ആർ വി ജി മേനോൻ

ലണ്ടൻ പൊലീസ് (ബോബി) ജനങ്ങളുടെ സുഹൃത്ത് ആണത്രേ. ഏത് ആപത്ഘട്ടത്തിലും പ്രതിസന്ധിയിലും തുണയ്ക്കെത്തുന്നവർ എന്നാണവരുടെ പ്രതിച്ഛായ. ആ സൗഭാഗ്യം ലോകത്ത് മറ്റെത്ര രാജ്യങ്ങളിലെ പൊലീസുകാർക്കുണ്ട് എന്നറിയില്ല. അമേരിക്കയിൽ (യു എസ് എ) തീർച്ചയായും ഇല്ല. എന്നിട്ടും അവിടെപ്പോലും എനിക്ക് ചില നല്ല അനുഭവങ്ങൾ ഉണ്ടായിട്ടുണ്ട്. അവ പങ്കുവയ്ക്കാനാണ് ഇപ്പോൾ കൗതുകം.

സർ, പ്ലീസ് ഗെറ്റ് ഇൻ

ഞാൻ പഠിക്കാനായി അമേരിക്കയിൽ എത്തിയ കാലം. സർവ്വകലാശാലാ ക്യാമ്പസിനടുത്തുകൂടി ഒരു ദേശീയപാത പോകുന്നുണ്ടായിരുന്നു. അതിന്റെ ഓരത്തുകൂടി ഒരു ദിവസം നടക്കാൻപോയി. നടന്നു നടന്ന് ഒരുപാലത്തിലെത്തി. പാലത്തിലൂടെ അക്കരയ്ക്കു നടക്കുമ്പോഴാണത് ശ്രദ്ധിച്ചത്. പാലത്തിൽ ഫുട്പാത്ത് ഇല്ല! ഛെ! ഇത്ര സമ്പന്നരായിട്ടും ഇവർ പിശുക്കു കാണിക്കുന്നല്ലോ എന്നൊക്കെ വിചാരിച്ച് അരികുചേർന്ന് നടക്കുമ്പോഴാണ് പിന്നിലൂടെ വന്ന ഒരു പൊലീസുവണ്ടി എന്റെടുത്ത് നിർത്തിയത്. ജനലിലൂടെ തലയിട്ട് ഒരു പൊലീസുകാരൻ പറഞ്ഞു: “സർ, പ്ലീസ് ഗെറ്റ് ഇൻ?” അയാൾ തുറന്നുതന്ന ഡോറിലൂടെ ഞാൻ പിൻസീറ്റിൽ കയറി ഇരുന്നു. “ഇവിടെ പുതുതാണല്ലേ?” അയാൾ കുശലംചോദിച്ചു. ഞാൻ “അതേ” എന്ന് പറഞ്ഞപ്പോൾ അയാൾ ചിരിച്ചു. “ഞങ്ങൾക്കും അങ്ങനെ തോന്നി. ഇത് ഹൈവേ ആണ്. ആ പാലത്തിൽ കാൽനട പാടില്ല എന്ന് എഴുതിവച്ചിരിക്കുന്നതു കണ്ടിട്ടുണ്ടാവില്ല. അല്ലേ?” ഞാൻ ചമ്മിപ്പോയി എന്നുപറയേണ്ടതില്ലല്ലോ. അവർ വളരെ

സൗമ്യമായി സംസാരിച്ചുകൊണ്ട് എന്നെ സർവ്വകലാശാല ക്യാമ്പസിൽ കൊണ്ടിറക്കിത്തന്നു. "ഇനി ശ്രദ്ധിക്കണം. നടക്കാൻ പോകാൻ ഹൈവേ തെരഞ്ഞെടുക്കരുത്, കേട്ടോ!?" എന്നൊരു ഉപദേശവും.

അതുപോലെ മറ്റൊരവസരത്തിൽ വളരെ താമസിച്ച് (ഏതാണ്ട് പാതിരാത്രി ആയിക്കാണും) ലാബിൽനിന്ന് വീട്ടിലേക്കു നടന്നുപൊയ്ക്കൊണ്ടിരിക്കുമ്പോഴും ഒരു പൊലീസുവണ്ടി അടുത്തുവന്നു നിന്നു. പക്ഷേ, അവരാദ്യം ചോദിച്ചത് എന്റെ ഐഡന്റിഫിക്കേഷൻ കാർഡ് ആയിരുന്നു. ഒരു പൊലീസുകാരൻ എന്റെ ഐ ഡി പരിശോധിക്കുമ്പോൾ വണ്ടിയിലുണ്ടായിരുന്ന മറ്റേ പൊലീസുകാരൻ കാറിന്റെ മറുവശത്ത് തോക്കിന്റെ പിടിയിൽ കൈവച്ചുംകൊണ്ട് മറഞ്ഞുനില്ക്കുന്നത് ഞാൻ ശ്രദ്ധിച്ചിരുന്നു. സത്യം പറഞ്ഞാൽ ഞാൻ വിരണ്ടുപോയി. ഞാനൊരു വിദ്യാർത്ഥിയാണെന്നു കണ്ടതോടെ അവരുടെ മട്ട് മാറി. വളരെ സൗമ്യമായിത്തന്നെ എന്നോട് പറഞ്ഞു. "സർ ഇത്ര അസമയത്ത് ഈ വഴിയിലൂടെ നടക്കുന്നത് അത്ര സുരക്ഷിതമല്ല. കഴിയുമെങ്കിൽ അതൊഴിവാക്കുന്നതാണ് നല്ലത്. ഇന്നു ഞങ്ങൾ ഒരു ലിഫ്റ്റ് തരാം." എന്നിട്ടവർ എന്നെ വീട്ടിൽ കൊണ്ടുവിട്ടു.

കൈലിയും ബനിയനുമായി നടുറോഡിൽ!

മറ്റൊരനുഭവം ഇതിനേക്കാൾ രസകരമായിരുന്നു. ഞങ്ങൾ താമസിച്ചിരുന്ന തെരുവിൽ എല്ലാവരും സ്വകാര്യവാഹനങ്ങൾ പാർക്കു ചെയ്യുന്നത് റോഡിൽ തന്നെയായിരുന്നു. (ഇക്കാലമായപ്പോഴേക്കും എനിക്ക് ഒരു പഴയകാർ സ്വന്തമായിക്കഴിഞ്ഞിരുന്നു) റോഡ്സൈഡ് പാർക്കിങ്. അവിടെ ഒരു ചട്ടം ഉണ്ടായിരുന്നു. തിങ്കൾ, ബുധൻ, വെള്ളി എന്നീ ദിവസങ്ങളിൽ രാത്രിയിൽ റോഡിന്റെ ഒരു സ്ഥലത്തുമാത്രമേ പാർക്കു ചെയ്യാവൂ. ചൊവ്വ, വ്യാഴം, ശനി എന്നീ രാത്രികളിൽ മറുഭാഗത്തും. രാത്രി പതിനൊന്നുമണിക്കു ശേഷം റോഡു തൂത്തുവൃത്തിയാക്കാനായി വരുന്ന വണ്ടികളുടെ സൗകര്യത്തിനുവേണ്ടിയായിരുന്നു ഈ നില. അങ്ങനെ ഒന്നരാടം ദിവസങ്ങളിൽ ഓരോ സൈഡും മാറി മാറി തൂത്തു വൃത്തിയാക്കും. രാത്രി പതിനൊന്നുമണിക്കു ശേഷം തൂപ്പുവണ്ടി വരുമ്പോൾ ഏതെങ്കിലും കാർ റോങ്സൈഡിൽ പാർക്കുചെയ്തിട്ടുണ്ടെങ്കിൽ അതു പൊക്കിയെടുത്തു വലിച്ചുകൊണ്ടുപോകും പിന്നെ പിഴയും പാടും വേറെ.

ഒരുദിവസം രാത്രി പതിനൊന്നുമണി കഴിഞ്ഞപ്പോഴാണ് എന്റെ കാറ് റോങ്സൈഡിലാണല്ലോ കിടക്കുന്നത് എന്ന് ഓർമ്മ വന്നത്. ഭാഗ്യത്തിന് തൂപ്പുവണ്ടി എത്തിയിട്ടില്ല. ഉടനെതന്നെ നിന്നനില്പിൽ താക്കോലുമെടുത്ത് ഞാൻ റോഡിലേക്കിറങ്ങി. നിന്ന നില്പിൽ എന്നാൽ കൈലിയും ബനിയനും (കൈയില്ലാത്തത്) എന്നർത്ഥം. രാത്രിയാണല്ലോ, സാരമില്ല, കാറെടുത്ത് മറുസൈഡിലാക്കിയിട്ട് പെട്ടെന്നു മുറിക്കകത്തു തിരിച്ചെത്താം എന്നു കരുതി.

ഞാൻ കാറിനടുത്തുചെന്ന് താക്കോൽ കൊണ്ടു ഡോർ തുറന്നതും

പെട്ടെന്ന് ഒരു പട്രോൾകാർ എന്റടുത്തു വന്നുനിന്നു. ഒരുവശത്തുനിന്ന് ഒരു പൊലീസുകാരൻ ചാടിയിറങ്ങി. അയാളുടെ പാർട്ണർ മറ്റേവശത്തിറങ്ങി. കൈയിൽ കൈത്തോക്കുമായി രംഗം വീക്ഷിച്ചുകൊണ്ടു നില്ക്കുന്നതും എനിക്കു കാണാമായിരുന്നു. "യുവർ ലൈസൻസ് പ്ലീസ്." എന്നെ സമീപിച്ച പൊലീസുകാരൻ മൊഴിഞ്ഞു. ആ "പ്ലീസിൽ" വലിയ മര്യാദയൊന്നും ഉണ്ടായിരുന്നില്ല എന്നു പറഞ്ഞേ തീരു.

"എന്റെ ലൈസൻസ് മുറിയിലാണ്. ഞാനിപ്പോൾ എടുത്തുകൊണ്ടു വരാം. രാത്രി കാറ് സൈഡുമാറി പാർക്കു ചെയ്യാനായി ഇറങ്ങിയതാണ്. ഞാൻ വിക്കി വിക്കി വിശദീകരിച്ചു."

"മേ ഐ നോ യുവർ നെയിം, പ്ലീസ്" എന്നായി അയാൾ. ഞാൻ പേരുപറഞ്ഞുകൊടുത്തു. അയാൾ പൊലീസുവണ്ടിയിലേക്കു നടന്ന് റേഡിയോ ഫോണിലൂടെ ഹെഡ്ക്വാർട്ടേഴ്സുമായി ബന്ധപ്പെട്ടു. കാറിന്റെ മറുവശത്തു നില്ക്കുന്ന പഹയൻ തോക്ക് ഉറയിലിട്ടിട്ടില്ല എന്നതും ഞാൻ ശ്രദ്ധിക്കാതിരുന്നില്ല.

ഏതാനും നിമിഷങ്ങൾക്കകം ആദ്യത്തെ പൊലീസുകാരൻ മടങ്ങിയെത്തി. "ഞാൻ മുറിയിൽപോയി ഡ്രൈവിങ് ലൈസൻസ് ഇപ്പൊ എടുത്തുകൊണ്ടുവരാം" ഞാൻ വീണ്ടും കെഞ്ചി. "വേണ്ട സാർ, അത്യാവശ്യമില്ല. ഈ കാർ താങ്കളുടെ പേരിൽ തന്നെയാണ് രജിസ്റ്റർ ചെയ്തിരിക്കുന്നത്. ഞങ്ങളത് ചെക്കു ചെയ്തു. ഗുഡ് നൈറ്റ്!"

ഈ മൂന്നു സന്ദർഭങ്ങളിലും മാതൃകാപരമായ പെരുമാറ്റമാണ് എനിക്കു ലഭിച്ചതെന്നു പറയേണ്ടതില്ലല്ലോ. ഒരു പക്ഷേ, എന്റെ ഐഡി തെളിയിക്കാൻ കഴിയാതിരിക്കുകയോ ഞാൻ പറഞ്ഞതു സത്യമല്ലാ എന്ന് അവർക്ക് തോന്നുകയോ ചെയ്തിരുന്നെങ്കിൽ അവരുടെ പെരുമാറ്റം വളരെ വ്യത്യസ്തമാകുമായിരുന്നിരിക്കും എന്നതും ശരിയാണ്. മദ്യപിച്ച് ബഹളമുണ്ടാക്കുകയോ മറ്റുവിധത്തിൽ നിയമലംഘനം നടത്തുകയോ ചെയ്യുന്ന കറുത്തവർഗ്ഗക്കാരെ അമേരിക്കൻ പൊലീസ് കൈകാര്യം ചെയ്യുന്നരീതി ഞാൻ പലപ്പോഴും നേരിട്ടും ടെലിവിഷനിലും കാണുകയുണ്ടായിട്ടുണ്ട്. എങ്കിലും മറ്റുവിധത്തിൽ തെളിയിക്കപ്പെടുന്നതുവരെ ആരോടും മാന്യമായി പെരുമാറുക, അതേസമയം തന്നെ സകലവിധ മുൻകരുതലുകളും എടുക്കുക, എന്ന അവരുടെ നയം തീർച്ചയായും സ്തുത്യർഹം തന്നെ. പട്രോൾകാറിൽ എപ്പോഴും രണ്ടു പൊലീസുകാർ ഉണ്ടാകുന്നതും അവരിൽ ഒരാൾ സംശയിക്കപ്പെട്ട ആളെ സമീപിക്കുമ്പോൾ അപരൻ കാറിന്റെ സുരക്ഷാമറവിൽ തോക്കുമായി കാവൽ നില്ക്കുന്നതും ഒക്കെ അവിടത്തെ സാഹചര്യത്തിൽ വളരെ ജാഗ്രതയോടെയുള്ള കരുതലുകൾ മാത്രം. സാധാരണക്കാർപോലും തോക്കു കൈവശം വയ്ക്കുകയും ക്രിമിനലുകൾ പൊലീസുകാർക്കെതിരെ നിശ്ശങ്കം വെടിയുതിർക്കുകയും ചെയ്യുന്ന നാടാണത്!

നമ്മുടെ നാട്ടിലും

നമ്മുടെ നാട്ടിലും പൊലീസുകാർ വളരെ മര്യാദയോടെയും ദീനാനുകമ്പയോടെയും പെരുമാറുന്ന പല സന്ദർഭങ്ങളും ഇടയ്ക്കിടെ പത്രങ്ങളിൽ കാണാറുണ്ട്. ശബരിമലയിലും മറ്റും പൊലീസ് അയ്യപ്പന്മാർ ചെയ്യുന്ന നിസ്വാർത്ഥസേവനത്തെ എത്ര സ്തുതിച്ചാലും മതിയാവില്ല. വിദ്യാർത്ഥിസമരവേളയിലും മറ്റും അവർ കാണിക്കുന്ന സംയമനവും പ്രശംസനീയം തന്നെയാണ്. (ലാത്തിചാർജിന് ഓർഡർ കിട്ടിയാൽ പിന്നെ കളി വേറെ) അപരിചിതമായ നഗരത്തിൽ അവിചാരിതമായി പെട്ടുപോയാൽ വിശേഷിച്ചും സ്ത്രീകൾക്കും കുട്ടികൾക്കും സുരക്ഷിതമായി ആശ്രയിക്കാവുന്ന ഏക അഭയകേന്ദ്രം എപ്പോഴും പൊലീസ്സ്റ്റേഷൻ തന്നെയാണ്.

ഇതൊക്കെയാണെങ്കിലും പൊലീസിന്റെ പൊതുവേയുള്ള ഇമേജ് അത്രനല്ലതല്ല എന്ന് ആരും സമ്മതിക്കും. ഈ ഇമേജ് ഉണ്ടാക്കുന്നത് അല്പം ചില പൊലീസുകാരായിരിക്കാം. പക്ഷേ, അത് എല്ലാവരെയും ബാധിക്കുന്നു. ഒരുപക്ഷേ, ആരേക്കാൾ പ്രതിച്ഛായ നിർമ്മിതിയിൽ വലിയ പങ്ക് വഹിക്കുന്നത് മാധ്യമങ്ങളാണ്. വിശേഷിച്ചും ദൃശ്യമാധ്യമങ്ങൾ.

നമ്മുടെ കാഴ്ചപ്പാടുകൾ രൂപീകരിക്കുന്നതിൽ സിനിമകളുടെയും ടി വിയുടെയും പങ്കിനെപ്പറ്റി ഏറെ തർക്കങ്ങൾ നിലവിലുണ്ട്. പൊതുവെ ആ രംഗത്തു പ്രവർത്തിക്കുന്നവർ വാദിക്കാറുള്ളത് രണ്ടു വിധത്തിലാണ്. ഒന്ന്, സമൂഹത്തിൽ നടക്കുന്നതുതന്നെയാണ് തങ്ങൾ പ്രതിഫലിപ്പിക്കുന്നത്. രണ്ട്, സിനിമയോ സീരിയലോ കണ്ട് ആരും ചീത്തയാകാനോ നന്നാകാനോ പോകുന്നില്ല. ഇതു രണ്ടും ശരിയായിരിക്കാം-ഒരു പരിധിവരെ. സമൂഹത്തിൽ നടക്കുന്ന കാര്യങ്ങളാകാം സിനിമയിലും സീരിയലിലും വരിക. പക്ഷേ, അവ ഒറ്റപ്പെട്ട സംഭവങ്ങളാകാം. ഉദാഹരണമായി അനിയൻ ചേട്ടനെ കൊന്നതായോ അച്ഛൻ മകളെ ബലാത്സംഗം ചെയ്തതായോ ചിലപ്പോഴൊക്കെ നാം പത്രത്തിൽ വായിച്ചിരിക്കാം. പക്ഷേ, അത്തരം കാര്യങ്ങൾ ആവർത്തിച്ച് സിനിമയിലോ സീരിയലിലോ കാണാനിടയായാൽ അതൊരു സാധാരണ സംഭവമാണെന്ന പ്രതീതിയാകും കാഴ്ചക്കാർക്ക്, വിശേഷിച്ചും ചെറുപ്രായക്കാർക്ക് തോന്നുക. മേൽ സൂചിപ്പിച്ചവ തീവ്രതയേറിയ ഉദാഹരണങ്ങളാണ്. എന്നാൽ (പുരുഷൻ സ്ത്രീയെ വിശേഷിച്ചും ഭർത്താവ് ഭാര്യയെ) അടിക്കുന്ന കാര്യം എടുക്കൂ. നമ്മുടെ എത്രയെത്ര കുടുംബചിത്രങ്ങളിലും കണ്ണീർ സീരിയലിലുകളിലുമാണ് ഈ രംഗം ആവർത്തിച്ചാവർത്തിച്ച് പ്രത്യക്ഷപ്പെടുന്നത്! വന്നു വന്ന്, സംഭാഷണം ചിലഘട്ടങ്ങളിൽ എത്തുമ്പോൾ അവനിപ്പോൾ അവളെ അടിക്കും എന്നു നമ്മൾ പ്രതീക്ഷിക്കുന്ന അവസ്ഥവരെ ആയിട്ടുണ്ട്. മിക്കവാറും അപ്പോൾ അടി നടക്കുക തന്നെ ചെയ്യും. അഥവാ അടിയില്ലെങ്കിൽ 'അവനെക്കൊണ്ട് എന്തിന് കൊള്ളാം! ആണത്തമില്ലാത്തവൻ!' എന്നായിരിക്കും പലരുടേയും പ്രതികരണം. ദൃശ്യമാധ്യമങ്ങൾ എങ്ങനെയാണ് നമ്മുടെ പ്രതികരണരീതികളെ സ്വാധീനിക്കുന്നത് എന്ന

തിന്റെ ശക്തമായ ഒരുദാഹരണമാണിത്.

എന്നാൽ ഭർത്താവ് ഭാര്യയെ അല്ലെങ്കിൽ ജ്യേഷ്ഠൻ അനിയത്തിയെ അടിക്കുന്നത് അത്രമേൽ സാധാരണമാണോ നമ്മുടെ സമൂഹത്തിൽ? എനിക്കുതോന്നുന്നില്ല. ഇനി അഥവാ ചില വിഭാഗങ്ങളിൽ അങ്ങനെയാണെങ്കിൽപ്പോലും അതിന് സാമൂഹിക അംഗീകാരം നല്കാനും അല്ലാത്ത വിഭാഗങ്ങളിലേക്കുപോലും ആ പെരുമാറ്റരീതി വ്യാപിപ്പിക്കുവാനുമേ ഇത് ഉതകൂ.

ഏതാണ്ടിതുപോലെത്തന്നെയാണ് പൊലീസുകാരുടെ ഇമേജും. കുറ്റവാളികളെയോ സംശയിക്കപ്പെടുന്നവരെയോ മാത്രമല്ല, ഇഷ്ടമില്ലാത്ത ആരേയും ഭേദ്യം ചെയ്യാൻ അവകാശമുണ്ടെന്ന മട്ടിലാണ് സിനിമാ–സീരിയൽ പൊലീസുകാരുടെ പരാക്രമങ്ങൾ. കുറ്റം തെളിയിക്കാനായി വേണ്ടവിധത്തിൽ കൈകാര്യം ചെയ്താൽ മതി എന്നാണ് പൊതുവേ അവ പകരുന്ന സന്ദേശം. സി ബി ഐ കഥകൾപോലെ അപൂർവ്വം ചില അപവാദങ്ങൾ ഇല്ലെന്നില്ല. പക്ഷേ, അവ പോലും സി ബി ഐയുടെ പ്രത്യേകലേബലിൽ വരുന്നതുകൊണ്ട് സാദാപൊലീസിന് മറ്റുമാർഗ്ഗങ്ങളില്ല എന്നതുതന്നെയാണല്ലോ വ്യംഗ്യം. അതുമാത്രമല്ല, നമുക്ക് ഇഷ്ടമില്ലാത്ത വില്ലന്മാരേയും (അവ രാഷ്ട്രീയക്കാരായാൽ ഏറെ കേമം!) വില്ലത്തിമാരേയും പൊലീസ് ഇങ്ങനെ തല്ലിച്ചതയ്ക്കുമ്പോൾ പൊതുവേ വെജിറ്റേറിയൻസും സാത്വികരുമായ വീട്ടമ്മമാർപോലും അവർ(ശ്)ക്കതുവേണം എന്നു തലകുലുക്കി അനുമോദിക്കുന്നതുവരെയെത്തിയിരിക്കുന്നു നമ്മുടെ നീതി ബോധം.

ഭാവിയിൽ പൊലീസുകാരാകാൻ പോകുന്ന കുട്ടികളും ഇതൊക്കെ കണ്ടും കേട്ടുമാണല്ലോ വളരുന്നത്. പക്ഷേ, ഇത് പുതിയ കാര്യവുമല്ല. ഇടിയൻ നാരായണപിള്ള മുതലായ അപരനാമധേയങ്ങളാൽ മിടുക്കരായ പൊലീസുകാർ അറിയപ്പെട്ടിരുന്ന ഒരു പാരമ്പര്യമാണല്ലോ നമുക്കുള്ളത്. അതിന്റെയർത്ഥം പൊലീസുകാരിൽനിന്നു നാട്ടുകാർ പ്രതീക്ഷിക്കുന്ന പെരുമാറ്റരീതി പണ്ടും ഇതുതന്നെയായിരുന്നു എന്നാണ്. എന്തിനേറെ പറയുന്നു. കാളിദാസന്റെ *ശാകുന്തളം* നാടകത്തിൽ മോതിരം വില്ക്കാൻ ശ്രമിക്കുന്ന പാവം മുക്കുവരെ "രക്ഷികൾ" കൈകാര്യം ചെയ്യുന്ന രംഗം എങ്ങനെയുണ്ട്? നമ്മുടെ ഇന്നത്തെ നാടകകൃത്തുകൾ എഴുതിയേക്കാവുന്ന സംഭാഷണവും പെരുമാറ്റവുംതന്നെ അവരുടേതും. താഴ്ന്നവരോടുള്ള മെക്കിട്ടുകയറ്റവും മർദ്ദനവും മേലാക്കളോടുള്ള അമിതവിധേയത്വവും ദാസ്യവും എക്കാലവും പൊലീസിന്റെ രീതിയായിരുന്നു എന്ന് അനുമാനിക്കേണ്ടിയിരിക്കുന്നു.

ഇതിൽനിന്നുള്ള മോചനമാണ് ഒരു ജനാധിപത്യസമൂഹത്തിൽ നാം പ്രതീക്ഷിക്കുന്നത്. ഭരണകൂടത്തിന്റെ മർദ്ദനോപകരണം എന്നതിൽനിന്ന് ജനങ്ങളുടെ സേവകർ സ്ഥാനത്തേക്കുള്ള മാറ്റം അത്ര ലളിതമല്ല. പൊലീസുകാരുടെ മാത്രമല്ല ജനങ്ങളുടേയും കാഴ്ചപ്പാടിലും പ്രതീക്ഷകളിലും മാറ്റം വരുത്തേണ്ടതുണ്ട്. രാജവാഴ്ചയിലും കോളനിഭരണത്തിലും

പഴകിയ ജനം ധാർഷ്ട്യത്തോടുകൂടിയ അധികാരപ്രകടനത്തെ അസൂയയോടും ബഹുമാനത്തോടുംകൂടി വീക്ഷിക്കുന്ന ഒരു മനോഭാവമായിരിക്കും പലപ്പോഴും വളർത്തിയെടുക്കുക. സൗമനസ്യത്തോടും സൗഹാർദ്ദത്തോടും കൂടിയുള്ള പെരുമാറ്റത്തെ ബലഹീനതയുടെ ലക്ഷണമായും അവർ കണ്ടേക്കാം. ഈ മനോഭാവമാറ്റം രൂപപ്പെടുത്തുന്നതിൽ മാധ്യമങ്ങൾ വലിയൊരു പങ്കുവഹിക്കേണ്ടതുണ്ട്. പക്ഷേ, ദൗർഭാഗ്യവശാൽ മുന്നേ സൂചിപ്പിച്ചതുപോലെ വളരെ പ്രതിലോമസ്വഭാവമാണ് നമ്മുടെ മാധ്യമങ്ങൾ, വിശേഷിച്ച് ദൃശ്യമാധ്യമങ്ങൾ, ഇക്കാര്യത്തിൽ പൊതുവെ പ്രകടിപ്പിക്കുന്നത്. മേൽ സൂചിപ്പിച്ചതരം സീനുകളും മറ്റും നിരോധിക്കുന്നത് പ്രായോഗികമല്ല. പൊലീസുകാരെ ക്രൂരന്മാരായോ മൂഢന്മാരായോ മണ്ടന്മാരായോ ചിത്രീകരിക്കാനുള്ള ആവിഷ്കാരസ്വാതന്ത്ര്യം തീർച്ചയായും സാഹിത്യകാരന്മാർക്കുണ്ട്. അതുതടയാൻ പറ്റില്ല, തടയുന്നതു ശരിയുമല്ല. ഇംഗ്ലണ്ടിലും അമേരിക്കയിലും മറ്റും സാഹിത്യകൃതികളിലെ ഇത്തരം കളിയാക്കലും കുറ്റപ്പെടുത്തലും മറികടന്നുകൊണ്ടാണ് പൊലീസ് അവരുടെ ഇമേജ് മെച്ചപ്പെടുത്താൻ ശ്രമിക്കുന്നത്. നമുക്കും അതേ മാർഗ്ഗമുള്ളൂ. അതേസമയം തന്നെ അനുഭാവപൂർവ്വമായ ചിത്രീകരണങ്ങളെ പ്രോത്സാഹിപ്പിക്കുന്ന നടപടികളും ആകാം.

പക്ഷേ, അന്തിമവിശകലനത്തിൽ ജനങ്ങൾ സ്വന്തം അനുഭവങ്ങളിൽനിന്നാണ് അഭിപ്രായവും മനോഭാവവും രൂപപ്പെടുത്തുന്നത് എന്ന് സമ്മതിച്ചേ തീരു. അതുകൊണ്ട് ജനങ്ങളോട് പ്രത്യേകിച്ച് ദുർബ്ബലനും പിടിപാടില്ലാത്തവരുമായ സാധാരണക്കാരോടുള്ള പെരുമാറ്റം മെച്ചപ്പെടുത്തുകയും പൊലീസിനു ചീത്തപ്പേരുണ്ടാക്കുന്ന അംഗങ്ങളെ നിർദ്ദയം ശിക്ഷിക്കുകയും ചെയ്തുകൊണ്ടു മാത്രമേ ഇന്നത്തെ അവസ്ഥ മെച്ചപ്പെടുത്തുവാൻ കഴിയൂ. താൻ പണിയെടുക്കുന്ന സ്ഥലത്തിന്റെ സൽപ്പേര് ഓരോ തൊഴിലാളിക്കും ഏറ്റവും വിലപ്പെട്ട സമ്പത്താണ്. അതിനുകേടു വരുത്തുന്ന സഹപ്രവർത്തകരെ സംരക്ഷിക്കുകയല്ല, ഒറ്റപ്പെടുത്തി സ്ഥാപനത്തെ രക്ഷിക്കുകയാണ് കൂറുള്ള തൊഴിലാളികൾ ചെയ്യേണ്ടത്. തൊഴിൽ സംഘടനകളും ഇക്കാര്യത്തിൽ ഉദ്ബുദ്ധമായ സമീപനം സ്വീകരിക്കേണ്ടിയിരിക്കുന്നു.

ഒരു പൊലീസനുഭവം

ജോസഫ് പുലിക്കുന്നേൽ

ഏകദേശം നാല്പതു കൊല്ലങ്ങൾക്കുമുമ്പ്, അതായത് 1979 ജനുവരി 22-ാം തീയതി കളമശ്ശേരി പൊലീസ് സബ്ഇൻസ്പെക്ടറും ഒരു പറ്റം പൊലീസും എന്റെ വീട്ടിൽവന്ന് എന്നെ അറസ്റ്റ് ചെയ്തു. അന്നു രാത്രി ഞാൻ കളമശ്ശേരി പൊലീസ് ലോക്കപ്പിൽ കഴിച്ചുകൂട്ടി. സന്തോഷകരമായ ഒരു അനുഭവമായിരുന്നു അത്. പൊലീസുകാരെക്കുറിച്ച് ചിന്തിക്കാൻ അത് എനിക്ക് അവസരം ഒരുക്കി.

അന്ന് ഇടപ്പള്ളി മാർ അഗസ്റ്റിൻ മെമ്മോറിയൽ ആശുപത്രിയിൽ ഒരു തൊഴിലാളി സമരം നടക്കുന്നുണ്ടായിരുന്നു. ഇടപ്പള്ളിയിൽ ഒരു സുഹൃത്തിനെ കണ്ടതിനുശേഷം വരുന്ന വഴിക്ക് യാദൃച്ഛികമായി ഈ സമരപ്പന്തലിൽ എത്തിയ ഞാൻ, ഈ സമരം ഒത്തുത്തീർപ്പുസംഭാഷണത്തിലൂടെ അവസാനിപ്പിക്കണമെന്ന് ആവശ്യപ്പെട്ട് അന്നത്തെ എറണാകുളം മെത്രാപ്പോലീത്ത മാർപാറേക്കാട്ടിലിനും ഇടപ്പള്ളി പള്ളിവികാരിക്കും ഓരോ കത്ത് അയച്ചു. ഈ കത്തിന്റെ കോപ്പി തൊഴിലാളികൾക്കും അയച്ചു. അപ്പോഴേക്കും സമരം എഴുപത്തിനാലു ദിവസം പിന്നിട്ടിരുന്നു. എങ്ങനെയെങ്കിലും സമരം അവസാനിപ്പിക്കേണ്ടത് തൊഴിലാളികളുടെ ആവശ്യമായിരുന്നു. ഒരു മദ്ധ്യസ്ഥൻ എന്ന നിലയിലാണ് - തൊഴിലാളിനേതാവിന്റെ ആവശ്യപ്രകാരം - ജനുവരി ഇരുപത്തിയൊന്നാം തീയതി ഞാൻ ഇടപ്പള്ളിയിൽ എത്തിയത്. എന്നോടൊപ്പം, ഹൈക്കോടതി വക്കീലും ഇടതുപക്ഷതൊഴിലാളി നേതാവും ആയിരുന്ന, പരേതനായ മാത്യു സഖറിയായും ഉണ്ടായിരുന്നു. അനുരഞ്ജന സംഭാഷണമല്ലേ, തൊഴിൽനിയമം അറിയാവുന്ന ഒരു വക്കീൽക്കൂടി ഇരിക്കട്ടെ എന്നു കരുതിയാണ് ഞാൻ അദ്ദേഹത്തെക്കൂടി കൂട്ടിയത്.

ഏകദേശം നൂറുപേർ ആശുപത്രി പരിസരത്ത് കൂടിയിരുന്നു. അനുര

ഞ്ജനവ്യവസ്ഥകളെക്കുറിച്ച് ജനങ്ങളോട് പറയണമെന്ന് തൊഴിലാളി നേതാക്കന്മാർ എന്നോട് ആവശ്യപ്പെട്ടു. അവരിൽ ആരെയും എനിക്ക് മുൻപരിചയം ഉണ്ടായിരുന്നില്ല. ഈ യോഗത്തിൽ അദ്ധ്യക്ഷനോ സ്വാഗത പ്രസംഗകനോ ഉണ്ടായിരുന്നില്ല. ഒരു പീടികയുടെ തിണ്ണയായിരുന്നു വേദി. സമരം അനുരഞ്ജനത്തിൽ അവസാനിപ്പിക്കണമെന്നും, ഇരുകൂട്ടരും വിട്ടുവീഴ്ചകൾ ചെയ്യണമെന്നുംമറ്റും ഞാൻ പറഞ്ഞു. പത്ത് മിനിറ്റുപോലും പ്രസംഗിച്ചില്ല. അതിനുമുമ്പേ മൂന്നുനാലുപേർ ചേർന്ന് യോഗത്തിൽ ബഹളമുണ്ടാക്കി. ഇതിനിടെ എവിടെനിന്നോ സോഡാക്കുപ്പികൾ സമരപ്പന്തലിലേക്കും ജനങ്ങളുടെ ഇടയിലേക്കും ആരോ എറിഞ്ഞു. ആളുകൾ ചിതറി ഓടി. അപ്പോഴേക്കും അടുത്തുള്ള കളമശ്ശേരി പൊലീസ് സ്റ്റേഷനിൽനിന്നും ഇൻസ്പെക്ടറും കുറെ പൊലീസുകാരും എത്തി. അല്പസമയത്തിനകം ഞാൻ തിരിച്ച് വീട്ടിലേക്കും പോന്നു. ഇതായിരുന്നു യഥാർത്ഥത്തിൽ സംഭവിച്ചത്.

ഇരുപത്തിരണ്ടാം തീയതി കാലത്തുതന്നെ, ഇടപ്പള്ളിക്കാരായ രണ്ടുപേർ കളമശ്ശേരി പൊലീസ് സ്റ്റേഷനിൽ ഒരു പരാതി നല്കി. ഞാൻ മതവികാരം വ്രണപ്പെടുത്തുമാറ് ഇടപ്പള്ളിയിൽ പ്രസംഗിച്ചെന്നും, പ്ലാറ്റ്ഫോറത്തിൽ നിന്നുകൊണ്ട് ജനങ്ങൾക്കിടയിലേക്ക് ഞാൻ സോഡാക്കുപ്പി എറിഞ്ഞു എന്നുമൊക്കെയായിരുന്നു പരാതി!!

ഞാൻ എന്റെതന്നെ കാറിൽ സബ് ഇൻസ്പെക്ടറോടൊപ്പം കളമശ്ശേരിക്കു പുറപ്പെട്ടു. സബ് ഇൻസ്പെക്ടർ ഒരു ചെറുപ്പക്കാരൻ. തലേദിവസം അദ്ദേഹത്തെ സംഭവസ്ഥലത്തുവച്ച് ഞാൻ കണ്ടതാണ്. ചെറുപ്പക്കാരനായ സബ് ഇൻസ്പെക്ടർ കടുത്തുരുത്തിവരെയെങ്കിലും പൂർണ്ണ നിശ്ശബ്ദനായിരുന്നു. കടുത്തുരുത്തിയിൽ ഇറങ്ങി കാപ്പി കുടിച്ചപ്പോൾ ഞങ്ങൾ പരസ്പരം നോക്കി. എന്നെ അറസ്റ്റ് ചെയ്യേണ്ടിവന്നതിൽ അദ്ദേഹത്തിന് എന്തോ ഒരു വിമ്മിട്ടം ഉണ്ടെന്ന് ഞാൻ മനസ്സിലാക്കി. അദ്ദേഹം ഒരു എം എക്കാരനാണ്. ഭാര്യ ആലുവായിൽ ഒരു കോളേജ് അദ്ധ്യാപികയാണ്. പതുക്കെ പതുക്കെ അദ്ദേഹം മനസ്സ് തുറന്നു. അദ്ദേഹം പറഞ്ഞു: "എങ്ങനെയെങ്കിലും ഈ ജോലി ഉപേക്ഷിക്കണമെന്നാണ് എന്റെ ആഗ്രഹം. അതിനുള്ള വഴി അന്വേഷിച്ചുകൊണ്ടിരിക്കുകയാണ്" നിരാശനായി അദ്ദേഹം പറഞ്ഞു.

എന്നെ അറസ്റ്റ് ചെയ്തത്, അദ്ദേഹത്തിന്റെ മേലധികാരികളുടെ നിർദ്ദേശപ്രകാരമാണെന്ന് അദ്ദേഹത്തിന്റെ സംസാരത്തിൽനിന്നും എനിക്കു മനസ്സിലായി. അദ്ദേഹം പറഞ്ഞു: "ആരെ അറസ്റ്റ് ചെയ്യണമെന്നു പറഞ്ഞാലും ഞാൻ അറസ്റ്റ് ചെയ്യും. കാരണം, വളരെ ശുപാർശകൾക്കുശേഷമാണ് തനിക്ക് കളമശ്ശേരിയിൽ നിയമനം കിട്ടിയത്. ഭാര്യ ആലുവാ കോളേജിൽ പഠിപ്പിക്കുന്നു."

ഞാൻ ഒരു കോളേജ് അദ്ധ്യാപകൻ ആയിരുന്ന വിവരവും അദ്ദേഹത്തോടു പറഞ്ഞു. കളമശ്ശേരിയിൽ എത്തുമ്പോഴേക്കും എല്ലാ ഗൗരവവും വെടിഞ്ഞ് അദ്ദേഹം ഒരു സാധാരണ മനുഷ്യനായിക്കഴിഞ്ഞി

രുന്നു. സ്റ്റേഷനിലെത്തിയ എന്നെ ലോക്കപ്പിലാക്കി. ലോക്കപ്പ് പൂട്ടിയില്ല. എനിക്ക് കിടക്കാൻ കോസടിയും പുതപ്പും കൊടുത്തുവിട്ടു. ചുറ്റും സ്നേഹസമ്പന്നരായ പൊലീസുകാർ, ഞങ്ങൾ വളരെനേരം സംസാരിച്ചു. ഇടയ്ക്കിടയ്ക്ക് അവർ അവരുടെ ചെലവിൽ എനിക്ക് കാപ്പിയും വാങ്ങിത്തന്നു. ഒരു ഹെഡ്കോൺസ്റ്റബിൾ എന്നോട് പറഞ്ഞു. “സാറേ, പിടിച്ചുപറിക്കാരും കള്ളന്മാരും ധാരാളമായി കളമശ്ശേരിയിൽ ഉണ്ട്. അവരെ ഒന്നും ഞങ്ങൾക്ക് അറസ്റ്റ് ചെയ്യാനാവില്ല അഥവാ അറസ്റ്റ് ചെയ്താലും അവരെ ഇറക്കിക്കൊണ്ടുപോകാൻ മിനിറ്റുകൾക്കകം ആൾവരും. പിന്നെ സാറിനെപ്പോലെയുള്ളവരെ അറസ്റ്റുചെയ്യാനാണ് ഞങ്ങൾക്ക് അനുവാദം.” അവർ പൊലീസുകാരുടെ ദയനീയ ജീവിതത്തെക്കുറിച്ച് ദീർഘമായി പറഞ്ഞു. അപ്പോഴേക്കും എറണാകുളത്തു നിന്നും അഡ്വ. മാത്യു സഖറിയായെയും അറസ്റ്റ് ചെയ്ത് ലോക്കപ്പിൽ എത്തിച്ചു. വെളുക്കുന്നതുവരെ ഞാൻ സംസാരിച്ചുകൊണ്ടിരുന്നു.

ഈ അറസ്റ്റ്പ്രശ്നം മാധ്യമങ്ങൾ ഏറ്റെടുത്തു. അസംബ്ലിയിൽ ചോദ്യം ഉന്നയിക്കപ്പെട്ടു. ഇതിനൊരു ചെറിയ പിൻകഥയുണ്ട്.

ശ്രീ. കെ എം മാണി അന്ന് ആഭ്യന്തരകാര്യമന്ത്രിയാണ്. 1976 ലെ തിരഞ്ഞെടുപ്പിനെത്തുടർന്ന്, ശ്രീ. മാണിക്കെതിരെ ഒരു തിരഞ്ഞെടുപ്പ് കേസ് ഫയൽ ചെയ്തു. കേസ് നടത്തിയത് ഞാനായിരുന്നു. എന്റെ അഡ്വക്കേറ്റായിരുന്നു മാത്യു സഖറിയാ. റിട്ടയേർഡ് ഡി ജി പി ശ്രീ. ജോസഫ് തോമസ് അന്ന് എറണാകുളം സിറ്റി പൊലീസ് കമ്മീഷണറായിരുന്നു. അദ്ദേഹവും പാലാ മെത്രാൻ മാർ സെബാസ്റ്റ്യൻ വയലിലും ഈ കേസിൽ മുഖ്യസാക്ഷികളായിരുന്നു. ഹൈക്കോടതി ശ്രീ. മാണിയുടെ തിരഞ്ഞെടുപ്പ് റദ്ദാക്കുകയും ജോസഫ് തോമസിനെതിരെ നടപടിയെടുക്കുന്നതിന് ഉത്തരവാകുകയും ചെയ്തു. ജോസഫ് തോമസ് എന്റെ നാട്ടുകാരനും, ഇപ്പോഴും എന്റെ സുഹൃത്തുമാണ്.

പിന്നീട് സുപ്രീംകോടതിയിൽ വച്ച് ഹൈക്കോടതി തീരുമാനം റദ്ദാക്കി മാണി വീണ്ടും ആഭ്യന്തരകാര്യ മന്ത്രിയായി. ഈ പശ്ചാത്തലത്തിൽ എന്നെയും, മാണിക്കേസിന്റെ അഡ്വക്കേറ്റായ ശ്രീ. മാത്യു സഖറിയായെയും അകാരണമായി അറസ്റ്റ് ചെയ്തു എന്നതായിരുന്നു പ്രക്ഷോഭണത്തിന് കാരണം. ഇക്കാര്യത്തിൽ തനിക്ക് യാതൊരു പങ്കുമില്ലെന്ന് ശ്രീ. മാണി അസംബ്ലിയിൽ പറയുകയും അന്നത്തെ ഐ ജി ആയിരുന്ന ഒരു സീനിയർ പൊലീസ് ഉദ്യോഗസ്ഥനെക്കൊണ്ട് സംഭവത്തെക്കുറിച്ച് അന്വേഷിക്കാൻ ഉത്തരവിടുകയും ചെയ്തു.

അന്വേഷണ ഉദ്യോഗസ്ഥന്റെ പേര് ഞാൻ മറന്നു. ആലുവാ പാലസിൽ വച്ചായിരുന്നു അന്വേഷണം. ഉദ്യോഗസ്ഥൻ എന്നോടു ചോദിച്ചു: “എന്താണ് പരാതി?” ഞാൻ പറഞ്ഞു: “എനിക്ക് യാതൊരു പരാതിയും ഇല്ല.” “താങ്കളെ അറസ്റ്റു ചെയ്തതു സംബന്ധിച്ച് മാധ്യമങ്ങളിലും അസംബ്ലിയിലും ചോദ്യം ഉയർന്നതോ?” എന്റെ ഉത്തരം ഇതായിരുന്നു: “എനിക്ക് പൊലീസിനെതിരെ ഒരു പരാതിയും ഇല്ല. അവർ മാന്യമാ

യാണ് എന്നോട് പെരുമാറിയത്. മാത്രമല്ല ആ ചെറുപ്പക്കാരനായ പൊലീസ് ഇൻസ്പെക്ടർ അദ്ദേഹത്തിന്റെ കൃത്യം മാത്രമേ നിർവ്വഹിച്ചുള്ളൂ. അദ്ദേഹത്തിന് ഇരുപത്തിരണ്ടാം തീയതി എന്നെക്കുറിച്ച് ഒരു പരാതി കിട്ടുന്നു. അതിൽ, എനിക്കെതിരെ, ഗുരുതരമായ കുറ്റം ആരോപിച്ചിരുന്നു. അദ്ദേഹം ഉടനടി എന്നെ ഇടമറ്റത്തുള്ള എന്റെ വീട്ടിൽ വന്ന് അറസ്റ്റ് ചെയ്തു. അദ്ദേഹം തന്റെ കർത്തവ്യനിർവ്വഹണം മാത്രമാണ് നടത്തിയത്. അതിന് അദ്ദേഹമോ എന്നെ അറസ്റ്റുചെയ്ത പൊലീസുകാരോ കുറ്റക്കാരല്ല."

ഗൗരവത്തിൽ ആരംഭിച്ച ചോദ്യംചെയ്യൽ പിന്നീട് സൗഹൃദസംഭാഷണമായി മാറി. അന്വേഷണ ഉദ്യോഗസ്ഥൻ എന്നേക്കാൾ ഒരുകൊല്ലം സീനിയറായി മദ്രാസ് പ്രസിഡൻസി കോളേജിൽ പഠിച്ചിരുന്നു എന്ന് ഞാൻ മനസ്സിലാക്കി. അന്വേഷണത്തിന്റെ പരിധിവിട്ട് ചില കാര്യങ്ങൾ അദ്ദേഹത്തോട് ഞാൻ പറഞ്ഞത് ഓർക്കുന്നു. "മേലുദ്യോഗസ്ഥന്മാർ പറഞ്ഞാൽ അനുസരിക്കാൻ താഴെക്കിടയിലുള്ളവർ ബാദ്ധ്യസ്ഥരല്ലേ? യഥാർത്ഥത്തിൽ ഈ സംഭവത്തിന്റെ പിന്നിൽ ആരാണ് ഉള്ളത്. നിങ്ങൾക്ക് കണ്ടുപിടിക്കാനാവുമോ? ആവില്ല. നിങ്ങൾക്ക് ചെയ്യാവുന്നത് ആ പാവം പൊലീസ് ഇൻസ്പെക്ടർക്കും, അദ്ദേഹത്തിന്റെ കൂടെവന്ന പൊലീസുകാർക്കെതിരെയും എന്തെങ്കിലും ഒരു റിപ്പോർട്ട് സമർപ്പിക്കുക. അവർ നിരപരാധികളാണുതാനും." പിന്നീട് അദ്ദേഹം കേസിനെക്കുറിച്ച് ഒന്നും ചോദിച്ചില്ല. പൊലീസ് ഡിപ്പാർട്ടുമെന്റിനെക്കുറിച്ചായി ഞങ്ങളുടെ സംസാരം. ഉച്ചയ്ക്ക് സമൃദ്ധമായ ഊണ് കിട്ടി. ഒരു പരാതിയുമില്ല എന്ന് എഴുതിത്തരാൻ അദ്ദേഹം പറഞ്ഞു. എന്നെ അറസ്റ്റുചെയ്ത ഉദ്യോഗസ്ഥനെക്കുറിച്ചോ മറ്റ് പൊലീസുകാരെക്കുറിച്ചോ എനിക്ക് യാതൊരു പരാതിയും ഇല്ലെന്ന് എഴുതിക്കൊടുത്തു. ആ കേസ് അതോടെ അവസാനിച്ചു.

സത്യം പറയണമല്ലോ, എനിക്ക് വളരെ അപൂർവ്വം പൊലീസ് ഉദ്യോഗസ്ഥന്മാരുമായി മാത്രമേ പരിചയമുള്ളൂ. അതുകൊണ്ട് അവരുടെ പ്രശ്നങ്ങൾ ആഴത്തിൽ മനസ്സിലാക്കാൻ എനിക്ക് കഴിഞ്ഞിട്ടില്ല. ഒരിക്കൽ, പൊലീസ് വകുപ്പിൽ ഏറ്റവും ഉയർന്ന സ്ഥാനത്ത് എത്തിയ, എന്റെ ഒരു സതീർത്ഥ്യനെ യാദൃച്ഛികമായി കോട്ടയത്തുവച്ച് കണ്ടു. അദ്ദേഹം എന്നെയുംകൂട്ടി ടി ബിയിലേക്ക് പോയി. അവിടെ അദ്ദേഹം നിലത്ത് കാലുവച്ചപ്പോൾ മുതൽ ഓരോരുത്തരായി വന്ന് സല്യൂട്ട് അടിക്കുന്നു. ഒരുവിധത്തിൽ ഞങ്ങൾ മുറിക്കകത്ത് കയറി, അദ്ദേഹം വളരെ നല്ലവനാണ്. അതുവരെ വളരെ സ്നേഹത്തോടുകൂടിയാണ് എന്നോട് സംസാരിച്ചത്. പൊലീസുകാർ ഒന്നൊന്നായി അദ്ദേഹത്തെ സന്ദർശിക്കാൻ എത്തി. വന്നവർ വന്നവർ മേലുദ്യോഗസ്ഥനെ സല്യൂട്ട് ചെയ്തു. ഓരോ സല്യൂട്ട് നടക്കുമ്പോഴും അദ്ദേഹത്തിന്റെ മുഖം 'പൊലീസ് മുഖ' (ഗൗരവം) മായി മാറുന്നത് ഞാൻ കണ്ടു. ഒരുവിധത്തിൽ ഞാൻ അവിടുന്ന് രക്ഷപ്പെട്ടു. പിന്നീട് ഞാൻ ആലോചിച്ചു. എന്തിനാണ് ഈ സല്യൂട്ട്.

ബ്രിട്ടീഷുകാർ അച്ചടക്കത്തിന് ഉതകും എന്ന് നമ്മെ ബോദ്ധ്യപ്പെടുത്തി ഇവിടെ ഉപേക്ഷിച്ചുപോയ ഈ സാമൂഹ്യ ഉച്ഛിഷ്ടം എന്തിന് നമ്മൾ ഇന്നും ചുമക്കുന്നു. ഈ ആചാരക്രമങ്ങൾ ഇല്ലാതെ പൊലീസ്വകുപ്പ് നടത്തിക്കൂടേ? കോൺസ്റ്റബിൾ ഹെഡ് കോൺസ്റ്റബിളിനെ കാണുമ്പോൾ സല്യൂട്ട് അടിക്കുന്നു. ഉടനെ ഒരു സബ് ഇൻസ്പെക്ടർ വരുന്നു. രണ്ടുപേരും ചേർന്ന് സി ഐക്ക് സല്യൂട്ട് അടിക്കുന്നു. പിന്നീട് ഡി വൈ എസ് പി വന്നു, എസ് പി വന്നു തുടർന്ന് മേലുദ്യോഗസ്ഥർ പലരും വന്നു. എല്ലാവരും സല്യൂട്ട് അടിക്കുന്നു. എന്തിനാണ് ഈ ആചാരം. ബഹുമാനസൂചകമായി കൈ കൂപ്പിയാൽ പോരേ; പോരല്ലോ. വെള്ളക്കാരൻ പഠിപ്പിച്ചത് അതല്ല!!

കള്ളന്മാരെയും ക്രിമിനലുകളെയും കണ്ടുപിടിച്ച് ശിക്ഷിക്കാനാണ് പൊലീസുകാർ നിയോഗിതരായിരിക്കുന്നത്. പക്ഷേ, നല്ലവരായ ചെറുപ്പക്കാരെക്കൂടി ക്രിമിനലുകളാക്കുന്ന ട്രെയിനിങ്ങാണ് പൊലീസ് ഡിപ്പാർട്ടുമെന്റിൽ ലഭിക്കുന്നത് എന്നാണ് എന്റെ അറിവ്, ശ്രീപത്മനാഭന്റെ തൊപ്പി തലയിൽ കയറിയാൽ കലി വരും എന്ന് പറഞ്ഞ, 'ഹേഡ് അങ്ങത്ത' യുടെ പാരമ്പര്യം ഇന്നും പൊലീസ് ഡിപ്പാർട്ടുമെന്റ് തുടരുകയല്ലേ?

പൊലീസും ജനങ്ങളും തമ്മിലുള്ള ബന്ധം എന്താണ്? അവരെ തമ്മിൽ ബന്ധിപ്പിക്കുന്ന കണ്ണി ഭയമാണ്; സ്നേഹമല്ല. 'പൊലീസ് മുറ' എന്ന് ഒരു ശൈലിതന്നെ മലയാളത്തിൽ ഉണ്ട്. അത് മാറുമോ? മാറാൻ അനുവദിക്കുമോ?

പൊലീസ് വകുപ്പിന്റെ പരിഷ്കരണത്തെ സംബന്ധിച്ച് അനേകം റിപ്പോർട്ടുകൾ പൊടിപിടിച്ച് സെക്രട്ടറിയേറ്റിൽ കിടപ്പുണ്ട്. അവസാനമായി ജസ്റ്റിസ് കെ ടി തോമസ് കമ്മീഷൻ റിപ്പോർട്ടും. ഇവയുടെ മേലൊന്നും ഒരു നടപടിയും ഉണ്ടായിട്ടില്ല എന്നുള്ളതാണ് സത്യം. പൊലീസുകാരെ മനുഷ്യരായി കാണാൻ പലപ്പോഴും നാം മടിക്കുന്നു. ഇതിനു കാരണം, അവരെ മനുഷ്യരല്ലാതാക്കിത്തീർക്കുന്ന ട്രെയിനിങ്ങാണ് അവർക്കു ലഭിക്കുന്നത് എന്നു തോന്നുന്നു. ഇന്നത്തെ പൊലീസുകാർ വിദ്യാസമ്പന്നരാണ്. കൂടുതൽ പൊതുവിജ്ഞാനം അവർക്കുണ്ട്. എങ്കിലും അവർക്ക് 'പൊലീസ് മുറ' യിലേക്ക് തിരിച്ചുപോകാതിരിക്കാനാവില്ല.

പൊലീസ് എന്നും പ്രതിക്കൂട്ടിലാണ് നില്ക്കുന്നത്. തല്ലുകൊള്ളുകയും ഏറ് കൊള്ളുകയും ചെയ്യാൻ വിധിക്കപ്പെട്ടവർ. സമരം ചെയ്യുന്നവർക്ക് പൊലീസുകാരെ മനുഷ്യരായി കാണാൻ കഴിയില്ല. അതുപോലെ തന്നെ, ഇത്തരം അവസരങ്ങളിൽ പൊലീസുകാർക്കും മനുഷ്യരെ മനുഷ്യരായി കാണാൻ കഴിയില്ല. ഈ അവസ്ഥ മാറുമോ? മാറ്റാനുള്ള സാമൂഹ്യ അന്തരീക്ഷം സൃഷ്ടിക്കപ്പെടുമോ?

വടിക്കഷണം

ഞാൻ എന്റെ പൊലീസ് അനുഭവത്തിലേക്ക് മടങ്ങട്ടെ. എന്നെ അറസ്റ്റുചെയ്ത സബ് ഇൻസ്പെക്ടർ പിന്നീട് ജോലി രാജിവച്ച് എറണാകുളത്ത് ഒരു ഫർണിച്ചർക്കട തുടങ്ങിയതായി ഞാൻ അറിഞ്ഞു. മാത്രമല്ല, അദ്ദേഹം ഈ വ്യവസായത്തിൽ വളരെ മുന്നോട്ടുപോയിരിക്കുന്നു എന്ന് ഒരു സുഹൃത്ത് പറഞ്ഞ് അറിഞ്ഞു.

എനിക്കെതിരെ അന്ന് പൊലീസിൽ പരാതിപ്പെട്ട രണ്ടുപേരും പത്ത് വർഷങ്ങൾക്കുശേഷം ഇടപ്പള്ളിയിൽ വച്ചു നടന്ന ഒരു പൊതുയോഗത്തിൽ തങ്ങളാണ് ഈ കള്ളപ്പെറ്റീഷൻ കൊടുത്തത് എന്ന് പരസ്യമായി പറയുകയും എന്നോട് ക്ഷമാപണം ചെയ്യുകയും ചെയ്തു. ഇടപ്പള്ളി പള്ളിവികാരിയച്ചന്റെ നിർദ്ദേശപ്രകാരമായിരുന്നുപോലും ഈ കള്ളപെറ്റീഷൻ നല്കിയതത്രെ. ഒരുദിവസം പൊലീസിന്റെ അതിഥിയായി താമസിക്കാൻ അവസരമുണ്ടാക്കിത്തന്ന അവരോട് ഞാൻ നന്ദി പറയുന്നു.

പൊലീസ് കസ്റ്റഡിയിൽ ഒരു പത്രസമ്മേളനം

വിതുരബേബി

രാവിലെ, അകത്തെ പേജുകൾ നിറയ്ക്കാനുള്ള പ്രാദേശിക വാർത്തകൾ തേടി എങ്ങോട്ടു പോകുമെന്ന് ആലോചിച്ചിരിക്കുമ്പോഴാണ് പ്രസ്ക്ലബിൽ നിന്നുള്ള ഫോൺ കോൾ.

"ഡി എസ് പി ഓഫീസിൽ ഒരു പത്രസമ്മേളനമുണ്ട്. ഇന്നലെ രാത്രി നഗരത്തിലെ ഹോട്ടലുകൾ റെയ്ഡു ചെയ്ത് പതിനെട്ട് തരുണീ മണികളെ പിടിച്ച കാര്യം പറയാൻ ഡി എസ് പിയാണ് പത്രസമ്മേളനം നടത്തുന്നത്. പതിനൊന്നു മണിക്കാണ്. എല്ലാവരും ഫോട്ടോഗ്രാഫർമാരെയും കൂട്ടിച്ചെല്ലണമെന്നാണ് പറഞ്ഞിരിക്കുന്നത്. ഞാനാണ് എല്ലാവരേയും വിളിച്ചോണ്ടു ചെല്ലേണ്ടത്."

സർവ്വീസിൽ കയറിയിട്ട് അഞ്ചാറുമാസം തികഞ്ഞിട്ടില്ലെങ്കിലും ഇതു പറയുമ്പോൾ പ്രസ്ക്ലബ് സ്റ്റാഫ് രാധാകൃഷ്ണന് ആഹ്ലാദവും ആവേശവും.

മണി പത്താകാൻ പോകുന്നതേയുള്ളൂ. എങ്കിലും ധൃതിപിടിച്ചു തന്നെ ഒരുങ്ങി. ഞങ്ങളുടെയെല്ലാം ഉറ്റമിത്രവും സാഹിത്യകാരനും കൂടിയായ ജില്ലാ പൊലീസ് സൂപ്രണ്ട് കൃഷ്ണൻനായർ നടത്തുന്ന പത്രസമ്മേളനമല്ലെ. കൃത്യസമയത്തുതന്നെ എത്തിയേ തീരൂ.

വാർത്തകൾക്ക് കടുത്ത ദാരിദ്ര്യമനുഭവിക്കുന്ന പത്രലേഖകർ കർമ്മനിരതരാകാൻ വേറെ ഇനി എന്തുവേണം. കൊല്ലം നഗരത്തിൽ ഇത്തരത്തിലുള്ള അസുലഭ നിമിഷങ്ങൾ കൂടെക്കൂടെ വീണുകിട്ടുകയെന്നത് അപൂർവ്വമായി മാത്രം സംഭവിക്കുന്ന കാര്യമാണല്ലോ; അതല്ലാതെ പതിവായി കിട്ടുന്നത് എക്സൈസുകാരുടെ വീരശൂര പരാക്രമങ്ങളെപ്പറ്റിയുള്ള വാർത്തയാണ്. അവർ പിടിക്കുന്ന വ്യാജവാറ്റുകാരെ നിരത്തിനിർത്തി കോടയും വാറ്റുപകരണങ്ങളും മുമ്പിൽവെച്ച് ചുറ്റും പൊലീസുകാർ

വളഞ്ഞുനിന്ന് ഫോട്ടോയെടുക്കും. ഒരേ ഫോട്ടോയുടെ കോപ്പികൾ പത്ര ങ്ങളിൽ അച്ചടിച്ച് വരികയും ചെയ്യും. ആ ബോറടികളിൽ നിന്നൊക്കെ വ്യത്യസ്തമായി നിശാഗന്ധികൾ സമ്മാനിക്കുന്ന മാദകദൃശ്യങ്ങളിൽ പങ്കുചേരാൻ കിട്ടുന്നത് എത്ര അനർഘനിമിഷം.

പത്തരയ്ക്കുമുമ്പുതന്നെ ഞങ്ങൾ ഡി എസ് പി ആപ്പീസിലെത്തി യിരുന്നു. ഒപ്പം ഫോട്ടോഗ്രാഫർമാരും ഉണ്ട്. ഇനിയും കിടക്കുന്നു അരമ ണിക്കൂർ.

പൊലീസ് സൂപ്രണ്ടാപ്പീസിലെ സ്വീകരണമുറിക്കു പുറത്ത് നിരന്നു നില്ക്കുന്ന പതിനെട്ടു പെണ്ണുങ്ങളിലുമായിരുന്നു എല്ലാവരുടേയും ശ്രദ്ധ. അതിൽ പതിനേഴുപേരും കാണാൻ ചന്തമുള്ള പെൺകുട്ടികൾ. പതി നേഴിനും ഇരുപതിനും മദ്ധ്യേ പ്രായമുള്ളവരാണ് മിക്കവരും. എല്ലാവരും കരിഞ്ഞുതുടങ്ങിയ യൗവന തുടിപ്പുകൾ. കൂട്ടത്തിൽ മദ്ധ്യവയസ്സു ക ഴിഞ്ഞ ഒരു സ്ത്രീയും.

പതിനെട്ടാംനമ്പർകാരിയായ ആ മദ്ധ്യവയസ്കയെ പ്രത്യേകം ശ്രദ്ധിച്ചു. യൗവനം അവരിൽനിന്ന് പോയിട്ടില്ല. ആ കണ്ണുകളിലും മുഖ ഭാവങ്ങളിലും കുലീനത്വം തളംകെട്ടി നില്ക്കുന്നു. ആ മുഖത്ത് വേദന യുടെ ആഴത്തിലുള്ള നിഴലാട്ടം.

പിടികൂടപ്പെട്ട പെൺകുട്ടികളുമായി കൊച്ചുവർത്തമാനം പറയാൻ പത്രക്കാർക്കൊക്കെ പൂതി. ഓരോരുത്തരുമായി അവർ കുശലം പറയാൻ തുടങ്ങി. പക്ഷേ, അതിനിടയിൽ ഇരട്ടക്കുഴൽ തോക്കും പിടിച്ചു നില് ക്കുന്ന സെൻട്രി തടയിട്ടു.

“വേണ്ട സാറമ്മാരെ ഈ തേവിടിശ്ശികളോടു പുന്നാരങ്ങളൊന്നും പറയണ്ട. ഇവളുമാരൊക്കെ മഹാ പെശകുകളാ. ചെലപ്പം നിങ്ങള് മാന്യ മ്മാരുടെ പേരും ഇവളുമാരു വിളിച്ചുപറഞ്ഞുകളയും.”

സ്ത്രീപീഡന വാർത്തകൾക്ക് മഹത്വമൊന്നും കൈവരാത്ത കാല മാണ്. പത്രക്കാർ പതിയെ തലവലിച്ചു.

സമയം ഒച്ചിഴയുംപോലെ നീളുന്നേയുള്ളൂ. ചെറിയ സൂചി പതി നൊന്നിൽ ചെന്നുമുട്ടി നില്ക്കുന്നു.

“വന്നിട്ടിത്രയും നേരമായില്ലെ? ഒരു ചായ പോലുമില്ലേ?”

ഞങ്ങളിലാരോ പിറുപിറുത്തു. അതുകേട്ടാവണം കോൺസ്റ്റബിൾ കുട്ടൻപിള്ള ഞങ്ങളെ ആശ്വസിപ്പിക്കാനെത്തി.

“സാറന്മാര് അല്പം ഒന്നു ക്ഷമി. ഹെഡ് വേലുപ്പിള്ള പോയിട്ട് കൊറെ നേരമായി. തിന്നാനൊള്ള വകയും ചെമന്ന് പുള്ളിക്കാരനിപ്പമി ങ്ങെത്തും. ഓറിയന്റലിലേക്കാ പോയിരിക്കുന്നത്.”

നോൺ വെജിറ്റേറിയൻ ഹോട്ടലിന്റെ പേരുകേട്ട മാത്രയിൽ പമ്മി യിരുന്ന ശർമ്മാജിക്ക് അനക്കം വച്ചു. ആ ശബ്ദത്തിൽ ആഹ്ലാദത്തു ടിപ്പ്.

“ഭാഗ്യമായി– പൂർണ്ണപ്രകാശിലെ സാമ്പാറും മസാലദോശയും തിന്ന് വയറിളകാതെ രക്ഷപ്പെട്ടു.”

"ഡി എസ് പി ഏമാൻ പ്രത്യേകം പറഞ്ഞുവിട്ടതാ കോഴിക്കറിയും കോഴിപൊരിച്ചതും കരിമീൻ പൊള്ളിച്ചതും ഒക്കെ വേണമെന്ന്."

ശരിയാണ്. കൃഷ്ണൻനായരും പത്രക്കാരും ഉറ്റ ബന്ധുക്കളെപ്പോലെയാണ്. കോളേജ് അദ്ധ്യാപകനായിരുന്ന അദ്ദേഹത്തിന് ഒട്ടും വഴങ്ങുന്നതല്ല കാക്കി. ആ മനസ്സിലാകട്ടെ വലിയൊരു കലാകേദാരമുണ്ടല്ലോ. അക്കാര്യം ഞങ്ങൾക്ക് നന്നായി അറിയാവുന്നതുമാണല്ലോ.

–പിന്നെ കൃഷ്ണൻനായരുടെ ഗുണഗണങ്ങളെപ്പറ്റിയായി സംവാദം. തീർച്ചയായും അദ്ദേഹത്തിന്റെ നോവലിന് അടുത്ത കേന്ദ്രസാഹിത്യ അക്കാദമി അവാർഡ് കിട്ടും. കഴിഞ്ഞതവണ തന്നെ കിട്ടേണ്ടതായിരുന്നു. എങ്ങനെയോ തട്ടിമാറി പോയതാണ്.

–ഓറിയന്റ് ഹോട്ടലിലെ ആവിപറക്കുന്ന വിഭവങ്ങൾ വൈകാതെ എത്തി. അതൊക്കെ നിരത്തി. മുമ്പും പിമ്പും നോക്കാതെ വെട്ടിവിഴുങ്ങുന്ന ജോലിയിലായി ഞങ്ങൾ.

ഞങ്ങൾ സദ്യതട്ടുന്നത് വരിവരിയായി നില്ക്കുന്ന പെണ്ണുങ്ങൾ കാഴ്ചകാണുംപോലെ നോക്കുന്നു. തലേന്നുരാത്രി പൊലീസ് കസ്റ്റഡിയിൽ എത്തിയതാണല്ലോ. ഒരു കപ്പ് ചായപോലും അവർക്ക് കൊടുത്തിട്ടുണ്ടാവില്ല.

ആ പെണ്ണുങ്ങൾ വല്ലതും കഴിച്ചോ ഇല്ലയോ എന്ന് അന്വേഷിക്കേണ്ട ജോലി ഞങ്ങളുടേതല്ല. ഞങ്ങൾക്ക് വേണ്ടത് നീല കലർന്ന വാർത്തയാണ്. അതുകിട്ടാൻ പോവുകയുമാണ്.

ഞങ്ങൾ കോഴിക്കാലുകൾ പരവേശത്തോടെ കടിച്ചുമുറിച്ചു.

ഇതിനിടയിലാണ് ഒരു സൈക്കിൾറിക്ഷ മുറ്റത്തു വന്നുനിന്നത്. അതിൽ നിന്നിറങ്ങിയ രണ്ടുവനിതകളെ ഞങ്ങൾ ശ്രദ്ധിച്ചു. സതീഭായി ടീച്ചറും ജമീല വക്കീലും. രണ്ടുപേരും നഗരത്തിലെ സാമൂഹികപ്രവർത്തകർ. തന്റേടവും വ്യക്തിത്വവുമുള്ളവർ.

"ഈ പെണ്ണുങ്ങളെന്തിനാ ഇവിടെ വലിഞ്ഞുകയറി വന്നത്?"

കുറുപ്പിന്റെ വെറുപ്പു നിറഞ്ഞ ചോദ്യം.

കാപ്പികുടി മൂക്കറ്റമാക്കി കൈകഴുകുവാൻ പോകുമ്പോഴാണ് തടവിലാക്കപ്പെട്ടവരിലെ ആ മദ്ധ്യവയസ്ക തൊഴുകൈയുമായി ഞങ്ങളുടെ അരികിലേക്ക് വന്നത്. തുടർന്ന് ഒരു ദയനീയമായ അപേക്ഷയും.

"സാറമ്മാരെ എന്റെ ഫോട്ടോയും പേരും പേപ്പറില് കൊടുക്കരുത്. എന്റെ മോള് ഫാത്തിമാ കോളേജില് ഫൈനലിയറാ. അവളെ പോറ്റി വളർത്താനാണ് ഞാൻ പെഴച്ചുപോയത്. എന്നെ പിടിച്ചെന്നറിഞ്ഞാ അവള് തൂങ്ങിമരിക്കും."

ഒരു ദയനീയ ചിത്രം അവിടെ ചുരുൾ നിവരുകയാണ്.

"കൊള്ളാം. മക്കളെ പഠിപ്പിക്കാൻ മാംസം വിറ്റ അമ്മ പിടിയിൽ"

എന്റെ പത്രത്തിനു തലക്കെട്ടായി – ഒരു പത്രലേഖകന്റെ ആശ്വാസം. പെണ്ണുങ്ങളുടെ ദയനീയ നോട്ടങ്ങളിൽ കുരുങ്ങിവീഴാതെ ഞങ്ങളെല്ലാം ഞങ്ങളുടെ സീറ്റുകളിൽ ചെന്നിരുന്ന് ട്രിപ്പിൾ ഫൈവ് സിഗററ്റ് കൊതി

യോടെ വലിച്ചു പുകപറത്തി.

അപ്പോഴാണ് പിൻനിരയിൽ സതീഭായി ടീച്ചറും ജമീല വക്കീലും ഇരുപ്പുപിടിച്ച കാര്യം അറിഞ്ഞത്.

- സഹിക്കാൻ കഴിഞ്ഞില്ല. പത്രലേഖകരോടൊപ്പം ഈ പെണ്ണുങ്ങൾ കയറിയിരിക്കുന്നതെന്തിന്? പൊലീസുകാരോട് ഇവരെ പിടിച്ചു മാറ്റണമെന്ന് പറയണമെന്നുണ്ടായിരുന്നു. പക്ഷേ, പറഞ്ഞില്ല.

അതിനിടയ്ക്ക് വൈകിയതിൽ ക്ഷമ ചോദിച്ചുകൊണ്ട് പൊലീസ് സൂപ്രണ്ട് കൃഷ്ണൻനായർ ഞങ്ങളുടെ മുമ്പിൽ കുഷ്യനിട്ട കസേരയിൽ വന്നിരുന്നു. ഒപ്പം സർക്കിൾ ഇൻസ്പെക്ടർ മനോഹരനും. അദ്ദേഹവും സാഹിത്യത്തിന്റെ ശല്യമുള്ള ആളാണല്ലോ.

എല്ലാവരുമായി കുശലം പങ്കുവച്ചശേഷം കൃഷ്ണൻ നായർ തന്റെ സ്വതസിദ്ധമായ ഗംഭീരസ്വരത്തിൽ ഒരു പ്രസ്താവന ചെയ്തു.

"ഈ കൊല്ലം നഗരം ചരിത്രപ്രസിദ്ധിയുള്ള ഒരു പുരാതന നഗരമാണ്. കലയും സംസ്കാരവും ഇവിടെ കൈകോർത്ത് നില്ക്കുന്നു. വ്യവസായവും കച്ചവടവും നഗരത്തിന്റെ അന്തസ്സുയർത്തുന്നു. കുണ്ടറ വിളംബരവും വേലുത്തമ്പി ദളവയുമൊക്കെ നമ്മുടെ സിരകൾ ചൂടാക്കുന്ന ഓർമ്മകളാണല്ലോ. അങ്ങനെയുള്ള ഈ നഗരത്തിൽ സമൂഹവിരുദ്ധരും അഭിസാരികകളും താണ്ഡവമാടുകയാണെന്ന് പത്രങ്ങളിൽ തുടരെ പരാതിവരുന്നുണ്ട്. നിഷേധിക്കുന്നില്ല. ഇതിനൊരറുതിവേണം. ചിരപുരാതനമായ ഈ നഗരം ശുദ്ധീകരിച്ചെടുക്കണം. അതിന് പൊലീസ് ചില നടപടികൾ സ്വീകരിക്കാൻ തീരുമാനിച്ചു."

ട്രിപ്പിൾ ഫൈവ് സിഗററ്റ് അദ്ദേഹം മൂന്നുതവണ ആഞ്ഞുവലിച്ചു. എന്നിട്ട് ഗംഭീരസ്വരത്തിൽ തുടർന്നു.

"ഇന്നലെ രാത്രി ഞങ്ങൾ പട്ടണത്തിലെ നാല് ഹോട്ടലുകൾ റെയ്ഡ് ചെയ്തു. അവിടെനിന്ന് വ്യഭിചാരവൃത്തിയിലേർപ്പെട്ടിരുന്ന പതിനെട്ടു സ്ത്രീകളെ ഞങ്ങൾ കസ്റ്റഡിയിലെടുത്തു."

പിടിയിലായവരെ ഞങ്ങളുടെ മുമ്പിൽ നീക്കിനിർത്തിയശേഷം ഡി എസ് പി തുടർന്നു.

"ഇവരെ ഇന്ന് കോടതിയിൽ ഹാജരാക്കും, കോടതി ശിക്ഷിക്കും. അതോടെ നഗരം ശുദ്ധമാക്കാനുള്ള നടപടികൾക്ക് തുടക്കമാവും."

"നഗരത്തിലെ വേശ്യാകളാണിവർ. ഇവരെപ്പറ്റി വിശദവിവരങ്ങൾ വേണംസാർ." പേന തുറന്നുപിടിച്ചുകൊണ്ട് ഉപേന്ദ്രൻ കൊതിയോടെ പറഞ്ഞു.

"തരാം. വിശദവിവരം സി ഐ മനോഹരൻ തരും."

തുടർന്ന് മനോഹരൻ വിശദവിവരങ്ങൾ നല്കി. പത്രക്കാർ എല്ലാം എഴുതിയെടുത്തു. ഓരോരുത്തരുടെയും പേരും വയസ്സും വീട്ടുപേരും എല്ലാം ചിട്ടയോടെ ഒരക്ഷരം വിടാതെ എല്ലാം എഴുതിയെടുക്കുന്ന തിരക്കിലായി പത്രക്കാർ.

തുടർന്ന് അവരെയൊക്കെ നിരത്തിനിർത്തി ഫോട്ടോ എടുക്കുന്ന

തിരക്കാരംഭിച്ചു. അടുത്തദിവസത്തെ പത്രങ്ങളിൽ പൊടിപ്പും തൊങ്ങലും വെച്ച് പടച്ചുവിടുന്ന വാർത്തകളിൽ സജീവപങ്കാളിത്തം വഹിക്കേണ്ടവയാണല്ലോ ഫോട്ടോകൾ. തിരക്കിട്ട ആ നിമിഷങ്ങൾക്ക് ക്ഷതമേല്പിച്ചുകൊണ്ട് പിൻനിരയിൽ നിന്ന് പൊട്ടിവീണ ആ ചോദ്യം ഒരപശകുനം പോലെ ഞങ്ങൾ കേട്ടു.

"ബഹുമാനപ്പെട്ട ഡി എസ് പി സാർ. ഞങ്ങൾ അങ്ങയോട് ഒരു ചോദ്യം ചോദിച്ചുകൊള്ളട്ടെ."

ഡി എസ് പി ആ ചോദ്യകർത്താവിനെ നോക്കി. ഞങ്ങളെല്ലാം അങ്ങോട്ടുതന്നെ തലതിരിച്ചു.

അവിടെ സതീഭായി ടീച്ചർ എഴുന്നേറ്റ് നില്ക്കുന്നു. ഒരു രാജ്യം വെട്ടിപ്പിടിക്കാനുള്ള ഭാവത്തോടെയാണ് ആ നില്പ്. അവർ രോഷാകുലയാണ്. എങ്കിലും ആ ശബ്ദത്തിൽ ശാന്തതയുണ്ട്.

"കഴിഞ്ഞ രാത്രി നഗരത്തിലെ ഹോട്ടലുകളിൽനിന്നാണ് ഈ പതിനെട്ടുപേരേയും അറസ്റ്റ് ചെയ്തതെന്ന് അങ്ങ് പറഞ്ഞുവല്ലോ."

കൃഷ്ണൻനായർ ആകർഷകമായി ചിരിച്ചു. എന്നിട്ട് പറഞ്ഞു:

"അത് ഞാൻ പറഞ്ഞിട്ടില്ലേ ടീച്ചറെ. പതിവായി വ്യഭിചാരക്കുറ്റത്തിൽ ഏർപ്പെട്ടുകഴിയുന്ന സ്ത്രീകളാണിവർ. ഇവർ ഈ നാടിന്റെ സംസ്കാരം തീറെഴുതുന്നു. ഇന്നലെ രാത്രി നാല് ഹോട്ടലുകളാണ് പൊലീസ് റെയ്ഡ് നടത്തിയത്. അവിടെ വ്യഭിചാരവൃത്തിയിൽ ഏർപ്പെട്ടിരുന്ന ഇവരെ പൊലീസ് കൈയോടെ കസ്റ്റഡിയിലെടുത്തു. ഇന്ന് കോടതിയിൽ ഹാജരാക്കും."

"കൊള്ളാം കൊള്ളാം. അങ്ങയുടെ വർത്തമാനം ബഹുജോറായിരിക്കുന്നു." സതീഭായി ടീച്ചർ പരിഹസിച്ചു. ആ പരിഹാസവും ഭാവഭേദവും ഒന്നും ഒരു പത്രലേഖകന് തീരെ സഹിച്ചില്ല. മുക്കാലും തീർന്ന ട്രിപ്പിൾ ഫൈവ് സിഗററ്റ് ഒന്നുകൂടി നീട്ടിവലിച്ച് അയാൾ ഗർജ്ജിച്ചു.

"സാർ, ഇത് അനുവദിച്ചുകൂടാ. അങ്ങ് ക്ഷണിച്ചാണ് ഞങ്ങൾ ഇവിടെ വന്നത്. ഈ സ്ത്രീയുടെ കോപ്രായങ്ങൾ കേൾക്കാനല്ല."

പക്ഷേ, കൃഷ്ണൻനായർ കോപിഷ്ഠനായില്ല. സ്ഥിരം ചിരിയോടെ അദ്ദേഹം പറഞ്ഞു.

"ടീച്ചർ പറഞ്ഞോളൂ. ഞാൻ കേൾക്കാം!"

"അങ്ങ് മിടുക്കനായ ഒരു കോളേജ് അദ്ധ്യാപകനായിരുന്ന ആളല്ലെ. പൊലീസിൽ വന്നുവെന്നു കരുതി എല്ലാ മാനുഷികമൂല്യങ്ങളും പണയം വച്ചാലോ?"

സതീഭായി ടീച്ചർ ശാന്തയായിത്തന്നെ തുടരുന്നു.

"സാർ, അങ്ങിവിടെ പറഞ്ഞു, ഈ പതിനെട്ടു പെണ്ണുങ്ങളെയും വ്യഭിചരിച്ചതിനാണ് അറസ്റ്റു ചെയ്തതെന്ന്."

"അതെ ടീച്ചർ. അതാണ് ഇവരുടെ പേരിലുള്ള കുറ്റം."

സതീഭായി ടീച്ചർ സൗമ്യഭാവം കൈവെടിയുന്നില്ല. അവരുടെ വാക്കുകൾക്ക്, ആ ഭാവത്തിന് മാതൃത്വത്തിന്റെ പരിവേഷം.

"ഈ പതിനെട്ടുപേരും ഹോട്ടലുകളിൽ ചെന്ന് തമ്മിൽ വ്യഭിചരിച്ചുവെന്നാണോ സാർ പറയുന്നത്?"

"ഇല്ല പുരുഷന്മാരുമായിട്ടാണ് ഇവർ ഇടപാടു നടത്തിയത്."

ഡി എസ് പി അമർഷത്തോടെ തിരിച്ചടിച്ചു. ആ അമർഷത്തിനു സതീഭായി ടീച്ചർ കീഴടങ്ങുന്നില്ല.

"എങ്കിൽ ആ പുരുഷന്മാരെയും പിടിച്ചിട്ടുണ്ടാവുമല്ലോ? എവിടെ ആ പുരുഷന്മാർ? അവരെയും ഒന്നു ഹാജരാക്കൂ. ഞങ്ങളൊന്നു കണ്ടോട്ടെ."

–പത്രക്കാരുടെ ഇടയിൽ ഹർഷാരവത്തിന്റെ ഇരമ്പൽ– എല്ലാവരും തലയുയർത്തിപ്പിടിച്ച് ആ ചോദ്യം ആവർത്തിക്കുന്നു.

"അതുതന്നെ. എവിടെ പുരുഷന്മാർ, അവരെവിടെ?"

പാടുപെട്ടു കൊണ്ടുവന്ന ചിക്കനും മട്ടനും ഒക്കെ ഉള്ളിലിട്ടു കൊണ്ടാണീ ചോദ്യമെന്ന് ഹേഡ് വേലുപ്പിള്ള തിരിച്ചറിഞ്ഞു. അയാൾ കണ്ണുരുട്ടുന്നു.

എല്ലാവരും ഇപ്പോൾ സതീഭായി ടീച്ചറിന്റെ പിന്നിലാണ്. – അറസ്റ്റു ചെയ്യപ്പെട്ട പുരുഷന്മാരെ ഹാജരാക്കണമെന്ന ഞങ്ങളുടെ ആവശ്യം അത്യുച്ചത്തിലാവുകയാണ്. പത്രസ്വാതന്ത്ര്യത്തിന് ഒളി മങ്ങുന്നില്ല. അതെ ഞങ്ങളിലെ ജനോപകാരപ്രദമായ ജേർണലിസം സടകുടഞ്ഞെണീറ്റിരിക്കുന്നു. ഞങ്ങളും ഡി എസ് പിയെ വട്ടം കറക്കുന്നു.

പിന്നീട് ഞങ്ങൾ പരതുമ്പോൾ ഡി എസ് പി തന്റെ സീറ്റിലില്ല. സമീപത്ത് സർക്കിൾ മനോഹരനുമില്ല. പി സി 502 കുട്ടപ്പൻനായർ ഒഴിഞ്ഞപാത്രങ്ങളൊക്കെ ഒരു മൂലയിൽ അടുക്കി വയ്ക്കുന്നു.

തലയുയർത്തിതന്നെയാണ് ഞങ്ങളെല്ലാം മുറ്റത്തേക്കിറങ്ങിയത്. മുറ്റത്ത് കൂടിനിന്ന് ഓരോന്ന് പറഞ്ഞ് രസിക്കുമ്പോൾ അറസ്റ്റു ചെയ്യപ്പെട്ട അഭിസാരികമാർ ഞങ്ങളുടെ മുമ്പിലൂടെ റോഡിലിറങ്ങി സാവധാനം നടന്നുപോകുന്നു. റെയിൽവെപ്പാളം മുറിച്ചുകടന്ന് സംഘമായി മുന്നോട്ടു നീങ്ങുന്ന അവരുടെ ലക്ഷ്യം റെയിൽവേസ്റ്റേഷനാവാം. കന്റോൺമെന്റ് മൈതാനവുമാവാം.

കള്ളനും പൊലീസും

എം എൻ കാരശ്ശേരി

കാലിക്കറ്റ് യൂണിവേഴ്സിറ്റിയിൽനിന്നു ഞാൻ കോഴിക്കോട്ടേക്ക് വരികയായിരുന്നു. ബസിൽ പതിവ് ആൾക്കൂട്ടം. നിന്നുതിരിയാനിടമില്ല. ഏതോ അത്ഭുതം കാണിക്കുന്ന സർക്കസുകാരനെപ്പോലെ കണ്ടക്ടർ അതിനിടയിലൂടെ, ചാലിയൻ ഓടം പായിക്കുംപോലെ, അങ്ങോട്ടും ഇങ്ങോട്ടും ഊളിയിടുന്നുണ്ട്..... മെയ്‌വഴക്കത്തിന്റെ ചിപ്പം!

ഡ്രൈവർ ബസ് കത്തിച്ചുവിടുകയാണ്. മലപ്പുറം ജില്ലയിൽ പ്രത്യേകമായി കാണുന്ന മരണസ്പീഡ്! കടുപ്പത്തിലുള്ള പോക്കും അതിനേക്കാൾ കടുപ്പമുള്ള നിർത്തലും. ജീവിതയാത്രക്കാർ കൂട്ടിമുട്ടുകയും വേർപിരിയുകയും ചെയ്യുന്നു...... യാത്രക്കാരുടെ ആയുസ്സിന്റെ നീട്ടംകൊണ്ടാവണം, അപകടങ്ങളൊന്നും കൂടാതെ ബസ് കോഴിക്കോടു സ്റ്റാൻഡിലെത്തി. വലിയ തിരക്കുള്ളവർ ഇറങ്ങിപ്പോയിട്ട് ഇറങ്ങാം എന്നുവച്ച് ഞാൻ ഒന്നൊതുങ്ങി നിന്നു.

അപ്പോൾ അതാ, എന്റെ മുന്നിൽ ഒരു കടലാസുപൊതി കിടക്കുന്നു. ബസിലെ തിരക്കിലോ ഇറങ്ങുന്ന ബദ്ധപ്പാടിലോ ആരുടെയോ സഞ്ചിയിൽനിന്നോ മടിക്കുത്തിൽനിന്നോ വീണതാവണം. പിന്നാലെ വരുന്നവർ ചവിട്ടേണ്ട എന്നു കരുതി ഞാനതു കുനിഞ്ഞെടുത്തു.

മുഷിഞ്ഞ പൊതി തുറന്നുനോക്കുമ്പോൾ നോട്ടുകളാണ്. പത്തിന്റെയും അഞ്ചിന്റെയും ഒക്കെ നോട്ടുകളുണ്ട്. അടുക്കും ചിട്ടയുമില്ലാതെ ചുരുട്ടിവച്ചിരിക്കുന്നു. അത്രയധികമില്ല. എങ്കിലും കാശല്ലേ? എന്റെ അടുത്തുള്ളവർക്കും താല്പര്യമായി.

ഞാൻ പെട്ടെന്നു കക്ഷത്തിൽ ഒരു തുണിക്കെട്ടുമായി തൊട്ടുമുൻപേ പോയ വൃദ്ധയെ വിളിച്ചു "ഹേയ്."

ബസിനു പുറത്ത് അവർ തിരിഞ്ഞുനിന്നു.

"ഈ പൈസയുടെ പൊതി നിങ്ങളുടേതാണോ?"

"അല്ല മോനേ."

അപ്പോൾ ബസിന്റെ പടിയിൽനിന്ന് ഒരു മദ്ധ്യവയസ്കൻ എന്റെ അടുത്തേക്കു വന്നു പറഞ്ഞു.

"ആ പൊതി എന്റതാ."

"ശരി" എന്നു പറഞ്ഞു ഞാൻ അത് അയാൾക്കുകൊടുത്തു.

പെട്ടെന്നുതന്നെ എന്റെ ഉള്ളിൽ ഒരു മിന്നൽ. അത് ഇയാളുടേ താണോ?

മുഖഭാവവും നോട്ടവും കണ്ടാൽ എന്തോ കുഴപ്പമുള്ളതുപോലെ തോന്നും. മറ്റു യാത്രക്കാർക്കും അങ്ങനെ തോന്നിയോ?

ബസിൽനിന്ന് ഇറങ്ങിയതും ഞാൻ അയാളുടെ കൈയിലെ പൊതി കടന്നുപിടിച്ചു.

"ഈ പൊതി നിങ്ങളുടേതാണ് എന്നല്ലേ പറഞ്ഞത്?"

"ഹ.......... ഹതെ............. ങ്ആ."

"ശരി. ഇതിലെന്താണ്?"

"പൈസയാണ്."

ഞാൻ പൈസക്കാര്യം വിളിച്ച് പറഞ്ഞതിൽ കാണിച്ച പോഴത്തം! അപ്പോഴേക്കും മറ്റു യാത്രക്കാർ ഇറങ്ങി ചുറ്റും കൂടി. തിരക്കിട്ടു പോകാനാരംഭിച്ച ചിലർ മടങ്ങിവന്നു.

ഞാൻ ചോദ്യം തുടർന്നു:

"എത്ര ഉറുപ്പികയുണ്ട്?"

അയാളുടെ മുഖം മങ്ങി.

"അത്........... അത്............. കൃത്യം അറീല. ആർക്കാ ഇപ്പോ പൊതീലുള്ള പൈസ ഓർമ്മണ്ടാവ......"

"കൃത്യം വേണ്ട. ഒരേകദേശം പറഞ്ഞാൽ മതി."

"അത്.......... അത്.......... ഇന്ക്ക് ഓർമ്മയില്ല."

പെട്ടെന്ന് എനിക്കു മറ്റൊരു യുക്തി തോന്നി. നിങ്ങൾ ബസിനു ടിക്കറ്റെടുത്തതിന്റെ ബാക്കി കാണുമല്ലോ. നിങ്ങൾ എത്രയ്ക്കാണ് ടിക്കറ്റ് വാങ്ങിയത്?"

"ഏഴേ അയ്മ്പതിന്"

"ശരി, നിങ്ങൾ എവിടെ നിന്നാണ് ബസിൽ കയറിയത്?"

"യൂണിവേഴ്സിറ്റീന്ന്."

ഞാൻ ചിരിച്ചു.

"ഹ ഹാ........... ഞാൻ എന്നും യൂണിവേഴ്സിറ്റിയിൽ പോയി വരുന്നവനാ.. അവിടെനിന്നു കോഴിക്കോട്ടേക്ക് ചാർജ് അഞ്ചുറുപ്പികയാ."

ചുറ്റുമുള്ള ആൾക്കൂട്ടത്തിനു പതുക്കെ കാര്യം ബോദ്ധ്യപ്പെട്ടുവന്നു. ആവർ ആരവം തുടങ്ങി. "നേര് പറയെടാ."

മദ്ധ്യവയസ്കൻ തിരുത്തി.

"അല്ല. ഞാൻ കുറച്ച് അപ്പുറത്തുനിന്നാ കയറിയത്."

ഞാൻ ഇടപെട്ടു.

"അതു പോട്ടെ. ഇതിലെത്ര ഉറുപ്പികയുണ്ടെന്നു പറയൂ. അതു പറഞ്ഞാൽ നിങ്ങൾക്കു പോവാം."

അയാൾ രണ്ടും കല്പിച്ചു പറഞ്ഞു.

"അഞ്ഞൂറിലധികമുണ്ട്."

അപ്പോഴേക്കും ആൾക്കൂട്ടം വർദ്ധിച്ചു.

"കള്ളൻ, കള്ളൻ, പോക്കറ്റടി, പിടിയെടാ, അടിയെടാ" തുടങ്ങിയ വിളികൾ വർദ്ധിച്ചുവരുന്നു.

ഇയാൾ പാവമാവാം. പൈസ ഇയാളുടേതുതന്നെയാവാം. എന്റെ ക്രോസ് വിസ്താരവും ആളുകളുടെ ബഹളവും കൊണ്ടു പാവം ബേജാറായിപ്പോയതാവാം എന്നൊക്കെ പുനർവായന വന്ന ഞാൻ പൊതി വാങ്ങിനോട്ട് എണ്ണാൻ തുടങ്ങി. അതാ ജനക്കൂട്ടം തള്ളിക്കയറുന്നു. അതാ അടി വരുന്നു...............

മദ്ധ്യവയസ്കൻ ഇതിനിടയിൽ എന്റെ ചെവിയിൽ അടക്കം പറഞ്ഞു "നിങ്ങള് ഇന്നെ തല്ല് കൊള്ളിക്കല്ലി. പൊതി എന്റേതല്ല. ഞാൻ പൊയ്ക്കോട്ടെ."

ഞാൻ മറ്റാരും കേൾക്കാതെ അയാളുടെ ചെവിയിൽ അടക്കം പറഞ്ഞു "ഓടിക്കോ."

അയാൾ ഓടി. ആരവം കടുത്തു.

"കള്ളൻ അതാ ഓടി.......... പിടിയെടാ...... അടിയെടാ.......... പോക്കറ്റടി.......... പൊലീസ്......"

ഇതിനിടയിൽ ഞാൻ നോട്ടെണ്ണി നൂറ്റെഴുപത്തൊമ്പതു ഉറുപ്പികയുണ്ട്. ആളുകൾ ആവേശത്തോടെ തള്ളിക്കയറുന്നു. ഞാൻ അമ്പരന്നു ചുറ്റും നോക്കി.

ഇപ്പോൾ ഞാനാണു കള്ളൻ!

ഇതാ, തൊണ്ടിമുതലുമായി പിടിക്കപ്പെട്ടിരിക്കുന്നു!

ഈശ്വരാ..........

"അടിയെടാ" എന്ന ആക്രോശം വീണുതീരുംമുമ്പെ ഞാൻ രണ്ടു കൈയും ഉയർത്തിപ്പറഞ്ഞു: "അയാൾ രക്ഷപ്പെട്ടുകളഞ്ഞു. പൊതി അയാളുടേതല്ല. ആരുടേതാണ്?"

ഭാഗ്യത്തിനു ജനം അടങ്ങി. അവകാശവാദവുമായി ആരും മുന്നോട്ടു വന്നില്ല.

"ഓ, ഇയാളല്ല പുള്ളി അല്ലേ?" എന്നു പറഞ്ഞു ചിലർ പിൻവാങ്ങി. ഇത്ര ബഹളമുണ്ടായിട്ടും പൊലീസ് ആ വഴിക്കു വന്നില്ല. അയാൾ രക്ഷപ്പെടാൻ കാരണം എന്റെ പോഴത്തമാണെന്നു ചിലർ വിധിച്ചു.

ഞാൻ പൊതി ബസ് കണ്ടക്ടറെ ഏല്പിച്ചിട്ടു പറഞ്ഞു. "പൊലീസിൽ ഏല്പിച്ചോളു."

ചൂടും ചൂരും തിക്കും തിരക്കുമുള്ള ആൾക്കൂട്ടത്തിൽനിന്നു വല്ലപാടും തടി സലാമത്താക്കി തിരിഞ്ഞുനോക്കാതെ ഞാൻ നടന്നു.

നടത്തത്തിൽ ഞാൻ ഓർത്തുനോക്കി: എന്താണു ഞാൻ ചെയ്ത തെറ്റ്?

ആ പൊതി കുനിഞ്ഞെടുത്തതോ, അതോ അതു പൈസയാണ് എന്നു വിളിച്ചുപറഞ്ഞതോ?

ആ മദ്ധ്യവയസ്കനു കള്ളം കാണിക്കാൻ അവസരമുണ്ടാക്കിക്കൊടുത്തതോ, അതോ അയാളുടെ കള്ളം കൈയോടെ പിടിച്ചതോ? ഇനി, ജനത്തിനു നാലു പൂശു പൂശാൻ ഹരംതോന്നുന്ന രീതിയിൽ ആ വിചാരണ നടത്തിയതോ, അതോ ആ സൂത്രക്കാരനെ നാട്ടുകാരുടെ കൈയിൽനിന്നു രക്ഷിച്ചതോ?

പച്ചക്കറിച്ചന്തയിലേക്കു കയറുമ്പോൾ എന്റെ ഇടനെഞ്ചിൽ വിണ്ടും മിന്നെറിഞ്ഞു: ആ കണ്ടക്ടർ പൊതി പൊലീസിൽ ഏല്പിക്കുമെന്നാരറിഞ്ഞു? ഇനി, ഏല്പിച്ചാൽത്തന്നെ പൊലീസുകാരൻ അത് അമുക്കുകയില്ലെന്ന് എന്താണുറപ്പ്? കണ്ടക്ടറോ, പൊലീസുകാരനോ ആരെങ്കിലുമൊരാൾ കള്ളനായിത്തീരുകയാണ് ഫലം എന്നുണ്ടോ?

ഞാൻ ആശ്വാസത്തോടെ നെടുവീർപ്പിട്ടു. പൊതിരെ തല്ലിയശേഷം ആ പൊതിയുമായി ജനം എന്നെ പൊലീസിൽ ഹാജരാക്കിയില്ലല്ലോ. മഹാഭാഗ്യം!

ആദ്യത്തെ അറസ്റ്റ്

കെ അജിത

പുല്പള്ളി പൊലീസ് സ്റ്റേഷൻ ആക്രമണത്തെ തുടർന്ന് ഒളിവിൽ കഴിഞ്ഞ എന്നെയും സഹപോരാളികളെയും അടയ്ക്കാതോട്ടിൽവച്ച് നാട്ടുകാർ തടഞ്ഞുവച്ച് പൊലീസിൽ അറിയിച്ചു. പൊലീസ് സ്ഥലത്തു വന്ന് ഞങ്ങളെ അറസ്റ്റ് ചെയ്ത് പേരാവൂർ പൊലീസ് സ്റ്റേഷനിൽ കൊണ്ടുപോയി. അവശരായ ഞങ്ങളെ സ്റ്റേഷനിൽ എത്തിയ ഉടനെ തന്നെ ചോദ്യം ചെയ്യൽ ആരംഭിച്ചു. പൊലീസ് മർദ്ദനം നേരിട്ടനുഭവിച്ചും കണ്ടുംകേട്ടും അറിയാൻ എനിക്ക് ഇടവന്നത് ആ അറസ്റ്റോടുകൂടിയാണ്. ഓരോ സഖാവിനെയും നാലഞ്ചു പൊലീസുകാർ ചേർന്ന് നെഞ്ചത്തും പുറത്തും വയറ്റിനുമൊക്കെയുള്ള മർമ്മസ്ഥാനങ്ങളിൽ, ഉള്ളിലെ അവ യവങ്ങൾക്കു കേടുപറ്റണമെന്ന കൃത്യമായ ഉദ്ദേശത്തോടെ ഇടിതുടങ്ങി. ഒരാൾ കൈചുരുട്ടി ഇടിക്കുമെങ്കിൽ മറ്റേയാൾ കൈമുട്ടുമടക്കിപ്പിടിച്ചാ യിരിക്കും ഇടിക്കുന്നത്. അടുത്തയാൾ ഷൂസിട്ട കാലുകൊണ്ട് ആഞ്ഞു ചവിട്ടുകയായിരിക്കും. നെഞ്ചത്തടിച്ച് ഒരാൾ പുറകോട്ടു തള്ളുമ്പോൾ പിന്നിലുള്ളയാൾ പുറത്തിടിച്ചു മുന്നോട്ടു തള്ളും. ഇങ്ങനെ ഏറ്റവും കിരാ തമായ കൈകാര്യംചെയ്യലുകൾ ഒരു പത്തോ പതിനഞ്ചോ മിനിട്ടു നട ന്നുകഴിഞ്ഞാൽ ആ സഖാവിന്റെ ശരീരവും മനസ്സും ഒരുപോലെ തകർന്നുകഴിഞ്ഞിരിക്കും. പൊലീസുകാരുടെ ഈ പൈശാചികമായ വിനോദംകണ്ടു ഞാൻ ഞെട്ടിത്തരിച്ചുപോയി. ഒരു പൊലീസ് സ്റ്റേഷ നിൽ നിത്യേന നടക്കുന്ന മർദ്ദനങ്ങളെപ്പറ്റി കേട്ടറിവു മാത്രമേ അതു വരെ എനിക്കുണ്ടായിരുന്നുള്ളു. എന്നാൽ എന്റെ പ്രിയപ്പെട്ട സഖാക്കളെ ഓരോരുത്തരെയും അന്ന് ആ പേരാവൂർ സ്റ്റേഷനിൽവെച്ചു പന്തുതട്ടി ക്കളിക്കുമ്പോലെയോ ഭ്രാന്തൻ നായ്ക്കളെ തല്ലിക്കൊല്ലുമ്പോലെയോ ഭേദ്യം ചെയ്തുകൊണ്ടിരുന്ന കാഴ്ച എന്റെ സർവ്വനാഡികളെയും സ്തംഭിപ്പിച്ചു. ഇടയ്ക്കിടയ്ക്ക് അവർ എന്റെയും വയറ്റിൽ ലാത്തികൊണ്ട്

കുത്തുകയും ഷൂസിട്ട കാലുകൊണ്ട് ആഞ്ഞുചവിട്ടുകയും മറ്റും ചെയ്യുന്നുണ്ടായിരുന്നെങ്കിലും അതിന്റെ വേദന ഞാനറിഞ്ഞതേയില്ല. എന്നെ അപമാനിക്കാനും ചിലർ മടിച്ചില്ല. ചോദ്യംചെയ്യലിനിടെ ഒരു പൊലീസുകാരൻ എസ് ഐയുടെ ആജ്ഞപ്രകാരം എന്റെ ഒരു കാലിന്റെ തള്ളവിരലിൽ ലാത്തിയുടെ വണ്ണംകുറഞ്ഞ അറ്റം കുത്തി രണ്ടുകൈകൊണ്ടും അമർത്തിപ്പിടിച്ചുകൊണ്ടിരുന്നു. മൂർദ്ധാവിൽ എത്തുന്ന വേദനയുണ്ടായിരുന്നെങ്കിലും ഞാൻ കരഞ്ഞില്ല. എന്റെ സഖാക്കൾ അനുഭവിക്കുന്ന വേദന കാണുമ്പോൾ ഈ പീഡനം ഒരു പ്രശ്നമായി എനിക്കുതോന്നിയില്ല.

ഓരോ സഖാവിനെയും എസ് ഐയും പൊലീസുകാരും മർദ്ദിച്ചുരുട്ടി സ്റ്റേറ്റ്മെന്റ് എടുത്തു. അതിനിടയിൽ ശങ്കരൻമാസ്റ്ററെയും കുഞ്ഞിരാമൻ മാസ്റ്ററെയും വേറെ രണ്ടോ മൂന്നോ സഖാക്കളെയും പൊലീസ് പിടിച്ചുകൊണ്ടുവന്നു. ഇവരേയും മേല്പറഞ്ഞ രീതിയിൽ കൈകാര്യം ചെയ്യുന്നതു കാണാമായിരുന്നു. ആദ്യം പിടിച്ച ഞങ്ങളെ ഈ മർദ്ദനങ്ങളൊക്കെക്കഴിഞ്ഞ് ഇടിച്ചുകൊണ്ടുതന്നെ ഒരു ലോക്കപ്പുമുറിയിലാക്കി. ഇടികൊണ്ട് അവശരായ സഖാക്കൾ എന്തുചെയ്യണമെന്നറിയാതെ വിഷമിക്കുന്നുണ്ടായിരുന്നു. ലോക്കപ്പുമുറിയിലും അവർക്കു സ്വൈരം കൊടുത്തില്ല. അവരോട് എഴുന്നേറ്റുനിന്നിട്ടു കൈ പൊക്കിപ്പിടിച്ചു തുള്ളാൻ ആരാച്ചാരന്മാരുടെ കല്പന വന്നു. ആരെങ്കിലും തുള്ളാതിരുന്നാൽ ലോക്കപ്പു തുറന്നു വന്ന് ഇടിതന്നെ. അതിനിടയിൽ പിന്നീടു പിടിച്ചുകൊണ്ടുവന്നവരെ എസ് ഐയുടെ മുറിയിൽവെച്ചു മർദ്ദിക്കുന്നതു ഞങ്ങൾക്കു കേൾക്കാമായിരുന്നു.

അല്പം കഴിഞ്ഞപ്പോൾ ഡി വൈ എസ് പി മൊയ്തീൻകുഞ്ഞ് സ്ഥലത്തെത്തി. അയാൾ വന്നപ്പോഴും മർദ്ദനത്തിനു യാതൊരു ശമനവുമുണ്ടായിരുന്നില്ല. കുറച്ചുനേരമായി ഇങ്ങനെ തുള്ളിക്കൊണ്ടിരുന്ന സഖാക്കളോട് ഇരിക്കാൻ പറഞ്ഞു. എല്ലാവർക്കും ചായകൊടുക്കാൻ ഡി വൈ എസ് പി ഓർഡർ ചെയ്തപ്രകാരം ചായ വന്നു. ചുമരിനോടു ചാരിയിരുന്നു ചായ കുടിച്ചുകൊണ്ടിരുന്ന സഖാക്കളുടെ ഓരോരുത്തരുടെയും നെഞ്ചത്തു ഷൂസിട്ട കാലുകൊണ്ട് പൊലീസുകാർ ആഞ്ഞുചവിട്ടുകയായിരുന്നു. എന്റെ വയറ്റത്തും ചവിട്ടാൻ അവർ മറന്നില്ല.

സഖാവ് വർഗ്ഗീസിനെ അവർക്കു പിടികിട്ടിയിട്ടില്ലായിരുന്നു. വർഗ്ഗീസ് എവിടെയെന്നു ചോദിച്ച് ഞങ്ങളെ ഭീഷണിപ്പെടുത്തി മർദ്ദിക്കുന്നത് അവർക്കൊരു വിനോദമായിരുന്നു. വർഗ്ഗീസിനെ പിടികിട്ടിയാൽ ജീവനോടെ വിഴുങ്ങാനുള്ള അവരുടെ ആർത്തി, ഞങ്ങൾക്കു നല്ലവണ്ണം ബോദ്ധ്യമായി. അക്കാരണത്താൽ ആരും തന്നെ ശരിയായൊരു മറുപടി അവർക്കു കൊടുത്തില്ല.

അടുത്തതായി ചൂരൽപ്രയോഗം തുടങ്ങി. ഓരോ സഖാവിനോടും കാലുകൾ നീട്ടിവയ്ക്കാൻ പറഞ്ഞു. മുട്ടുകളിന്മേൽ ഷൂസുകൊണ്ട് ഒരു തടിയൻ അമർത്തിപ്പിടിക്കുമ്പോൾ, വേറൊരാൾ കാൽവെള്ളയിൽ ചൂരൽ പ്രയോഗം നടത്തും. ഇങ്ങനെ ഓരോരുത്തർക്കും അൻപത് അടിവീതം കൊടുത്തു. ഓരോ അടി വീഴുമ്പോഴും സഖാക്കൾ പുളയുകയായിരുന്നു. എല്ലാവരേയും അടിച്ചുകഴിഞ്ഞപ്പോൾ അവർ എന്റെ അടുത്തെത്തി.

എന്റെ കാലുകൾ നോക്കിയപ്പോൾ അവർക്കു ഭയം തോന്നി. നീരുവന്നു വീർക്കുകയും മുള്ളുകൾ തട്ടിയുള്ള മുറിവുകൾ പഴുക്കുകയും ചെയ്ത ആ കാലുകളിൽ ചൂരൽ വീഴുമ്പോൾ പൊട്ടി ചോരയൊലിക്കുകയോ മറ്റോ ചെയ്താൽ പിന്നെ എനിക്കു നടക്കാൻ കഴിയാതെവരും. കോടതിയിൽ കൊണ്ടുപോയാൽ പൊലീസ് മർദ്ദിച്ചതിനു അടയാളമാകും. അതുകൊണ്ട് അവർ വേറൊരു സൂത്രം കണ്ടുപിടിച്ചു. എന്നോട് എണീറ്റുനില്ക്കാൻ പറഞ്ഞിട്ട്, അരയ്ക്കു താഴെ ഓരോ സഖാവിനോടും അയ്യഞ്ച് അടിവീതം തരാൻ പറഞ്ഞു. അടിക്കു ശക്തികുറഞ്ഞാൽ വീണ്ടും അടിപ്പിക്കും. അടിക്കു ശക്തികുറയുന്നെന്നു തോന്നിയാൽ ആ സഖാവിന്റെ പുറത്ത് ഇടിവീഴും.

പേരാവൂരിൽനിന്ന് ഇത്തരത്തിലുള്ള മൃഗീയമായ സ്വീകരണമാണു കിട്ടിയതെങ്കിൽ, പിറ്റേന്നു രാവിലെ മാനന്തവാടിയിലേക്കു പോയപ്പോഴുണ്ടായ അനുഭവം അതിനേക്കാൾ പതിന്മടങ്ങു ഭീകരമായിരുന്നു. പേരാവൂരിൽനിന്ന് ഒരു പൊലീസ് ലോറിയിൽ, ഞങ്ങളെ കയറ്റിപ്പോകുന്ന വഴിയിൽവെച്ചു തോക്കിന്റെ പാത്തികൊണ്ടുള്ള ഇടിയും ചവിട്ടും തന്നതിനു പുറമേ, സഖാവ് രാമൻ നായരുടെ വലിയ താടിയിലെ രോമങ്ങൾ ഓരോന്നായി പിഴുതെടുക്കാൻ ഓരോ സഖാവിനോടും കല്പിച്ചു. ആരെങ്കിലും പിടയ്ക്കുന്ന മനസ്സോടെ അല്പനേരം ആ പണിയൊന്നു നിർത്തിയാൽ പുറത്ത് ഇടിവീഴുന്നതു കാണാമായിരുന്നു. ആ ലോറിയിൽ വച്ചാണ് ശങ്കരൻമാസ്റ്റർ പൊലീസുകാരുമായി വാർക്കുതർക്കത്തിലേർപ്പെട്ടത്. അതവർ മനസ്സിൽവെച്ചിരുന്നു. മാനന്തവാടിയിൽ എത്തും മുമ്പുതന്നെ അവർ സഖാവിനെ ശരിക്കുമൊന്നു 'തടവി.'

ഞങ്ങളുടെ ലോറിയുടെ പിന്നിലെ ഒരു ജീപ്പിൽ കണ്ണൂർ ഡി എസ് പി വരുന്നുണ്ടായിരുന്നു. പിന്നീട് മർദ്ദന പരിപാടികൾ നിയന്ത്രിച്ചത് അമേരിക്കൻചുവയിൽ സംസാരിക്കുന്ന ആ ഉദ്യോഗസ്ഥനായിരുന്നു. മാനന്തവാടിയിൽ എത്തിയപ്പോഴേക്കും ഒരു വലിയ ജനക്കൂട്ടം അവിടത്തെ പൊലീസ് സ്റ്റേഷന്റെ വളപ്പിൽ തിങ്ങിക്കൂടിയിരുന്നു. തലേദിവസം അമ്മയെ മാനന്തവാടിയുടെ പരിസരത്തുവച്ച് അറസ്റ്റുചെയ്തിരുന്നു. അന്നുമുതൽ അവിടെ ജനക്കൂട്ടം ധാരാളമായി എത്തിച്ചേർന്നുകൊണ്ടിരുന്നു. ഞങ്ങളെ ലോറിയിൽനിന്നിറക്കി സ്റ്റേഷനകത്ത് കൊണ്ടുപോയപ്പോഴാണ് ലോക്കപ്പിനകത്തു കിടക്കുന്ന അമ്മയെ ഞാൻ കണ്ടത്. അമ്മയുടെ മുഖത്ത് അഞ്ചു വിരലുകൾ അമർന്നുപതിഞ്ഞ ചുവന്ന അടയാളമുണ്ടായിരുന്നു. അപ്പോഴേക്കും എന്റെ കൂടെവന്ന സഖാക്കളെ ഭേദ്യം ചെയ്തവിധം പേരാവൂരിൽ നടത്തിയതിനേക്കാൾ ഭീകരമായിരുന്നു. ആ സ്റ്റേഷനകത്തു ധാരാളമായിരുന്ന പൊലീസുകാരിൽ ഒരൊറ്റയാളും ബാക്കിയില്ലാതെ ഓരോ സഖാവിനേയും ഇടിച്ചുകൊണ്ടിരുന്നത് നിസ്സഹായരായി നോക്കി നില്ക്കാതെ മറ്റൊരു വഴിയുമുണ്ടായിരുന്നില്ല. റിസർവ്വ് പൊലീസും എം എസ് പിയുമൊക്കെ അന്ന് ആ പൊലീസ് സ്റ്റേഷനിൽ നിറഞ്ഞുകവിയുകയായിരുന്നു.

ഞാൻ ധരിച്ചിരുന്നത് സാരിയായിരുന്നു. എന്നോട് സാരിയഴിക്കാൻ ഒരു ഉദ്യോഗസ്ഥൻ കല്പിച്ചു. അടിയിലുണ്ടായിരുന്ന പാന്റ്സ് മാത്രം

ഇട്ടാൽ മതിയെന്ന കല്പന കേട്ടപ്പോൾ എന്തിനാണ് ഇങ്ങനെ ചെയ്യാൻ പറയുന്നതെന്ന് എനിക്കു മനസ്സിലായില്ല. ബ്ലൗസിനുമീതെയുള്ള രോമ ക്കുപ്പായവും അവർ അഴിപ്പിച്ചു. ഏറ്റവും അപഹാസ്യമായ ഈ വേഷ ത്തിൽ എന്നോട് സ്റ്റേഷന്റെ പുറത്തേക്ക് നടക്കാൻ പറഞ്ഞു. നടക്കു മ്പോഴും എന്റെ പുറത്തും വയറ്റത്തും അവർ ഇടിതരുന്നുണ്ടായിരുന്നു. മാനന്തവാടിപൊലീസ് സ്റ്റേഷന്റെ മുമ്പിലുള്ള കൊടിമരത്തിന്റെ ഉയർന്ന തറയിൽ നിർത്തി, പതിനായിരക്കണക്കിനാളുകളുടെ മുമ്പിൽ എന്നെ പ്രദർശിപ്പിച്ചു. ഞാനാകെ നിസ്സഹായതയും ലജ്ജയുംകൊണ്ട് വിറയ്ക്കു ന്നുണ്ടായിരുന്നു. ആ വേഷത്തിലാണു ഞാൻ കാട്ടിൽ സഖാക്കളോടൊപ്പം നടന്നതെന്ന് ആ കൂടിനിന്ന ആൾക്കാരോട് പൊലീസുകാർ വിളിച്ചു പറ ഞ്ഞു. അങ്ങനെ എന്നെ ഒരു വേശ്യയായി ചിത്രീകരിക്കുന്നതിൽ അവർ അങ്ങേയറ്റം ഉത്സാഹവും കാണിച്ചു. പത്രക്കാരാണെങ്കിൽ കിട്ടിയചാൻസ് പാഴാക്കാതെ ഫോട്ടോകളും എടുക്കാൻ തുടങ്ങി. അവിടെവെച്ച് വീണ്ടും ഞാൻ തിമ്മപ്പച്ചെട്ടിയെ കണ്ടു. 'ഇവളല്ലേ നിന്റെ വീട്ടിൽ വന്നതെ'ന്ന് പൊലീസുകാർ ചോദിച്ചപ്പോൾ, 'അതെ, അതെ'എന്നു പറഞ്ഞ് അയാൾ തുള്ളിച്ചാടുകയായിരുന്നു. ഞാൻ അവജ്ഞയോടെ മുഖം തിരിച്ചു.

അവിടെനിന്ന് എന്നെ തൊട്ടടുത്ത ടി ബിയിലേക്കു കൊണ്ടുപോയി. ജനക്കൂട്ടം പുറകെ വരുന്നതുകൊണ്ടായിരിക്കണം, അപ്പോൾ മർദ്ദനമൊന്നും കിട്ടിയില്ല. ടി ബിയിൽ നേരത്തേ പറഞ്ഞ ഡി എസ് പിയും കേന്ദ്രത്തിലെ ഒരു ഉയർന്ന ക്രൈംബ്രാഞ്ച് ഉദ്യോഗസ്ഥനും എന്നെ ചോദ്യം ചെയ്തു. തന്റെ കൈയിൽ കിട്ടുന്ന തടവുകാരെ, കണ്ണിമവെട്ടാതെ കൊല്ലാൻ യാതൊരു ശങ്കയുമില്ലാത്ത ഒരു മനുഷ്യനാണയാളെന്ന് ഒറ്റ നോട്ടത്തിലറിയാമായി രുന്നു. അയാൾ ചോദിച്ച ചോദ്യങ്ങൾക്കു ഞാൻ എന്തൊക്കെയോ മറു പടി പറഞ്ഞു. ചില ആഭാസകരമായ ചോദ്യങ്ങൾ ചോദിക്കുവാനും അ യാൾ മടിച്ചില്ല. അവിടെവെച്ചും പത്രക്കാരെ വിളിച്ച് ഫോട്ടോ എടുപ്പിച്ചു.

വൈകുന്നേരമായപ്പോൾ എന്നെ വീണ്ടും ലോക്കപ്പുമുറിയിലാക്കി. എന്നെ ഇങ്ങനെ പരസ്യപ്രദർശനവും മറ്റും നടത്തുമ്പോഴും സഖാക്കളെ പൊലീസുകാർ തങ്ങളുടെ കഴിവിന്റെ പരമാവധി മത്സരിച്ചുതന്നെ ഭേദ്യം ചെയ്യുന്നുണ്ടായിരുന്നു. ലോക്കപ്പുമുറിയിൽ അടച്ചുപൂട്ടിയിട്ടും അവർ സഖാക്കളെ അഴിയുടെ അരികിലേക്കു വിളിച്ചു കിട്ടാവുന്നിടത്തെല്ലാം ഇടിച്ചുകൊണ്ടിരുന്നു. ശങ്കരൻ മാസ്റ്ററെ പ്രത്യേകമായി ഉന്നംവെച്ചു. ആ രാത്രി ഇങ്ങനെ ഇടികാരണം ശങ്കരൻ മാസ്റ്ററുടെ മൂന്നു വാരിയെല്ലുകൾ പൊട്ടി ത്തകർന്നുപോയി. ആ സഖാവിന്റെ പല്ലുകൾ കുറേയെണ്ണം അവർ ഇടിച്ചു പറിച്ചുകളഞ്ഞു. മാനന്തവാടിയിൽനിന്നും പരിസരത്തുനിന്നും കിട്ടിയ കുറെ ആദിവാസികളും ആ സഖാക്കളോടൊപ്പം കിടക്കുന്നുണ്ടായിരുന്നു. അന്നു രാത്രിയാണ് സഖാവ് രാമൻകുട്ടിയേട്ടനെ പിടിച്ചുകൊണ്ടുവന്നത്. 'പുല്പള്ളി എസ് ഐ' എന്ന പേരും കൊടുത്ത് അവർ ആ വൃദ്ധനെ മർദ്ദിച്ച കഥ കേട്ടാൽ ഏതു ശിലാഹൃദയവും അലിഞ്ഞുപോകും. ഈ പൊലീ സുകാർ മനുഷ്യരല്ലേ എന്നുപോലും എനിക്കവിടെവെച്ചു തോന്നിയിട്ടുണ്ട്.

മറക്കാനാവാത്ത ഒരനുഭവം

സുകുമാർ

കെ എസ് ആർ ടി സിയിൽ കോട്ടയം റൂട്ടിലെ ഒരു ഡ്രൈവറായിരുന്നു, എല്ലാ ബുധനാഴ്ചയും രാവിലെ പതിനൊന്നു മണിയോടെ ഞാൻ ജോലി ചെയ്തിരുന്ന ഡി ഐ ജി സി ഐ ഡിയുടെ ഓഫീസിൽ വന്ന് അതു വാങ്ങിക്കൊണ്ട് പോയികൊണ്ടിരുന്നത്. 'അത്' എന്നുവച്ചാൽ, കോട്ടയത്തുനിന്നും പ്രശസ്ത കവി പി ഭാസ്കരന്റെ പത്രാധിപത്യത്തിൽ പ്രസിദ്ധീകരിച്ചുകൊണ്ടിരുന്ന *ദീപിക* ആഴ്ചപതിപ്പിലേക്ക് ഡി ഐ ജി എം കെ ജോസഫ് സാർ എഴുതിക്കൊണ്ടിരുന്നതും, ഖണ്ഡശ: വന്നുകൊണ്ടിരുന്നതുമായ സംസ്ഥാനത്തെ പ്രസിദ്ധ കുറ്റവാളികളുടെ ജീവിതകഥകൾ. അന്ന് പൊലീസ് ട്രെയിനിങ് കോളേജിൽ ജോലി നോക്കുകയായിരുന്ന ബഹുമാന്യസ്നേഹിതൻ കെ രമേശൻ നായരുടെ പക്കലുള്ള കേസ് ഡയറിപ്പകർപ്പുകൾ ജോസഫ് സാർ എനിക്കു നല്കിയത്, ചില പൊടിപ്പും തൊങ്ങലും ഫലിതവും ഒക്കെ ചേർന്ന് പരിഷ്കരിക്കാനായിട്ടാണ്. അക്കൂട്ടത്തിൽ അദ്ദേഹത്തിന്റെയും കൂടി ഒരു മിനുക്കു പണി വരുത്തി കോട്ടയത്തേക്കു അയക്കുകയായിരുന്നു പതിവ്. സംഭവം ആയിരത്തിത്തൊള്ളായിരത്തി എൺപതുകളിലാണ് നടക്കുന്നത്.

അന്നൊരു ബുധനാഴ്ച ഉച്ചദിവസമായിരുന്നു. എന്റെ ജോലിക്കിടയ്ക്ക് ഞാൻ ഈ 'കൃത്യം' ശ്വാസം പിടിച്ച് അനുഷ്ഠിക്കുകയാണ്. അപ്പോഴാണ് ഡി ഐ ജിയുടെ 'ഓർഡർലി' പൊലീസുകാരൻ എന്റെയടുത്തേക്കു പാഞ്ഞു വന്ന് ഞാനെഴുതിക്കൊണ്ടിരുന്ന കടലാസുകൾ എല്ലാംകൂടി ബലാല്ക്കാരേണ പെറുക്കി പൊക്കിയെടുത്ത് എന്നോട് ഒരക്ഷരം പറയാതെ, ഓഫീസ് മുറിയിലെ എല്ലാവരെയും ആശ്ചര്യപ്പെടുത്തിക്കൊണ്ട് തിരിച്ചുപോയത്.

ഇതെന്താടാ മറിമായമെന്നമട്ടിൽ ബ്ലിങ്കനായി മരുവിപ്പോയ എന്നെ ഡി ഐ ജി വിളിച്ചു – 'പോറ്റി ഒന്നിങ്ങോട്ടു വരൂ!' ആ ശബ്ദത്തിന് ഒരു കനം. സഹപ്രവർത്തകർ 'ഇനി എന്താണോ!' എന്നു നോക്കിയിരിക്കെ,

ഞാൻ മുകളിൽ അദ്ദേഹത്തിന്റെ മുറിയിലേക്കു സംശയവദനനായി കയറിച്ചെന്നു. എന്നെക്കകണ്ടു അദ്ദേഹം ഒരു വിരട്ട്–

"എന്താ പോറ്റീ ഇത്, ഓഫീസിലിരുന്നാണോ കഥേം കവിതേം എഴുത്ത്? അതും സർക്കാർ സ്റ്റേഷനറി ഉപയോഗിച്ച്? പലരും മുമ്പ് പറഞ്ഞിട്ടുണ്ടെങ്കിലും, ഇപ്പോൾ 'സൂപ്രണ്ടു വന്നു പറഞ്ഞപ്പോഴല്ലേ സത്യം മനസ്സിലായത്!" അദ്ദേഹം സൂപ്രണ്ടിന്റെ നേർക്കുതിരിഞ്ഞു. അയാൾക്കാണെങ്കിൽ ഇതില്പരം ഒരാനന്ദമില്ല!

"സർ" അയാൾ വിനീതനായി.

"പോറ്റിക്കു ഉടനെതന്നെ ഒരു ഷോ കാസ് മെമ്മോ കൊടുക്കണം കേട്ടോ! അങ്ങനെ വിട്ടാൽ കൊള്ളില്ലല്ലോ!"

"യെസ് സർ"

അയാൾ സന്തുഷ്ടനായി പോകാൻ ഭാവിച്ചപ്പോൾ അദ്ദേഹത്തിന്റെ വക ഒരു ആന്റി ക്ലൈമാക്സ് !

"പോറ്റീ ആ കെ എസ് ആർ ടി സി ഡ്രൈവർ വന്നിട്ടു സമയമെത്രയായെന്നോ? അയാൾക്ക് ബസെടുത്ത് പോകേണ്ടേ? എഴുതിത്തീരാറായോ? വേഗം മുഴുമിച്ച് കൊടുക്കൂ. എഴുതിയിടത്തോളം ഞാൻ നോക്കി കൊള്ളാം!"

അദ്ദേഹം അതും പറഞ്ഞ് ഞാനെഴുതിക്കൊണ്ടിരുന്ന കടലാസ് എടുത്തുതന്നു.

പരമേശ്വരൻ സൂപ്രണ്ട് ഇതെന്തു നാടകം എന്നത്ഭുതപ്പെട്ട് അദ്ദേഹത്തിനെയും എന്നെയും മാറിമാറി നോക്കി നില്ക്കുമ്പോൾ അദ്ദേഹം അയാളോട് സൗമ്യനായി സാവധാനം പറഞ്ഞു.

"നോക്കൂ മിസ്റ്റർ പരമേശ്വരൻ, നേരമ്പോക്ക് പറയാനും, അതിലൂടെ മറ്റുള്ളവരെ രസിപ്പിക്കാനും എല്ലാവരെക്കൊണ്ടും കഴിയില്ല. അതൊരു ദൈവിക അനുഗ്രഹമാണ്. നമുക്കതില്ലെന്നു വെച്ച് അതുള്ളവരെ പുച്ഛിക്കരുത്, ദ്രോഹിക്കുക ഒട്ടുമരുത്, കണ്ടോ ഞാൻ പറഞ്ഞിട്ട് എനിക്ക് വേണ്ടി എഴുതുകയായിരുന്നു ഈ മനുഷ്യൻ! നമ്മൾ ഇത്തരക്കാരെ നല്ല ഒരു വാക്ക് പറഞ്ഞു അനുമോദിച്ചില്ലെങ്കിലും, ദ്രോഹിക്കുന്നത് ശരിയാണോ? അതുകൊണ്ട് നിങ്ങൾക്ക് ഇപ്പോൾ എന്തു പ്രയോജനം കിട്ടി, സ്വയം ഇളിഭ്യനും മോശക്കാരനും ആയതല്ലാതെ? യഥാർത്ഥത്തിൽ ഇവിടെ കുറ്റം ചെയ്തത് ഈ ഞാനല്ലേ? നിങ്ങൾ തിരക്കിട്ട് ഇവിടെ വന്നു പറഞ്ഞതെന്താണ്? ഈ മനുഷ്യൻ സർക്കാർ സ്റ്റേഷനറി മിസ് യൂസ് ചെയ്യുന്നുവെന്ന്? ആഫീസ് സമയത്ത് കഥയെഴുതുന്നെന്ന്? ആ വകയിൽ ധാരാളം കാശുണ്ടാക്കുന്നെന്ന്?... ഞാൻ ചോദിക്കട്ടെ, ഇതൊന്നും ചെയ്യാതെ, മറ്റുള്ളവരുടെ കണ്ണിൽ ഹരിശ്ചന്ദ്രന്മാരായ എത്രയോ പേർ ഒടുവിൽ അമ്പലം വിഴുങ്ങികളാണെന്ന് തിരിച്ചറിയപ്പെടുന്നു! ലീവ് ദെം മിസ്റ്റർ പരമേശ്വരൻ!

പരമേശ്വരന് അറിയില്ലെങ്കിൽ ഞാൻ പറയാം അയാം പ്രൗഡ് ഓഫ് ദിസ് ജെന്റിൽ മാൻ! ഇങ്ങനെ ഒരാൾ എന്റെ ഓഫീസിൽ ജോലിചെയ്യുന്നുവെന്ന് പറയാൻ എനിക്ക് അഭിമാനമുണ്ട്. രണ്ടുപേരും പൊയ്ക്കോളൂ."

ഇത്തരത്തിൽ ഒരു സഹൃദയനും എനിക്ക് മേലുദ്യോഗസ്ഥനായി ഉണ്ടായിരുന്നു. മറക്കാനാവാത്ത ഒരു അനുഭവം.

എനിക്കു പൊലീസിനെ ഇഷ്ടമാണ്

ഡോ. എഴുമറ്റൂർ രാജരാജവർമ്മ

ചെറുപ്പത്തിലെ കളികളിൽ പ്രിയപ്പെട്ടതായിരുന്നു, 'കള്ളനും പൊലീസും'. എപ്പോഴും എനിക്ക് പൊലീസ് വേഷം വേണം എന്ന വാശിയുമുണ്ടായിരുന്നു. എന്നാൽ അക്കാലത്ത് ഒരു പൊലീസിനെ നേരിൽ കാണാൻ ഭയമുണ്ടായിരുന്നു.

പൊലീസിന്റെ മനുഷ്യമുഖം പൂർണ്ണമായ തോതിൽ ഞാൻ കണ്ടത് എം കെ ജോസഫ് സാറിൽ ആണ്. അദ്ദേഹം ഡി ജി പി ആയിരുന്ന കാലത്ത് പൊലീസ് ആസ്ഥാനത്ത് അദ്ദേഹത്തിന്റെ ഓഫീസിൽ, ഓഫീസ് സമയത്തിനുശേഷം ചില ദിവസങ്ങളിൽ സാഹിത്യസദസ്സ് ഉണ്ടാകും. ഒ എൻ വി, ആനന്ദക്കുട്ടൻ, ചെമ്മനം അങ്ങനെയുള്ള മഹാരഥന്മാരുടെ കൂട്ടത്തിൽ എനിക്കും ഇടം കിട്ടി, എൻ കൃഷ്ണപിള്ളസാറിന്റെ മരണശേഷമുള്ള ചർച്ചകളിലാണ് പ്രൊഫ. എൻ കൃഷ്ണപിള്ള ഫൗണ്ടേഷൻ എന്ന ആശയം വളരുന്നത്. 1989 ജൂലൈ 17 ന് ഫൗണ്ടേഷൻ നിലവിൽ വരുകയും ചെയ്തു. പൊലീസുമായി ബന്ധപ്പെട്ട് പല സംഭവങ്ങൾ ഓർമ്മയിൽ തെളിയുന്നുണ്ട്. രണ്ടുസംഭവം പറയാം:

എൻ കൃഷ്ണപിള്ളസാറിന്റെ ചരമശേഷം 'നന്ദനം' വീട്ടിൽ വല്ലപ്പോഴും മാത്രമേ ഞാൻ പോകുമായിരുന്നുള്ളൂ. ഒരു ദിവസം വഴുതയ്ക്കാട് എം പി അപ്പൻ നഗറിലുള്ള വീട്ടിൽ നിന്നിറങ്ങി കോട്ടൺഹിൽ സ്കൂളിനു സമീപമെത്തിയപ്പോൾ പോകണോ വേണ്ടയോ എന്ന് സംശയിച്ചുനിന്നു. കുറച്ചുദൂരം തിരിച്ചുനടന്നു. 'പോകാം' എന്ന തീരുമാനത്തിൽ വീണ്ടും തിരിച്ചു നടന്നു. ഈശ്വരവിലാസം റോഡിലുള്ള 'നന്ദന'ത്തിലെത്തി. സാറിന്റെ ഭാര്യയും ഇളയ മകളും മാത്രമേ അപ്പോൾ വീട്ടിലുള്ളൂ.

കതകുതുറന്നു. ഞാൻ അകത്തു പ്രവേശിച്ചു. ഇരുവരും കരയുകയായിരുന്നു എന്നു മനസ്സിലായി. കാര്യം തിരക്കി. അമ്മ (കൃഷ്ണപിള്ള സാറിന്റെ ഭാര്യ) ഇങ്ങനെ പറഞ്ഞു. "ഇവിടെ ഒരു ജോലിക്കാരിയെ വേണ

മെന്ന് ചിലരോട് പറഞ്ഞിരുന്നു. ഉച്ചയ്ക്ക്, ഒരാൾ പറഞ്ഞയച്ചതാണെന്ന് പറഞ്ഞ് ഒരു സ്ത്രീ വന്നു. ചോറു കൊടുത്തു. അവർ തൂത്തുവൃത്തിയാക്കി. തറ തുടയ്ക്കാൻ തുടങ്ങി. ഞാൻ കട്ടിലിൽ കിടന്ന് അല്പം മയങ്ങാൻ തുടങ്ങി. മകൾ കുളിക്കാനും പോയി. കുറച്ചു കഴിഞ്ഞ് ഉണരുമ്പോൾ വേലക്കാരിയില്ല. അലമാര തുറന്നു കിടക്കുന്നു. അതിലിരുന്ന ബാഗിൽ ഉണ്ടായിരുന്ന മോളുടെ സ്വർണ്ണവളകളും പണവും ഇല്ല. കതകു തുറന്നുകിടക്കുന്നു, ഗേറ്റും തുറന്ന്."

"ഞാൻ പൊലീസിനെ വിളിക്കട്ടെ,"

"വേണ്ട, ഞങ്ങൾ രണ്ട് സ്ത്രീകൾ മാത്രമേ ഇവിടുള്ളല്ലോ. വേണ്ടാ, പോട്ടെ. വർമ്മ ആരോടും പറയണ്ട."

അവരുടെ അനുവാദമില്ലാതെ തന്നെ ഞാൻ മുറ്റത്തിറങ്ങി മുൻ ഡി ജി പി എം കെ ജോസഫ് സാറിനെ വിളിച്ചു, കാര്യം പറഞ്ഞു. ഞാൻ അവിടെത്തന്നെ ഉണ്ടാകണമെന്നും അവരോടു ചോദിച്ച് അവരുടെ രൂപം, വേഷം, ജോലി ചെയ്ത രീതികൾ എല്ലാം മനസ്സിലാക്കി പറയണമെന്നും നിർദ്ദേശിച്ചു. ഞാൻ കാര്യങ്ങൾ മുഴുവൻ മനസ്സിലാക്കി സാറിനെ അറിയിച്ചു.

"കുറച്ച് കഴിഞ്ഞ് സാർ വിളിച്ചിട്ട് ഞാൻ എ സി മുകുന്ദനോട് വിവരം പറഞ്ഞിട്ടുണ്ട്. അവിടെ കാണണേ" എന്നു പറഞ്ഞു.

രണ്ടുമണിക്കൂർ കഴിഞ്ഞു. ഒരു പൊലീസ് ജീപ്പ് നടയിൽ വന്നു നിന്നു, ഒരു എസ് ഐയും രണ്ടു പൊലീസുകാരും അകത്തേക്കു കയറി വന്നു.

"ഇതാണോ ആ സ്ത്രീ?" എസ് ഐ ഒരു ഫോട്ടോ കാണിച്ചു.

"അതേ, അതേ, ഇവർ തന്നെ" – ഇരുവരും ഒരുമിച്ചു പറഞ്ഞു.

"ഇതല്ലേ വള ?" – പൊലീസുകാരൻ പൊതിയഴിച്ചു കാണിച്ചു.

"അതേ."

"ഇതാ കുറച്ചു രൂപ, ഇതും കിട്ടി."

പണമെണ്ണിയപ്പോൾ പകുതിയേയുള്ളൂ.

പൊലീസ് ജിപ്പ് പോയി. അല്പസമയം കൂടി കഴിഞ്ഞപ്പോൾ ജോസഫ് സാർ വിളിച്ചു. സാർ സംഭവം പറഞ്ഞു. "എ സി മുകുന്ദൻ വട്ടിയൂർക്കാവിലെയും പേരൂർക്കടയിലെയും പൊലീസ് സ്റ്റേഷനുകളിൽ വിളിച്ചു പറഞ്ഞു, ഇന്നാരെ പൊക്കാൻ, (മോഡസ് ഓപ്പറാൻഡി കേട്ടപ്പോൾ മുകുന്ദന് ആളെ പിടികിട്ടി) പൊലീസ് കക്ഷിയുടെ വീടു വളഞ്ഞു. കുറച്ചു വസ്ത്രങ്ങളും ഭക്ഷണസാധനങ്ങളും വാങ്ങി വന്ന് കക്ഷി മകളുമൊത്ത് കഥ പറഞ്ഞിരിക്കുകയായിരുന്നു. മകളുള്ളതുകൊണ്ടും രാത്രിയായതുകൊണ്ടും കക്ഷിയെ പൊക്കിയില്ല. സാധനങ്ങൾ എല്ലാം കിട്ടി. പണം മാത്രം കുറച്ച് കുറവ്. അവരോട് സമാധാനമായി ഉറങ്ങാൻ പറഞ്ഞേക്കൂ."

ഒരു കടമ നിർവ്വഹിച്ച കൃതാർത്ഥതയോടെ ഞാനും വീട്ടിലേക്കു പോന്നു.

മറ്റൊരു സംഭവം, ഞാൻ മുൻപേ എന്ന മട്ടിൽ ഓർമ്മയിൽ വരുന്നു. സംഭവം ഡെറാഡൂണിനടുത്തുള്ള ആർക്കിയിലാണ്; 1971 ൽ ആർമ്മിയിൽ സെക്കന്റ് ലഫ്റ്റനന്റായി നിയമനം ലഭിക്കുന്നതിനുള്ള അവസാന

വട്ടം പരീക്ഷകൾക്ക് ഞങ്ങൾ ഏഴെട്ടുപേർ കേരളത്തിൽനിന്ന് ആർക്കി റെയിൽവേസ്റ്റേഷനിൽ എത്തി, സമയം സന്ധ്യയാകുന്നതേയുള്ളൂ. പിറ്റേ ദിവസം രാവിലെ ഏഴിന് എത്തുന്ന ട്രെയിനിൽ എത്തിയാൽ മതിയായി രുന്നു. ഡൽഹിയിൽനിന്ന് ഞങ്ങൾ പകൽ യാത്ര ചെയ്യാനുള്ള ആവേശ ത്തിൽ പോകുന്നതാണ്. ആരും സ്വീകരിക്കാനില്ല. കുതിര വണ്ടിക്കാർ ഞങ്ങളെ വളഞ്ഞു. ഒരു ലോഡ്ജിൽ അഭയം തേടാം എന്നു പറഞ്ഞ് രണ്ട് ജഡ്ക്കകളിലായി ബസും പെട്ടിയും കുട്ടിബാഗുകളും എല്ലാം കയ റ്റിയാത്രയായി, ലോഡ്ജിലെത്തി സാധനങ്ങൾ മുറിയിൽ കയറ്റിവച്ചു പരി ശോധിക്കുമ്പോൾ കോലഞ്ചേരിക്കാരനായ സുഹൃത്തിന്റെ ഒരു ബാഗ് ഇല്ല. അതിലാണ് അവന്റെ സർട്ടിഫിക്കറ്റുകളും കുറച്ച് പണവും. അയാൾ പൊട്ടിക്കരയാൻ തുടങ്ങി. ഇനി എന്തു ചെയ്യും?

ഞങ്ങൾ ലോഡ്ജ് ഉടമയോട് കാര്യങ്ങൾ പറഞ്ഞു. അടുത്തുള്ള പൊലീസ് സ്റ്റേഷനിലേക്കുള്ള വഴി അയാൾ പറഞ്ഞുതന്നു. ഞങ്ങൾ ഇംഗ്ലീഷിൽ എഴുതിയ പരാതി കൊടുത്തു-അതു ഹിന്ദിയിലാക്കിത്തരാൻ എസ് ഐ പറഞ്ഞു. ഞങ്ങൾക്കറിയാവുന്ന ഹിന്ദിയിൽ കാര്യങ്ങൾ വിശദീകരിച്ചു. ഒരു പൊലീ സുകാരൻ അതുകേട്ട്, അതുമാതിരി ഹിന്ദി അപേക്ഷ എഴുതി. എസ് ഐ ചാടി എണീറ്റു. എന്തൊക്കെയോ പറഞ്ഞു. ഞങ്ങളുടെ കൂടെ എസ് ഐയും ഇറങ്ങി. രണ്ടു ഗ്രൂപ്പാക്കി. രണ്ടു പ്രധാന കവലകളിലേക്കു നടന്നു. എസ് ഐ ഞങ്ങളോടൊപ്പം കോലഞ്ചേരി സുഹൃത്തിനെ ഞാൻ ഇടയ്ക്കിടെ സമാധാനി പ്പിച്ചുകൊണ്ടിരുന്നു. കവലയിൽനിന്ന് ഓരോ ജഡ്ക്കയും വരുമ്പോൾ എസ് ഐ തിരക്കും, 'ഇയാളാണോ?' എന്ന്, അരമണിക്കൂർ കഴിഞ്ഞുകാ ണും. അതാ, ആ ജഡ്ക്കക്കാരൻ. വേഷം കണ്ട് ഞങ്ങൾ തിരിച്ചറിഞ്ഞു.

ജഡ്ക്കക്കാരനെ പിടിച്ചിറക്കി എസ് ഐ ഒറ്റയടി. അയാൾ കാല്ക്കൽ വീണു. ഞങ്ങളെ കൂടെ കണ്ടപ്പോൾ അയാൾക്കും എല്ലാം മനസ്സിലായി. അയാൾ കരഞ്ഞുകൊണ്ട് എന്തൊക്കെയോ പറഞ്ഞു.

'പോയെടുത്തോണ്ടു വാടാ' എന്നാകണം എസ് ഐ പറഞ്ഞത്. അയാൾ വേഗം ജഡ്ക്കയിൽ കയറി പാഞ്ഞു. ഞങ്ങൾ എസ് ഐക്കൊപ്പം ലോഡ് ജിലേക്കു നടന്നു. ലോഡ്ജിലെത്തുമ്പോൾ ജഡ്ക്കക്കാരൻ ബാഗുമായി അവിടെ കാത്തുനില്പുണ്ടായിരുന്നു. അയാൾ എസ് ഐയെ താണു വണങ്ങി ബാഗേ ല്പിച്ചു. സുഹൃത്ത് ബാഗു തുറന്നു. സാധനങ്ങൾ പരിശോധിച്ചു. എല്ലാം ഭദ്രം.

ഞങ്ങൾ കുളികഴിഞ്ഞ് ഭക്ഷണവും കഴിച്ച് അടുത്തുള്ള സിനിമാ തീയേറ്ററിൽ പോയി. *കട്ടി പതങ്* കണ്ടു. തിരിച്ചു വന്നപ്പോഴും രണ്ട് പൊലീസുകാർ കൗണ്ടറിനരികിൽ ഇരിക്കുന്നുണ്ടായിരുന്നു.

പൊലീസിന്റെ സഹായത്തോടെ കള്ളനെ പിടിച്ച സംഭവമുണ്ട്, കള്ള പെറ്റീഷനിൽ പൊലീസ് സ്റ്റേഷനിൽ ചെല്ലേണ്ടി വന്ന സംഭവമുണ്ട്. അങ്ങനെ പലതും. ഞാൻ പറഞ്ഞില്ലേ, എനിക്കു പൊലീസിനെ ഇഷ്ടമാണ്.

ഒരു സ്വീകരണത്തിന്റെ ഓർമ്മയിൽ

എം തോമസ് മാത്യു

രണ്ടായിരത്തി ഒമ്പത് ഒക്ടോബർ 27–ാം തീയതി ഉച്ച കഴിഞ്ഞ നേരം. ഉച്ചഭക്ഷണം കഴിഞ്ഞ് തിരുവനന്തപുരം ക്ലബ്ബിലെ ഒരു മുറിയിൽ വിശ്രമിക്കുകയാണ് ഞാൻ. മുറിയിൽ പലയിടത്തുനിന്നുമായി എത്തിയ സ്നേഹിതന്മാർ. മനസ്സിന്റെ കെട്ടുകളെല്ലാം അറുത്ത്, സംഘർഷങ്ങളെല്ലാം തല്ക്കാലത്തേക്ക് അകറ്റിനിർത്തി ഈ സ്നേഹിതരോട് കലവറയില്ലാതെ ഇടപെടാൻ കഴിയുന്നതാണ് വിശ്രമം. അന്നു വൈകുന്നേരം നടക്കുന്ന വയലാർ അവാർഡ് സമർപ്പണച്ചടങ്ങിൽ സംബന്ധിക്കാൻ എത്തിയതാണ് ഞാൻ. അക്കൊല്ലത്തെ വയലാർ അവാർഡ് ഞാനെഴുതിയ *മാരാർ: ലാവണ്യാനുഭവത്തിന്റെ യുക്തിശില്പം* എന്ന പഠനഗ്രന്ഥത്തിനായിരുന്നു. കുറേനാളായി മൗഢ്യത്തിലായിരുന്ന മനസ്സ് പതുക്കെ ഉണർന്ന് ഉന്മേഷം കാണിച്ചു കൊണ്ടിരിക്കുന്നു. ഏത് സന്തോഷവും ഒരു മാത്ര കയ്പു ചേർത്തുമാത്രം ആസ്വദിക്കാൻ വിധി എന്നെ തെരഞ്ഞെടുത്തിരിക്കുന്ന കാലമാണത്. അത് അറിയാവുന്നതുകൊണ്ട് സിന്ധുവും അമ്മുവും ദുബായിയിൽനിന്ന് എന്റെ കൂടെയുണ്ട്. അങ്ങനെ മനസ്സ് ഒരൊറ്റ ചിന്തയിൽ തറഞ്ഞുപോകാതെ അനേക കാര്യങ്ങളിൽ വ്യാപരിക്കാൻ മനഃപൂർവ്വം ശ്രദ്ധിക്കുന്ന നേരമായിരുന്നു അത്.

ആ നേരത്താണ് പൊലീസ് അസോസിയേഷൻ പ്രവർത്തകരാണെന്നു പറഞ്ഞുകൊണ്ട് രണ്ടുമൂന്നുപേർ അകത്തേക്കു വരുന്നത്. പൊലീസ് അസോസിയേഷൻ പ്രവർത്തകന്മാരെന്നാൽ പൊലീസുകാർ തന്നെ. പൊലീസുകാരെ ക്ഷണിക്കുകയോ അവരുടെ ശ്രദ്ധ ആകർഷിക്കുകയോ ചെയ്യാവുന്ന ധീരകർമ്മങ്ങളൊന്നും ചെയ്തിട്ടില്ല; മനഃപൂർവ്വമായി ചെയ്യാൻ കഴിയുകയുമില്ല, പിന്നെന്തിന് ഇവർ എന്നെ തേടി വന്നിരിക്കുന്നു എന്നൊരമ്പരപ്പ് സിരകളിലൂടെ കടന്നുപോയോ എന്തോ!

പക്ഷേ, അമ്പരപ്പ് പെട്ടെന്ന് അടങ്ങി. അവർ കുറ്റവാളിയെ തേടിവന്നവരല്ല. വയലാർ അവാർഡ് കിട്ടിയതിന്റെ പേരിൽ ഒരു സ്വീകരണം തരാൻ പൊലീസ് അസോസിയേഷൻ തീരുമാനിച്ചിരിക്കുന്നു. പത്തനംതിട്ടയിൽ വച്ചു നടക്കുന്ന ആ ചടങ്ങിൽ സംബന്ധിക്കണമെന്ന് ആവശ്യപ്പെടാനാണ് അവർ എത്തിയിരിക്കുന്നത്. ആശ്വാസമായി. ജീവിതത്തിലെ എല്ലാ ആഘോഷങ്ങളും ഉപേക്ഷിച്ച ഒരു ജീവിതസന്ധിയിലാണ് ഞാൻ. എന്നിട്ടും പൊലീസിന്റെ ആ പരിപാടിക്ക് ചെന്നുകൊള്ളാമെന്ന് ഞാൻ സമ്മതിച്ചു. വിളിച്ചിട്ട് ചെന്നില്ലെങ്കിൽ പിടിച്ചുകൊണ്ടുപോകാൻ അധികാരമുള്ളവരല്ലേ എന്ന് ഫലിതം പറയാനുള്ളത്ര അടുപ്പം അതിനിടയിൽ ആ സുഹൃത്തുക്കളോടുണ്ടാക്കിക്കഴിഞ്ഞിരുന്നു.

ഭരണാധികാരിയുടെ സ്വഭാവം അറിയുന്നത് സർക്കാർ ഉദ്യോഗസ്ഥരുടെ പെരുമാറ്റത്തിലൂടെയാണ്. അഭിമാനത്തിന് അടിയേല്ക്കാതെ ഒരു സർക്കാർ ഓഫീസിൽ കടന്നുചെല്ലാനാവുകയില്ല എന്നൊരു ധാരണ ആളുകൾക്കിടയിലുണ്ട്. ആ ധാരണയെ ശരിവയ്ക്കാൻ ഉതകുന്ന അനുഭവങ്ങൾ സംഭാവന ചെയ്യാൻ ഒരുങ്ങിയിരിക്കുന്നവർ കുറേയെങ്കിലും ഉദ്യോഗസ്ഥരുടെ ഇടയിൽ ഉണ്ടാകാം; ഇതിൽനിന്ന് നേർവിപരീതമായി കടന്നുവരുന്നവരുടെ നേരെ ഒന്നു ചിരിക്കാനോ, എന്താണ് ആവശ്യമെന്ന് സൗമ്യമായി ചോദിക്കാനോ മടിയില്ലാത്തവർ അനേകർ ഉണ്ടാകും. എന്നാൽ പൊലീസ് സേനയെക്കുറിച്ച് പതിഞ്ഞുകിടക്കുന്ന ചിത്രം മായിച്ച് സൗഹൃദം സൂചിപ്പിക്കുന്ന ശരീരഭാഷയുമായി നില്ക്കുന്ന ഒരു പൊലീസുകാരൻ ബഹുജനബോധത്തിന്റെ ഭാഗമായി കഴിഞ്ഞിട്ടില്ല. വീരപ്പന്റെ രൗദ്രഭാവവും അതിനെ സമർപ്പിക്കുന്ന പുരാവൃത്ത സമൃദ്ധിയും ആണ് ഓരോരുത്തരും മനസ്സിൽ സൂക്ഷിക്കുന്നത്.

ഈ പൈശാചികമുഖത്തിന്റെ സ്ഥാനത്ത് പരിഷ്കൃതനും സൗഹൃദം കാണിക്കാൻ മടിയില്ലാത്തവനും സേവനം ചെയ്യാൻ സദാസന്നദ്ധനുമായ പൊലീസുകാരന്റെ മുഖം വരച്ചുചേർക്കാനുള്ള ബദ്ധപ്പാടിലാണ്, യഥാർത്ഥത്തിൽ, പൊലീസ് അക്കാദമികൾ. കണ്ണിൽപ്പെടുന്നവരെയെല്ലാം ഒരു ക്രിമിനൽ സാദ്ധ്യതയെ സംശയിക്കുകയും ആ സംശയത്തിനൊത്ത് പഞ്ചേന്ദ്രിയങ്ങളെ ജാഗ്രതകൊള്ളിക്കുകയും ക്രൗര്യം പ്രകടിപ്പിക്കുകയും ചെയ്തിരുന്നതിനുപകരം കുറ്റം തെളിയിക്കപ്പെടുന്നതുവരെ ആരും കുറ്റവാളിയല്ല, അതുവരെ അയാൾ മാന്യമായ പെരുമാറ്റത്തിന് അർഹനും അവകാശിയുമാണ് എന്ന വിചാരത്തിനും അതിന് അനുസൃതമായ ഇടപെടലിനും പൊലീസുകാർ പാകപ്പെട്ടു വരികയാണ്. ഈ മാറ്റം ജനാധിപത്യക്രമത്തിൽ അനിവാര്യമായി ഉണ്ടായേ മതിയാവൂ.

മനുഷ്യനെയും മനുഷ്യജീവിതത്തെയും ആഴത്തിൽ അറിഞ്ഞുകൊണ്ടാണ് ഈ മാറ്റം ഉണ്ടാകേണ്ടത്. അറിവാണ് നമ്മെ ആർദ്രതയുള്ളവരാക്കുന്നത്. ആർദ്രമായ അറിവിന്റെ അക്ഷയഖനിയാണ് സാഹിത്യം. സാഹിത്യം പഠിക്കുവാൻ നാം മനുഷ്യനെ പഠിക്കുന്നു; ജീവിതത്തെ പഠിക്കുന്നു. ഉപരിതല യാഥാർത്ഥ്യങ്ങളുടെ പിന്നിൽ വെളിപ്പെടാനും വെളി

വായ വടിവുകൾ എഴുതാനും വിസമ്മതിക്കുന്ന അനേകം ചോദനകളിലൂടെ മനസ്സിനെ വ്യാപരിപ്പിക്കാനുള്ള അവസരമാണ് സാഹിത്യം ഒരുക്കിത്തരുന്നത്. ഇത്തരം ഒരു വിചാരക്രമത്തിലേക്കുള്ള പ്രവർത്തനത്തിന്റെ അടയാളമായിട്ടാണ് ഞാൻ ആ സ്വീകരണത്തെ കണ്ടത്.

വ്യക്തിപരമായി കിട്ടിയ ഒരു ആദരവിന്റെയും സ്വീകരണത്തിന്റെയും കാര്യമായിട്ടല്ല ഞാൻ അതിനെ കാണുന്നതെന്ന് അർത്ഥം. വ്യക്തിപരമായ സ്വീകരണം തരാൻ തോന്നേണ്ട ബന്ധമൊന്നും അക്കാലത്ത് പൊലീസ് വകുപ്പുമായി എനിക്കില്ല. വ്യക്തിയോ വ്യക്തിബന്ധങ്ങളോ അല്ല കാര്യം. മൂല്യങ്ങളാണ് പ്രധാനം. മനുഷ്യന്റെ മൂല്യബോധം അവിതർക്കിതമായി അനാവരണം ചെയ്യപ്പെടുന്ന ജീവിതസന്ധികളിൽ നമ്മെ കൊണ്ടുചെന്നു നിർത്തി നമ്മെ പതുക്കെ, നാം അറിയാതെ, പാകപ്പെടുത്തുന്ന കഥയാണ് സാഹിത്യം. വായിച്ചുപോകെ ഒരു പുഞ്ചിരി അധരങ്ങളിൽ വിരിഞ്ഞാൽ, ഒരു നെടുവീർപ്പ് അറിയാതെ പുറപ്പെട്ടാൽ, ഒരു കണ്ണീർക്കണം കണ്ണിൽപ്പൊടിഞ്ഞാൽ, അതിനർത്ഥം അന്യന്റെ സന്തോഷത്തിലും സന്താപത്തിലും സഹഭാവം കൊള്ളാൻ നാം ശീലിച്ചുതുടങ്ങിയെന്നാണ്. ഈ ശീലത്തിലേക്ക് പൊലീസ് സേന മാറിത്തുടങ്ങിയെന്നോ, ഈ മാറ്റം ആഗ്രഹിക്കുന്നവർ അവിടെ പ്രാബല്യം നേടിത്തുടങ്ങിയെന്നോ ആണ് ഈ ക്ഷണം വെളിവാക്കുന്നത്. അതു ചെറിയമാറ്റമാണോ?

ആ സ്വീകരണത്തിന്റെ ഗാംഭീര്യം ഞാൻ വിസ്തരിക്കേണ്ടതില്ല. അതൊക്കെ ചെറിയകാര്യങ്ങൾ. പ്രധാനം നാം നേരത്തെ വിവരിച്ച മൂല്യപരിണാമമാണ്. തന്നെ കാക്കാനും പരിചരിക്കാനുമുള്ള ഇടം എന്ന ആത്മവിശ്വാസത്തോടെ ഏതു പൗരനും പൊലീസ് സ്റ്റേഷനിലേക്ക് കടന്നുചെല്ലാവുന്ന അവസ്ഥ ഉണ്ടാകുന്നത് ഈ മൂല്യം പൊലിച്ചു പൂവിടുമ്പോഴാണ്. പൊലീസ് സേനയെ നിലനിർത്തിയിരിക്കുന്നത് പൊലീസുകാർക്ക് വേണ്ടിയല്ലല്ലോ. നാട്ടിൽ പാർക്കുന്ന മനുഷ്യർക്കു വേണ്ടിയാണ് പൊലീസ്. മനുഷ്യരോട് മനുഷ്യോചിതമായി ഇടപെടുന്നതാണ് അഭികാമ്യം, അങ്ങനെ ഇടപെടുമ്പോൾ തങ്ങൾക്ക് ഒരു കുറവും സംഭവിക്കുന്നില്ല എന്ന അറിവിലേക്കുള്ള ഉണർച്ചയാണ് ഇവിടെ ഞാൻ കാണുന്നത്. എന്തൊരു അഭിമാനകരമായ മാറ്റവും നേട്ടവും!

ഇരുണ്ട രാത്രിയിലെ നക്ഷത്ര വിളക്കുകൾ

സോമശേഖരൻ

പൊലീസ് അതിക്രമങ്ങളെക്കുറിച്ചും പൊലീസിനകത്തെ ക്രിമിനലുകളെക്കുറിച്ചുമെല്ലാം ചർച്ചയാകുമ്പോൾ ഉയർന്നു വരുന്നൊരു ന്യായീകരണം സമൂഹത്തിന്റെ ഒരു പരിച്ഛേദമാണ് പൊലീസും എന്നതാണ്. ഭാഗികമായിമാത്രം ശരിയായ ഈ വാദം കൂടുതൽ തെറ്റായകാര്യങ്ങളെ ഒളിപ്പിച്ചു വയ്ക്കുന്നുണ്ട്. സമൂഹത്തിൽനിന്ന് സ്വാഭാവികമായങ്ങ് കൂടിച്ചേരുന്നവരല്ല, മറിച്ച് നിയതമായ മാനദണ്ഡങ്ങൾ വച്ച് തെരഞ്ഞെടുത്ത് പ്രത്യേക പരിശീലനം നല്കി രൂപപ്പെടുത്തുന്നതാണ് സേന. സമൂഹത്തിൽ പൊതുവായുള്ളതെല്ലാം സേനയിലും കടന്നുകൂടുകയെന്നാൽ ഈ തെരഞ്ഞെടുപ്പിലും പരിശീലനത്തിലും കാര്യമായെന്തോ കുഴപ്പമുണ്ടെന്നാണർത്ഥം. മറുവശത്ത് സമൂഹത്തിലെ സാധാരണമായ കുറ്റവാസനകളും മറ്റും കേഡർ സ്വഭാവത്തിൽ അതിസംഘടിതമായി സേനയിലെത്തുന്നതോടെ കൂടുതൽ തീവ്രവും പ്രശ്നസങ്കീർണ്ണവുമാകാനുള്ള സാദ്ധ്യത വർദ്ധിക്കുന്നുമുണ്ട്. നിയമം കൈയിലുള്ളവരുമാണവർ. ഇത്തരമൊരു സാദ്ധ്യത അംഗീകരിച്ച് കർശനമായ പരിഹാരമാർഗ്ഗങ്ങൾ നടപ്പാക്കുന്നില്ലെങ്കിൽ ഇത് കൂടുതൽ അപകടകരവുമാകും. എന്നാൽ, ഈ ദിശയിൽ പൊലീസ് സേനാംഗങ്ങളുടെ തെറ്റുകളെക്കുറിച്ചോ ക്രൂരമായ പെരുമാറ്റങ്ങളെക്കുറിച്ചോ ധാരാളമായി വരുന്ന കഥകളിൽ ഒന്നുകൂടി കൂട്ടിച്ചേർക്കുകയല്ല ഈ കുറിപ്പിന്റെ ലക്ഷ്യം; മറിച്ച് പൊലീസ് സംവിധാനമാകെ ബീഭത്സതയുടെ പര്യായമായിമാറിയ ഒരു സാഹചര്യത്തിൽ അപൂർവ്വവും അസാധാരണവുമായ മാനുഷികത പ്രകടമാക്കിയ ചിലരെക്കുറിച്ച് സൂചിപ്പിക്കുകയാണ്.

അടിയന്തരാവസ്ഥയാണ് കാലം. നാല്പതിലേറെ വർഷങ്ങൾക്കു മുൻപുണ്ടായ ചില അനുഭവങ്ങളിലെ മറക്കാൻ പാടില്ലാത്ത ചില

പേരുകൾ ഓർത്തെടുക്കാനാകുന്നില്ല എന്നത് അക്ഷന്തവ്യമായ ഒരു തെറ്റായിപ്പോയി എന്ന് തോന്നുന്നുണ്ട്. എങ്കിലും അവരുടെ രൂപം ഏതിരുട്ടിലും കണ്ടെടുക്കാനാവും വിധം തെളിച്ചത്തോടെതന്നെ ഇപ്പോഴുമുണ്ട്. ഈ പേരുകൾ ഓർത്തുവച്ച് അവർക്ക് വീണ്ടും ദ്രോഹകരമാകാത്തവിധം പുറത്തു പറയാവുന്ന ഒരു കാലം മനസ്സിലുണ്ടായിരുന്നില്ല എന്നതു ഈ മറവിക്കൊരുകാരണമാകാം. പേരുകളുടെ ഓർമ്മതന്നെ അപകടകരമാകുകയും മറവി അനുഗ്രഹമാവുകയും ചെയ്യുന്ന ജീവിതത്തിലൂടെയാണല്ലോ കുറേക്കാലം ഞങ്ങൾ തുടർന്നു പോന്നത്.

അറസ്റ്റ് ചെയ്ത് കക്കയം ക്യാമ്പിൽനിന്നും മാലൂർക്കുന്ന് ക്യാമ്പിലേക്ക് കൊണ്ടുവന്നകാലത്തെ മറവി സാദ്ധ്യമല്ലാത്തൊരോർമ്മയാണു താനും. നാടേതാണ് എന്ന എന്റെ ചോദ്യത്തിന് പതുക്കെ കരിവെള്ളൂർ എന്ന് മറുപടിപറയുമ്പോൾ അദ്ദേഹത്തിന്റെ കണ്ണുകളിലുണ്ടായിരുന്ന തിളക്കം ഇപ്പോഴും എനിക്കു കാണാം. കക്കയത്തെ ഒരു കാളരാത്രിയിൽ ഒരുപക്ഷേ, ഉരുട്ടൊഴിച്ച് ഇടിയോ ചവിട്ടോ ഒന്നും തിരിച്ചറിയാനാകാത്ത അബോധത്തിന്റെ പടവുകളിലൊന്നിൽ മദ്യപിച്ച ഒരു ഇൻസ്പെക്ടറെ, തടയുന്ന ഡ്യൂട്ടി പൊലീസുകാരന്റെ തിരിച്ചറിയാനാകാത്ത ഒരു നേർത്ത ഓർമ്മയുണ്ട്. മാലൂർ കുന്നിലെത്തിയശേഷമുള്ള സമാനമായ ചില അനുഭവങ്ങൾക്ക് ശേഷം നാണുവിന്റെ ശബ്ദമായാണ് എന്റെ മനസ്സത് സൂക്ഷിക്കുന്നത്. ക്യാമ്പിലെ ചില ദിവസങ്ങൾ ഇടിമുറി ആഘോഷമാക്കും. കൃത്യമായറിയില്ലെങ്കിലും പത്തിരുന്നൂറു പൊലീസുകാരെങ്കിലും അവിടെ കാണണം. ഇതിലൊരുനല്ല വിഭാഗം നാലും അഞ്ചുംപേരുള്ള സംഘങ്ങളായി മാറിമാറിവന്ന് ഇടിച്ചുപോകും. നാണുവിന്റെ ഡ്യൂട്ടിയുള്ള ഒരു ദിവസം പിന്നീട് രാജൻ കേസിലെ പ്രതിയായ ഒരു പൊലീസുകാരനും സംഘവും ഇങ്ങനെ വന്നു. ഉരുട്ടുപണിയിൽ നന്നായി ആനന്ദിച്ചവർ. നാണു പക്ഷേ, മുറിയുടെ വാതിലിൽ അവരെ ബലമായി തടഞ്ഞു. തന്റെ ഡ്യൂട്ടിയിൽ ഉത്തരം പറയേണ്ടത് താനാണെന്നും അതുകൊണ്ടു തന്നെ തൊട്ടുപോകരുതെന്നും അയാൾ കർശനമായി പറഞ്ഞു. പുറത്തു നിന്നയാൾ എന്തൊക്കെയോ വെല്ലുവിളിച്ചാക്രോശിച്ചു. ഒപ്പം 'സ്റ്റേഷനാക്രമിക്കാൻ നീയൊക്കെ രാത്രിയല്ലേടാ വന്നത്'എന്ന സ്ഥിരം പല്ലവിയും ആവർത്തിച്ചു. 'രാത്രിയല്ലാതെ പകലാണോ ഇവരെയൊക്കെ നിങ്ങൾ പിടിച്ചത്' എന്ന് ഞങ്ങളുടെ നാണുവാണ് തിരിച്ചുചോദിച്ചത്.

മറ്റൊരർത്ഥത്തിൽ ഇത്തരം ചോദ്യം സ്ഥിരമായി തല്ലുകാരോട് പറഞ്ഞ പെൻഷനാകാറായ ഒരു ഹവിൽദാരുമുണ്ടായിരുന്നു ക്യാമ്പിൽ. പട്ടാളത്തിനു ശേഷമാണയാൾ പൊലീസിൽ വന്നത്. 'യുദ്ധത്തിൽ പിന്നെ രാത്രിയല്ലാതെ നിന്റെ സൗകര്യത്തിനാണോ ആക്രമിക്കുക' എന്നയാൾ പൊലീസുകാരോട് ചോദിക്കും. 'ഇവരാക്രമിച്ചപ്പോൾ കരഞ്ഞോടിയ നിങ്ങൾ, ഇപ്പോൾ ഇവരുടെ കൈകെട്ടിയിട്ടല്ലേ തല്ലുന്നത്'എന്നു പരിഹ

സിക്കും. എന്നിട്ടയാൾ പട്ടാളക്കാരന്റെ വീര്യത്തോടെ പറയും 'വിലങ്ങഴിച്ചിട്ട് ഫൈറ്റ് ചെയ്യാൻ വരാൻ പറയ്, അപ്പോഴാണ് വീര്യം കാണിക്കേണ്ടത്.' 'ഈ നിലയിൽ കെട്ടിയിട്ടുള്ളവരെ തല്ലാൻ എന്റെ പട്ടിവരും' എന്നുകൂടി അയാൾ കൂട്ടിച്ചേർക്കും. ആദ്യമൊക്കെ ഒരു പെൻഷൻ പറ്റിയ പട്ടാളക്കാരന്റെ ഭോഷ്കായി തോന്നിച്ചുവെങ്കിലും, അസാധാരണമായ സ്നേഹവും പരിഗണനയും ഉള്ളിൽവച്ച് ബോധപൂർവ്വമാണ് അദ്ദേഹമീവേഷംകെട്ടുന്നതെന്ന് പിന്നീടെനിക്ക് ബോദ്ധ്യമായിട്ടുണ്ട്. ഏതോ ഒരു സന്ദർഭത്തിൽ ഞാൻ പൊലീസുകാരോട് എതിർത്തു സംസാരിച്ചു. അവർ പോയശേഷം അടക്കിപ്പിടിച്ച വലിയ ക്ഷോഭത്തോടെയാണയാൾ എന്നെ ശകാരിച്ചത്. ഒരു മകനോടെന്നപോലെ സ്നേഹത്തോടെ. അവിടെവെച്ചെതിർക്കുന്നതിന്റെ നിഷ്ഫലതയേയും പ്രത്യാഘാതത്തെയുംകുറിച്ച്.

ഡ്യൂട്ടിയില്ലാത്തപ്പോഴും മിക്കവാറും ദിവസം രാവിലെ നാണു മുറിയിൽ വരും. മുമ്പിലേക്കല്പം തള്ളിനില്ക്കുന്ന ഒരു ചുമരലമാരയുണ്ടായിരുന്നു മുറിയിൽ. ഒരു കെട്ട് ദിനേശ് ബീഡിപൊട്ടിച്ച് പുറത്തുനിന്ന് കാണാനാവാത്ത വിധം അദ്ദേഹമതിനു മുകളിൽ നിരത്തിയിടും. എന്റേയും അച്ചുതന്റേയും നാട്ടുകാരനും ഒഞ്ചിയംകാരനുമായ ഗോപാലനും അദ്ദേഹത്തെ സഹായിക്കാനന്നുണ്ട്. ഞങ്ങളെ സഹായിച്ചതിന്റെ പേരിൽ മേലധികാരികൾ രണ്ടുപേരേയും സംശയിച്ച് ചോദ്യംചെയ്തതായി പറഞ്ഞുകേട്ടിട്ടുണ്ട്! അതിന്റെ പേരിൽ നാണു ഒട്ടും ഭയന്നില്ലെന്നും ജയിലിൽ വച്ച് നക്സലൈറ്റുകളെ സഹായിച്ചതിന്റെ പേരിൽ തിരുവനന്തപുരത്ത് ജയിൽവാർഡനായിരുന്ന പുരുഷു പിന്നീട് ഞങ്ങൾക്കുമുമ്പിൽ മിസാ തടവുകാരനായിട്ടുണ്ട്. ഞങ്ങളെ സഹായിക്കുന്നതിനന്ന് അസാധാരണമായ ധൈര്യം ആവശ്യമായിരുന്നു. ഇടയ്ക്ക് സഹായിച്ച മറ്റുപല പൊലീസുകാരെയും പോലെയല്ല, ആലോചിച്ചുറപ്പിച്ചാണ് നാണു അന്ന് ഞങ്ങളെ സഹായിച്ചത്! തീരുമാനിച്ചുറപ്പിച്ചെന്നമട്ടിൽ. തന്നെ സഹായിക്കേണ്ടതദ്ദേഹത്തിന്റെ ഉത്തരവാദിത്വമാണെന്നപോലെ.

പൊലീസിൽ പലരും ഉള്ളിലെങ്കിലും മനുഷ്യത്വഹീനമായ അന്നത്തെ ക്യാമ്പുകളിലെ നടപടികളിൽ അസംതൃപ്തരായിരുന്നു. സഹായിച്ച പലരുടേയും മുഖത്ത് ഭയം പ്രകടമായിരുന്നു. യൂത്ത് ഫെഡറേഷന്റെ പ്രവർത്തകനായിരുന്നു എന്ന് സ്വകാര്യമായി പറഞ്ഞ വളരെ പുതിയ റിക്രൂട്ടെന്ന് തോന്നിച്ചൊരു ചെറുപ്പക്കാരനുണ്ട്. ഇന്ന് ചെറുപ്പക്കാരനെന്ന് പറയുമ്പോഴും അന്ന് ഞങ്ങളുടെ തന്നെ പ്രായം. അയാൾ പുകവലിക്കില്ല. ആരെങ്കിലും വലിച്ചെറിയുന്ന കുറ്റി ഒളിച്ചിരുന്നെന്നെപ്പോലെ കാണാതെ പെറുക്കിയെടുത്ത് ശ്രദ്ധതിരിക്കാനൊരു മൂളിപ്പാട്ടൊക്കെ പാടിയാണയാൾ ഞങ്ങൾക്ക് തീ സംഘടിപ്പിച്ചുതരിക. പുകവലിക്കാത്തവനായതുകൊണ്ടുതന്നെ ബീഡിയും തീപ്പെട്ടിയും കരുതാനയാൾക്ക് ഭയമായിരുന്നു. ഭയം എന്നാൽ ഇന്ന് സാധാരണ വായനക്കാരന് തോന്നാനിടയുള്ളപോലെ ഒരു കുറ്റപ്പെടുത്തലല്ല. ആ ക്യാമ്പുകളിലെത്തപ്പെടുന്ന

വരുടെ ഏറ്റവും മാനുഷികമായ സ്വാഭാവികവികാരം ഭയമാണ്. പൊലീസുകാരന്ന് ഞങ്ങളുടെ നേരേ ഉന്നതനും ഭയരഹിതനുമായിരിക്കേണ്ടയാളാണ്. പക്ഷേ, അയാളുടെ മുഖത്തെ ഭയം വെളിവാകുന്നത് അയാൾക്ക് ചേരാത്തൊരു വേഷത്തെയും ഒപ്പം സഹഭാവത്തേയുമാണ്. ഞങ്ങൾക്ക് സിഗരറ്റുതന്ന് ഞങ്ങളത് വലിച്ചുതീരുന്നതുവരെ മേലുദ്യോഗസ്ഥർ വരുന്നുണ്ടോ എന്നുനോക്കി പേടിയോടെ പുറത്തു കാവൽനിന്ന ഇൻസ്പെക്ടർ ഉണ്ട്. അയാളും കാഴ്ചയിൽ ട്രെയിനിങ് കഴിഞ്ഞ ഉടനെയാകണം. ട്രൗസറിന്റ കീശയിൽ വടയൊളിപ്പിച്ചു കൊണ്ടുതന്നവരുണ്ട്. കക്കയത്തുനിന്ന് മാലൂർകുന്നിലേക്ക് ക്യാമ്പ് മാറുന്ന ദിവസം കുടിച്ച് ലക്കുകെട്ട ഒരു പൊലീസുകാരൻ നടത്തിയ മർദ്ദനത്തിന്റെയൊരു തൃശൂർപൂരം കഴിഞ്ഞ് അർദ്ധബോധാവസ്ഥയിലാണ് പലരേയും വാനിന്റെ തറയിൽ വലിച്ചിഴച്ചിട്ടത്. അതിനകത്ത് ഛർദ്ദിച്ച് അതിൽത്തന്നെ കിടക്കുമ്പോൾ പതുക്കെ തല ഉയർത്തി സ്വന്തം മടിയിൽ താങ്ങിവച്ചയാളുണ്ട്. ചരടുകൊണ്ട് പരമാവധി മുറുക്കിക്കെട്ടിയ കൈ ചോരയോട്ടം നിലച്ച് പിടഞ്ഞ് മരവിക്കുമ്പോൾ കൂടുതൽ വേദനിപ്പിക്കാനെന്നമട്ടിൽ ചീത്തപറഞ്ഞ് കൈ ഒന്നു പിടിച്ചുതിരിച്ച് ഇടയ്ക്കിടയ്ക്ക് ആശ്വാസമുണ്ടാക്കിതന്നയാളുണ്ട്. രാജൻ കേസിൽ പ്രതിയാക്കപ്പെട്ട ഡി വൈ എസ് പി കുഞ്ഞിരാമൻ നമ്പ്യാർ സ്നേഹത്തോടും കരുണയോടുമല്ലാതെ ആരോടും സംസാരിച്ചതായറിയില്ല. സാങ്കേതികമായി അന്വേഷണച്ചുമതലയേല്പിച്ച ഉദ്യോഗസ്ഥനെന്ന നിലയ്ക്കാകണം അയാൾ പ്രതിയായത്. സാങ്കേതികമായല്ലാതെ ചോദ്യം ചെയ്യലിലൊന്നും ചിലപ്പോഴൊക്കെ ഒരു മൂകസാക്ഷി എന്നതിനപ്പുറം അയാൾക്ക് പങ്കുണ്ടായിരുന്നതായും തോന്നിയിട്ടില്ല.

മൃഗീയമായ നിഷ്ഠുരതകളോടൊപ്പം തന്നെ നരകത്തിലെ സ്നേഹസ്പർശങ്ങളായി മാറിയ പൊലീസുകാരും ഏറെയുണ്ടെന്നൊരോർമ്മയാണിത്. മനുഷ്യൻ ഏറ്റവും നിഷ്ഠുരമായി പീഡിപ്പിക്കപ്പെടുമ്പോൾത്തന്നെയാകണം പലപ്പോഴും മാനവികതയുടെ അപൂർവ്വ മാതൃകകളും ഉയർന്നുവന്നിട്ടുണ്ടാവുക.

രാത്രിയിലെ അതിഥി

ബാലചന്ദ്രൻ ചുള്ളിക്കാട്

വർഷങ്ങൾക്കു മുമ്പാണ്. ഹൈറേഞ്ചിൽ ഒരു കവിയരങ്ങു കഴിഞ്ഞ് ആലുവാ ബസ്സ്റ്റാന്റിൽ ഞാൻ വന്നിറങ്ങി. രാത്രി പത്തുമണി കഴിഞ്ഞുകാണും. സ്റ്റാന്റിൽ അധികം തിരക്കുണ്ടായിരുന്നില്ല.

വെളുത്ത ലഖ്നൗ കുർത്തയും കസവുമുണ്ടുമായിരുന്നു എന്റെ വേഷം. വളർന്നു കാടുപിടിച്ച മുടിയും കട്ടിമീശയും കഴുത്തിൽ കറുത്ത ചരടിൽ ഒരു പുലിനഖവും. തോൾസഞ്ചിയിലെ കുപ്പിയിൽ സോഡ ചേർത്ത മദ്യം ഉണ്ടായിരുന്നു.

കുപ്പി കാലിയാക്കാൻ ബസ്സ്റ്റാന്റിലെ പിൻവശത്തെ ഇരുണ്ട മൂലയിലേക്ക് ഞാൻ നീങ്ങി. ദീർഘമായ യാത്രയുടെ ആലസ്യം മാറ്റണം.

ഇരുട്ടിൽ പതുങ്ങിനിന്ന് ഒരു കവിൾ മദ്യം ഞാൻ അകത്താക്കി. പെട്ടെന്ന് ഇരുട്ടിൽനിന്ന് ഒരു സ്ത്രീയുടെ നിലവിളിയും ഒരു പുരുഷന്റെ തെറിവിളിയും. ആരോ ഓടിപ്പോയി. ഞാൻ ശരിക്കും ഞെട്ടി.

ഇരുട്ടിൽനിന്ന് വെളിച്ചത്തിലേക്ക് ഒരു സ്ത്രീയെ മുടിക്കെട്ടിന് കുത്തിപ്പിടിച്ച് വലിച്ചിഴച്ചുകൊണ്ട് ഒരു പൊലീസുകാരൻ വന്നു. കരയുന്ന ആ സ്ത്രീയുടെ കരണക്കുറ്റിക്ക് പൊലീസുകാരൻ ആഞ്ഞടിച്ചു. "കൂത്തിച്ചിമോളേ. ഈ പരിസരത്ത് നിന്നെ കണ്ടുപോകരുത്." എനിക്ക് കാര്യം മനസ്സിലായി. അപ്പോഴാണ് ഞാനാ പൊലീസുകാരനെ ശ്രദ്ധിച്ചത്. ഞാൻ അന്തംവിട്ടു. ആലുവാ യു സി കോളേജിൽ എന്റെ സഹപാഠിയും രസതന്ത്രവിദ്യാർത്ഥിയും ആയിരുന്ന പൗലോസ്!

"പൗലോച്ചാ അരുത്." എന്നുറക്കെപ്പറഞ്ഞുകൊണ്ട് ഞാൻ വെളിച്ചത്തിലേക്കോടിച്ചെന്നു.

വീണ്ടും അടിക്കാനാഞ്ഞ അവന്റെ വലതുകൈ പെട്ടെന്നു താണു. ഇടതുകൈ സ്ത്രീയുടെ മുടിക്കെട്ടിൽനിന്നു വിട്ടു. അവൻ അമ്പരപ്പോടെ

എന്നെ നോക്കി. അവന്റെ ചുണ്ടുകൾ 'ബാലൻ' എന്നു മന്ത്രിക്കുന്നതു ഞാൻ കണ്ടു. ഒരു നിമിഷം - യു സി കോളേജിനടുത്തുള്ള കാരകുന്നിലെ തോമാച്ചന്റെ ഷാപ്പിലിരുന്നു പട്ടച്ചാരായം മോന്തിക്കൊണ്ട് പൂനാ ഫിലിംഇൻസ്റ്റിറ്റ്യൂട്ടിൽ ചേർന്ന് സിനിമാറ്റോഗ്രാഫി പഠിക്കുന്നത് സ്വപ്നം കണ്ടിരുന്ന പാവം പൗലോച്ചൻ എന്ന വിദ്യാർത്ഥിയുടെ പ്രേതം ആ പൊലീസുകാരന്റെ മുഖത്തു മിന്നിമറഞ്ഞു.

ഞാൻ ആ സ്ത്രീയെ നോക്കി. മഞ്ഞ സാരിയുടുത്ത കറുത്തു മെലിഞ്ഞ് ഒരു തെരുവുവേശ്യ.

ഞെരിച്ചടക്കിയ ശബ്ദത്തിൽ പൗലോച്ചൻ അവളോടു പറഞ്ഞു: “പോടീ.” അവൾ അപ്രത്യക്ഷയായി.

പൗലോച്ചൻ ദയനീയമായി എന്നെ നോക്കി.

തോറ്റ മനുഷ്യന്റെ ശബ്ദത്തിൽ അവൻ പറഞ്ഞു.

“ഇതായി അളിയാ എന്റെ വിധി!”

പിരിമുറുക്കം ഒന്നു കുറയ്ക്കാൻ തോൾസഞ്ചിയിൽ തൊട്ടുകൊണ്ട് ഞാൻ പറഞ്ഞു:

“ശകലം ഉണ്ട്. ബ്രാൻഡിയാ.”

പൗലോച്ചൻ ഒരുനിമിഷം ചുറ്റും നോക്കി. യാത്രക്കാർ ദൂരെയാണ്. ആരും ശ്രദ്ധിക്കുന്നില്ല. ചുരുണ്ടു കിടന്നുറങ്ങുന്ന ചില തെണ്ടികൾ മാത്രം.

“വാ!” പൗലോച്ചൻ എന്റെ തോളിൽ കൈവച്ചു. ഞങ്ങൾ ഇരുട്ടിലേക്കു നീങ്ങി.

കുപ്പി കാലിയാക്കുന്നതിനിടയിൽ പൗലോച്ചൻ അവന്റെ കദനകഥ പറഞ്ഞു. പൊലീസിൽ ഡ്രൈവറായിരുന്ന അപ്പൻ അപകടത്തിൽ മരിച്ചതും എം എസിക്കു പഠിച്ചിരുന്ന പെങ്ങൾ നിത്യരോഗിണിയായതും പൂനാ ഫിലിംഇൻസ്റ്റിറ്റ്യൂട്ടിൽ പോകാനാവാതെ കാക്കിക്കുപ്പായം ഇടേണ്ടിവന്നതും എല്ലാം. ഒടുവിൽ അവൻ ചോദിച്ചു.

“അളിയൻ ഇപ്പോ വല്യ സൗകര്യത്തിലാ, അല്ലേ? പത്രക്കാർക്ക് നല്ല കോളായിരിക്കും.”

“ഉം” ഞാൻ ഹതാശനായി മൂളി. ഞാൻ ജോലിചെയ്യുന്ന പത്രസ്ഥാപനത്തിൽ രണ്ടു മാസം കൂടുമ്പോൾപോലും ശമ്പളം കിട്ടാത്ത അവസ്ഥയാണെന്ന് എങ്ങനെ പറയും? ഇരുട്ടിലായതിനാൽ മുഖം കാണില്ല എന്ന സൗകര്യം ഞങ്ങൾക്ക് രണ്ടുപേർക്കും ഉണ്ടായിരുന്നു.

ഒരു എറണാകുളം ഫാസ്റ്റിൽ എന്നെ കയറ്റിയിരുത്തിയിട്ട് പൗലോച്ചൻ പോയി. ബസിൽ തിരക്ക് ഒട്ടുമില്ല. മൂന്നുപേർക്കുള്ള സീറ്റിൽ ഞാൻ മാത്രം. ഒന്നു കിടന്നാലോ എന്നാലോചിച്ചു. ബസ് സ്റ്റാർട്ടുചെയ്തിട്ടാകാം എന്നു കരുതി ഞാൻ കണ്ണടച്ച് ചാരിയിരുന്നു. മനസ്സ് വീണുടഞ്ഞ കോഴിമുട്ടപോലെ...

പെട്ടെന്ന്––

“സാറെ!” കാതിൽ ഒരു വിളി. കൈയിൽ ഒരു തണുത്ത സ്പർശം. ഞാൻ കണ്ണു തുറന്നു. എന്റെ തൊട്ടടുത്തിരിക്കുന്നു. മഞ്ഞ സാരിയു

ടുത്ത കറുത്തു മെലിഞ്ഞ സ്ത്രീ.

"ഞാൻ കൂടെ പോരട്ടെ സാറെ. ഈ രാത്രി ഞാൻ എങ്ങോട്ടു പോകും? സാറെന്നെ ആ ദുഷ്ടന്റെ കൈയിൽനിന്നു രക്ഷിച്ചതല്ലേ?" ഞാൻ സ്തബ്ധനായി ഇരുന്നു.

അവൾ എന്റെ കൈ രണ്ടു കൈകൊണ്ടു പിടിച്ച് തുടർന്നു.

"സ്റ്റേഷനീപ്പോയാൽ അവിടെ എത്രപേരുണ്ടാവും എന്നറിയില്ല. പത്തു പൈസാ തരൂല്ല. തല മൊട്ടയടിച്ചുവിടാനും മതി."

ഒരു തണുത്ത കാറ്റു വീശി. ഡ്രൈവർ വന്നു കയറി. കണ്ടക്ടർ ഡബിൾ ബെല്ലുകൊടുത്തു. ഒരു തടിയൻ വന്ന് മുൻസീറ്റിൽ ഇരുന്നു.

ഞാൻ ഒന്നും മിണ്ടിയില്ല. അവൾ ഉൽക്കണ്ഠയോടെയും പ്രതീക്ഷ യോടെയും എന്നെ നോക്കിക്കൊണ്ടിരുന്നു. ആ കറുത്ത സ്ത്രീക്ക് ഒരു ഭംഗിയും ഇല്ലായിരുന്നു. കഴുത്തിലും കൈയിലും മുക്കുപണ്ടങ്ങളാവണം.

അവൾക്ക് ഇരുപത്തിയഞ്ചു വയസ്സിൽ കൂടുകയില്ല. യാചന നിറഞ്ഞ ആ കണ്ണുകൾ കൊച്ചുകുട്ടിയുടേതുപോലെ നിഷ്കളങ്കമായിരുന്നു. എന്നിലെ കാല്പനികനായ കവി ആ കണ്ണുകളിലേക്ക് നിശ്ശബ്ദം ഉറ്റു നോക്കി.

ബസ് പായുകയായിരുന്നു. തണുത്ത കാറ്റ് അടിച്ചുകൊണ്ടിരുന്നു.

മദ്ധ്യവയസ്കനായ കണ്ടക്ടർ അടുത്തെത്തി.

"രണ്ട് എറണാകുളം."

ഞാൻ അർദ്ധബോധത്തിൽ പറഞ്ഞു. പത്തു രൂപ നീട്ടി. കണ്ടക്ടർ ടിക്കറ്റും ബാക്കിയും തന്ന് പോയി.

അവൾ ഒരു ദീർഘനിശ്വാസം വിട്ടു. വീണ്ടും എന്റെ കൈപിടിച്ചു. ഞാൻ പെട്ടെന്ന് കൈവലിച്ചു. ഒന്നും മിണ്ടാതെ ഞാൻ പുറത്തേക്ക് നോക്കിയിരുന്നു.

ഏതൊക്കെയോ സ്റ്റോപ്പുകളിൽ ബസ് നിർത്തുകയും ആരൊ ക്കെയോ കയറുകയും ഇറങ്ങുകയും..

എറണാകുളം ബസ്സ്റ്റാന്റിൽനിന്ന് ഒരു ഓട്ടോറിക്ഷ പിടിച്ച് ഞാനും അവളും ഞാൻ താമസിക്കുന്ന പത്രപ്രവർത്തക കോളനിയിൽ എത്തി.

എന്റെ ഭാര്യയാണ് വാതിൽ തുറന്നത്.

"ഒരതിഥിയുണ്ട്." ഞാൻ പറഞ്ഞു.

അവൾ എന്റെ പിന്നിലെ ഇരുട്ടിലേക്ക് പതുങ്ങിനിന്നു. ശബ്ദം കന പ്പിച്ച് ഞാൻ പറഞ്ഞു: "നീങ്ങി നില്ക്കെടീ."

എന്റെ ഭാര്യ വിജയലക്ഷ്മി അമ്പരപ്പോടെ അവളെ നോക്കി. ഞാൻ പറഞ്ഞു:

"പൊലീസുകാരൻ തല്ലുകയായിരുന്നു പാവം."

ഭാര്യ പോയി. "വാ" ഞാൻ ആ പെണ്ണിനെ വിളിച്ചു. അവൾ വിമ്മിട്ട പ്പെട്ട് അകത്തേക്കു കയറി വല്ലാത്ത പരിഭ്രമമുണ്ടായിരുന്നു, അവളുടെ മുഖത്ത്.

"ഭാര്യയുണ്ടല്ലേ?" വിറയാർന്ന ശബ്ദത്തിൽ അവൾ ചോദിച്ചു.

“ഒരു മകനുമുണ്ട്. ഉറങ്ങിക്കാണും.” ഞാൻ പറഞ്ഞു.

“കഷ്ടമായിപ്പോയി. അറിഞ്ഞെങ്കിൽ ഞാൻ വരില്ലായിരുന്നു. പറഞ്ഞില്ലല്ലോ?” അവൾ കുറ്റബോധത്തോടെ നിലത്തു നോക്കി പിറുപിറുത്തു.

“നീ ചോദിച്ചില്ലല്ലോ?” ഞാൻ പറഞ്ഞു.

ഭാര്യ വീണ്ടും വന്നു.

“വല്ലതും കഴിച്ചോ?”

“എനിക്കൊന്നും വേണ്ട. നിനക്ക് വിശക്കുന്നുണ്ടോ?”ഞാൻ അവളോട് ചോദിച്ചു.

“ഒന്നും വേണ്ട.” അവൾ പറഞ്ഞൊപ്പിച്ചു.

ഞാൻ വസ്ത്രം മാറിവരുമ്പോൾ അവൾ നിലത്തിരിക്കുകയാണ്. ഭാര്യ മേശമേൽ ചാരിനിന്ന് അവളെ നോക്കുന്നു.

“എന്താടീ നിന്റെ പേര്?” ഞാൻ ചോദിച്ചു.

“വാസന്തി.” അവൾ മുഖമുയർത്തി. പെട്ടെന്ന് എന്റെ ഭാര്യയെ നോക്കി പറഞ്ഞു: “ചേച്ചിക്ക് ദേഷ്യം തോന്നരുത്. വേറെ ഗതിയില്ലാഞ്ഞിട്ടാ ഞാൻ സാറിന്റെ കൂടെ പോന്നത്... സാറിന്റെ കുറ്റമല്ല.”

വിജയലക്ഷ്മി ഒന്നും മിണ്ടിയില്ല. ഒരു നിശ്വാസത്തോടെ എന്നെ നോക്കുകമാത്രം ചെയ്തു.

പെട്ടെന്ന് വാസന്തി ഒരു കൊച്ചുകുട്ടിയുടെ നിഷ്കളങ്കതയോടെ ഉത്സാഹപൂർവ്വം പറഞ്ഞു:

“ഞാൻ ചീത്തയാണെങ്കിലും എനിക്കൊരാളെ ഇഷ്ടപ്പെട്ടാലേ ഞാൻ കൂടെപ്പോകൂ. സാറിനെ ഇഷ്ടപ്പെട്ടതുകൊണ്ടാ.”

ഞാൻ അമ്പരപ്പോടെ വിജയലക്ഷ്മിയെ നോക്കി. അവൾ ഒന്നും മിണ്ടാതെ പോയി ഒരു പായും തലയണയും കൊണ്ടുവന്നു നിലത്തിട്ടു.

“നേരം ഏറെയായി കിടന്നോ.”

വാസന്തി പായ നിവർത്തി അതിൽ ഇരുന്നു. ഞാൻ അകത്തേക്കു പോയി. കിടക്കയിൽ മകൻ വിലങ്ങനെ കിടന്നുറങ്ങുന്നു. ഞാൻ അവനെ എടുത്ത് നേരെ കിടത്തി അവന്റെ അരികിൽ കിടന്നു. സ്വീകരണമുറിയിൽ നിന്ന് വാസന്തിയുടെ ശബ്ദം കേട്ടു:

“ഹരിപ്പാടാണ് എന്റെ വീട്. ഞങ്ങടെ അടുത്ത് ഒരു സബ്ബ് ഇൻസ്പെക്ടർ താമസിച്ചിരുന്നു. അയാളാ ചേച്ചീ എന്നെ ചീത്തയാക്കിയത്.”

പെട്ടെന്ന് ലൈറ്റ് അണയുന്നത് ഞാൻ അറിഞ്ഞു. വിജയലക്ഷ്മി വന്ന് എന്റെ അരികിൽ കിടന്നു. ഇരുട്ടിൽ കണ്ണ് തുറന്ന് ഞാൻ കിടന്നു.

വിജയലക്ഷ്മിയുടെ പതിഞ്ഞ ശബ്ദം കേട്ടു: “ഇത്തിരി കൂടിപ്പോയി, അയൽക്കാർ എന്തു കരുതും?”

ഞാൻ ഒന്നും മിണ്ടാതെ, ഭയത്തോടെ എന്റെ കൈ അവളുടെ ശരീരത്തിൽ വച്ചു. അവൾ ഒട്ടും ദേഷ്യമില്ലാതെ എന്റെ കൈ എടുത്തുമാറ്റി. അവളുടെ ദീർഘനിശ്വാസം ഇരുട്ടിൽ അലിയുന്നതുവരെ ഞാൻ ശ്വാസം വിട്ടില്ല.

പിറ്റേന്ന് രാവിലെ വിജയലക്ഷ്മി എന്നെ വിളിച്ചുണർത്തി.

"ആ പെണ്ണിനെ എന്തു ചെയ്യണം?" അവൾ ചോദിച്ചു. തലേന്നത്തെ രംഗങ്ങൾ മനസ്സിലൂടെ മിന്നിമറഞ്ഞപ്പോൾ എനിക്ക് ഒരുൾക്കിടിലമുണ്ടായി. എന്തൊക്കെയാണ് ഞാൻ ചെയ്തുപോകുന്നത്!

"ഒരു അൻപതു രൂപ കൊടുത്ത് പറഞ്ഞുവിട്ടേക്ക്." വെറുപ്പോടെ ഞാൻ പറഞ്ഞു.

അല്പം കഴിഞ്ഞ് സ്വീകരണമുറിയിൽനിന്ന് വാസന്തിയുടെ ശബ്ദം ഉയർന്നുകേട്ടു:

"വേണ്ട ചേച്ചീ. സാറ് എന്നെ ഒന്നും ചെയ്തില്ലല്ലോ. ജോലി ചെയ്യാതെ ഞങ്ങൾ കൂലി വാങ്ങൂല്ല ചേച്ചീ. ഞാൻ ചീത്തയാണെങ്കിലും പിച്ചക്കാരിയല്ല."

അല്പം കഴിഞ്ഞപ്പോൾ വിജയലക്ഷ്മിയുടെ അത്ഭുതംനിറഞ്ഞ മുഖം വാതിൽക്കൽ പ്രത്യക്ഷപ്പെട്ടു.

"എന്തൊരു സ്ത്രീ." അവൾ സ്വയം പറഞ്ഞു.

ഞാൻ ഫാനിലേക്കുനോക്കി വെറുതെ കിടന്നു. അലമാര തുറന്ന് ഒരു സാരി എടുത്ത് വിജയലക്ഷ്മി പോയി.

മകൻ അപ്പോഴും ഉണർന്നിരുന്നില്ല. അവന്റെ മുഖം ഒരു ബുദ്ധ പ്രതിമയുടെ മുഖം പോലെ..

"ആ പെണ്ണ് പോയി."

വിജയലക്ഷ്മി ആശ്വാസത്തോടെ പറഞ്ഞു.

അവളുടെ കണ്ണുകൾ നനഞ്ഞിരുന്നു.

എന്റെയും.

എ ഐ ജിയും യേശുദാസും

മണമ്പൂർ രാജൻബാബു

കൊല്ലന്റെ ആലയിലെ മുയലിന്റെ അവസ്ഥയാണ് പൊലീസ് ഓഫീസിൽ പണി ചെയ്യുന്നവർക്കെന്ന് മുൻഗാമികൾ പറയുമായിരുന്നു. അകത്ത് ഓരോ തട്ടും മുട്ടും കേൾക്കുമ്പോഴും ഞെട്ടിവിറയ്ക്കുന്ന മുയൽ.

പൊലീസ് വകുപ്പിൽ, പ്രധാനമായും രണ്ടുതരം ജീവനക്കാരുണ്ട്. പൊലീസുകാരും അവരുടെ മേലുദ്യോഗസ്ഥരും ഉൾക്കൊള്ളുന്ന എക്സിക്യൂട്ടീവ് സ്റ്റാഫും ശിപായി മുതൽ അഡ്മിനിസ്ട്രേറ്റീവ് അസിസ്റ്റന്റ്(എ എ) വരെ ഉൾക്കൊള്ളുന്ന മിനിസ്റ്റീരിയൽ വിഭാഗവും. യൂണിഫോമും സല്യൂട്ടും ഒന്നും ബാധകമല്ലാത്തവരാണ് മിനിസ്റ്റീരിയൽ വിഭാഗം ജീവനക്കാർ. ഈ രണ്ടു വിഭാഗം ജീവനക്കാരേയും ഇലയ്ക്കും മുള്ളിനും കേടില്ലാത്ത രീതിയിൽ നയിക്കാൻ വിദഗ്ദ്ധരായ അപൂർവ്വം ചില പൊലീസ് ഓഫീസർമാർക്കേ കഴിയാറുള്ളൂ. കേൾക്കുകയും കേൾക്കപ്പെടാതിരിക്കുകയും ചെയ്യുന്നതിന്റെ അസംതൃപ്തിയാണ് പൊലീസ് വകുപ്പിന്റെ നല്ല നടത്തിപ്പിന് പലപ്പോഴും വിഘാതമാകുക.

രണ്ടുതരം ജീവനക്കാരേയും സമന്വയിപ്പിച്ച് വിജയിച്ചവരാണ് എൻ ചന്ദ്രശേഖരൻ നായർ, എം ഗോപാലൻ, വി എൻ രാജൻ. പി ഗോപിനാഥൻ നായർ, എൻ കൃഷ്ണൻ നായർ, ടി വി മധുസൂദനൻ, എം അബ്ദുൾ സത്താർകുഞ്ഞ്, ഹോർമിസ് തരകൻ, പുലികേശി, വിൽസൻ എം പോൾ, പി വിജയൻ തുടങ്ങിയ ഓഫീസർമാർ.

പൊലീസ് ഓഫീസുകളിലെ ഉരസലുകളെ നേരിയ നർമ്മബോധം കൊണ്ടു ശാന്തമായി പരിഹരിക്കാനാകും. ഒരൊറ്റ സംഭവം ഇവിടെ കുറിക്കാം. മലപ്പുറം ജില്ലാ പൊലീസ് സൂപ്രണ്ടാഫീസാണ് സംഭവസ്ഥലം. ഒരുദിവസം, എന്റെ കൂട്ടുകാരനും അന്ന് ജൂനിയർ സൂപ്രണ്ടുമായിരുന്ന കാപ്പിൽ വിജയൻ(അദ്ദേഹം ഇപ്പോൾ ഇല്ല), ഓഫീസിലെ പൊതു ഫോൺ ബെല്ലടിക്കുന്നത് കേട്ടു. ഫോണെടുക്കാൻ ചുമതലപ്പെട്ട പൊലീ

സുകാരി അപ്പോൾ തന്റെ കസേരയിൽ ഉണ്ടായിരുന്നില്ല. വിജയൻ വേഗം ഫോണെടുത്തു. മറു തലയ്ക്കൽനിന്നു ഗർജ്ജിക്കും പോലെ ഒരു ചോദ്യം:

"എസ് പി ഉണ്ടോ?"

"ഇല്ല."

"എവിടെ പോയി?"

"അറിയില്ല."

"നീയൊക്കെ പിന്നെ എന്തിനാടാ അവിടെ ഇരിക്കുന്നത്?"

"നീ ആരെടാ ചോദിക്കാൻ?" എന്നു പറഞ്ഞ്, വിജയൻ വേഗം ഫോൺ വെച്ചു. തൽക്ഷണം എന്റെ മുറിയിൽ വന്ന് സംഭവിച്ചതെല്ലാം വിവരിച്ചു. വിജയൻ തുടർന്നു: "ഏതോ വലിയ ആളാണെന്നു തോന്നുന്നു. സ്വയം പരിചയപ്പെടുത്തിയതൊന്നുമില്ല."

"വിജയൻ പൊയ്ക്കൊള്ളൂ. ഞാൻ നോക്കിക്കൊള്ളാം."– ഞാൻ പറഞ്ഞു.

വിജയൻ പോയതും എസ് പിയുടെ ഓർഡർലി വന്നു പറഞ്ഞു: "സാറിനെ എസ് പി വിളിക്കുന്നു."

ഞാൻ എസ് പിയുടെ അടുക്കൽ ചെന്നു. ഉടൻ അദ്ദേഹം പറഞ്ഞു: "അല്ല എ എ, നമ്മുടെ സ്റ്റാഫിന് ഒട്ടും മര്യാദയില്ലല്ലോ......"

"അങ്ങനെയല്ല സാർ, നമ്മുടെ സ്റ്റാഫ് ഏറ്റവും നല്ല സ്റ്റാഫാണ്."

"എന്നിട്ടാണോ എ ഐ ജിയോടു തട്ടിക്കയറിയത്?"

"അങ്ങോട്ടാരോടും തട്ടിക്കയറുന്നവരല്ല നമ്മുടെ സ്റ്റാഫംഗങ്ങൾ. അതേസമയം, അകാരണമായി ആരു തട്ടിക്കയറിയാലും അവരുടൻ പ്രതികരിച്ചെന്നു വരും. സർ, ഒരു സംശയം: ഫോൺ ചെയ്യുമ്പോൾ, അദ്ദേഹം എ ഐ ജിയാണെന്നു സ്വയം പരിചയപ്പെടുത്തിയോ?"

"അതില്ല........"

"ഫോൺ ചെയ്യുമ്പോൾ, വിളിക്കുന്നതാരാണെന്ന് സ്വയം വെളിവാക്കുന്നതല്ലേ സർ, സാമാന്യമര്യാദ. മാത്രമല്ല, ശബ്ദം കേട്ടു തിരിച്ചറിയപ്പെടാൻ അദ്ദേഹം യേശുദാസൊന്നും അല്ലല്ലോ."

അതുകേട്ടു എസ് പി ചിരിച്ചുപോയി. സന്ദർഭത്തിന് നല്ല അയവു വന്നു:

"ശരി എ എ പൊയ്ക്കൊള്ളൂ."

തുടർന്ന് കാപ്പിൽ വിജയന്റെ പേരിൽ യാതൊരുവിധ ശിക്ഷാനടപടിയും ഉണ്ടായില്ലെന്നുമാത്രമല്ല, എസ് പിക്കു വിജയനോടുള്ള ഇഷ്ടത്തിന് ഒരു കുറവും വന്നതുമില്ല.

രമ്യപരിഹാരമുണ്ടായ ഇത്തരം നൂറുനൂറു സന്ദർഭങ്ങളുണ്ട്. ഔദ്യോഗിക ജീവിതകാലത്ത് താനാരാണെന്നും താൻ എന്താണെന്നും സ്വയം അറിയാതെ പ്രവർത്തിക്കുന്നവർ, വിരമിക്കലിന്റെ പിറ്റേ ദിവസം തന്നെ അസ്തപ്രജ്ഞരായ അനേകം ഉദാഹരണങ്ങളുണ്ട്. താൻ ഇരിക്കുന്ന കസേരയിൽ, മുൻപ് അനേകം പേർ ഇരുന്നിട്ടുണ്ടെന്നും തനിക്കു ശേഷവും അനേകം പേർ ഇരിക്കുമെന്നുമുള്ള ഒരു തോന്നൽ വഴിവിളക്കുപോലെ ഉണ്ടായിരിക്കുന്നത് നല്ലതാണ്. വിരമിച്ചശേഷവും ആഹ്ലാദകരമായി ജീവിക്കാൻ ഉദ്യോഗത്തിലുള്ള എല്ലാവർക്കും കഴിയട്ടെ.

സ്നേഹം നിറഞ്ഞ പൊലീസ് സ്റ്റേഷൻ

ആലങ്കോട് ലീലാകൃഷ്ണൻ

പൊലീസ് വകുപ്പുമായി പഴയ ഒരാത്മബന്ധം എനിക്കുണ്ട്. കോളേജ് വിദ്യാർത്ഥിയായിരുന്ന കാലത്ത് കുറേക്കാലം ചങ്ങരംകുളം പൊലീസ് സ്റ്റേഷനിൽ അനൗദ്യോഗികമായി റൈറ്ററുടെ ജോലി ചെയ്യാനവസരമുണ്ടായ കാലത്തു തുടങ്ങിയതാണ് ആ ബന്ധം.

ചങ്ങരംകുളം പൊലീസ് സ്റ്റേഷൻ അന്ന് ആലങ്കോട് മാന്തടം എന്ന ചെറിയ അങ്ങാടിയായിരുന്നു. ഒരു ചായക്കടയും ഒന്നുരണ്ടു പെട്ടിപീടികയും മാത്രമുള്ള തീർത്തും ഗ്രാമീണമായ നിരപ്പലകയിട്ട പീടികമുറിയിൽ എല്ലാ അർത്ഥത്തിലും കവലയിൽ, ജനകീയമായ പൊലീസ് സ്റ്റേഷനായിരുന്നു അത്.

ഞാൻ അന്ന് പ്രീഡിഗ്രി രണ്ടാംവർഷ വിദ്യാർത്ഥിയാണ്. പഠിക്കാനുള്ള പണമുണ്ടാക്കാൻ വീടുകളിൽ ട്യൂഷൻ, ഉത്സവപ്പറമ്പുകളിൽ കഥാപ്രസംഗം തുടങ്ങി പല മാർഗ്ഗങ്ങളുമായി കഴിയുകയാണ്. കൂട്ടത്തിൽ പാസ്പോർട്ട് അപേക്ഷകൾ തയ്യാറാക്കിക്കൊടുക്കുന്ന ജോലിയുമുണ്ട്. വേണുസാർ എന്നൊരു ഹെഡ്കോൺസ്റ്റബിളായിരുന്നു അന്ന് ചങ്ങരംകുളം സ്റ്റേഷനിൽ പാസ്പോർട്ട് അപേക്ഷകളിൽ അന്വേഷണം നടത്തിയിരുന്ന സ്പെഷ്യൽ ബ്രാഞ്ച് ഉദ്യോഗസ്ഥൻ. ഇടയ്ക്ക് അദ്ദേഹത്തെ എൻക്വയറി റിപ്പോർട്ടെഴുതാൻ ഞാൻ സഹായിക്കും. അതുകാരണം സ്റ്റേഷനിലെ പൊലീസുകാരൊക്കെ അടുപ്പക്കാരാണ്. അല്ലെങ്കിലും ഞങ്ങളുടെ ഗ്രാമത്തിലെ ഒരു വീടുപോലെയായിരുന്നു പൊലീസ് സ്റ്റേഷൻ. ആ സ്റ്റേഷനോടും അവിടുത്തെ പൊലീസുകാരോടും ഗ്രാമീണർക്കുമുഴുവൻ വലിയ സ്നേഹവും അടുപ്പവുമുണ്ടായിരുന്നു. സാധാരണ പൊലീസുകാരോടുണ്ടാവുന്ന ഭയംകലർന്ന ഒരകല്ച്ചയ്ക്കു പകരം ഗ്രാമത്തിലെ വിവാഹം, ഉത്സവം, അടിയന്തിരം തുടങ്ങിയ എല്ലാ ജീവിത സന്ദർഭ

ങ്ങളിലും പൊലീസുകാരെക്കൂടി പങ്കാളികളാക്കുന്ന സാഹോദര്യമാണ് അന്ന് ഞങ്ങൾക്കുണ്ടായിരുന്നത്. പൊലീസുകാർ ആ സ്നേഹം ഗ്രാമത്തിനും തിരിച്ചുതന്നിരുന്നു. പുരുഷോത്തമൻ, സൈനുദ്ദീൻ, മണി, ഗോപാലൻ, അയ്യപ്പൻ, ദാമോദരൻനായർ, പ്രഭാകരൻ തുടങ്ങിയ കോൺസ്റ്റബിൾമാരേയും 'ഗുരുവായൂരപ്പൻ' എന്ന് ആളുകൾ വിളിച്ചിരുന്ന (അദ്ദേഹത്തിന്റെ ഭക്തികാരണം) പരമേശ്വരൻനായർ എന്ന സബ് ഇൻസ്പെക്ടറേയുമൊന്നും ഞങ്ങൾക്ക് ജീവിതത്തിൽ മറക്കുവാൻ കഴിയില്ല. എസ് ഐ പരമേശ്വരൻനായർ ഉണ്ടായിരുന്ന കാലത്ത് നവരാത്രി ആഘോഷം പൊലീസ് സ്റ്റേഷനിൽ ഒരുത്സവം പോലെ നടത്തിയിരുന്നു. ആയുധപൂജയ്ക്ക് പൊലീസ് സ്റ്റേഷൻ കുരുത്തോലകൊണ്ടലങ്കരിയ്ക്കാൻ ഉറക്കമൊഴിച്ചിരുന്ന രാത്രികളൊക്കെ അക്കാലത്തിന്റെ ചില നല്ല് ഓർമ്മകളാണ്.

തിരുനാവായ നടുവട്ടത്തുകാരനായ ബാലകൃഷ്ണൻനായർ സബ് ഇൻസ്പെക്ടറായിരുന്ന കാലത്താണ് ഞാൻ പൊലീസ് സ്റ്റേഷനിലെ അനൗദ്യോഗിക റൈറ്ററാവുന്നത്. ബാലകൃഷ്ണൻനായർ സാറിന് ഒരു സ്ട്രോക്കുവന്നു, രക്ഷപ്പെട്ടതിനുശേഷം കൈകൊണ്ട് എഴുതുവാൻ കുറച്ച് പ്രയാസമായിരുന്നു. സ്റ്റേഷനിലാണെങ്കിൽ റൈറ്ററുമില്ല. പാസ്പോർട്ട് എൻക്വയറി റിപ്പോർട്ടെഴുതിയതിന്റെ പരിചയം വച്ച് വേണു സാറിന്റെ ശുപാർശയിൽ ഞാൻ എസ് ഐയുടെ റൈറ്ററായി. കേസ് ഡയറിയും എഫ് ഐ ആറിന്റെ പകർപ്പും പ്രമാദമായ ചില കേസുകളുടെ ഫൈനൽ റിപ്പോർട്ടുമൊക്കെ എഴുതിയിരുന്നത് ഇപ്പോഴും ഓർമ്മയുണ്ട്. ബ്രിട്ടീഷുകാരന്റെ കാലം മുതൽക്കുള്ള ഒരു തരം സവിശേഷമായ പൊലീസ്ഭാഷ പരിചയിച്ചത് അങ്ങനെയാണ്. സാഹിത്യമില്ലാത്ത ഒരെഴുത്തുജീവിതമായി അതു സ്മരണകളിൽ കിടക്കുന്നു.

റൈറ്ററുടെ ജോലിക്ക് പ്രതിഫലമൊന്നുമുണ്ടായിരുന്നില്ല. പൊന്നാനിക്കു പോകുന്ന എല്ലാ പ്രൈവറ്റ് ബസുകളിലും എസ് ഐ സാർ ഫ്രീപാസ് വാങ്ങിത്തരും. 'എന്റെ ഒരു മകനാണ്' എന്നാണ് ബാലകൃഷ്ണൻനായർ ബസുകാരോടു പറഞ്ഞിരുന്നത്. അതുകൊണ്ട് കോളേജിലേക്കുള്ള യാത്രയിൽ ബസുകൾ നല്ല പരിഗണന തന്നു.

ക്യാമ്പസിൽ നക്സലൈറ്റ് അനുഭാവമുള്ള ജനകീയ സാംസ്കാരിക വേദിക്ക് വലിയ സ്വാധീനമുള്ള കാലമായിരുന്നു അത്. അതിലെ ഒരു രഹസ്യപ്രവർത്തകൻ സാഹിത്യതാല്പര്യമുള്ള ഞങ്ങൾ ചില വിദ്യാർത്ഥികളെ ഇടയ്ക്കിടെ വന്ന് സന്ദർശിച്ചിരുന്നു. അയാൾ അക്കാലത്ത് ചില നക്സലൈറ്റ് സാഹിത്യങ്ങൾ തപാലിൽ എനിക്കയച്ചുതരികയും ചെയ്തിരുന്നു. എങ്ങനെയാണ് ബാലകൃഷ്ണൻനായർ സാർ അതറിഞ്ഞത് എന്നറിയില്ല. ഒരു ദിവസം അദ്ദേഹം എന്നെ സ്വകാര്യമായി വിളിച്ച് വല്ലാതെ ദേഷ്യപ്പെട്ടു.

"ആരാണ് നിനക്കീ പുസ്തകങ്ങളൊക്കെ അയച്ചുതരുന്നത്? ഉടനെ ഒക്കെ നിർത്തിച്ചു കൊള്ളണം ഇല്ലെങ്കിൽ അകത്തു പോവേണ്ടി വരും."

പിന്നെ ഇത്തരം ബന്ധങ്ങളുടെ അപകടങ്ങളെക്കുറിച്ചും സാർ എന്നെ കുറെ ഗുണദോഷിച്ചു.

പേടിച്ചുപോയ ഞാൻ പിറ്റേന്നു തന്നെ ഇനിമേലിൽ ഇത്തരം പ്രസിദ്ധീകരണങ്ങളയച്ചു തരരുതെന്ന് നക്സൽസുഹൃത്തിനു കത്തെഴുതി. വളരെ യാദൃച്ഛികമായി ആയിടെ എന്റെ ഒരു കഥ (തപസ്യക്കുശേഷം) *മനോരമ* ആഴ്ചപ്പതിപ്പിൽ വലിയ പ്രാധാന്യത്തോടെ അച്ചടിച്ചു വന്നിരുന്നു. ഒരു വിപ്ലവകാരി പ്രണയത്തിൽ കുടുങ്ങി വിപ്ലവ ചിന്തകളുപേക്ഷിക്കുന്നതായിരുന്നു ആ കഥയുടെ പ്രമേയം.

രണ്ടാഴ്ച കഴിഞ്ഞപ്പോൾ അജ്ഞാതമായ ഏതോ കേന്ദ്രത്തിൽനിന്ന് ഏഴു പേജുള്ള ഒരു ഭീഷണിക്കത്ത് എനിക്കു തപാലിൽ കിട്ടി. ചോരയൊലിപ്പിച്ച പേജുകളും തലയോട്ടിയടയാളവുമൊക്കെയായി "ചരിത്രത്തെ പിറകോട്ടു വലിക്കുന്ന അഞ്ചാം പത്തികൾക്കുള്ള ക്രൂരമരണം നിന്നെ കാത്തിരിക്കുന്നു" എന്ന് ഭീഷണിപ്പെടുത്തിക്കൊണ്ടുള്ള ഒരു പ്രത്യയശാസ്ത്ര പ്രഖ്യാപനരേഖയായിരുന്നു ആ ഭീഷണിക്കത്ത്. അതു വായിച്ച്, വിവരം എസ് ഐ സാറിനോടു പറയാനുള്ള ധൈര്യമില്ലാതെ ഉറക്കമില്ലാതെ കഴിച്ച രാവുകളും മറക്കാനാവാത്ത ഓർമ്മയാണ്.

ബാലകൃഷ്ണൻനായർ സാറിന് എന്നോട് സ്വന്തം മകനോടെന്നതുപോലെ സ്നേഹവാത്സല്യങ്ങളുണ്ടായിരുന്നു. പലപ്പോഴും ഒരു തമാശപോലെ പറയും:

"എന്റെ മൂത്തമോളെ ഞാൻ നിനക്ക് കല്യാണം കഴിച്ചുതരും."

അതുപറഞ്ഞ് അദ്ദേഹം ചിരിക്കും.

ആ ചിരിയുടെ അടിയൊഴുക്കുകളിൽ കരച്ചിലായിരുന്നു. കാരണം അദ്ദേഹത്തിന് മക്കളുണ്ടായിരുന്നില്ല.

ചങ്ങരംകുളത്ത് സർവ്വീസിലിരിക്കുമ്പോൾത്തന്നെ ഹൃദയസ്തംഭനം മൂലം അദ്ദേഹം മരിച്ചു.

വൈകാതെ പൊലീസ് സ്റ്റേഷൻ പുതിയ കെട്ടിടത്തിലേക്കു മാറി. പഴയ പൊലീസ് സ്റ്റേഷൻ നിന്ന കെട്ടിടംപോലും പൊളിഞ്ഞുപോയി.

എങ്കിലും ഗ്രാമത്തിലെ ഒരു വീടുപോലെ, ലോക്കപ്പ് മർദ്ദനങ്ങളും ഉരുട്ടലുകളുമില്ലാതിരുന്ന, നന്മയുള്ള പൊലീസുകാരുണ്ടായിരുന്ന സ്നേഹം നിറഞ്ഞ ആ പൊലീസ് സ്റ്റേഷൻ മനസ്സിലെ മരിക്കാത്ത ഓരോർമ്മയാണ്.

അഗതിമന്ദിരത്തിൽ ഒരു ദിവസം

മുല്ലനേഴി

'ധർമ്മാശുപത്രിയുടെ കോലായിൽ ഞനെന്റെ കർമ്മഫലമുണ്ടു കിടന്നു. ധർമ്മത്തിനിന്നു ഗതിയില്ല അഗതിമന്ദിരമല്ലാതെയെന്നോർമ്മ വന്നു' എന്ന് 'ധർമ്മാശുപത്രി' എന്ന എന്റെ കവിതയിൽ ഞാനെഴുതിയിട്ടുണ്ട്. ധർമ്മത്തിന്റെ സ്ഥാനം അഗതിമന്ദിരത്തിലാണ് എന്നുവരുമ്പോൾ മറ്റുള്ളിടങ്ങളിൽ അധർമ്മം അഴിഞ്ഞാടുന്നു എന്നർത്ഥം.

സ്വന്തം മണ്ണിൻ കിനാവിൽ,
എരിപൊരിവറുതിച്ചട്ടിയിൽ
വീണുഴന്നും
വെന്തും, കണ്ണീർ കുടിച്ചും
വിധിയുടെ വിളയാട്ടങ്ങളിൽ
വായ്പൊളിച്ചും
നീന്തുംപാവം മനുഷ്യന്,
ഒരു തുണ ആരാണ്?

2006 ജൂൺ 17 ന് വൈകിട്ട് അഞ്ചുമണിക്ക് തിരുവനന്തപുരത്തുനിന്ന് എറണാകുളത്തേക്ക് ഇന്റർസിറ്റി എക്സ്പ്രസിൽ ഞാൻ യാത്ര തിരിക്കുന്നു. എഴുത്തുകാരനും സുഹൃത്തുമായ കെ എൻ ഷാജിയും അവിചാരിതമായി അതേ കംപാർട്ട്മെന്റിൽ വന്നു കയറി. സാഹിത്യാദി വിഷയങ്ങളും ഹിമാലയ യാത്രാനുഭവങ്ങളും പങ്കുവച്ച് ഞങ്ങൾ എറണാകുളത്തെത്തി. വളരെക്കാലത്തിനുശേഷമുള്ള കണ്ടുമുട്ടലായതുകൊണ്ട് ഭക്ഷണം കഴിച്ചു പിരിയാനുറയ്ക്കുന്നു. അപ്പോഴേക്കും ഷാജിയുടെ സുഹൃത്തും ഇന്ത്യാ വിഷനിലെ ക്യാമറാമാനുമായ മണിലാലും എത്തിച്ചേർന്നു. ഞാൻ, ഭക്ഷണത്തോടൊപ്പം അല്പം വീര്യവും അകത്താക്കി. സുഹൃത്തുക്കൾ അവരുടെ വാസസ്ഥലത്തേക്കും ഞാൻ

തൃശൂർ വണ്ടിക്കായി കെ എസ് ആർ ടി സി ബസ്സ്റ്റാന്റിലേക്കും നീങ്ങി. ബസ് സ്റ്റാൻഡിനടുത്തെത്തിയപ്പോൾ പെട്ടെന്ന് ഒരു പൊലീസ് വാൻ എന്റെയടുത്ത് സഡൻ ബ്രേക്കിട്ടു നിർത്തി. എന്നെ ബലമായി അതിൽ പിടിച്ചുകയറ്റി. വാനിൽ വളരെയേറെപ്പേരുണ്ടായിരുന്നു. ഞാനാകെ അമ്പരന്നു!

പള്ളുരുത്തിയിലുള്ള അഗതിമന്ദിരത്തിലേക്കാണ് അവർ കൊണ്ടുപോയത്. എല്ലാവരുടെയും പേരെഴുതിയെടുത്ത് ഒരു വലിയ ഹാളിൽ ഇട്ടു പൂട്ടി. എന്റെ ബാഗ് അവർ എവിടെയോ വച്ചു. ആ ഹാളിൽ വിവിധ പ്രായക്കാരും സ്വഭാവക്കാരുമായ ഒട്ടേറെപ്പേരുണ്ടായിരുന്നു, ഒരു കിഴവൻ പൂർണ്ണ നഗ്നനായി നിലത്തിരുന്ന് ശ്വാസംമുട്ടി വലിക്കുന്നു. ഞാൻ മുണ്ടെടുത്തു പുതപ്പിക്കാൻ ശ്രമിച്ചു. ആളതു തട്ടിമാറ്റി. മറ്റൊരാൾ കൈമുദ്രകളാൽ അശ്ലീലം കാണിച്ചുകൊണ്ടിരുന്നു. മാനസികരോഗികളായിരിക്കണം. മന്ദബുദ്ധികളും വികലാംഗരും കുറച്ചു ചെറുപ്പക്കാരും കൂട്ടത്തിലുണ്ടായിരുന്നു. ഹാളിനോടുചേർന്നുള്ള മൂത്രപ്പുരകളിൽനിന്നു ദുർഗ്ഗന്ധം വമിച്ചുകൊണ്ടിരുന്നു. അന്തേവാസികളുടെ പിറുപിറുക്കലുകളും ആക്രോശങ്ങളും ഇതിനൊക്കെപ്പുറമെ കൊതുകുകളുടെ തേർവാഴ്ചയും. ആകപ്പാടെ ഒരു നരകരാത്രി.

നേരം പുലർന്നു. ആരോ വാതിൽ തുറന്നു. പുറത്തു കടന്നപ്പോഴാണ് അഗതിമന്ദിരത്തിന്റെ ദുരവസ്ഥ കണ്ടത്. ഒരു ഭാഗത്തു പുരുഷന്മാരെ പാർപ്പിക്കുന്നിടം. വേറൊരുവശം സ്ത്രീകൾക്ക്. അഗതികളും രോഗികളും അനാഥരും അനാശാസ്യത്തിനു പിടിക്കപ്പെട്ടവരും യാചകരും പോക്കറ്റടിക്കാരും അവിടെ കാണപ്പെട്ടു.

ഞാൻ ഗേറ്റിനരികിൽച്ചെന്ന് വാച്ച്മാൻ ബാബുവുമായി പരിചയപ്പെട്ടു. അദ്ദേഹം എനിക്കു സ്നേഹപൂർവ്വം കട്ടൻചായ തന്നു. അവിടെ കൺസ്ട്രക്ഷൻ വർക്കിനുവന്ന ദിലീഷ് എന്ന ചെറുപ്പക്കാരന്റെ മൊബൈൽ ഫോണിൽ കെ എൻ ഷാജിയെ വിളിച്ചു വിവരം പറഞ്ഞു. അപ്പോഴേക്കും അവിടത്തെ ഡ്രൈവറായ രാജേന്ദ്രപ്രസാദ് എത്തിച്ചേർന്നു. എന്നെക്കണ്ടതോടെ പരിചയഭാവം നടിച്ചു. ഞാൻ എങ്ങനെ അവിടെ എത്തിയെന്നു ചോദിച്ചു. പ്രസാദ് പണ്ട് വൈക്കം ചന്ദ്രശേഖരൻ നായരുടെ ഡ്രൈവർ ആയിരുന്നു. അക്കാലത്ത് പലവട്ടം അവിടെവച്ച് എന്നെ അവൻ കണ്ടിട്ടുണ്ട്. വൈക്കത്തെയുംകൊണ്ട് എന്റെ വീട്ടിൽ വന്നിട്ടുമുണ്ട്. പ്രസാദിന്റെ നല്ല മനസ്സുകൊണ്ട് മറ്റുള്ള ജീവനക്കാരോട് എന്നെപ്പറ്റി നല്ലതു പറഞ്ഞു.

സൂപ്രണ്ട് വന്നാൽ പുറത്തുപോകാനുള്ള വഴിയുണ്ടാക്കാമെന്ന ചിന്തയിൽ അവിടെത്തന്നെ ഇരുന്നു. അപ്പോഴേക്കും ഷാജിയും മണിലാലുമെത്തി. അവർ പള്ളുരുത്തി എം എൽ എ ദിനേശ് മണിയെ ബന്ധപ്പെട്ടപ്പോൾ അദ്ദേഹം സ്ഥലത്തില്ല. പള്ളുരുത്തി നിവാസിയും *മലയാളം* വാരികയുടെ പത്രാധിപസമിതി അംഗവുമായ എം വി ബെന്നിയെ വിളിച്ചു വരുത്തി. പന്ത്രണ്ടരമണിയോടെ സൂപ്രണ്ടും സ്ഥലത്തെത്തി. പൊലീ

സുകാർ അഗതിമന്ദിരത്തിലെത്തിച്ച ഒരാൾക്ക് അവിടെനിന്നു രക്ഷപ്പെട ണമെങ്കിൽ വീട്ടിൽനിന്ന് ആരെങ്കിലും വന്ന് ഐഡന്റിറ്റികാർഡ് കാണിച്ച്; ഒരുമിച്ചു ഫോട്ടോയെടുത്ത്; പൊലീസിൽനിന്നു കത്തുവാങ്ങിച്ച്....

ഇങ്ങനെ നിയമങ്ങളുടെ പല നൂലാമാലകൾ സൂപ്രണ്ട് നിരത്തി. കുറെനേരത്തെ സംഭാഷണത്തിനും തർക്കത്തിനുംശേഷം നഗരസഭാ കൗൺസിലർ ഷംസുദ്ദീൻ വിളിച്ചു പറഞ്ഞതനുസരിച്ച് ബെന്നിയുടെ അപേക്ഷയിൽ ഞാനും ഒപ്പിട്ടുകൊടുത്ത ശേഷമാണ് രണ്ടുമണിയോടെ എന്നെ അവിടെനിന്നുവിട്ടയച്ചത്.

അന്നു ഫാദേഴ്സ് ഡേയായിരുന്നു. പിതാക്കന്മാരുടെ ദിവസം! അതുകൊണ്ടാകും പിതാക്കളെത്തന്നെ വേട്ടയാടാൻ പൊലീസ് ഇറങ്ങി പ്പുറപ്പെട്ടത്.

വൃദ്ധജനങ്ങളുടെ സംരക്ഷണം ഉറപ്പുവരുത്തുന്നതു കൊള്ളാം. നല്ലകാര്യം തന്നെ. എന്നാൽ അവരെ അഗതിമന്ദിരത്തിലാക്കുന്നതിനു മുൻപ് അവർ അനാഥരാണോ എന്ന് അന്വേഷിക്കേണ്ടതല്ലേ? വാർദ്ധക്യം ഒരപരാധമാണോ? അതൊരു കുറ്റകൃത്യമാണോ? സർക്കാർ നടത്തുന്ന അഗതിമന്ദിരത്തിൽ ഉത്തരവാദിത്വമുള്ള ഒരു ഉദ്യോഗസ്ഥൻ ഇരുപത്തി നാലുമണിക്കൂറും ഉണ്ടായിരിക്കേണ്ടതല്ലേ? എങ്ങനെയോ കൂട്ടംതെറ്റി അവിടെ എത്തിയ അന്യനാട്ടുകാരേയും ഞാൻ കണ്ടു. ജീവിതകാലം മുഴുവൻ അവർക്ക് അതിനുള്ളിൽ കഴിച്ചുക്കൂട്ടേണ്ടിവരുമല്ലോ?

കവിയും ഗാനരചയിതാവും നടനുമൊക്കെയായ മുല്ലനേഴിയെ പൊലീസുകാർ അഗതിയാക്കി എന്നു പത്രവാർത്ത വന്നു. ഇവിടെ എന്റെ സാഹിത്യവ്യക്തിത്വത്തേക്കാൾ പ്രധാനം പൗരന്റെ മനുഷ്യാവകാശമാണ്. കവിയായാലും കർഷകതൊഴിലാളിയായാലും മലയാളിയായാലും രാത്രി പതിനൊന്നുമണിക്ക് ശേഷം ഒരു ട്രാൻസ്പോർട്ട് സ്റ്റാന്റിലോ റെയിൽവേ സ്റ്റേഷനിലോ പോകരുതെന്നത് എന്തു കാട്ടുനീതിയാണ്?

വാർത്തവായിച്ച് കേരളത്തിന്റെ നാനാഭാഗത്തുനിന്നുമുള്ളവർ എന്നെ ബന്ധപ്പെടുകയുണ്ടായി. പൊലീസിൽനിന്നു ശാരീരികപീഡനം വല്ലതുമുണ്ടായോ എന്നായിരുന്നു, പലർക്കുമറിയേണ്ടത്. എന്നെ ആരും ദേഹോപദ്രവമേല്പിച്ചില്ല. പക്ഷേ, ഞാൻ അനുഭവിച്ച മാനസികപീഡനം ഒരു പേടിസ്വപ്നം പോലെ ഇപ്പോഴും വേട്ടയാടുന്നു. എന്റെ പോക്കറ്റിലു ണ്ടായിരുന്ന നാലായിരത്തോളം രൂപ നഷ്ടപ്പെട്ടു. ഇതിനാരാണുത്തര വാദി? എന്റെ ക്യാൻവാസ് ഷൂവും കാണാനില്ലായിരുന്നു. അഗതിമന്ദിര ത്തിലെ 'യാരോ ഒരാൾ' എടുത്തതാകും എന്നാരോപറഞ്ഞു.

പൊലീസുകാർ അറുപതു രൂപ എന്റേതായി ഓഫീസിൽ ഏല്പി ച്ചിരുന്നു. അതുമടക്കത്തിൽ തിരിച്ചുതന്നു. അതിനു നന്ദി.

ഇവിടെ പ്രശ്നം പണത്തിന്റേയോ പാദരക്ഷയുടെയോ അല്ല. കവി യുടെയോ കൽപ്പണിക്കാരന്റേയോ അല്ല. എത്രയെത്ര പാവപ്പെട്ട മനു ഷ്യരാണ് ദുഷിച്ച നിയമങ്ങളുടെ ഊരാക്കുടുക്കിൽ അകപ്പെട്ടു നട്ടം തിരിയുന്നത്.

കാലഹരണപ്പെട്ട നിയമങ്ങൾമാറ്റി മനുഷ്യോപകാരപ്രദമായ പുതിയ നിയമങ്ങളും നടപടിക്രമങ്ങളും ഉണ്ടാകണം. സാക്ഷരകേരളത്തിനു വേണ്ടി പ്രയത്നിച്ച അനേകരിൽ ഒരുവനാണ് ഞാൻ.

വീട്ടിനുപുറത്ത് അത്യാവശ്യകാര്യങ്ങൾക്കായിപ്പോയ അച്ഛനെ, അമ്മാവനെ, ജ്യേഷ്ഠനെ, ഭർത്താവിനെ കാത്തിരുന്ന് ഒരു കണ്ണും മനസ്സും കഴയ്ക്കരുത്. ഒരു പിതാവിനും ഈ ഗതി വരരുത്.

ഒരു അദ്ധ്യാപകന്റെ ഓർമ്മക്കുറിപ്പുകൾ

ഡോ. ജെയിംസ് വടക്കുംചേരി

ആയിരത്തിത്തൊള്ളായിരത്തി എഴുപത്തിയാറിൽ ഞാൻ പൊലീസ് ട്രെയിനിങ് കോളേജിൽ ക്രിമിനോളജിസ്റ്റായി ജോലിയിൽ പ്രവേശിച്ചു. അപ്പോൾ സംസ്ഥാനപൊലീസിന്റെ തലപ്പത്ത് ഐ ജി (Inspector General of Police) ബഹു. വി എൻ രാജൻ ഐ പി എസ് ആയിരുന്നു. അദ്ദേഹം വിക്ടിമോളജിയെന്ന വൈജ്ഞാനിക ശാഖയിൽ വലിയ പണ്ഡിതനായിരുന്നു. 1973 ൽ കേന്ദ്രസർക്കാർ നിയമിച്ച പൊലീസ് പരിശീലന നവീകരണ കമ്മിറ്റി (ഗൊറെ കമ്മിറ്റിയെന്നാണ് ആ കമ്മിറ്റിയറിയപ്പെട്ടത്) കൊടുത്ത റിപ്പോർട്ടിൽ സംസ്ഥാന പൊലീസ് പരിശീലനകലാലയത്തിലും ദേശീയ പൊലീസ് അക്കാഡമിയിലും ക്രിമിനോളജിസ്റ്റു വേണമെന്ന നിർദ്ദേശം ഉണ്ടായിരുന്നു. അതിൻപ്രകാരം വി എൻ രാജൻ അന്നത്തെ ആഭ്യന്തര മന്ത്രിയായിരുന്ന കെ കരുണാകരനെ സമീപിച്ച് കേരളാപൊലീസിൽ ക്രിമിനോളജിസ്റ്റിന്റെ തസ്തിക സൃഷ്ടിച്ചു. തുടർന്ന് സംസ്ഥാന പൊലീസിലെ ആദ്യത്തെ ക്രിമിനോളജിസ്റ്റായി ഞാൻ നിയമിതനായി.

നിയമന ഉത്തരവുമായി പൊലീസ് ട്രെയിനിങ് കോളേജ് പ്രിൻസിപ്പാൾ ആയ ബഹു. സി എസ് തങ്കപ്പൻ അവർകളെ കണ്ടപ്പോൾ അദ്ദേഹം എന്നെ ഹാർദ്ദമായി സ്വീകരിച്ച് സർക്കിൾ ഇൻസ്പെക്ടർമാർക്ക് വ്യാജരേഖകളും കള്ളയൊപ്പുകളും പരിശോധിക്കുന്ന വിധങ്ങൾ പഠിപ്പിക്കാൻ പറഞ്ഞു. സത്യത്തിൽ പൊലീസുദ്യോഗസ്ഥരുമായി അടുത്ത് ഇടപെടാൻ എനിക്ക് കിട്ടിയ ആദ്യത്തെ അവസരമായിരുന്നു അത്. പൊലീസ് സ്റ്റേഷനുകളിലും നാല്ക്കവലകളിലും സമരപ്പന്തലുകളിലും ജാഥപോകുന്ന സന്ദർഭങ്ങളിലുംമാത്രം കണ്ടിരുന്ന മനുഷ്യമുഖമില്ലാതിരുന്ന പൊലീസല്ല ക്ലാസ്മുറികളിൽ എനിക്ക് കാണാൻ കഴിഞ്ഞത്. വളരെ

പക്വതയോടെ പഠിപ്പിക്കുന്ന വിഷയം ഗ്രഹിച്ച്, ജനമദ്ധ്യത്തിലേക്ക് പോകാൻ തല്പരരായ ഒരുകൂട്ടം പൊലീസ് ഉദ്യോഗസ്ഥരെ കാണാൻ കഴിഞ്ഞതിൽ എനിക്കു സന്തോഷംതോന്നി. 1976 ൽ ഒരു ബാച്ച് പൊലീസ് സബ്ഇൻസ്പെക്ടർമാരുടെ 'പ്രവേശന പഠനം' (Induction Course) അപ്പോൾ ആരംഭിച്ചിരുന്നു. എഴുനൂറ്റിഅറുപത്തിആറു പേർ ഉണ്ടായിരുന്നുവെന്നാണെന്റെ ഓർമ്മ. ഏതാണ്ട് അത്രയും പേരുടെ മറ്റൊരുബാച്ച് സായുധ പൊലീസ് വിഭാഗത്തിലും അപ്പോൾ പരിശീലനം നേടിയിരുന്നു.

അടിയന്തരാവസ്ഥ കഴിഞ്ഞ ഉടനെ പൊലീസിന്റെ അതിക്രമങ്ങളായിരുന്നു മാധ്യമങ്ങൾ നിറയെ. രാജൻ കേസ്, വിജയൻ കേസ്, ഉരുട്ടൽ, ഗരുഡൻതൂക്ക്, വണ്ടുതുള, കാന്താരി, നഖംപൊക്കി, ഐസ് കിടക്ക തുടങ്ങി പലവിധ/തര മർദ്ദനമുറകൾ ദൈനംദിനം കേട്ടിരുന്നു. എന്തൊക്കെ പഠിച്ചാലും എന്തൊക്കെ പഠിപ്പിച്ചാലും പൊലീസ് ജനസേവകരാകണമെങ്കിൽ അവർക്ക് മനുഷ്യമുഖം വേണമെന്ന ചിന്തയെന്നിലുണ്ടായി. ശിഷ്ടകാലം അതിനായി ശ്രമിക്കുകയെന്നതായിരുന്നു എന്റെ ദൗത്യം. ഡോ. പി ജെ അലക്സാണ്ടർ ഐ പി എസ് പരിശീലനവിഭാഗം ഡി ഐ ജി യായി നിയമിതനായപ്പോൾ അദ്ദേഹം പൊലീസ് ട്രെയിനിങ് ലൈബ്രറി ആധുനികവല്ക്കരിക്കണമെന്ന ഉത്തരവാദിത്വം എന്നെ ഏല്പിച്ചു. നാളിതുവരെ ഒരു മുറിയിൽ ഒരു പൊലീസുകാരന്റെ മേൽനോട്ടത്തിൽ പ്രവർത്തിച്ചിരുന്ന ലൈബ്രറിയിലേക്ക് പരിശീലനത്തിനു വരുന്നവരേയും സർവ്വീസിൽ ജോലി ചെയ്യുന്ന മറ്റുദ്യോഗസ്ഥരേയും കൊണ്ടുവരികയെന്ന ലക്ഷ്യത്തോടെ ഞാൻ കേരളാപൊലീസ് ലൈബ്രറി റൂൾസ് തയ്യാറാക്കി. അതിന്, എന്നെ സഹായിച്ച ബ്രിട്ടീഷ് ലൈബ്രറി, യൂണിവേഴ്സിറ്റി ലൈബ്രറി, മലയാളം എൻസൈക്ലോപീഡിയാ ലൈബ്രറി എന്നിവയുടെ ചുമതല വഹിച്ചിരുന്ന ഉദ്യോഗസ്ഥരെ കൃതജ്ഞതാപൂർവ്വം സ്മരിക്കുന്നു. ഇന്ന്, പൊലീസ് ശാസ്ത്രം, നിയമം, കുറ്റകൃത്യശാസ്ത്രം, കുറ്റാന്വേഷണശാസ്ത്രം, പൊലീസ് പൊതുജനബന്ധം തുടങ്ങിയ വിഷയങ്ങളിൽ ഇന്ത്യയിലെ തന്നെ ഉന്നതനിലവാരം പുലർത്തുന്ന വലിയൊരു പുസ്തക (സംഭരണ) ശാലയാണ് കേരളത്തിനുള്ളത്. അതിൽ ജോലിചെയ്യുന്ന ലൈബ്രേറിയനും സ്റ്റാഫും പൊലീസിന്റെ വിവര-വിജ്ഞാന സമ്പാദനത്തിന് സഹായിക്കുന്നുവെന്നത് സന്തോഷകരം തന്നെ.

ഡോ. കെ സുകുമാരൻ നായർ ഐ പി എസ്, പരിശീലന വിഭാഗം മേധാവിയായി നിയമിതനായപ്പോൾ പൊലീസ് പൊതുജന സമ്പർക്കം/ബന്ധം മെച്ചപ്പെടുത്താൻ ഒത്തിരി പഠനക്കളരികളും ചർച്ചാക്ലാസുകളും സംഘടിപ്പിച്ചു. ഒരുകാര്യം വ്യക്തമായി. പൊലീസ് വകുപ്പിൽ ജോലി ചെയ്യുന്ന ബഹുഭൂരിപക്ഷം ഉദ്യോഗസ്ഥരും സൃഷ്ടിക്കുന്ന നല്ല പ്രതിച്ഛായ ഏതാനും ചിലർ ചെയ്യുന്ന ദുഷ്പ്രവൃത്തികൾകൊണ്ട് വികൃതമാകുന്ന ദുരവസ്ഥയാണ് കണ്ടുവരുന്നത്. അതുകൊണ്ടു തന്നെ, ഡോ.

അൽഫോൺസ് ലൂയിസ് ഈറയിലും ഞാനും കൂടി പൊലീസ് ഉദ്യോഗസ്ഥരിൽ പെരുമാറ്റ സദ്ഗുണങ്ങൾ വളർത്താനും വികസിപ്പിക്കാനുമായി രണ്ടു പുസ്തകം രചിച്ച് പ്രസിദ്ധീകരിക്കാൻ തീരുമാനിച്ചു. അങ്ങനെ *POLICE PUBLIC RELATIONS AT THE CUTTING EDGE LEVEL : CASE STUDY MATERIALS* എന്ന പേരിൽ ഇന്ത്യയിലാദ്യമായി കേസ് സ്റ്റഡി രീതിയിലൂടെ പൊലീസ് ഉദ്യോഗസ്ഥരിൽ പെരുമാറ്റ സദ്ഗുണങ്ങൾ നട്ടുവളർത്താൻ ശ്രമിച്ചു. ആ പുസ്തകത്തിനു കിട്ടിയ മാധ്യമശ്രദ്ധ അചിന്ത്യവ്യമായിരുന്നു. *POLICE AND THE SOCIETY* എന്ന മറ്റൊരു പുസ്തകം എഴുതാനായി ഞങ്ങൾ 48236 പേരെ നേരിൽ കണ്ട് വിവരങ്ങൾ ശേഖരിച്ചു. അവരിൽനിന്നും കിട്ടിയ അറിവ് അടിസ്ഥാനമാക്കി തയ്യാറാക്കിയ ആ പുസ്തകത്തിന് കിട്ടിയ സ്വീകാര്യത വളരെ കൂടുതലായിരുന്നു. 'പൊലീസ് സേന'യെന്ന ബ്രട്ടീഷ് ചിന്താഗതിയിൽനിന്നും 'പൊലീസ് സേവന'മെന്ന ജനാധിപത്യ ചിന്തയിലേക്ക് പൊലീസ് ഉദ്യോഗസ്ഥരെ കൊണ്ടുവരികയെന്നത് എളുപ്പമല്ലായിരുന്നു. 'പൊലീസ് സ്റ്റേഷൻ' അല്ല നമുക്കു വേണ്ടത് - മറിച്ച്, 'പൊലീസ് സേവന വിതരണ' കേന്ദ്രമാണ് നമുക്കാവശ്യമെന്ന നയം പ്രാവർത്തികമാക്കാൻ വളരെ ബുദ്ധിമുട്ടേണ്ടി വന്നു.

പൊലീസ് ഉദ്യോഗസ്ഥരുമായുള്ള മുപ്പതു വർഷത്തെ അടുത്ത സമ്പർക്കം എന്താണെന്നെ ചിന്തിക്കാൻ പ്രേരിപ്പിക്കുന്നത്?

(i) പൊലീസിനു മനുഷ്യമുഖം ഉണ്ടാകണം. അതിനായി ചെലവാക്കുന്ന പണവും സമയവും പ്രവർത്തനങ്ങളും ജനസേവനത്തിനായി ചെയ്യുന്ന 'മുതൽ മുടക്കാണ്.' നമുക്ക് ബഹുദൂരം പോകേണ്ടിയിരിക്കുന്നു.

(ii) കുറ്റാന്വേഷണം പൊലീസിന് മാത്രം ചെയ്യാൻ അധികാരമുള്ള ഒരു 'കുത്തക സേവന' മേഖലയാണ്. ആ മേഖലയെ പുഷ്ടിപ്പെടുത്തേണ്ടതാവശ്യമാണ്. അതിനായി, വിദഗ്ദ്ധ പരിശീലനം കൊടുക്കേണ്ടതാണ്. കുറ്റാന്വേഷണം കുറ്റമറ്റതാക്കാൻ വിദഗ്ദ്ധരെ ആവശ്യമാണ്. തെളിവുശേഖരണം, സാക്ഷിമൊഴികൾ തയ്യാറാക്കൽ, ശാസ്ത്രീയമായ ചോദ്യം ചെയ്യൽ തുടങ്ങി കുറ്റമറ്റ രീതിയിൽ കുറ്റപത്രം സമർപ്പിച്ച് കുറ്റവാളികൾക്ക് ശിക്ഷ ലഭ്യമാക്കാൻ കഴിവും മികവും കാര്യക്ഷമതയുമുള്ള പൊലീസ് ഉദ്യോഗസ്ഥർ ഇന്നിന്റെ ആവശ്യമാണ്. ആയതിനായി, അടിസ്ഥാനവിദ്യാഭ്യാസം സിദ്ധിച്ച ഉദ്യോഗാർത്ഥികളെ ലഭിക്കാനായി എത്രയുംവേഗം സംസ്ഥാനത്ത് പൊലീസ് സർവ്വകലാശാല പ്രവർത്തനമാരംഭിക്കേണ്ടതാണ്.

(iii) ക്രമസമാധാനം - കുറ്റാന്വേഷണം എന്നിങ്ങനെ രണ്ടു വിഭാഗങ്ങളായി സേവനം ചെയ്യാനായി നടപടികൾ സ്വീകരിക്കേണ്ടതാണ്. കാലഹരണപ്പെട്ട ജാമ്പവാൻകാല ബാരിക്കേഡുകൾക്ക് പകരം അത്യാധുനിക ക്രമസമാധാനപാലന ഉപകരണങ്ങൾ പൊലീസി

നാവശ്യമാണ്. ജനക്കൂട്ടനിയന്ത്രണം, അക്രമാസക്തമായ ജന ക്കൂട്ടനിയന്ത്രണം കാര്യക്ഷമമായി സംയമനം പാലിച്ച് - കാഴ്ച വയ്ക്കാനാവശ്യമായ പരിശീലനം കൊടുക്കേണ്ടതാണ്. Double Barricade, Multiple Barricade, Netting തുടങ്ങി ആധുനിക രീതി കൾ സ്വീകരിക്കാൻ അമാന്തം കാണിക്കരുത്. കാരണം? പൊലീ സിന്റെ 'നല്ലപേരു' നശിപ്പിക്കാൻ വികലമായ ക്രമസമാധാനപാലന രീതികൾ ഹേതുവാകുന്നുണ്ട്. ജനാധിപത്യ രാജ്യത്ത് പൊലീസ് സ്വീകരിക്കുന്ന ക്രമസമാധാന പരിപാലനരീതികൾ പൊതുജന പ്രശംസ ഉണ്ടാക്കുന്നതായിരിക്കണം.

(iv) കുറ്റാന്വേഷണ മേഖലയിൽ അത്യാവശ്യം വേണ്ട ARREST VEHICLES, SCIENTIFIC INTERROGATION ROOMS, CUSTODIAL FACILITY, POLICE-FORENSIC LABORATORY കൾ തുടങ്ങി പലതും ഇന്നില്ല. വേണം - അവയൊക്കെ ഉണ്ടെ ങ്കിലേ അസൂയാവഹമായ സേവനം ഗുണമേന്മയോടെ കാഴ്ച വയ്ക്കാനാവൂ. മനുഷ്യാവകാശങ്ങളെ മാനിച്ച് - മാനുഷിക പരിഗ ണനയോടുകൂടി-മഹത്തരമായ സേവനം കുറ്റാന്വേഷണ രംഗത്ത് കാഴ്ചവച്ചാലെ പൊലീസിന് ഇന്ന് നിലനില്പുള്ളൂ. ശിക്ഷിക്കപ്പെ ടുന്നവരുടെ എണ്ണം കുറയാൻ പാടില്ല. കേസുകൾ ശിക്ഷിക്കുന്നതു തന്നെയാണ് പൊലീസിന്റെ മഹത്വം - മേന്മ ഉറപ്പാക്കുന്നത്.

(v) പൊലീസിന് ഇന്നാവശ്യം ഒരു ഗവേഷണവിഭാഗമാണ്. ക്രമസമാ ധാനപാലനപ്രശ്നങ്ങൾ കൂടുന്നു. കുറ്റാന്വേഷണം സങ്കീർണ്ണമാകു ന്നു. പുതിയതരം (സൈബർ കുറ്റകൃത്യങ്ങൾ ഉൾപ്പെടെ) കുറ്റങ്ങൾ ഉണ്ടായി-വളർന്നു പന്തലിക്കുന്നു. രഹസ്യാന്വേഷണം വിഷമകരമാ കുന്നു. വാഹനാപകടങ്ങൾ പെരുകുന്നു. രാഷ്ട്രീയ ഇടപെടലുകൾ തലവേദന സൃഷ്ടിക്കുന്നു. മനുഷ്യാവകാശ ലംഘനങ്ങൾ തുടർക്ക ഥയാവുന്നു. എന്ത് ചെയ്യണം? എങ്ങനെ കൈകാര്യം ചെയ്യണം? അവ ശാസ്ത്രീയമായി പഠിക്കാനും വിശകലനം ചെയ്യാനും പരി ഹാരമാർഗ്ഗങ്ങൾ നിർദ്ദേശിക്കാനും ഗവേഷണം അനിവാര്യമാണ്. പഴ കിദ്രവിച്ച-തുരുമ്പിച്ച രീതികളും മാർഗ്ഗങ്ങളും ഗുണത്തേക്കാളേറെ ദോഷമേ ചെയ്യൂ. പഴയതിൽ 'പാച്ച്വർക്ക്' ചെയ്തു പരിഹരിക്കേ ണ്ടതല്ല ഇന്ന് പൊലീസ് അഭിമുഖീകരിക്കുന്ന പ്രശ്നങ്ങൾ എന്നറി യുക.

(vi) പൊലീസിൽ സേവനം ചെയ്യുന്ന ഒരു ഉദ്യോഗസ്ഥനും ചെറുതല്ല. താഴേക്കിടയിൽ ജോലിനോക്കുന്ന ഉദ്യോഗസ്ഥനുള്ള അധികാരമേ മുകൾത്തട്ടിൽ ജോലിചെയ്യുന്നവർക്കുമുള്ളു എന്ന് അംഗീകരിക്കു ക. ബ്രിട്ടീഷുകാർ ഇന്ത്യയിൽ കൊണ്ടുവന്ന-അവരുടെ നാട്ടിൽ നട പ്പാക്കാത്ത-അച്ചടക്കരീതികൾക്ക് ഇന്ന് പ്രസക്തിയില്ല. ജനാധിപത്യ രാജ്യത്ത്-രാഷ്ട്രീയക്കാരുടെ മേൽക്കൈ ഉള്ളിടത്ത്-പൊലീസ്

അസോസിയേഷൻ പ്രവർത്തിക്കുന്ന കാലത്ത് പൊലീസിലെയെല്ലാവരും സഹപ്രവർത്തകരാണെന്ന് സമ്മതിക്കുക. പണ്ടത്തെ 'സല്യൂട്ട് സംസ്കാരത്തിന്' ഇന്ന് പ്രസക്തി കുറയുകയാണ്. മേൽനോട്ടച്ചുമതല ഉന്നത ഉദ്യോഗസ്ഥർക്കുണ്ടെങ്കിലും താഴെത്തട്ടിൽ ജോലി ചെയ്യുന്നവർക്ക് പല മേഖലകളിലും കൂടുതൽ അറിവും കഴിവും മികവും ഉണ്ടാകുമെന്ന് കരുതുക. വ്യക്തികളെ മാനിച്ചും വ്യക്തിത്വങ്ങളെ ആദരിച്ചും ഒരാൾ വഹിക്കുന്ന സ്ഥാനത്തിന്റെ അന്തസ്സ് പുലർത്തിയും പെരുമാറാൻ ആവശ്യമായ നയം മാറ്റം വേണം. വേണ്ടത് വേണ്ടപോലെ വേണ്ടപ്പോൾ ചെയ്യുകയാണ് അഭിലഷണീയം.

പൊലീസ് സേവന വിഭാഗത്തിൽ മുപ്പതു വർഷം ജോലി ചെയ്യാനായിയെന്നത് എന്റെ ജീവിതത്തിലെ വലിയൊരു നേട്ടമായി ഞാൻ കണക്കാക്കുന്നു. പിരിമുറുക്കങ്ങൾക്കിടയിലും പ്രവർത്തിക്കാനായിയെന്നതൊരു ചെറിയ കാര്യമല്ല. എഴുപത്തിഅഞ്ച് ഈടുറ്റ പുസ്തകങ്ങൾ എഴുതാനും-ലിംക്കാ ബുക്ക് ഓഫ് റെക്കോർഡിൽ പേരുവരാനും-അന്താരാഷ്ട്ര തലത്തിൽ ലഭിക്കുന്ന ലൈഫ്ടൈം അവാർഡ് നേടാനും-സർവ്വകലാശാലകൾ ഉൾപ്പെടെയുള്ള സ്ഥാപനങ്ങളുടെ അംഗീകാരം കിട്ടുവാനും എനിക്ക് ഭാഗ്യമുണ്ടായത് എന്റെ പൊലീസ് വകുപ്പിലെ സേവനമാണെന്ന് ഞാൻ കരുതുന്നു. ആയിരത്തിഇരുന്നൂറിലേറെ ലേഖനങ്ങൾ പ്രസിദ്ധീകരിച്ചു. ചുരുക്കത്തിൽ, കേരള സംസ്ഥാനത്തുള്ള വലിയൊരു വിഭാഗം ഉദ്യോഗസ്ഥരെ-പൊലീസ്, മോട്ടോർ വാഹനവകുപ്പ്, എക്സൈസ്, ജുഡീഷ്യറി-പഠിപ്പിക്കാൻ കഴിഞ്ഞു. ആ ശിഷ്യസമ്പത്ത് എന്റെ കൈവശമുള്ള ഒരുമൂല്യനിധിയാണ്. അവർക്ക് എന്നോടുള്ള സ്നേഹവും ബഹുമാനവും എന്റെ സ്ഥിരനിക്ഷേപത്തിനുള്ള കൂട്ടുപലിശയായി കണക്കാക്കുന്നു.

എന്റെ പൊലീസ് ഓർമ്മകൾ

ഭരത് മുരളി

പൊലീസിനെക്കുറിച്ചുള്ള എന്റെ ആദ്യകാല ഓർമ്മകൾ നീളുന്നത് ഉത്സവ പറമ്പുകളിലേക്കാണ്. കാക്കി നിക്കറും, കൂർമ്പൻ തൊപ്പിയുമൊക്കെ ധരിച്ച് ഡ്യൂട്ടിക്ക് വരുന്ന കൊമ്പൻ മീശക്കാരെ; പേടിയോടെ നോക്കിനിന്നിട്ടുണ്ട് അന്നൊക്കെ. വായ് നിറയെ മോശം വാക്കുകൾ നിറച്ചുവച്ച ഭയങ്കരന്മാരായിട്ടാണ് അന്നത്തെ പൊലീസിനെക്കുറിച്ചുള്ള കാഴ്ചപ്പാട്. പിന്നീട് പഠിക്കുന്ന സമയത്തും യൂണിവേഴ്സിറ്റിയിൽ ജോലി ചെയ്യുന്ന സമയത്തുമൊക്കെയായി പൊലീസുമായി ബന്ധപ്പെട്ട് ഇന്നും മറക്കാത്ത പല അനുഭവങ്ങളുമുണ്ടായിട്ടുണ്ട്. 1964 ൽ ഇന്ദിരാഗാന്ധി കൊട്ടാരക്കരയിൽ വന്നപ്പോൾ അവരെ കാണുന്നതിനായി തിക്കിത്തിരക്കി നില്ക്കവെ, ആളുകളെ ചീത്ത പറഞ്ഞ് തള്ളിമാറ്റുന്ന എസ് ഐയുടെ രൂപമാണ് ഒന്നാമതായി മനസ്സിൽ തെളിയുന്നത്. പ്രീഡിഗ്രിക്ക് പഠിക്കുമ്പോൾ വേളി കാണാൻ പോകുന്ന വഴിക്ക് ആൾസെയിന്റ്സ് കോളേജിന് മുന്നിൽവച്ച്, പൂവാലന്മാരെ അന്വേഷിച്ച് വന്ന പൊലീസുകാർ ആളുമാറി വിരട്ടിയത് മറ്റൊരനുഭവം. കോളേജ് കാലഘട്ടത്തിൽ സജീവ വിദ്യാർത്ഥി രാഷ്ട്രീയ പ്രവർത്തകനായിരുന്നതിനാൽ കേസുകളുമുണ്ടായിരുന്നു. അതുകൊണ്ട് തന്നെ പൊലീസുകാരെക്കണ്ട് ഓടേണ്ടിവന്നിട്ടുമുണ്ട്. എൽ എൽ ബിക്ക് പഠിക്കുമ്പോഴാണ് അടിയന്തരാവസ്ഥ. ഇക്കാലയളവിൽ കുറച്ചുദിവസം ഒളിവിൽ കഴിയേണ്ടതായും വന്നു. എൻ ജി ഒ സമരകാലത്ത് പൊലീസ് പിടിച്ചുകൊണ്ടുപോയി നന്ദാവനം ക്യാമ്പിൽ പാർപ്പിച്ചതാണ് മനസ്സിലെ മായാത്ത മറ്റൊരോർമ്മ.

എന്നാൽ പില്ക്കാലത്ത് അടുത്തറിയാൻ സാധിച്ച എല്ലാ പൊലീസുദ്യോഗസ്ഥരും തന്നെ വളരെ സൗമ്യരും, സാഹിത്യാഭിരുചിയുള്ളവരും, കലാബോധം ഉള്ളവരുമൊക്കെ ആയിരുന്നു. ഇവരിൽ കായിക താരങ്ങ

ളുണ്ടായിരുന്നു. അഭിനേതാക്കളുണ്ടായിരുന്നു, വായിക്കുന്നവരും, ഏതു വിഷയം ചർച്ച ചെയ്യാൻ പ്രാപ്തരായിട്ടുള്ളവരുമുണ്ടായിരുന്നു. ഇതൊക്കെയുണ്ടെങ്കിലും പൊലീസിനെ ജനംകുറ്റപ്പെടുത്തുന്നുണ്ടെങ്കിൽ അതിനു ഞാൻ കാണുന്ന കാരണം അവരോടുള്ള പെരുമാറ്റമാണ്. ചില സമയം ഇതൊക്കെയുണ്ടെങ്കിലേ പിടിച്ചുനില്ക്കാൻ പറ്റൂ എന്നത് വേറെ കാര്യം. കൂടാതെ ആഭ്യന്തരമന്ത്രിതന്നെ അവതരിപ്പിച്ച കണക്കുകൾ പ്രകാരം പൊലീസിൽ ചെറിയൊരു ശതമാനം പേർ കുറ്റകൃത്യങ്ങളിൽപ്പെട്ടവരാണ് എന്നത് വളരെ മോശം കാര്യമാണ്. ഇവിടത്തെ പൊലീസ് പ്രലോഭനങ്ങൾക്കും കൈക്കൂലിക്കും വശംവദരാകുന്നു എന്ന പരാതിയുമുണ്ട്. കേരളംപോലെ സാംസ്കാരികോന്നതമായ ഒരിടത്ത് ഇത് ഒട്ടും അംഗീകരിക്കാവുന്നതല്ല.

വിദേശരാജ്യങ്ങളിലെ പൊലീസ് ഇത്തരം പ്രലോഭനങ്ങൾക്ക് വശപ്പെടുന്നില്ല എന്നതാണ് അവരുടെ മേന്മ. അമേരിക്കയും ഇംഗ്ലണ്ടുമടക്കം പല വിദേശരാജ്യങ്ങളും സന്ദർശിക്കാൻ എനിക്കവസരം ലഭിച്ചിട്ടുണ്ട്. അവിടെയൊക്കെ തന്നെ പൊലീസ് വളരെ അലർട്ടാണ്, മാന്യമായ പെരുമാറ്റവുമാണ്. കുറ്റകൃത്യങ്ങളോ, ട്രാഫിക് നിയമലംഘനങ്ങളോ ഉണ്ടായാൽ സെക്കന്റുകൾക്കകം അവർ ഇടപെടുന്നു. ക്യൂബ, വിയറ്റ്നാം തുടങ്ങിയ രാജ്യങ്ങളിൽ റോഡ്ചെക്കിങ് പോലുള്ള കലാപരിപാടികൾ കണ്ടിട്ടില്ല. ഒരുപക്ഷേ, കമ്യൂണിസ്റ്റ് രാജ്യങ്ങളുടെ പ്രത്യേകതയാവാം. പക്ഷേ രാത്രിയും പകലും നാം സുരക്ഷിതരാണ്. ഏറെ ശ്രദ്ധേയമായ കാര്യം, ലോകത്ത് ഏറ്റവും കൂടുതൽ സുരക്ഷാഭീഷണിയുള്ള നേതാവാണ് ഫിദെൽകാസ്ട്രോ, സി ഐ എ അടക്കമുള്ളവർ അറുന്നൂറിലധികം തവണ വധശ്രമം നടത്തിയിട്ടുള്ള അദ്ദേഹം പങ്കെടുക്കുന്ന ചടങ്ങുകളിലൊന്നും, വേദിയിലോ അദ്ദഹത്തിനു ചുറ്റുമോ ഒരു സുരക്ഷാസംവിധാനവും നമുക്ക് കാണാൻ കഴിയില്ല. അത്തരത്തിൽ നോക്കുമ്പോൾ അദൃശ്യമായ ഒരു സുരക്ഷാവലയമാണ് അദ്ദേഹത്തെ സംരക്ഷിക്കുന്നത് എന്നു കാണാം.

വിദേശ പൊലീസിന്റെ മേന്മകൾ ചൂണ്ടിക്കാട്ടുമ്പോൾത്തന്നെ അവരെ അത്തരത്തിൽ രൂപപ്പെടുത്തിയെടുക്കുന്നതിൽ അവിടത്തെ പരിശീലന–സേവന–വേതന വ്യവസ്ഥകൾക്കുള്ള പങ്ക് സ്മരിക്കാതെ വയ്യ. അതുമായി തട്ടിച്ചുനോക്കുമ്പോൾ ഇവിടത്തെ പൊലീസുകാരന് എന്തു മെച്ചമാണുള്ളത്. കൃത്യമായ ഒരു ജീവിതക്രമം പാലിക്കാൻ പോലും അവർക്ക് കഴിയുന്നില്ല. ട്രാഫിക് ഡ്യൂട്ടി ചെയ്യുന്നവരുടെയൊക്കെ കാര്യം എന്തു കഷ്ടമാണ്. മഴയോ വെയിലോ ഒന്നും അവർക്ക് ബാധകമാകുന്നില്ല. പകരം മെച്ചപ്പെട്ട ഒരു ഭൗതിക സാഹചര്യവും ലഭ്യമാകുന്നുമില്ല. പൊലീസിൽനിന്ന് തൃപ്തികരമായ സേവനം ലഭിക്കണമെങ്കിൽ പൊലീസുകാർ സംതൃപ്തരായിരിക്കണം. അവരുടെ സാമൂഹിക സാമ്പത്തിക സാഹചര്യങ്ങൾ മെച്ചമാകണം. അതുപോലെ തന്നെ, ഈ നാട്ടിലെല്ലാവർക്കും നീതിയും ന്യായവും മനുഷ്യാവകാശങ്ങളുമൊക്കെയുണ്ട്.

പക്ഷേ, പൊലീസുകാരനെന്ന മനുഷ്യന്റെ അവകാശങ്ങളെക്കുറിച്ച് ആരും ശ്രദ്ധിക്കാറില്ല. എൻ എൻ പിള്ളയുടെ പഴയൊരു നാടകത്തിൽ ഒരു കഥാപാത്രം ചോദിക്കുന്നുണ്ട്. "തൊട്ടതിനും പിടിച്ചതിനും ബന്ദു നടത്തുന്ന ഈ നാട്ടിൽ പിടികിട്ടാപ്പുള്ളിയെ പിടിക്കാൻ പോയി അവന്റെ കൊലക്കത്തിക്കിരയായി പൊലീസുകാരൻ ചത്താൽ ആർക്കാ ഇവിടെ ബന്ദ്; അവന്റെ അമ്മയുടെയും പെങ്ങളുടെയും വയറ്റിലല്ലാതെ?" എന്ന്. പൊലീസിൽ സംഘടനയുണ്ടാകുന്നതിനും മുമ്പാണെന്നു തോന്നുന്നു പിള്ള ഈ ചോദ്യം ചോദിച്ചത്.

പൊലീസിന്റെ ജോലി അനുദിനം വർദ്ധിച്ചുകൊണ്ടിരിക്കുന്ന കാലമാണിത്. മുതലാളിത്തത്തിന്റെ ദുഷ്ഫലമായി എല്ലാം മാഫിയവല്ക്കരിക്കപ്പെട്ടുകൊണ്ടിരിക്കുന്നു. മണ്ണിനും, മണലിനും, കല്ലിനും, വെള്ളത്തിനും വരെ മാഫിയ. ഈ സാഹചര്യത്തിൽ പൊലീസ് ഒന്നാകെ പ്രത്യേകിച്ച് മുകൾത്തട്ടിലുള്ളവർ കൂടുതൽ ജാഗ്രത പാലിക്കണം. ഗുണ്ടകളെയും, മാഫിയകളെയുമൊക്കെ മുഖം നോക്കാതെ അടിച്ചമർത്താനുള്ള ആർജ്ജവം പൊലീസിനുണ്ടാകണം. ഇതിന് എന്തെങ്കിലും തടസ്സമുണ്ടെങ്കിൽ അത് പ്രധാനമായും രാഷ്ട്രീയ-ഭരണതല ഇടപെടലുകളായിരുക്കും. ഞാൻ ഇത് പറയുമ്പോൾ ആർക്കൊക്കെ ഇഷ്ടപ്പെടുമെന്നറിയില്ല. എങ്കിലും ഒരുകാര്യം പറയാതെ വയ്യ. പൊലീസിനെ ആരും രാഷ്ട്രീയ ഉപകരണമാക്കരുത്. പൊളിറ്റിക്കൽ ഏരിയ കറക്ടായാൽത്തന്നെ പൊലീസ് കറക്ടായി എന്നാണർത്ഥം.

സാംസ്കാരിക രംഗത്ത് പൊലീസിന്റെ പ്രവർത്തനം തുലോം കുറവാണ് എന്നതാണ് എനിക്ക് പൊലീസിനെക്കുറിച്ചുള്ളൊരു വിഷമം. പണ്ട് അതിഗംഭീരമായ ഒരു പൊലീസ് ഓർക്കസ്ട്ര ഉണ്ടായിരുന്നു. എന്നാലിന്നതിനെക്കുറിച്ച് യാതൊരറിവുമില്ല. എത്രയോ നല്ല കലാകാരന്മാരുണ്ട് പൊലീസിൽ. ഇവരെയൊക്കെ കൂട്ടിച്ചേർത്ത് ഒരു സാംസ്കാരിക കൂട്ടായ്മ രൂപപ്പെടുത്താൻ പൊലീസ് അസോസിയേഷൻ മുൻകൈ എടുക്കണം എന്നാണെന്റെ അഭ്യർത്ഥന. ഈ സംഘടനയെക്കുറിച്ച്, സേനയ്ക്കുള്ളിൽ സംഘടനയാകാമോ എന്ന് പല കാലഘട്ടങ്ങളിൽ പലരും ചോദിച്ചിട്ടുണ്ട്. അതിനുത്തരം 'വേണം' എന്നു മാത്രമാണ്. ജോലി ചെയ്യുന്നവന്റെ വിഷമങ്ങൾ, ആവശ്യങ്ങൾ ഇതൊക്കെ അറിയാനും അറിയിക്കാനും പിന്നെ ആരാ ഉള്ളത്?

പൊലീസിലുണ്ടായിരിക്കുന്ന മാറ്റങ്ങൾ ശുഭോദർക്കമാണ്. കത്തിമുന ഘടിപ്പിച്ച വലിയ തോക്കുമായി സാധാരണക്കാരനെ ഭയപ്പെടുത്താൻ നിർത്തിയിരുന്ന 'പാറാവ്' മാറ്റി പകരം സംവിധാനം ഏർപ്പെടുത്തിയെന്നും പരാതിക്കാരെ സ്വീകരിക്കാൻ റിസപ്ഷൻ കൗണ്ടറുമേർപ്പെടുത്തിയെന്നുമറിയുന്നതിൽ സന്തോഷമുണ്ട്. പ്ലസ് ടു മിനിമംയോഗ്യതയാക്കിയിട്ടുമുണ്ട്. ഇപ്പോൾത്തന്നെ അതിലധികം യോഗ്യതകളുള്ളവരാണേറെയും. യോഗ്യതകളേറുമ്പോൾ അതിന്റേതായ പെരുമാറ്റ രീതികളും ഉണ്ടാകണം. കേരളത്തിന്റെ ഒരു പ്രത്യേകത തന്നെ ഇവിടെ ഐ പി

എസുകാരനും പൊലീസ് കോൺസ്റ്റബിളും പോസ്റ്റ് ഗ്രാജ്വേറ്റ്സ് ആണെന്നുള്ളതാണ്. അതിനനുസരിച്ചുള്ള ഒരു സാംസ്കാരിക ഉടച്ചുവാർക്കൽ പൊലീസിലുണ്ടാകണം. ചുരുക്കത്തിൽ പൊലീസ് എന്ന വാക്കിലെ അക്ഷരങ്ങളുടെ പൂർണ്ണരൂപങ്ങളെല്ലാം ചേർന്ന മുഴുവൻ ഗുണഗണങ്ങളുമുള്ള "ജന്റിൽമാൻ" ആയിരിക്കണം പൊലീസ്.

സാമൂഹ്യബോധമുള്ള പൊലീസുകാരൻ

സുകുമാരൻ മുതുകുളം

ജോർജിനെ എനിക്കറിയാം. ഹരിപ്പാട് പൊലീസ് സ്റ്റേഷനിലെ കോൺസ്റ്റബിളായിരുന്നു. യൂണിഫോം ധരിക്കുന്ന പതിവില്ല. അത് ഒരു ഗമയാണെന്നായിരുന്നു ജോർജ് പറയുന്നതും ഭാവിക്കുന്നതും. ആളുകൾ പകുതി കളിയായിട്ടും പകുതി കാര്യമായിട്ടും 'അങ്ങത്തേ' എന്നാണ് വിളിക്കുക. ആ വിളികേൾക്കുമ്പോൾ ജോർജിന്റെ മുഖത്തൊരു കള്ളച്ചിരി നിഴൽ വിരിക്കുമെന്നല്ലാതെ അങ്ങനെ വിളിക്കണ്ട എന്നു വിലക്കുകയോ വിളിച്ചോളൂ എന്നു പറയുകയോ ചെയ്യാറില്ല.

കേരളത്തിൽ കമ്യൂണിസ്റ്റ് ഗവൺമെന്റ് അധികാരത്തിൽ വരുന്നതിനു തൊട്ടു മുൻപുള്ള കാലമാണ്. പാർട്ടിക്കാര്യവും പറഞ്ഞു കയറിച്ചെല്ലുന്നവരെ ഇടത്തരം വീടുകളിൽപോലും ചിരിച്ച മുഖവുമായി ആരും സ്വീകരിക്കാറില്ല. പ്രത്യേകിച്ചും നാട്ടിലുള്ള മുദ്ര പതിഞ്ഞ കമ്യൂണിസ്റ്റുകാരെ.

പാർട്ടി മീറ്റിങ്ങുകളിൽ ആലപ്പുഴമേദിനിയെപ്പോലുള്ള ഗായികമാർ ആലപിക്കുന്ന വിപ്ലവഗാനം ഒരു സ്ഥിരം പരിപാടിയാണ്. എന്നിട്ടും

പച്ചപ്പനം തത്തേ
പുന്നാരപ്പൂമുത്തേ
പുന്നെല്ലിൻ പൂങ്കരളേ......

എന്നു തുടങ്ങുന്ന ഗാനം മീറ്റിങ്ങുകളിൽ പാടാൻ സമ്മതിക്കാത്ത സന്ദർഭങ്ങളുമുണ്ടായിട്ടുണ്ട്. അതിനുകാരണം പറഞ്ഞതുകേട്ടാൽ ചിരിച്ചുപോകും.

അതുനിറയെ കമ്യൂണിസമാണെന്ന്!

എന്താ പുകില്! ഇങ്ങനെ പറഞ്ഞാൽ പറ്റുമോ? ഇടത്തരക്കാരന്റെയും കർഷകതൊഴിലാളികളുടെയും മീൻപിടിത്തക്കാരുടെയും ഒക്കെ വീടു

കളിൽ സ്ഥിതി സമത്വത്തിന്റെ സന്ദേശം എത്തിക്കാതെ പറ്റുമോ? ആ ലക്ഷ്യം കൂടി മനസ്സിൽ കണ്ടുകൊണ്ടാണ് ലോക്കൽ കമ്മിറ്റിയുടെ ഓഫ്ഷൂട്ടായി മുതുകുളം സാംസ്കാരിക കലാസമിതിക്കു രൂപംനല്കിയത്. ആറാട്ടുപുഴ പഞ്ചായത്തു പ്രസിഡന്റായിരുന്ന കെ ജി നാരായണൻ സാറായിരുന്നു കലാസമിതിയുടെ പ്രസിഡന്റ്. ഈ ലേഖകൻ സെക്രട്ടറിയും. (കെ ജി നാരായണൻ പിന്നീട് ആദ്യം കമ്യൂണിസ്റ്റ് ഗവൺമെന്റിന്റെ കാലത്ത് ദേവസ്വം ബോർഡ് മെമ്പറായി പോയി.)

പാട്ടപ്പിരിവല്ലാതെ കമ്യൂണിസ്റ്റു പാർട്ടിക്ക് കാര്യമായ ആസ്തി ഒന്നുമില്ല. ഇല്ലെന്നല്ല, ഏറ്റവും താഴെക്കിടയിലുള്ള സാധാരണ ജനങ്ങളാണ് ഏറ്റവും വലിയ മുതൽക്കൂട്ട്. അവരായിരുന്നു പാർട്ടി നിരോധിക്കപ്പെട്ട കാലത്ത് കണ്ണിലെ കൃഷ്ണമണിപോലെ നേതാക്കളെ കാത്തുസൂക്ഷിച്ചത്. ആദ്യത്തെ നിയമസഭാ സ്പീക്കറായി തിരഞ്ഞെടുക്കപ്പെട്ട ശങ്കരനാരായണൻ തമ്പിസാർ ഉൾപ്പെടെ നിരവധി നേതാക്കൾ അവിടങ്ങളിൽ ഒളിവിൽ പാർത്തിരുന്നു. തികച്ചും സുരക്ഷിതരായി.

'സാംസ്കാരിക സമിതിയുടെ സന്ദേശവുമായി നിങ്ങൾ വീടുകളിൽ കയറി ഇറങ്ങണം. നിങ്ങളൊക്കെ വിദ്യാഭ്യാസമുള്ള ചെറുപ്പക്കാരല്ലേ. അതുകൊണ്ട് കയറിച്ചെല്ലുമ്പോൾ എടുത്തടിച്ചതുപോലെ എതിർപ്പുണ്ടാവുകയില്ല. കലാസമിതിയുടെ പരിപാടികളുടെ നടത്തിപ്പിനായി എന്തെങ്കിലും ചില്ലറ സംഭാവനകളും ചോദിക്കാം. (അൻപതു പൈസയാണ് അന്നത്തെ കൂടിയ സംഭാവന, ഓണം ഒക്കെ അടുപ്പിച്ചു ദൂരദേശങ്ങളിൽ ജോലിക്കുപോയിട്ടുള്ളവർ അവധിക്കു വന്നിട്ടുണ്ടെങ്കിൽ അപൂർവ്വമായി രണ്ടുരൂപ സംഭാവനകിട്ടി എന്നുവരാം.) സംഭാവനകിട്ടണമെന്നില്ല. അതല്ല നമ്മുടെ ലക്ഷ്യവും. അഞ്ചുമിനിട്ടെങ്കിലും നിങ്ങൾക്ക് വീടുകളിൽനിന്ന് സംസാരിക്കാൻ കഴിയുമല്ലോ. അതുമതി.' ഇതായിരുന്നു ലോക്കൽ കമ്മിറ്റിയുടെ നിർദ്ദേശം. അങ്ങനെ സാംസ്കാരിക കലാസമിതി സജീവമായി പ്രവർത്തിക്കാൻ തുടങ്ങി. ഗ്രാമത്തിലെ ജനങ്ങളുടെ മിക്കവാറും എല്ലാ പ്രശ്നങ്ങളിലും സമിതി ഒരു സജീവ സാന്നിദ്ധ്യമായി. തൊട്ടുപുറകിൽ അദൃശ്യമായി പാർട്ടിയുടെ പിന്തുണ ഉള്ളതുകൊണ്ട് പ്രവർത്തനം പ്രതീക്ഷിച്ചതിൽ കൂടുതൽ ഉഷാറായി. യുവജനങ്ങളെ പിടിച്ചുനിർത്തണ്ടേ. അതിനായി സൗജന്യ ട്യൂഷൻ ക്ലാസ്, ചർച്ച, മീറ്റിങ്ങുകൾ, കലാപ്രവർത്തനമേഖല വിപുലമായി.

ഗവർണർ ഭരണമാണ്. രാമകൃഷ്ണറാവു ഗവർണർ. ഇലക്ഷൻ പ്രഖ്യാപിച്ചു. പാർട്ടി കൊണ്ടുപിടിച്ചുള്ള പ്രവർത്തനം ആരംഭിച്ചു.

കടലിൽ സേതുബന്ധിക്കാൻ പാടുപെടുന്ന വാനരപ്പടയ്ക്ക് സഹായകമായ, മുക്കിച്ചുമന്നാൽ മൂന്നാഴി മണ്ണെടുക്കാൻ കെല്പില്ലാത്ത അണ്ണാറക്കണ്ണനെപ്പോലെ സാംസ്കാരിക കലാസമിതിയും രംഗത്തിറങ്ങി. പച്ചയായി രാഷ്ട്രീയം പറയുന്നില്ലെന്നു മാത്രം.

'കോൺഗ്രസ് വോട്ടുലാക്കാക്കി വാരിച്ചൊരിഞ്ഞിട്ടുള്ള നിരവധി വാഗ്ദാനങ്ങൾ കതിരണിഞ്ഞിട്ടില്ലല്ലോ. അതുകൊണ്ട് ഇനി ഒരാവൃത്തി

കമ്യൂണിസ്റ്റു പാർട്ടിക്ക് ഒരവസരം കൊടുത്തുകൂടേ? കമ്യൂണിസം നടപ്പാക്കാനല്ല. സാധാരണക്കാർക്കുവേണ്ടി കോൺഗ്രസ് നല്കിയിട്ടുള്ളതും നടപ്പാക്കാതെ പോയതുമായ വാഗ്ദാനങ്ങൾ നടപ്പാക്കാൻ.'

സാംസ്കാരിക കലാസമിതിയുടെ ഇത്തരം പ്രചരണം ഗ്രാമത്തിൽ നല്ല ചലനമുണ്ടാക്കി. ഈ മുദ്രാവാക്യവുമായി ചില ഡിബേറ്റുകൾ തന്നെ സംഘടിപ്പിച്ചു. അണ്ണാറക്കണ്ണന്റെ കഴിവുകൊണ്ടെങ്കിലും സേതുബന്ധിച്ചതുപോലെ പാർട്ടി ജയിച്ചു. ഞങ്ങളുടെ മാല സ്ഥാനാർത്ഥിയായിരുന്നു. ആദ്യത്തെ ഡെപ്യൂട്ടി സ്പീക്കറായിരുന്ന ശ്രീമതി. കെ ഒ ആയിഷാബീവി. ആയിരത്തിതൊള്ളായിരത്തി അൻപത്തി ഏഴ് ഏപ്രിൽ അഞ്ചിന് പാർട്ടി അധികാരത്തിലേറുകയും ചെയ്തു.

സാംസ്കാരിക കലാസമിതികൾക്ക് ഗ്രാന്റ് നല്കാൻ സർക്കാർ അപേക്ഷ ക്ഷണിച്ചു. മറ്റു പല സമിതികൾക്കൊപ്പം ഞങ്ങളും അപേക്ഷ സമർപ്പിച്ചു. കാർത്തികപ്പള്ളി താലൂക്കിലെ ഇൻസ്പെക്ടർ ഓഫ് പ്രൈമറി ആൻഡ് മിഡിൽ സ്കൂൾ ഐ പി എം എസ് (ഇപ്പോഴത്തെ എ ഇ ഒ) നാണുക്കുട്ടൻ നായർ നേരിട്ടു പരിശോധന നടത്തി. ഞങ്ങളുടെ സമിതിക്കുമാത്രം താലൂക്കിൽ ഗ്രാന്റു കിട്ടുകയും ചെയ്തു. അതുകൂടി ആയപ്പോൾ പ്രവർത്തകരുടെ ആത്മധൈര്യം വർദ്ധിച്ചു.

സമുചിതമായി വാർഷികം ആഘോഷിച്ചാലോ? അതായി അടുത്ത ചിന്ത. കുട്ടികൾക്കുള്ള കലാകായിക മത്സരങ്ങൾ, പൊതുസമ്മേളനം അങ്ങനെ വിവിധ പരിപാടികൾ. സമിതി അംഗങ്ങൾ അവതരിപ്പിക്കുന്ന ഒരു നാടകവും. പൊൻകുന്നം വർക്കിയുടെ *ഞാൻ ഒരധികപ്പറ്റാണ്* എന്ന നാടകം. ഈ നാടകമാണ് പിന്നീട് *സ്നേഹസീമ* എന്ന സിനിമയായത്.

നിയമസഭാ സ്പീക്കർ ശങ്കരനാരായണൻ തമ്പിസാർ തന്നെ കൊടിവച്ചകാറിൽ വന്ന് വാർഷികാഘോഷം ഉദ്ഘാടനം ചെയ്തു. നാടകം കൂടി കഴിഞ്ഞപ്പോൾ രാത്രി വളരെ വൈകി. കലാസമിതി ആഫീസിൽ എല്ലാം ഒരു വാലും ചേലുമില്ലാതെ കിടക്കുകയാണ്. പിറ്റേന്നു രാവിലെ പതിനൊന്നുമണിക്ക് പ്രവർത്തകർ ആഫീസിലെത്തി എല്ലാം ഒന്നടുക്കി പെറുക്കി വെക്കണം. ചിലർക്കൊക്കെ കാശുകൊടുത്തു പിരിക്കാനുണ്ട്. നല്ലഉറക്കച്ചടവും ക്ഷീണവും നാടകത്തിനു വേഷമിടാൻ മുടിനരപ്പിച്ച ചായം വരെ തലയിലുണ്ട്. ഒരരമണിക്കൂർ കഴിഞ്ഞുകാണും അപ്പോൾ 'ആരാ സുകുമാരൻ' എന്ന ചോദ്യവുമായി ഒരാൾ അടുത്ത ചായക്കടയിലേക്കുവന്നു, കയറി നോക്കിയപ്പോൾ പൊലീസ്! എല്ലാവരുടെയും ഉള്ളിൽ ഒരങ്കലാപ്പ്. ചായക്കടയിലെ രാഘവൻ ചേട്ടൻ എന്നെ ചൂണ്ടിക്കാണിച്ചു. അങ്ങനെയാണ് ജോർജ് കലാസമിതി ആഫീസിലേക്കു കയറി വന്നത്. മുഖത്ത് ഗൗരവമില്ലാതെ ഒരു പരിചയഭാവവുമില്ല.

വെരിഫിക്കേഷനു വന്നതാണെന്നു പറഞ്ഞു, സർക്കാർ ജോലിക്കുള്ള പൊലീസ് വെരിഫിക്കേഷൻ. എന്റെ ജന്മനക്ഷത്രവും ജനനസമയവുമൊഴിച്ച് നിരവധി ചോദ്യങ്ങൾ ചോദിച്ചു. സർക്കാർ ഉദ്യോഗത്തിന്റെ പ്രശ്നമാണ്. എന്റെ ഉള്ളിൽ ആകെ ഒരങ്കലാപ്പ്. പുറത്തുപ്രകടിപ്പിക്കാൻ

പറ്റുമോ? കൂടെനില്ക്കുന്ന സഹപ്രവർത്തകരുടെ ആത്മധൈര്യം ചോർന്നുപോയാലോ. ഇതൊക്കെ സാരമില്ല എന്ന മട്ടിൽ ചെറിയൊരു ചിരിയോടെ മറുപടി പറയുമ്പോൾ എന്റെ ഉള്ളിൽ ഒരു ഒൻപതാം ഉത്സവം നടക്കുകയായിരുന്നു.

രാജ്യം ഭരിക്കുന്നത് പതിനൊന്ന് കമ്യൂണിസ്റ്റ് മന്ത്രിമാരാണെങ്കിലും കമ്യൂണിസത്തിന്റെ നിഴലിൽ വീണിട്ടുള്ള ഉദ്യോഗാർത്ഥികളോടുള്ള സർക്കാർ നിലപാടിൽ ഒരു അയവും വിട്ടുവീഴ്ചയും ഉണ്ടായിട്ടില്ല.

"മലയാറ്റൂർ രാമകൃഷ്ണനല്ല വൈകുണ്ഠത്ത് പരമേശ്വരനായാലും വേണ്ടില്ല കമ്യൂണിസ്റ്റുകാരനു സർക്കാർ ജോലി കൊടുക്കുന്ന പ്രശ്നമില്ല" – എന്ന് തിരു:കൊച്ചി നിയമസഭയിൽ മുഖ്യമന്ത്രി ശ്രീ. പട്ടംതാണുപിള്ള നടത്തിയ പ്രഖ്യാപനത്തിനു കടുകിട വ്യത്യാസമുണ്ടായിരുന്നില്ല. ചോദ്യോത്തരപരിപാടികഴിഞ്ഞ് പൊലീസുകാരൻ യാത്രയായി. ഹരിപ്പാട് സ്റ്റേഷനിലേക്കായിരിക്കണം യാത്ര. രണ്ടു രണ്ടര മൈൽ നടന്നാലേ ബസു കിട്ടുന്ന നാഷണൽ ഹൈവേയിൽ എത്തുകയുള്ളു.

ജോർജിനെ രഹസ്യമായി ഒറ്റയ്ക്കൊന്നും കാണാൻ ഒത്തില്ലല്ലോ എന്നോർത്തപ്പോൾ ഉള്ളിൽ ഒരങ്കലാപ്പ്. വീടുവരെ ഒന്നുപോയിട്ടിപ്പം വരാം എന്നു പറഞ്ഞ് ഞാൻ കലാസമിതി ആഫീസിൽ നിന്നിറങ്ങി ആരും കാണാതെ അടുത്ത ജങ്ഷനിൽനിന്ന് ഒരു കൂലി സൈക്കിളുമെടുത്തുവച്ചു പിടിച്ചു. ഭാഗ്യം. വഴിയിൽ അദ്ദേഹത്തിനെ കണ്ടു മുട്ടി ഞാൻ സൈക്കിളിൽ നിന്നിറങ്ങി. നമസ്കാരം പറഞ്ഞു.

"ങാ.... ഇതെവിടെ പോകുന്നു"!

"ഞാൻ ഒറ്റയ്ക്കൊന്നു കാണാൻ വന്നതാ."

"ആരെ? എന്നെയോ? എന്തുപറ്റി?"

"അല്ല.... ആ റിപ്പോർട്ടിന്റെ കാര്യം" എന്നു പറഞ്ഞ് ഞാൻ ഒന്നു പരുങ്ങി. ശബ്ദത്തിലും പെരുമാറ്റത്തിലും ഒരു പൊരുത്തക്കേടു കണ്ടതുകൊണ്ടാകണം, ചെറിയൊരു ചിരിയോടെ അദ്ദേഹം അടിമുടി എന്നെ ഒന്നു നോക്കി. എന്തോ ഒരു മഹാപരാധം ചെയ്യുന്നതുപോലെ പോക്കറ്റിൽനിന്ന് അഞ്ചുരൂപ എടുത്തു ഞാൻ വച്ചു നീട്ടി അറച്ചറച്ച്.

ജോർജിന്റെ മുഖത്തെ ചിരി മങ്ങി. അതുകണ്ടപ്പോൾ എന്റെ നെഞ്ചിടിപ്പു വർദ്ധിച്ചു.

"സുകുമാരാ..... "

ശബ്ദത്തിനൊരു കനം. "ഞങ്ങൾ ആളുകളുടെ കൈയിൽനിന്ന് അല്ലറചില്ലറ വല്ലതുമൊക്കെ വാങ്ങും. അതുതരുന്നവർക്കുമറിയാം. വാങ്ങിക്കുന്ന ഞങ്ങൾക്കുമറിയാം."

കാശുകുറഞ്ഞതാണ് ഈ ഭാവമാറ്റത്തിനു കാരണമെന്നു ഞാൻ ഊഹിച്ചു.

"ഇപ്പോൾ എന്റെ കൈയിൽ..... "

വാചകം മുഴുമിപ്പിക്കാൻ സമ്മതിക്കാതെ അദ്ദേഹം പൊട്ടിച്ചിരിച്ചു.

"ഏയ് അതുകൊണ്ടല്ല. ഞങ്ങളും ഈ നാട്ടിലല്ലേ കഴിയുന്നത്.

നിങ്ങളേക്കാൾ കൂടുതൽ ആളുകളെ അറിയുന്നതും അടുത്തിടപഴകുന്നതും ഞങ്ങളാണ്.''

എന്താണു പറയുന്നതെന്നറിയാതെ ഞാൻ വായും പിളർന്നു മിഴുങ്ങസ്യാ എന്നുനിന്നു.

''ഈ നാട്ടിൽ നടക്കുന്ന കാര്യങ്ങളെല്ലാം ശരിയാണെന്ന് ഞങ്ങൾക്കഭിപ്രായമില്ല. പക്ഷേ, അതുതുറന്നു പറയാനോ എതിർക്കാനോ ഞങ്ങൾക്കാവില്ല. നിങ്ങളെപ്പോലെ പഠിപ്പും വിവരവുമുള്ള ചില ചെറുപ്പക്കാരെങ്കിലും ഇതിനെയൊക്കെ പരസ്യമായി എതിർക്കുന്നതിൽ മനസ്സുകൊണ്ട് സന്തോഷിക്കുന്നവരാണ് ഞങ്ങൾ.''

ഇത്രയും പറഞ്ഞിട്ട് എന്റെ കൈപിടിച്ച് കൈയിലിരുന്ന രൂപ ബലമായി എന്റെ പോക്കറ്റിലിടുവിച്ചിട്ട് ഒന്നും സംഭവിക്കാത്തതുപോലെ അദ്ദേഹം യാത്ര തുടർന്നു. പിന്നീട് അപ്പോയിന്റ്മെന്റ് ഓർഡർ വന്നപ്പോഴും ജോലിയിൽ പ്രവേശിച്ചപ്പോഴുമൊക്കെ ജോർജ് എന്റെ മനസ്സിൽ തെളിഞ്ഞു നില്പുണ്ടായിരുന്നു. വർഷങ്ങൾ പത്തുപതിനഞ്ചു കഴിഞ്ഞു. മറവിയുടെ ചാരം വീണ് പലതും വിസ്മൃതിയിലായി. കൂട്ടത്തിൽ ജോർജും.

ഒരുദിവസം രാവിലെ കുറച്ചു വൈകിയാണ് ഞാൻ ആഫീസിൽ എത്തിയത്.

''സാറിനെ തിരക്കി മുതുകുളത്ത് നിന്ന് ഒരാൾ വന്നിരുന്നു. ഇൻഫർമേഷൻ സെന്ററിൽ ഇരിപ്പുണ്ട്.'' സഹപ്രവർത്തകന്റെ വാക്കുകേട്ട് ലൈബ്രറിയിലേക്കു ചെന്നു. ജോർജ് അവിടെ ഇരിക്കുന്നു. ഒറ്റനോട്ടത്തിൽ തിരിച്ചറിയാൻ കഴിയാത്ത രീതിയിൽ ആകെ മാറിയിരിക്കുന്നു. പ്രതീക്ഷിച്ചിരുന്നതുപോലെ ചാടി എഴുന്നേറ്റു തൊഴുതു.

''ങും...? എന്തുപറ്റി?''

''പെൻഷൻ പറ്റി സാറേ, ഒന്നര വർഷം കഴിഞ്ഞു എന്റെ ഒരു കടലാസ് ഐ ജി ആഫീസിൽ കുരുങ്ങി കിടക്കുകാ. അതുകൊണ്ട് പെൻഷൻ അനുവദിച്ചുകിട്ടിയില്ല. വീട്ടിലെ കാര്യം ആകെ വിഷമത്തിലാ.''

ഡി എസ് പി ആഫീസിലെ ഒരു ക്ലർക്കിന്റെ വിരോധമാ കാര്യമെന്നും മനസ്സിലായി. പ്രാരാബ്ധങ്ങൾ എല്ലാം കേട്ടു കഴിഞ്ഞപ്പോൾ സങ്കടം തോന്നി. സാരമില്ലെന്നാശ്വസിപ്പിച്ചിട്ട് ഞാൻ ഹോം ഡിപ്പാർട്ട്മെന്റിലെ എന്റെ ഒരു സ്നേഹിതൻ മേനോൻസാറിനെ പോയിക്കണ്ടു കാര്യം പറഞ്ഞു.

''ങാ......... അത്രേ ഒള്ളോ. സുകുമാരൻ വിഷമിക്കണ്ട.'' ഇത്രയും പറഞ്ഞിട്ട് പേരും വിവരവുമെല്ലാം ഒരുതുണ്ടു കടലാസിൽ കുറിച്ചെടുത്തു. സൈഡിൽ കിടന്ന സ്റ്റൂളിൽ എന്നെ ഇരുത്തിയിട്ട് ആരെയോ ഫോണിൽ വിളിച്ചു. ജോർജ് ഐ ജി ആഫീസിൽ ചെന്ന് ഒരാളിനെ കണ്ടാൽ മതിയെന്നു പറഞ്ഞെന്നെ യാത്രയാക്കി.

നാല് മണിക്കുമുമ്പ് ജോർജ് തിരിച്ചു വന്നു. കേരളം മൊത്തത്തിൽ കരം ഒഴിവായി പതിച്ചു കിട്ടിയാലുള്ള സന്തോഷം മുഖത്ത്. ആസാദ്

ഹോട്ടലിൽ പോയി കാപ്പി കുടിച്ചു. യാത്ര പറയുമ്പോൾ ഓർക്കാപ്പുറത്ത് ജോർജിന്റെ ഒരു ചോദ്യം.

"അന്ന് ഞാൻ ആ അഞ്ചു രൂപ വാങ്ങിയിരുന്നെങ്കിലോ ?"

"എങ്കിലും ജോർജിന് ഞാനിത് ചെയ്യുമായിരുന്നു." ഇത്രയും പറഞ്ഞ് അദ്ദേഹത്തിന്റെ രണ്ട് കൈകളും കൂട്ടിപ്പിടിച്ചപ്പോൾ അദ്ദേഹത്തിന്റെ കണ്ണുകൾ ഈറനണിഞ്ഞു.

കേരളത്തിലെ ആദ്യത്തെ വിദ്യാഭ്യാസമന്ത്രി പ്രൊഫ. ജോസഫ് മുണ്ടശ്ശേരി പാശ്ചാത്യ പര്യടനം കഴിഞ്ഞു വന്ന് പ്രസിദ്ധീകരിച്ച *എന്റെ ലണ്ടൻ ഡയറി* എന്ന ഗ്രന്ഥത്തിൽ പൊലീസുകാരുടെ പെരുമാറ്റരീതിയെപ്പറ്റി ഏതാണ്ട് ഇങ്ങനെ ഒരു പരാമർശമുണ്ട്.

"ലണ്ടൻ നഗരത്തിൽ ലാത്തിയല്ല പകരം രണ്ടു ബാറ്ററിയുള്ള ഒരു ചെറിയ ടോർച്ച് ലൈറ്റാണ് നൈറ്റ്ബീറ്റിനിറങ്ങുന്ന പൊലീസുകാർ കൈയിൽ കരുതുന്നത്. തണുപ്പു രാജ്യമായതുകൊണ്ട് ലേശം മദ്യസേവ ശീലമുള്ളവരാണ് ജനങ്ങൾ. തന്മൂലം മയങ്ങിപ്പോകാനും സാദ്ധ്യതയുണ്ട്. അപ്പോൾ കതകടച്ചു കുറ്റിയിടാൻ മറന്നെന്നു വരും. അങ്ങനെയുള്ള വീടുകളിൽ മുട്ടിവിളിച്ച് ആളുകളെ ഉണർത്തി കതകിനു കുറ്റിയിടാൻ പ്രേരിപ്പിച്ചിട്ടാണവർ കടന്നുപോകുന്നത് എന്നാണദ്ദേഹം രേഖപ്പെടുത്തിയിരിക്കുന്നത്."

ഇതു വായിക്കുമ്പോൾ ആടിനെയും ആനയെയും കൊണ്ടുനടക്കാൻ ഒരേമാതിരി ആയുധവും ഒരേ മനക്കരുത്തും പോരല്ലോ എന്നു നമുക്ക് വേണമെങ്കിൽ സമാധാനിക്കാം. അപ്പോഴും ഒരു കാര്യം മറക്കരുത് സാമൂഹ്യബോധം അനിവാര്യമാണ്. തീർച്ചയായും.

---

* ജോർജ് എന്നുള്ളത് പൊലീസുകാരന്റെ യഥാർത്ഥ പേരല്ല.

ഓർമ്മയിൽ ഒരു പൊലീസ് കോൺസ്റ്റബിൾ

സാറാ ജോസഫ്

പാലക്കാട് വിക്ടോറിയ കോളേജിൽ പഠിക്കുന്ന കാലത്താണ് ഞാനദ്ദേഹത്തെ ആദ്യമായി കാണുന്നത്. ഒരുപക്ഷേ, അവസാനമായും. വാളയാർ പൊലീസ് സ്റ്റേഷനിൽ വെച്ചാണത്. അന്നവിടെ പി സിയാണദ്ദേഹം. പ്രായപൂർത്തിയാകാത്ത ഒരു പെൺകുട്ടിയെ പ്രേമം നടിച്ച് ഗർഭിണിയാക്കുകയും കൈയൊഴിയുകയും ചെയ്ത ഒരുത്തനെതിരെ വാളയാർ പൊലീസ് സ്റ്റേഷനിൽ പെൺകുട്ടിയോടൊപ്പം ഞങ്ങൾ 'മാനുഷി' പ്രവർത്തകർ ചെല്ലുകയുണ്ടായി. പാലക്കാടിന്റെ അതിർത്തി ഗ്രാമങ്ങളിലൊന്നിൽ തീരെ ദരിദ്രമായ വീട്. കപ്പലണ്ടി വിളഞ്ഞുകിടക്കുന്ന പാടങ്ങൾക്കു നടുവിലൂടെയുള്ള വീതികുറഞ്ഞ വരമ്പിലൂടെ ഏറെ നടന്നാണ് ആ കൊച്ചു കുടിലിൽ എത്തിയത്. കരിമ്പാറകൾ വിരിച്ച കുന്നുംപുറം. ഒറ്റപ്പെട്ട കരിമ്പനകൾ. അധികം അകലെയല്ലാതെ കാണുന്ന സഹ്യപർവ്വത നിരകൾ. ചുരംകടന്നുവരുന്ന കാറ്റ്, ചൂട്. അകത്ത്, എട്ടും പൊട്ടും തിരിയാത്ത പെൺകുട്ടി കരഞ്ഞുകൊണ്ടേയിരിക്കുന്നു. ആടുമേച്ചുനടക്കുന്നവളാണ് പെൺകുട്ടി. അവളെ പറഞ്ഞുവഞ്ചിച്ചവൻ ഇപ്പോൾ മറ്റൊരു വിവാഹം ചെയ്യാൻ പോകുന്നു. ഗർഭത്തിന്റെ ഉത്തരവാദി തന്റെ മകനല്ലെന്ന് അത്യാവശ്യം സാമ്പത്തികസ്ഥിതിയുള്ള അവന്റെ അച്ഛനും മറ്റ് ബന്ധുക്കളും കൈയൊഴിഞ്ഞിരിക്കുന്നു. പ്രസവിക്കുകയല്ലാതെ മറ്റ് മാർഗ്ഗമില്ലാത്ത വിധത്തിൽ ഗർഭം വളർന്നു കഴിഞ്ഞെന്നു പെൺകുട്ടിയുടെ ആൾക്കാർ. പെൺകുട്ടിയെ അവർ സ്വീകരിക്കണം.

വാളയാർ പൊലീസ് സ്റ്റേഷനിൽ വച്ച് ഒത്തുതീർപ്പുണ്ടാക്കാൻ ശ്രമം നടക്കുന്നുവെന്നു കേട്ടാണ് ഞങ്ങൾ ചെന്നത്. പണം കൊടുത്ത് പെൺകുട്ടിയെ കൈയൊഴിക്കാനുള്ള ശ്രമം തടയണം. എന്തുകൊണ്ടോ പൊലീ

സിൽനിന്ന് നീതി ലഭിക്കില്ല എന്ന ഉറച്ചുപോയൊരു വിശ്വാസം ഞങ്ങൾക്കുണ്ടായിരുന്നു. അർദ്ധസത്യമാണത്. അവിശ്വാസത്തോടെയാണ് ഞങ്ങൾ ഒത്തുതീർപ്പു ശ്രമങ്ങളെ നിരീക്ഷിച്ചത്. കാര്യങ്ങൾ പണത്തിന്റെ വഴിക്കു തന്നെയാണ് നീങ്ങുന്നതെന്ന് വ്യക്തമായിത്തുടങ്ങിയിരുന്നു.

ഇടയ്ക്ക് ഒരു പൊലീസുകാരൻ ഞങ്ങളുടെ അടുത്തുവന്നു. ഞങ്ങളുടെ പ്രവർത്തനങ്ങളെപ്പറ്റി അദ്ദേഹം വായിച്ചിട്ടുണ്ടെന്ന് പറഞ്ഞു. ആയിടയ്ക്ക് പാലക്കാട് ജില്ലയിൽ സ്ത്രീധനത്തിനും സ്ത്രീധന പീഡനങ്ങൾക്കുമെതിരെ ഞങ്ങൾ നടത്തിയിരുന്ന വാഹനപ്രചരണജാഥയും ബോധവല്ക്കരണ പരിപാടികളും തെരുവുനാടകവുമൊക്കെ വലിയ വാർത്താപ്രാധാന്യത്തോടെ പത്രങ്ങൾ റിപ്പോർട്ട് ചെയ്തിരുന്നു. അദ്ദേഹം അതൊക്കെ കണ്ടിട്ടും വായിച്ചിട്ടുമുണ്ട്. ഇങ്ങനെ എന്തെങ്കിലുമൊക്കെ ചെയ്താൽ സമൂഹത്തിന് അതിന്റെ ഗുണമുണ്ടാകും. ഞാൻ വലിയ നിരാശയോടെയാണ് നിങ്ങളുടെ പ്രവർത്തനങ്ങൾ കാണുന്നത്. തനിക്ക് നാലു പെൺമക്കളാണെന്നും സ്ത്രീധനമില്ലാത്തതുകൊണ്ട് ആരേയും വിവാഹം കഴിച്ചയക്കാൻ കഴിഞ്ഞിട്ടില്ലെന്നും എല്ലാവരും കെട്ടുപ്രായം കഴിഞ്ഞ് നില്ക്കുന്നവരാണെന്നും അദ്ദേഹം സങ്കടത്തോടെ പറഞ്ഞു. തന്റെ തുച്ഛമായ വരുമാനംകൊണ്ട് നിത്യജീവിത ആവശ്യങ്ങൾ പോലും നിറവേറ്റാൻ കഴിയാത്തപ്പോൾ എങ്ങനെ കനത്ത സ്ത്രീധനവും പൊന്നും ഉണ്ടാക്കും? നിങ്ങളെപ്പോലുള്ളവർ പ്രവർത്തിക്കുന്നതിന്റെ ഫലം സമൂഹത്തിന് ഉണ്ടാവും. അദ്ദേഹത്തിന്റെ കണ്ണുകൾ നിറയുന്നുണ്ടായിരുന്നു, അതു പറയുമ്പോൾ.

ആ കേസ് ഞങ്ങളുടെ അറിവില്ലാതെ തന്നെ ഒത്തു തീർത്തതായിട്ടാണ് പിന്നീടറിഞ്ഞത്. പുരുഷന് അനുകൂലമായ ഒത്തുതീർപ്പായിരുന്നു എന്നും. പണം കൊണ്ട് സ്ത്രീധന കൊലപാതകങ്ങളെ ആത്മഹത്യകളാക്കുന്നത് തുടർക്കഥയായിരുന്നു അന്ന്.

അധികം വൈകാതെയാണ് കേരളത്തെ നടുക്കുന്ന ഒരു വാർത്ത പത്രങ്ങളിൽ പ്രത്യക്ഷപ്പെട്ടത്. ഒരു പൊലീസുകാരന്റെ നാലു പെൺമക്കൾ കെട്ടിത്തൂങ്ങി മരിച്ചതായ വാർത്ത. സ്ത്രീധനമില്ലാത്തതുകൊണ്ട് കെട്ടിച്ചയക്കാതിരുന്ന നാലുപെൺകുട്ടികൾ, സ്വന്തം മാതാപിതാക്കളുടെ വിഷമം കണ്ട് സഹിക്കാനാവാതെ കൂട്ടആത്മഹത്യചെയ്തു. ഒരു വലിയ നടുക്കത്തോടെ ഞാൻ വാളയാർ പൊലീസ് സ്റ്റേഷനിൽ വച്ച് ഞങ്ങളോട് സംസാരിച്ച പൊലീസ് കോൺസ്റ്റബിളിനെ ഓർത്തു. ഇരുനിറമുള്ള സാമാന്യം ഉയരമുള്ള മുഖത്ത് വ്യസനവും ആധിയുമുള്ള കണ്ണുകളിൽ സങ്കടത്തിന്റെ നിഴൽ വീണ ഒരച്ഛൻ!

സത്യനും ചില പൊലീസുദ്യോഗസ്ഥരും പിന്നെ ഞാനും

ഏഴാച്ചേരി രാമചന്ദ്രൻ

രണ്ടു വശത്തും തഴക്കൈതകൾ അതിരിട്ട നാട്ടുവഴിയിലൂടെ ഉദയാസ്റ്റുഡിയോയുടെ വലിയ കാർ ഇടതിങ്ങി വരുന്നതുകണ്ട് കുട്ടികളും ഗ്രാമസ്ത്രീകളും ആർത്തിരമ്പി പിന്നാലെ കൂടി. ദാഹിക്കുന്ന കണ്ണുകളോടെ അവർ നോക്കി. തങ്ങളുടെ ആരാധനാപാത്രമായ പ്രിയ താരം സാക്ഷാൽ സത്യൻ! ഇതെങ്ങോട്ടാണ്. സകലരും വിസ്മയപ്പെട്ടു. മുൻസീറ്റിൽ ഉദയായിലെ ശ്രീ. ശാരംഗപാണിയുമുണ്ട്.

കുര്യാട്ട് ചെമ്പകച്ചുവട്ടിലെ കെ കെ കൊച്ചുനാരായണന്റെ വീടിനു മുന്നിൽ വാഹനം നിന്നു; കൊച്ചുനാരായണൻ പഴയ പുന്നപ്ര–വയലാർ സമരനായകനാണ്. കൊടിയ മർദ്ദനവും ജയിൽ ജീവിതവും ഒക്കെകഴിഞ്ഞ് ഇപ്പോൾ സാമാന്യം വിശ്രമജീവിതമാണ്. എന്നാലും സിംഹം സിംഹംതന്നെ. സത്യനേശൻനാടാർ എന്ന പഴയ എസ് ഐയുടെ ഭീകര മർദ്ദനത്തിന് നല്ലതുപോലെ ഇരയായിട്ടുള്ള ആൾ.

ഉദയായിൽ *പുന്നപ്ര–വയലാർ* എന്ന സിനിമയുടെ ഷൂട്ടിങ് നടക്കുന്നു. അതിനിടയിലെ ഒഴിവു നേരം നോക്കിയാണ് താരം വന്നത്. കൊച്ചുനാരായണൻ സാമാന്യ മര്യാദകാട്ടി സത്യനെ സ്വീകരിച്ചു. അതിരുകവിഞ്ഞ ആവേശമൊന്നും ഉണ്ടായില്ല. സത്യന്റെ വാക്കുകളിൽ ക്ഷമാപണത്തിന്റെ നേർത്ത കാട്ടുതേൻ പുരണ്ടിരുന്നുവോ! കുറച്ചു നേരത്തെ സന്ദർശനം.

“ഒക്കെ മറക്കണം.” ഒറ്റവാക്കിൽ പറഞ്ഞുനിർത്തി സത്യൻ യാത്രയായി. കരുത്തിന്റെ മാതൃകാവതാരമായി, ധീരതയുടെ ആൺരൂപമായി അന്നത്തെ കൊച്ചുനാരായണൻ ഇപ്പോഴും അങ്ങനെതന്നെ. മാരാരിക്കുളം ക്യാമ്പിലെ പ്രധാന സേനാനിയായിരുന്നു യുവാവായ കൊച്ചുനാരായണൻ. പുന്നപ്രയിൽ വേലായുധൻ നാടാരുടെ കൊലപാതകത്തി

നുശേഷം കഴിയുന്നതും തെക്കുനിന്നും നാടാർ വിഭാഗത്തിൽപ്പെട്ട എസ് ഐമാരെയാണ് ആലപ്പുഴയ്ക്ക് അയച്ചിരുന്നത്.

ജാതിപ്പക ഊതിക്കത്തിച്ച് നല്ലവണ്ണം 'പെരുമാറണ'മെന്ന ശുദ്ധോദ്ദേശമായിരുന്നു ഇതിനുപിന്നിൽ. കൊച്ചുനാരായണനെ പിടിച്ചപാടെ കൈകെട്ടി മുറ്റത്തിട്ട് ചവിട്ടുകയും ചീത്തവിളിക്കുകയുമാണ്. സഹികെട്ടപ്പോൾ ആ പുരുഷ സിംഹം ഉറക്കെ ഗർജ്ജിച്ചു."തനിക്കു ധൈര്യമുണ്ടെങ്കിൽ എന്റെ കൈയിലെ കെട്ടഴിച്ചിട്ട് തല്ലാമോ?"സത്യനേശൻ നാടാർ പൊലീസുകാരന് സിഗ്നൽ കൊടുത്തു പുരികക്കൊടിയാൽ. കെട്ടഴിച്ച പാടെ സഖാവ് കൊച്ചുനാരായണൻ എസ് ഐയ്ക്കു നേരെ ചാടിവീണു. കാർക്കിച്ചുതുപ്പി. "ഇതു ഞങ്ങൾക്കറിയാമായിരുന്നു." അനുഭവസമ്പന്നരായ പൊലീസുകാർ പിറുപിറുത്തു. പിന്നെ മർദ്ദനത്തിന്റെ രസികൻ പകൽപ്പൂരമായിരുന്നു.

തടവറയിൽ നിന്നുവന്നിട്ടും ആ പൗരുഷത്തിന് ഒരു കുറവും വന്നിരുന്നില്ല. അടിയന്തരാവസ്ഥക്കാലത്താണ് സഖാവിനെ വീട്ടിൽച്ചെന്നു കാണുന്നത്. "ഞങ്ങടെ അച്ഛനെ തല്ലിയവനാണയാള്." ദിനപത്രത്തിൽ കാണുന്ന സിനിമാപ്പരസ്യങ്ങളിലെ സത്യന്റെ കണ്ണുകൾ പെൻസിൽ കൊണ്ട് കുത്തിക്കീറിയിരുന്ന കുട്ടികളായ തന്റെ മക്കളെപ്പറ്റി അന്നു കൊച്ചുനാരായണൻ ഫലിതം പറഞ്ഞു. അവർക്കുപോലും അത്ര വെറുപ്പായിരുന്നു.

എന്നിട്ടും സത്യൻ വന്നു. അകംനിറഞ്ഞ പശ്ചാത്താപം ആ സമ്പൂർണ്ണ കലാകാരനെ അത്രമേൽ പരിവർത്തനപ്പെടുത്തിയിരുന്നു. ആ മഹാനടന്റെ രണ്ടു ഭിന്നമുഖങ്ങൾ എന്റെ മനസ്സിലൂടെ മിന്നിമറഞ്ഞു.

*　　　*　　　*　　　*

ആലപ്പുഴയിൽ *ദേശാഭിമാനി* ലേഖകനായി എത്തുമ്പോൾ ആദ്യം ഏറെനാൾ താമസിച്ചിരുന്നത് 'മണിയണ്ണാച്ചി'എന്ന സ്വാമിനാഥപിള്ളയുടെ വീട്ടിലായിരുന്നു. വീടിന്റെ പകുതി *ദേശാഭിമാനി* ആപ്പീസും താമസവും. പഴയകെട്ടിടമാണ്. സദാനേരവും അണ്ണാച്ചിയുടെ മറുപകുതി വീട്ടിൽ സഖാക്കൾ വന്നും പോയും ഇരിക്കും. മാർക്സിസ്റ്റു സഖാക്കളുടെ കേസുകൾ നടത്തുന്നത് മണിയണ്ണാച്ചി എന്ന ദൃഢഗാത്രനാണ്. പറ്റുചീട്ടു സംഘടിപ്പിക്കുക, ജാമ്യക്കാരെ കാണുക, കോടതിയിൽ ഹാജരാക്കുക തുടങ്ങിയതൊക്കെ ഇദ്ദേഹത്തിന്റെ ദൗത്യമാണ്.

രണ്ടു കമ്യൂണിസ്റ്റുപാർട്ടിയുടെ പ്രവർത്തകരും, യൂത്തുകോൺഗ്രസുകാരും ഒക്കെത്തമ്മിൽ നിരന്തരം വഴക്കുനടക്കുന്ന കാലം. പരസ്പരമുള്ള ആക്രമണങ്ങളും പടയോട്ടവും ഒക്കെ നിത്യസംഭവം. ഒരു കുട്ടനാടൻ പര്യടനമൊക്കെ കഴിഞ്ഞ് രാത്രി വൈകിയെത്തി ഉറങ്ങുന്നനേരം. നേരം ഒരുപാടു വൈകി.

കൂട്ടക്കരച്ചിലും അടിയും തട്ടുംമുട്ടും ഓട്ടവും ഒക്കെക്കലർന്ന ശബ്ദാ

ഘോഷം. കണ്ണുതുറക്കുമ്പോഴും രണ്ടുമൂന്നു പൊലീസുകാർ കതകു തുറന്ന് ഞങ്ങളുടെ കിടപ്പുമുറിയിൽ. നേരുപറഞ്ഞാൽ നടുങ്ങിപ്പോയി. അണ്ണാച്ചിയുടെ വീട്ടിന്റെ അകത്തു താഴിട്ടു പൂട്ടിയിരുന്ന കതക് പൊലീസുകാർ തല്ലിപ്പൊളിച്ച് അകത്തുകയറിയതാണ്.

സംഭ്രമത്തേക്കാളേറെ അമർഷവും കോപവും തോന്നി. ചാടിമുറ്റത്തിറങ്ങി. ധാരാളം പൊലീസുകാരുടെ നടുവിൽ മെലിഞ്ഞ കറുത്ത ഒരു വിദ്യാർത്ഥി. അയാളെ തേടിവന്ന പൊലീസ്പടയാണ്. എസ് എഫ് ഐ നേതാവായ ഹീരൻ സുധീന്ദ്രനെ തേടിവന്നതാണവർ. അന്ന് ധാരാളം കേസുകളിൽ പ്രതിയായിരുന്ന ഹീരനെ പിറ്റേന്നു കോടതിയിൽ ഹാജരാക്കാനിരുന്നതാണ്. അതിനായി മണിയണ്ണാച്ചി കൊണ്ടുവന്ന് ഒളിപ്പിച്ചിരുന്നതാണ്.

പൊലീസുകാരുടെ കൈപ്പിഴയ്ക്ക് അന്ന് സർക്കിൾ ഇൻസ്പെക്ടറായിരുന്ന ശ്രീ. സാബു സിറിയക് ക്ഷമാപണം നടത്തി. അദ്ദേഹമായിരുന്നു റെയ്ഡിന്റെ നേതൃത്വം. വ്യക്തിപരമായി ഞങ്ങൾ തമ്മിൽ വളരെ സൗഹൃദമായിരുന്നു. ഹീരൻ സുധീന്ദ്രൻ അന്ന് പന്തളം കോളേജിൽ വിദ്യാർത്ഥി ആയിരുന്നു. ഡി ജി ടി എ എന്ന ഇടതുപക്ഷ അദ്ധ്യാപക സംഘടനയുടെ സംസ്ഥാന നേതാവായിരുന്ന സുധീന്ദ്രൻ സാറിന്റെ മകനാണ് ഹീരൻ. പ്രമുഖ എഴുത്തുകാരിയും ഇപ്പോൾ മലയാളം മിഷൻ ഡയറക്ടറുമായ പ്രൊഫ: സുജാസൂസൻ ജോർജ്, ഹീരന്റെ ഭാര്യയാണ്.

സുധീന്ദ്രൻ സാർ പിന്നീട് രക്തസാക്ഷിത്വം വരിച്ചു.

*   *   *   *

ദേശാഭിമാനി ലേഖകനായി ആലപ്പുഴയിൽ കാലുകുത്തിയശേഷം ആദ്യം പ്രസംഗിക്കുന്നതും ആലപ്പുഴ പട്ടണത്തിന്റെ കടലോരഗ്രാമമായ ആലിശ്ശേരിയിലാണ്. ഒരു പാർട്ടി പ്രവർത്തകനെ എസ് ഐ മാനുവൽ 'അകാരണമായി' മർദ്ദിച്ചതിൽ പ്രതിഷേധിക്കുന്ന യോഗം. കമ്യൂണിസ്റ്റുകാർ 'അകാരണമായി' എന്നു പറയുമെങ്കിലും പൊലീസ് രജിസ്റ്ററിൽ കൃത്യമായി കാരണം ഉണ്ടാകുമല്ലോ.

ചെറുപ്പത്തിന്റെ തിളപ്പിൽ സകല ഘോഷാക്ഷരങ്ങളും ചേർന്നുള്ള പ്രസംഗമായിരുന്നു. പിന്നീട് നിരന്തരം ബുക്കിങ് ആയിരുന്നു. ഒത്തിരി നാളുകൾ കഴിഞ്ഞ് എസ് ഐ വർഗ്ഗീസിന്റെ സാന്നിദ്ധ്യത്തിലായിരുന്നു കൂടിക്കാഴ്ച. തികഞ്ഞ കലാകാരനായിരുന്നു മാനുവൽ, ഒന്നാന്തരം പാട്ടുകാരൻ.

"അന്ന് എന്നെ വിളിച്ച ചീത്തയെല്ലാം അടുത്തൊരു വീട്ടിലിരുന്ന് ഞാൻ കേൾക്കുന്നുണ്ടായിരുന്നു." കള്ളച്ചിരിയോടെ അദ്ദേഹം പറഞ്ഞു. എനിക്കു ചമ്മൽ. പിന്നെ ഞങ്ങൾ നല്ല കൂട്ടുകാരായി. പഴയ കെ പി ഏ സിപ്പാട്ടുകൾ, വയലാർ ഗാനങ്ങൾ ഒക്കെ നന്നായി വായിക്കുന്ന രസികൻ കലാകാരൻ. ഒരുദിവസം ഞങ്ങൾ വീട്ടിൽ ഒരുമിച്ചു ഭക്ഷണം കഴിച്ച്

ഏറെ മണിക്കൂർ ചെലവഴിച്ചു. മുഴുവൻ നേരവും പാട്ടും അവിസ്മരണീയമായ അനുഭൂതിയുടെ ധന്യനിമിഷങ്ങൾ. 'അത്തിക്കായ്കൾ പഴുത്തല്ലോ,' എന്നതായിരുന്നു മാനുവലിന്റെ മാസ്റ്റർപീസ്. കാക്കിക്കുള്ളിലെ കലാകാരനെ തൊട്ടറിഞ്ഞ രമ്യ മുഹൂർത്തങ്ങൾ. ഇപ്പോൾ മാനുവൽ എവിടെയാണാവോ!

*   *   *   *

അടിയന്തരാവസ്ഥക്കാലം, ആപ്പീസും താമസവും നേരത്തെപ്പറഞ്ഞ മണിയണ്ണാച്ചിയുടെ വീട്ടിൽ. മാസത്തിലൊരിക്കൽ രാത്രി ഏറെ വൈകി സ: നായനാർ എത്തും, ഒപ്പം ശ്രീ. പുത്തലത്തു നാരായണനും ഉണ്ടാകും. രാത്രിഭക്ഷണം കഴിക്കാനാണു വരുന്നത്. ആലപ്പുഴ ജില്ലയിൽ ഏതെങ്കിലും അജ്ഞാതകേന്ദ്രത്തിൽ രഹസ്യയോഗമുണ്ടാകും. അതിൽ പങ്കെടുക്കാനാണ് നേതാക്കൾ വരുന്നത്.

ജില്ലാകമ്മിറ്റി ആപ്പീസിലെ ആപ്പീസ് സെക്രട്ടറി പരമസാത്വികനായ രാമനാഥനാണ്. എനിക്കു മുമ്പ് ഇദ്ദേഹം *ദേശാഭിമാനി* ലേഖകനുമായിരുന്നു. പകൽ നേരത്തെതന്നെ നേതാക്കൾ വരുന്ന വിവരം കോഡുഭാഷയിലൂടെ ഫോണിൽ അറിയിക്കും രാമനാഥൻ. "ഇന്നു വിരുന്നുകാരുണ്ടാകും." ഇത്ര മാത്രം.

കഞ്ഞിയും പലതരം മീൻകറിയും, വറ്റിച്ചതും വറുത്തതും ഒക്കെ. നായനാർക്ക് അതാണുപഥ്യം. കഞ്ഞികുടി കഴിയുംവരെ ഗൗരവത്തിലാണ്. വിശപ്പുതീർന്നാൽ പരിസരം മറന്ന് കളിയും കവിതയും ഒക്കെ. "നായനാരേ നമ്മൾ ഒളിവിലാണ്" പുത്തലത്ത് ഓർമ്മിപ്പിക്കും.

ഒരുദിവസം തെക്കുനിന്ന് വരുമ്പോൾ, തിരുവമ്പാടിയിൽ പാർട്ടിയാപ്പീസിനു സമീപം ദേശീയ പാതയിൽ വെച്ച് പൊലീസ് കാറിനു കൈകാട്ടി. വണ്ടി നിന്നു. ആപ്പീസിലെ ഡ്രൈവർ ശിവൻ പൂക്കുലപോലെ വിറയ്ക്കുകയാണ്. പിന്നിലെ സീറ്റിൽ തടിച്ച ഒരാൾ സ്വെറ്ററിട്ട് തലയിൽ മഫ്ളറും ചുറ്റി കൂർക്കംവലിച്ചുറങ്ങുന്നു.

"ആരാണ്? എവിടെനിന്നു വരുന്നു; എങ്ങോട്ടു പോകുന്നു?" ചോദ്യം "ഹാജിയാരാണ്; വളപട്ടണത്തു മരക്കച്ചവടം; തിരുവനന്തപുരത്തുനിന്നു വരികയാണ്." ശിവൻ പറഞ്ഞൊപ്പിച്ചു.

"തിരുവനന്തപുരത്ത് ആരെ കാണാൻ?"

"മന്ത്രി പോൾ പി മാണിയെ കാണാൻ പോയതാണ്."

"ങും, ശരി പൊയ്ക്കോ." യാത്രാനുമതി കിട്ടി. ശ്വാസം നേരെവീണു. കൂർക്കം വലിച്ചുറങ്ങിയ നായനാർ ഒന്നും അറിഞ്ഞില്ല. തല്ക്കാലം രക്ഷപ്പെട്ടു.

പിറ്റേന്നു രാവിലെ തന്നെ ആലപ്പുഴയിലെ ക്രൈം ബ്രാഞ്ച് ഡി വൈ എസ് പി ശ്രീ. താജുദ്ദീൻ എന്നെ വിളിച്ചു. "സംഗതിയൊക്കെ കൊള്ളാം. വളപട്ടണത്തെ ഹാജിയാരുടെ മരക്കച്ചവടം അത്ര നന്നല്ല. സൂക്ഷിക്കണം.

പോൾ പി മാണി ഭക്ഷ്യ-സിവിൽ സപ്ലൈസ് മന്ത്രിയാ. അക്കാര്യം ഡ്രൈവറെ ബോദ്ധ്യപ്പെടുത്തണം."

തലേദിവസം രാത്രി പൊലീസുകാർ നായനാരെ നല്ലവണ്ണം തിരിച്ചറിഞ്ഞിരുന്നു എന്ന് ബോദ്ധ്യമായി. അപ്പോൾത്തന്നെ നടന്നുചെന്ന് പാർട്ടിയാപ്പീസിൽ വിവരം ധരിപ്പിച്ചു. ഈ ഡി വൈ എസ് പി വലിയ സഹായിയായിരുന്നു. അൻപത്തേഴിലെ ആദ്യത്തെ കമ്യൂണിസ്റ്റു സർക്കാരിന്റെ കാലത്തും ഡെപ്യൂട്ടി സ്പീക്കറായിരുന്ന ശ്രീമതി. കെ ഒ ഐഷാ ബായിയുടെ സഹോദരനാണ് ശ്രീ.താജുദ്ദീൻ. അടിയന്തരാവസ്ഥക്കാലത്ത് അദ്ദേഹം ഒരു 'മനുഷ്യനായി' സഹായിച്ചു.

*　　*　　*　　*

വയലാർ നാടകവേദിയുടെ മുഖ്യ ചുമതലക്കാരനും ഉടമസ്ഥനുമായിരുന്ന ശ്രീ. ഉമ്മൻകോശിയുമായി ഏറെ നല്ല സൗഹൃദത്തിലായിരുന്നു. അദ്ദേഹം ആലപ്പുഴയിൽ ഡി വൈ എസ് പി ആയിരുന്നു. *സഹാരി* എന്ന പ്രൊഫണൽ നാടകത്തിന് ഇദ്ദേഹം എന്നെക്കൊണ്ട് പാട്ടെഴുതിക്കുകയും ചെയ്തു.

മൂന്നു ദശകത്തിലധികം കാലം പത്രപ്രവർത്തകനായി പണിയെടുത്തു. അതും *ദേശാഭിമാനി* പത്രത്തിൽ. ഇടതുപക്ഷം അധികാരത്തിലുണ്ടായിരുന്നത് ഇതിൽ കുറച്ചുകാലം. ഭൂരിപക്ഷകാലവും പ്രതിപക്ഷ പത്രത്തിന്റെ പ്രവർത്തകനായിരുന്നു. അതും കൂടുതൽകാലം ലേഖകനായി ആലപ്പുഴയിൽ. പിന്നെ കൊല്ലത്തും എറണാകുളത്തും തിരുവനന്തപുരത്തും.

തിരിഞ്ഞുനോക്കുമ്പോൾ, ഒരിക്കൽപ്പോലും പൊലീസുമായി പിണങ്ങേണ്ടിവന്നിട്ടില്ല. ഇപ്പോൾ വല്ലാത്ത വിസ്മയം തോന്നുന്നു. എഴുത്തുകാരൻ എന്ന മാർജിൻ അവർ നല്കിയിരുന്നിരിക്കാം. ഏതു സംഘടനാവേദിയിലും സ്വാതന്ത്ര്യത്തോടെ കടന്നു ചെല്ലാമായിരുന്നു. പത്രപ്രവർത്തകന്റെ 'മുഷ്ക്'ഞാനും ഒരിക്കലും കാട്ടിയിരുന്നില്ല.

കരിക്കൻവില്ല ദമ്പതിവധക്കേസ്, ചാക്കോവധം തുടങ്ങി ഒത്തിരി സംഭവങ്ങളിൽ പൊലീസ് ഉദ്യോഗസ്ഥർ വാർത്തയുടെ കാര്യത്തിൽ നന്നായി സഹായിച്ചിട്ടുണ്ട്. കുണ്ടറക്കാരൻ എസ് ഐ വിജയൻ, ജയപ്രകാശ്, ശ്രീനിവാസൻ, ജില്ലാ പൊലീസ് സൂപ്രണ്ടായിരുന്ന ശ്രീ. ഉമ്മൻ തുടങ്ങി ഓർമ്മിക്കേണ്ട ഒത്തിരിപ്പേരുണ്ട്. എല്ലാവിഭാഗത്തിലുമെന്നപോലെ പൊലീസിലും ചീത്തയാളുകളുണ്ടാകാം. എഴുത്തുകാരിലും കണ്ടേക്കാം. ഏതായാലും പൊലീസിനെ അടച്ചാക്ഷേപിക്കാൻ ഞാനില്ല.

ഹെഡ്കോൺസ്റ്റബിൾ കുഞ്ഞമ്മദ്ക്കായുടെ സംഗീതപ്രണയവും രണ്ടു ഗായകജീവിതങ്ങളും

യു എ ഖാദർ

മുതലക്കുളം മൈതാനത്തിന്റെ വടക്ക് കിഴക്കേമൂലയിലെ കമ്പിവേലി നൂണ്ട് ചെല്ലുന്ന ഒരാൾ എത്തിച്ചേരുക പാവമണിറോഡിന്റെ വടക്കും, തെക്കുമായി നിരങ്ങനെ നില്ക്കുന്ന പൊലീസ് ക്വാർട്ടേഴ്സുകളുടെ മുറ്റത്തേക്കാണ്. പാവമണി നിരത്തിന്റെ ഇരുപുറത്തുമായാണ് അക്കാലത്ത് പൊലീസ് ക്വാർട്ടേഴ്സുകൾ ഉണ്ടായിരുന്നത്. മുതലക്കുളം മൈതാനത്തിന്റെ വടക്കുകിഴക്ക് മൂലയിൽ പണ്ടുണ്ടായിരുന്ന കമ്പിവേലി ആൾക്കാർ ഇല്ലാതാക്കിയതാണ്. കമ്പിവേലി കാലപ്പഴക്കം കാരണം തുരുമ്പെടുത്തു പോയി എന്നാണ് ന്യായം. കൽത്തൂണുകൾ ചെങ്കല്ലിന്റെ ആവശ്യക്കാർ ഇളക്കിയെടുത്തുകൊണ്ടു പോയിയെന്നും കേട്ടു. ക്വാർട്ടേഴ്സിൽ പാർക്കുന്ന പൊലീസുകാർ ഡ്യൂട്ടി കഴിഞ്ഞ് ക്വാർട്ടേഴ്സിലെത്താനുള്ള എളുപ്പവഴി അതാക്കി. മാരിയമ്മൻ കോവിലിൽ സന്ധ്യാപൂജയ്ക്ക് എത്തുന്നവർ വെയിലേറ്റു ഉണങ്ങിയ വസ്ത്രങ്ങൾ ചുരുട്ടിയെടുക്കുന്ന ദോബികൾക്കിടയിലൂടെ അമ്മയെ തൊഴുത് വിളക്കുകണ്ട് പോരുന്നതും വരുന്നതുമൊക്കെ മുതലക്കുളം മൈതാനത്തുകൂടിയായി. മൈതാനം നിറച്ച് മുളക്കാലുകൾ നാട്ടി അയലുകെട്ടി ഈർപ്പംവിടാത്ത തുണിത്തരങ്ങൾ കോർത്തുതൂക്കിയിടുന്നത് വഴിയാത്രക്കാർക്ക് ഒരു ബുദ്ധിമുട്ടായി തോന്നിയില്ല. പൊരിവെയിലത്താണെങ്കിലും അതുവഴി പോകുന്നവർക്ക് പുഴുക്കിയ കാരത്തിന്റെയും പതഞ്ഞ സോപ്പിന്റെയും വാട അലോസരമായില്ല. പെണ്ണുങ്ങളും കുട്ടികളുമാണല്ലോ പകൽ നേരങ്ങളിൽ അതുവഴി സഞ്ചാരം ഏറെയും.

വഴി നടക്കുന്നവർക്ക് ഇടതിങ്ങി ഞെരുങ്ങിനില്ക്കുന്ന ക്വാർട്ടേഴ്സുകളിലൊന്നിൽനിന്ന് മധുരതരമായ ശോകഗാനങ്ങൾ ഇടയ്ക്കിടെ കേൾക്കാം. പതിഞ്ഞ ശബ്ദത്തിൽ ശാന്തഗംഭീരമായുയരുന്ന ആ ശബ്ദ

ത്തിന്റെ ഉറവിടമേത് എന്ന് മാരിയമ്മൻ കോവിലിലെ പൂജകഴിഞ്ഞ് തിരിച്ചു പോകുന്നവർക്കൊക്കെ അറിയാം. മുതലക്കുളം മൈതാനത്തിന്റെ കിഴക്കുഭാഗത്ത് പന്തലിച്ചുപടർന്ന അശോകമരച്ചുവട്ടിലിരുന്ന് ശീട്ടുകളിച്ച് സമയംപാഴാക്കുന്ന ശീട്ടുകളിക്കാർക്കും അറിയാം; ആ ഗാനം ഒഴുകി വരുന്നത് ഹെഡ്കോൺസ്റ്റബിൾ കുഞ്ഞമ്മദ്ക്കായുടെ ക്വാർട്ടേഴ്സിന്റെ മുൻഭാഗത്തെ മുറിയിൽനിന്നാണെന്ന്. കാരണം കോൺസ്റ്റബിൾ കുഞ്ഞമ്മദ്ക്കായുടെ ക്വാർട്ടേഴ്സിൽ എല്ലാ സായാഹ്നങ്ങളിലും ഹാർമ്മോണിയവും തബലയുമൊക്കെയായി ആളുകൾ കൂട്ടംകൂടിയിരുന്ന് സംഗീതസദസ്സുകൾ നടത്തി. "ഗമ്മത്താക്കുക" എന്ന പതിവ് പരിപാടികൾ മുടങ്ങാതെ നടക്കാറുണ്ടല്ലോ. ചുറ്റിലുമിരുന്ന് ഓരോ പാട്ടിലും ലയിച്ച് പരിസരംമറക്കുന്ന കലാസ്നേഹികളാണു കുഞ്ഞമ്മദ്ക്കായെന്ന പൊലീസുകാരന്റെ സുഹൃത്തുക്കളെന്നും ആ ചുറ്റുവട്ടത്തുള്ളവർക്കെല്ലാം അറിയാം.

ഒരു വീട്ടംഗത്തെപ്പോലെ ഒരു ചെറുപ്പക്കാരൻ അവിടെ താമസിക്കുന്നതെന്ന് എല്ലാവർക്കുമറിയാം. ആ ചെറുപ്പക്കാരൻ അസ്സലായിട്ടു പാടുമെന്നുമറിയാം. ആ ചെറുപ്പക്കാരൻ ആരാണെന്ന് ആരും തിരക്കിയില്ല. ആ മധുരശബ്ദത്തിന്റെയുടമ കോഴിക്കോട്ടെ ക്രിസ്തീയകുടുംബാഗമാണെന്നതും കുഞ്ഞമ്മദ്ക്കായെന്ന പൊലീസ് ഹെഡ്കോൺസ്റ്റബിൾ ചിന്തിച്ചിട്ടില്ല. മധുരശബ്ദത്തിനുടമയായ ആ ചെറുപ്പക്കാരനെ സ്വന്തം കുടുംബാംഗമായി അദ്ദേഹം സ്വീകരിച്ചു. സ്വന്തംവീട്ടിലെ കോലായയിൽ പെട്ടിയും വായിച്ച് യഥേഷ്ടമിരുന്ന് പാടുക. കുഞ്ഞമ്മദ്ക്കായെന്ന പൊലീസുദ്യോഗസ്ഥന് അത്രയുമേ വേണ്ടിയിരുന്നുള്ളു. ചെറുപ്പക്കാരനായ യുവാവിന് പാടാനുള്ള പെട്ടികളും കുഞ്ഞമ്മദ്ക്കാതന്നെ സംഘടിപ്പിച്ചു കൊടുത്തു. തന്റെ ഗാനാലാപന കൗതുകങ്ങളെ പ്രോത്സാഹിപ്പിക്കുവാനും പാടാനുള്ള അവസരങ്ങൾ തനിക്കായി തുറന്നിട്ടുതരാനും തയ്യാറായ വലിയമനുഷ്യന്റെ മുന്നിൽ അഭയം കണ്ടെത്തിയ ആശ്വാസത്തോടെ ചെറുപ്പക്കാരൻ തന്റെ ഗാനാലാപനം തുടർന്നു. അതുവരെയും കേൾക്കാത്ത മധുരതരങ്ങളായ ശോകഗാനങ്ങൾ സൈഗാളിന്റെയും പങ്കജ്മല്ലിക്കിന്റെയും ഗാനാലാപനശൈലിയുൾക്കൊണ്ട് മറ്റൊരു ഗായകൻ തന്റെ സ്വതസിദ്ധമായ ശബ്ദസൗകുമാര്യങ്ങളോടെ മധുരതരമായി ഗാനാലാപനം തുടർന്നു. "ഞാൻ പാടാനോർത്തൊരു മധുരിതഗാനം പാടിയതില്ലല്ലോ–ഞാൻ പാടിയതില്ലല്ലോ...."

കോഴിക്കോട്ടെ ഗാനാസ്വാദകലോകം ഒരു പുതിയശബ്ദം കേൾക്കുകയായിരുന്നു. നവ്യമായ അനുഭൂതിവിശേഷങ്ങൾ കേൾവിക്കാരിലേക്ക് പകരുന്ന ഒരു ഗായകനെ പരിചയപ്പെടുകയായിരുന്നു. സൂത്രധാരനായി ഹെഡ്കോൺസ്റ്റബിൾ കുഞ്ഞമ്മദ്ക്കാ നില്പുറപ്പിച്ചു. പാവമണിറോഡിലെ ക്വാർട്ടേഴ്സുകളിൽ ഗായകനുവേണ്ടി അദ്ദേഹം ഒരു മുറി സജ്ജമാക്കി. ഗായകനെക്കൊണ്ട് തന്റെ സഹോദരിയെ വിവാഹം കഴിപ്പിച്ചു. കാലത്തിന്റെ അശ്രദ്ധയിലും അവഗണനയിലും ചിതറിയില്ലാതായിപ്പോവുമായിരുന്ന അബ്ദുൾഖാദർ എന്ന ഗായകനെ. ആ ഗായകന് ജീവിത

സഖിയായി തന്റെ സഹോദരിയെത്തന്നെ നല്കി അദ്ദേഹം കലയുടെ രംഗവിതാനത്തിലേക്ക് കയറ്റിവിട്ടു. അബ്ദുൾഖാദർ എന്ന ഗായകൻ നിരവധി സ്റ്റേജുകളിൽ ഇന്ത്യയിലുടനീളം സഞ്ചരിച്ച് ഗാനപരിപാടികൾ നടത്തുന്ന ഗായകനായി, 'കേരളാ സൈഗാൾ' എന്ന വിശേഷണത്തോടെ പ്രസിദ്ധിയിലേക്ക് കുതിച്ചു. ഊർജ്ജം നല്കാൻ പൊലീസ് ക്വാർട്ടേഴ്സിൽ ഡ്യൂട്ടി സമയം കഴിഞ്ഞ് വിശ്രമിക്കുന്ന കുഞ്ഞമ്മദ്ക്കാ സന്നദ്ധനായി നില്പുണ്ടായിരുന്നല്ലോ.

നല്ല ഗായകനെ സംരക്ഷിച്ചു നിലനിർത്തുന്ന ആ ദിവസങ്ങളിൽ തന്നെ മറ്റൊരു കലാവിസ്മയവും കുഞ്ഞമ്മദ്ക്കായെന്ന പൊലീസുകാരനിലൂടെ സംഭവിക്കുന്നു. അതനുഭവിക്കണമെന്നാവും കുഞ്ഞമ്മദ്ക്കായുടെ ജീവിതനിയോഗം.

കല്ലായി റെയിൽവേസ്റ്റേഷന് കിഴക്കുഭാഗത്തെ അങ്ങാടിയോരത്തിലെ പീടികതിണ്ണകൾക്കരികെനിന്ന് ഒരു ചെറുപ്പക്കാരൻ തന്റെ വയറ്റത്തടിച്ച് ഉറക്കെയുറക്കെ പാടുകയായിരുന്നു. "ചലേ പവനക്കീജാ.. ജഗമേ ചെല്ലേ പവനകീ ജാ......"

പാട്ടു ശ്രുതി ശുദ്ധിയോടെ ഉച്ചത്തിൽ മുഴങ്ങുകയാണ്. "ആയിബഹാരാ.. ആയിബഹാ.. ആയിബഹാരാ....." അതനുസരിച്ച് താളഭംഗംവരാതെ സ്വന്തം വയറ്റത്തടിക്കുകയാണ് ആ ചെറുപ്പക്കാരൻ. മെലിഞ്ഞുണങ്ങിയ ശരീരം. ഒട്ടിയ വയർ. നേർത്ത കൈത്തലം, ചുകന്ന് തുടുക്കുന്ന വയർ ഓരോതവണ താളമിടുമ്പോഴും ചുകന്ന് തുടുത്ത് ഉൾവലിയുന്നത് നോക്കിനിന്ന് ശ്രദ്ധിക്കുകയായിരുന്നു കുഞ്ഞമ്മദ്ക്കാ. പാട്ടിന്റെ ലയത്തിലും താളമിടലിന്റെ നിഷ്ഠമാത്രകൾ തെറ്റിക്കാതെ മധുരതരമായി ഗാനാലാപനം നടത്തുന്നവന്റെ ചിത്രം മനസ്സിലാഴത്തിൽ പ്രതിബിംബിച്ചു. നാണയത്തുട്ടുകൾ താളമിട്ട കൈവെള്ളയിൽ വന്നുവീഴുന്നതിന്റെ എണ്ണമോ സംഖ്യാവലുപ്പമോ കുഞ്ഞമ്മദ്ക്കാ ഗൗനിച്ചില്ല. ആ ഗായകനെ തന്റെ അരികിലേക്ക് വിളിച്ചു. വിളിക്കുന്നത് ഒരു പൊലീസുകാരനായതിനാൽ പോകാതിരിക്കാനോ, ഒളിച്ചോടി രക്ഷപ്പെട്ടുപോകാനോ ആ ബാലൻ തുനിഞ്ഞതുമില്ല. കുഞ്ഞമ്മദ്ക്കാ ചോദിച്ചു. "മോന്റെ പേരെന്താ?"

"സാബിർ....." അവൻ അദ്ദേഹത്തെ നോക്കി

"വീട്ടിൽ?

"ആരുമില്ല ഉമ്മമാത്രം."

"ബാപ്പയോ?

"ഓർമ്മയില്ല." തുടർന്നൊന്നും കുഞ്ഞമ്മദ്ക്കായെന്ന പൊലീസുകാരനിൽനിന്നും ചോദ്യരൂപേണ ഉയർന്നില്ല.

കുഞ്ഞമ്മദ്ക്കാ ആ ചെറുപ്പക്കാരനെയും കൂട്ടിക്കൊണ്ടുവന്നത് തന്റെ പൊലീസ് ക്വർട്ടേഴ്സ് "മട"യിലേക്ക് തന്നെ. നവാതിഥിയെ ശുശ്രൂഷിക്കലും വേണ്ടതെന്തെല്ലാമെന്നന്വേഷിച്ച് ആകാവുന്നത്ര ഒരുക്കികൊടുക്കലുമായിരുന്നു കുഞ്ഞമ്മദ്ക്കായുടെയും കുടുംബത്തിന്റെയും

ജീവിതദൗത്യം. മുന്നിൽ ഒരുക്കിവച്ച ഹാർമ്മോണിയത്തിൽ ചെറുപ്പക്കാരൻ തന്റെ വിരലുകൾ സ്പർശിച്ചപ്പോൾ അലൗകികമായ സംഗീതത്തിന്റെ അലയൊലികൾ! ഹാർമ്മോണിയക്കട്ടകളിൽ ആ ചെറുപ്പക്കാരന്റെ വിരലുകൾ മാന്ത്രികമായ ചലനവിശേഷങ്ങൾ ഉതിർത്ത് സഞ്ചരിക്കുന്നത് കലാസ്നേഹിയായ ആ ഹെഡ്കോൺസ്റ്റബിൾ നോക്കി നിന്നു. മധുരശബ്ദത്താൽ അനുഗൃഹീതനായ അബ്ദുൾഖാദർ എന്ന യുവാവും വിരൽചലനങ്ങൾ കണ്ടു വിസ്മയഭരിതനായി.

അബ്ദുൾഖാദർ പാടുകയും സാബിർ എന്ന ചെറുപ്പക്കാരൻ ഹാർമ്മോണിയം വായിക്കുകയും ചെയ്യുമ്പോൾ താളബോധത്തിന്റെ ആശാൻ കൂടിയായ കുഞ്ഞമ്മദ്ക്കാ അതൊരു സംഗീതമേളത്തിന്റെ സംഗമവേദിയാക്കി മാറ്റുകയായിരുന്നു. കുഞ്ഞമ്മദ്ക്കായെന്ന മനുഷ്യസ്നേഹിയായ കലാകാരനായ ആ പൊലീസുകാരന്റെ തണലിൽ മറ്റൊരു ജീവിതംകൂടി നാമ്പിടുകയായിരുന്നു. തന്റെ ഇളയ പെങ്ങളെ സാബിർബാബു എന്ന യുവാവിനു വധുവായി നല്കുകയായിരുന്നു.

കാലം അതിന്റെ ഗതിക്രമങ്ങൾ അനവരതം തുടർന്നു. അബ്ദുൾഖാദർ കോഴിക്കോട് അബ്ദുൾഖാദറായി. സാബിർബാബു എന്ന് സംഗീതക്കാരൻ സംഗീതത്തിന്റെ അനന്തസാദ്ധ്യതകൾ ഉൾക്കൊണ്ട 'ബാബുരാജ്' എന്ന പ്രതിഭാധനനുമായി. ഈ രണ്ടു പ്രതിഭകളും സംഗമിക്കുന്ന നിമിഷസ്വർഗ്ഗങ്ങൾക്ക് കുഞ്ഞമ്മദ്ക്കായെന്ന പൊലീസ് കോൺസ്റ്റബിൾ കോഴിക്കോട് നഗരത്തിലെ തന്റെ ഇരിപ്പിടത്തിൽ ഇരിപ്പുപീഠമൊരുക്കി കൊടുക്കുകയും ചെയ്തു.

കുഞ്ഞമ്മദ്ക്കായെന്ന പൊലീസ് ഹെഡ്കോൺസ്റ്റബിളിലെ കലാസ്നേഹം വറ്റാതെ തുടരുകയായിരുന്നു. മഞ്ചേരിയിൽനിന്നും എത്തിയ കെ ടി മുഹമ്മദ് എന്ന നാടകകൃത്തിന്റെ "ആരാദ്ധ്യമായ ഉറവിട" കേന്ദ്രവും കുഞ്ഞമ്മദ്ക്കായുടെ സന്നിധിയിൽ തന്നെയായിരുന്നു.

ഇമ്മട്ടിൽ കലാകാരന്മാരെ സ്വന്തംപോലെ സ്നേഹിക്കുകയും സ്നേഹപൂർവ്വം തന്നിലേക്കുതന്നെ അടുപ്പിച്ചുനിർത്തുകയും ചെയ്തു. മറ്റൊരു പൊലീസുകാരൻ കുഞ്ഞമ്മദ്ക്കായും എന്റെ ചങ്ങാതിക്കൂട്ടത്തിലുണ്ടായിരുന്നു. പൊലീസ്ഓഫീസർ അബ്ദുൾസലീമിന്റെ പിതാവ് കുഞ്ഞമ്മദ്ക്കാ. തന്റെ ഔദ്യോഗിക ജീവിതകാലം ചങ്ങാതിക്കൂട്ടങ്ങൾക്കൊപ്പം ഇറങ്ങിത്തിരിക്കാറുള്ള കുഞ്ഞമ്മദ്ക്കാ; അബ്ദുൾസലീമിനെ സിനിമയിലും പൊലീസ് മേച്ചിൽപുറങ്ങളിലും കാണുമ്പോഴൊക്കെ "കലാകാരന്മാരേയും സാഹിത്യകാരന്മാരേയും" തന്റെ സ്വന്തക്കാരാക്കി ആശ്ലേഷിച്ചു നടന്ന വയനാട്ടുകാരൻ കുഞ്ഞമ്മദ്ക്കാ. "പൊലീസിലും മനുഷ്യപ്പറ്റിന്റെ പൊൻതിളക്കങ്ങൾ" അനുഭവമാക്കിത്തന്ന വലിയ കലാസ്നേഹികളുടെ ആശ്ലേഷത്തണലുകൾ ഇല്ലാതിരുന്നെങ്കിൽ കാലം ഒരു പക്ഷേ, നമുക്ക് കോഴിക്കോട് അബ്ദുൾഖാദറിനെപ്പോലെയും ബാബുരാജിനെപ്പോലെയും കെ ടി മുഹമ്മദിനെപ്പോലെയുമുള്ള മഹദ്പ്രതിഭകളെ സമ്മാനിക്കുമായിരുന്നോ...?

ഇല്ലെന്ന് തന്നെയാണ് എന്റെ മനസ്സിൽ മുഴങ്ങുന്ന ഉൾബോദ്ധ്യ ചിലങ്കമണിക്കിലുക്കങ്ങൾ പതുക്കെ സംഗീതസാന്ദ്രമായി മന്ത്രിക്കുന്നത്.... കാലം കലാകാരന്മാരെ അനശ്വരമാക്കും. എന്നാൽ അത് വിളയുന്ന മണ്ണിൽനിന്നും കണ്ടെടുത്ത് നമുക്ക് മുന്നിൽ "ഇതാ മാണിക്യം" എന്ന് ചൂണ്ടിപ്പറഞ്ഞ് അവതരിപ്പിച്ചവരോ? അനന്തവിസ്മൃതിയുടെ മണൽപ്പരപ്പിൽ വീണ്ടും മറ്റൊരു പ്രതിഭയുടെ ഗർഭാവരണ കൊഴുപ്പു ജലമായി പിറവിയുറവവറ്റാതെ..... കലാഭൈരവന് നമസ്കാരം.

ലാത്തിക്ക് ഓടക്കുഴലാവാനും കഴിയും

കെ ഇ എൻ

രണ്ടായിരത്തി പതിനൊന്ന് ഏപ്രിലിന് ചൂടധികമായിരുന്നു. പതിവുചൂടിനൊപ്പം തിരഞ്ഞെടുപ്പു ചൂടുംകൂടി കൂട്ടുചേർന്നതോടെ 'പുറ' മെന്നപോലെ 'അക'വും തിളയ്ക്കുകയായിരുന്നു. വോട്ടെടുപ്പു കഴിഞ്ഞതോടെ രാഷ്ട്രീയവേദി പതിവുപോലെ പ്രവചനങ്ങളിലേക്കു തിരിഞ്ഞു. ആരു ജയിക്കും, ആരു തോല്ക്കും എന്ന തർക്കം മേയ് പതിമൂന്നു വരെ അനിവാര്യമായും തുടർന്നിരുന്നു. അതിനുശേഷം ഓരോരുത്തരും വിജയ പരാജയ കാരണങ്ങളെക്കുറിച്ച് വിസ്തൃതമായ വിലയിരുത്തലും നടത്തും. ജനാധിപത്യ പ്രക്രിയയ്ക്കു പരിക്കേല്ക്കാതിരിക്കാൻ ഇതൊക്കെ അത്യന്തം അനിവാര്യവുമാണ്. തിരഞ്ഞെടുപ്പു കഴിഞ്ഞതോടെ സ്ഥിരം കുശലാന്വേഷണങ്ങളിൽ ഒരു ചെറിയ മാറ്റം സംഭവിച്ചിട്ടുണ്ട്. 'വല്ലാത്ത ചൂട്', 'സുഖമല്ലെ', 'കാണാറില്ലല്ലോ' തുടങ്ങിയ സ്ഥിരം ചോദ്യങ്ങൾക്കൊപ്പം എന്താ സ്ഥിതി, ആരു ജയിക്കും, ആരു ഭരിക്കും എന്നിപ്രകാരമുള്ള ചോദ്യങ്ങൾകൂടി പുതുതായി കടന്നുവന്നിരിക്കുന്നു. ഓരോരുത്തരും സ്വയം എത്ര വസ്തുനിഷ്ഠമാകുമ്പോഴും, വിജയപരാജയ കണക്കുകളിൽ സ്വന്തം ആഗ്രഹങ്ങളുടെ നിറം കലരും. രാഷ്ട്രീയരംഗം ഈവിധം, 'കാത്തുനില്പുകളാൽ', സജീവമായിരിക്കുമ്പോൾത്തന്നെ, നിരവധി സാംസ്കാരിക സംഭവങ്ങൾക്ക് അതേ ഏപ്രിൽ മാസം സസന്തോഷം സാക്ഷിയായത് അത്രയൊന്നും ശ്രദ്ധിക്കപ്പെടുകയുണ്ടായില്ല. ഏപ്രിലിൽ എഴുതപ്പെട്ടതും പറയപ്പെട്ടതും നിർവ്വഹിക്കപ്പെട്ടതുമായ സാംസ്കാരിക പ്രവർത്തനങ്ങളുടെ ഒരു കൃത്യം കണക്കെടുപ്പിനല്ല ഇവിടെ തുനിയുന്നത്. എന്നാൽ 'സാധാരണം' മാത്രമായി പരിഗണിക്കപ്പെടുന്ന, ഒരു പുസ്തകപ്രകാശന വേദിയിൽ പങ്കെടുത്തപ്പോഴുണ്ടായ, 'അസാധാരണ' അനുഭവങ്ങൾ അടയാളപ്പെടുത്താനാണ് ആഗ്ര

ഹിക്കുന്നത്.

'പുസ്തകപ്രശംസകൾ'സാംസ്കാരിക പൂന്തോപ്പിൽ വിടർന്നു നില്ക്കുന്ന പൂക്കളാണ്. കേരളത്തിൽ, മറ്റേത് ചന്തയിലേക്കാളും തിരക്ക് പുസ്തകച്ചന്തയിലാണ് ഇപ്പോൾ ദൃശ്യമാകുന്നത്. ഓരോ പുസ്തകപ്രകാശനവേദിയും വിശാലമായ അർത്ഥത്തിൽ വലിയ സൗഹൃദക്കൂട്ടായ്മകളാണ്. ബന്ധുക്കളും അയൽക്കാരും കൂട്ടുകാരും ഒരു പുസ്തകത്തിന് ചുറ്റും ഒത്തുചേരുന്ന, ഒരപൂർവ്വ സാംസ്കാരികാഘോഷം എന്ന അർത്ഥത്തിൽ, 'പുസ്തകപ്രകാശനവേദി'വേണ്ടവിധം തിരിച്ചറിയപ്പെട്ടിട്ടില്ല. പുസ്തകവുമായി അതുവരെയും ഒരു ബന്ധവുമില്ലാത്തവരെപ്പോലും പുസ്തകങ്ങളിലേക്ക് അടുപ്പിക്കുന്ന ഒരു പ്രചോദനശക്തിയായി മാറാനുള്ള, പുസ്തകപ്രകാശനവേദിയുടെ കഴിവ് വേണ്ടവിധം കണ്ടെത്തപ്പെട്ടിട്ടില്ല. ബന്ധുക്കൾ, പ്രകാശിതപുസ്തകങ്ങളിൽ വ്യത്യസ്ത രീതിയിൽ സ്വന്തം 'ബന്ധമുദ്ര'പതിപ്പിക്കുന്നതിനു പലതവണ ഞാൻ കൗതുകത്തോടെ സാക്ഷിയായിരുന്നിട്ടുണ്ട്. പ്രകാശിതമായ പുസ്തകത്തെ അടുപ്പമുള്ളവർ നോക്കുന്നതുതന്നെ എത്ര സ്നേഹത്തോടെയാണ്. അതിൽ സ്പർശിക്കുന്നതു തന്നെ എത്ര മൃദുലമായിട്ടാണ്. ഓരോ താളും മറിച്ചിടുന്നതുതന്നെ എത്ര കരുതലോടെയാണ്. പിന്നെ വായിക്കാൻവേണ്ടി ഓരോ പുറവും മറിക്കുമ്പോൾ അതിലെ വരികൾക്കിടയിൽ നിന്നവർ, വീണവരെ കാണും, സർവ്വരും ഉറങ്ങുമ്പോഴും ഉറങ്ങാതിരുന്ന ഉറ്റവരുടെ ഉൽക്കണ്ഠകൾ അവരതിൽനിന്ന് കേൾക്കും. വായിക്കാതിരിക്കുമ്പോഴും സ്വന്തത്തിന്റെ ഹൃദയമുദ്ര അതിൽ തെളിയുന്നതോർത്തവർ പുളകിതരാവും. ഓരോ പുസ്തകവും അറിയാത്ത മനുഷ്യരെ ആശ്ലേഷിക്കാനുള്ള സാഹസികതയാണ്. അതൊരു സംവാദാത്മകമായ സ്നേഹോപഹാരമാണ്. ഒരു സാംസ്കാരിക പ്രവർത്തകനെന്ന നിലയിൽ, പുസ്തകപ്രകാശന വേദികൾ എനിക്ക് സംവാദാത്മകമെന്നതിനേക്കാൾ സ്നേഹസാന്ദ്രമാണ്.

ഏപ്രിലിൽ പങ്കെടുത്ത പുസ്തകപ്രകാശനങ്ങളിൽ ഒരെണ്ണം എന്നെ സംബന്ധിച്ചിടത്തോളം ഏതർത്ഥത്തിലും വേറിട്ടൊരനുഭവമായിരുന്നു. അതിലൊന്ന് യുവകവിയും പൊലീസ് ഉദ്യോഗസ്ഥനുമായ സാദിർ തലപ്പുഴയുടേതായിരുന്നു. സാദിർ തലപ്പുഴയുടെ'പെൺപാത്രങ്ങൾ'എന്ന കവിതാസമാഹാരത്തിന്റെ പ്രകാശനം നടന്നത് മാനന്തവാടി പൊലീസ് സ്റ്റേഷനിൽ വെച്ചായിരുന്നു! ജീവിതത്തിൽ ആദ്യമായാണ് നിറഞ്ഞ സന്തോഷത്തോടെ ഞാനൊരു പൊലീസ് സ്റ്റേഷനിൽ, അതും ഒരു കവിയുടെ പുസ്തകപ്രകാശനവേളയിൽ, അതിഥിയായെത്തുന്നത്. അതിനൊക്കെ മുമ്പ് പൊലീസ് അസോസിയേഷന്റെ സമ്മേളനത്തിൽ പ്രഭാഷകനായി നിരവധി തവണ പങ്കെടുത്തിരുന്നു. എന്നാൽ, അപ്പോഴൊന്നുമില്ലാത്ത, വ്യത്യസ്തമായ ഒരാഹ്ലാദം, ശരിക്കും, 'ജനമൈത്രി പൊലീസ്'നിലവിൽ വന്നപ്പോൾ അനുഭൂതിയായി ആളിപ്പടരുന്ന ഒരവസ്ഥ അവിടെവെച്ചാണ് ആഴത്തിൽ അറിയുന്നത്. യൂണിഫോം ധരിച്ച

വരും അല്ലാത്തവരുമായ നിരവധി പൊലീസ് സഹൃദയരുടെ നേതൃത്വ ത്തിലായിരുന്നു പ്രധാനമായും ആ പ്രകാശന പരിപാടി! ഇങ്ങനെയൊരു സാംസ്കാരിക ദൗത്യം ഏറ്റെടുക്കുക വഴി മാനന്തവാടി പൊലീസ് സ്റ്റേഷൻ, പ്രബുദ്ധതയെ കിനാവു കാണുന്ന കേരളത്തിലെ ആദ്യത്തെ സാംസ്കാരിക കേന്ദ്രമായി തീരുകയായിരുന്നു. 'ലാത്തി ഓടക്കുഴലൂ താനുള്ളതല്ല്'എന്ന പഴയ പഴഞ്ചൊല്ല് തിരുത്തപ്പെടുകയായിരുന്നു. വേണ മെങ്കിൽ, ഒരു ലാത്തിക്ക് ഓടക്കുഴലാവാനും കഴിയുമെന്ന് അവിടെ തെളി യിക്കപ്പെടുകയായിരുന്നു.

പൊലീസും, 'പട്ടാണി'യുമായിരുന്നു കുട്ടിക്കാലത്തേറെ ഞങ്ങളെ യൊക്കെയും പേടിപ്പിച്ചിരുന്നത്. പട്ടാണിപ്പേടിയുടെ 'രസതന്ത്രം'വിശദ മായിത്തന്നെ മുമ്പെഴുതിയിരുന്നു. അതിൽനിന്നൊരല്പം: കുട്ടിക്കാലത്ത് ഞങ്ങളെയൊക്കെയും വല്ലാതെ പേടിപ്പിച്ച വാക്കുകളിലൊന്ന് 'പട്ടാണി' യായിരുന്നു. 'ചെകുത്താനെ'എന്ന് കേട്ടാൽപോലും ചിരിച്ചിരുന്ന ഞങ്ങൾ 'പട്ടാണി'യെന്ന് കേട്ടാൽ നിശ്ശബ്ദരാകുമായിരുന്നു. വികൃതി കാട്ടുന്ന കുട്ടികളെ ഒതുക്കാൻ, മുതിർന്നവർ കണ്ണുരുട്ടി പറഞ്ഞ ആ പട്ടാണി, നമ്മളെപ്പോലെത്തന്നെയുള്ള പാവം മനുഷ്യരാണെന്നു, മനസ്സിലാക്കാൻ കാലം പിന്നെയും കുറെ കഴിയേണ്ടിവന്നു. സന്ധ്യാസമയത്ത് വാതിൽ തുറന്നുവെച്ചാൽ വീട്ടിനകത്ത് 'പിശാച് കയറും''എതിരോക്ക്' കയറും എന്നും കേട്ടിരുന്നു. അർത്ഥമറിയാത്ത എത്രയോ വാക്കുകൾ ഇന്നും നമുക്കു ചുറ്റും വട്ടംചുറ്റുകയാണ്. 'ചെകുത്താന്'നിഘണ്ടുവിൽ കാണുന്ന ഒരർത്ഥം ചാത്തനെന്നാണ്. ആ അർത്ഥത്തിൽ കുമാരനാശാന്റെ പ്രശ സ്തമായ 'ദുരവസ്ഥ'എന്ന കാവ്യം ഒരു ചെകുത്താനും മറ്റൊരു സാവി ത്രിയും തമ്മിലുള്ള ഒരധോലോകബന്ധവുമാണ്! ചൈത്താന്റെ അടുത്ത ബന്ധുവായ 'പിശാച്','മാംസഭുക്ക്'എന്നും അർത്ഥമുണ്ട്! (ഇതേക്കുറിച്ച് 'ഇങ്ങനെയും ഒരു പിശാചോ' എന്നൊരു കുറിപ്പ് മുമ്പ് എഴുതിയിരുന്നു.) നിലക്കടല വേണോ പട്ടാണിക്കടല വേണോ എന്നു ചോദിച്ചാൽ, കുട്ടി ക്കാലത്ത് എനിക്ക് ഇഷ്ടം പട്ടാണിക്കടലയായിരുന്നു. എന്നിട്ടും അന്നെ നിക്ക് 'പട്ടാണി'യെന്ന് കേൾക്കുമ്പോൾ പേടിയായിരുന്നു. പിന്നീടാണ് സൗമ്യരായ 'പട്ടാണി'രൗദ്രരായി മാറിയതിന്റെ 'ഗുട്ടൻസ്'പിടികിട്ടിയത്. *ശബ്ദതാരാവലി* എന്ന മലയാളനിഘണ്ടുവിൽ ഈ വാക്കിന് 'മുഹമ്മ ദീയരിൽ ഒരു വർഗ്ഗം' എന്നർത്ഥമാണുള്ളത്... ('കാക്കഫോണികൾക്കും ഒരു കാലമുണ്ട്.')

'പൊലീസ് പേടി'ജനമൈത്രി പൊലീസ് വന്നിട്ടും പൂർണ്ണമായും മാറിയിട്ടില്ല. ഇന്നും അകാരണമായി ആക്രമിക്കപ്പെട്ട മനുഷ്യരുടെയും ജീവിതം നഷ്ടപ്പെട്ടവരുടെയും മൃതദേഹങ്ങൾപോലും അന്യമായിപ്പോ യവരുടെയും നിലവിളികൾ പൊലീസ് സ്റ്റേഷനു ചുറ്റും അനാഥമായി അലയുന്നുണ്ട്. മാനന്തവാടി പൊലീസ് സ്റ്റേഷൻ പരിസരത്തുവെച്ചു നടന്ന പുസ്തകപ്രകാശന വേളയിൽ ഞാൻ പങ്കുവെക്കാൻ ശ്രമിച്ചത്, ഒരു പൊലീസ് സ്റ്റേഷൻ പുസ്തകപ്രകാശന വേദിയാകുന്നതിലെ ആഹ്ലാദത്തോടൊപ്പം ഈയൊരാശങ്കയുമായിരുന്നു.

ഒരു ഭീഷണിക്കത്തും കുറെ ബോധോദയങ്ങളും

കെ പി രാമനുണ്ണി

വസ്തുവിനേക്കാൾ നിർണ്ണായകത്വമുള്ള ഭൗതികശക്തി വാക്കാണെന്നാണ് സ്പീച്ച് ആൻഡ് ആക്ട് തിയറിക്കാരുടെ പക്ഷം. അതിനാൽ പാർപ്പിടം പൊളിഞ്ഞ് വീഴുന്നതിനേക്കാൾ വലിയ പ്രത്യാഘാതങ്ങൾ ഒരു വ്യക്തിയുടെ ജീവിതത്തിൽ സൃഷ്ടിക്കാൻ അയാൾക്കെതിരായ കോടതി വിധിക്ക് കഴിയും-വെറും വാക്കുകളുടെ നിർമ്മിതിയായ കോടതിവിധിക്ക്!

ഈയൊരു സത്യം നേർക്കുനേർ അനുഭവിപ്പിക്കുന്നതായിരുന്നു, *പ്രിയപ്പെട്ട ഹിന്ദുക്കളോടും മുസ്ലീങ്ങളോടും ഒരു വിശ്വാസി* എന്ന ലേഖനം എഴുതിയതിനെ തുടർന്ന് എനിക്കു ലഭിച്ച ഭീഷണിക്കത്ത്. എല്ലാ തെറിക്കത്തുകളെയുംപോലെ ആ കത്തും തുടങ്ങിയത് പ്രിയപ്പെട്ട രാമനുണ്ണി എന്ന് അഭിസംബോധന ചെയ്തുകൊണ്ടാണ്. ആദ്യമേ ചുരുട്ടിക്കൂട്ടി ചവറ്റുകുട്ടയിലിടാൻ ഇടവരുത്താത്ത ഊമക്കത്ത് രചയിതാക്കളുടെ മിടുക്ക്.

പ്രിയം വ്യക്തമാക്കുന്ന പേര് വിളിക്ക് പിറകെതന്നെ എന്റെ ലേഖനത്തോടുള്ള കടുത്ത എതിർപ്പ് കത്തിൽ പ്രത്യക്ഷപ്പെട്ടു. നിങ്ങൾ ഹിന്ദുവിനെയും ഇസ്ലാമിനെയും ഓരേ നുകത്തിൽ വെച്ച് കെട്ടാൻ ശ്രമിക്കുന്നു. മുസ്ലീം പക്ഷമാണെന്ന് വരുത്തിത്തീർക്കാൻ പരിശ്രമിച്ചുകൊണ്ട് നിഷ്കളങ്കരായ മുസ്ലീങ്ങളെ വഴിതെറ്റിക്കുന്നു. കടുത്ത വർഗ്ഗീയവാദിയായ ഹിന്ദുവിനേക്കാളും അപകടകാരിയാണ് നിങ്ങൾ ...... എന്നിങ്ങനെ... പിന്നെ ഈ അടവെല്ലാം ഞങ്ങൾക്ക് മനസ്സിലാകുന്നുണ്ടെന്ന ആക്രോശത്തോടെയുള്ള മുട്ടൻ തെറിയും.

ഇവിടെ എത്തിയതും ഞാൻ വായന നിർത്തി കത്ത് മടക്കിവെച്ചു. രാജിവാറോല മുഴുവനും വായിച്ച് വല്ലാതെ പരിഭ്രമിച്ചപ്പോഴാണ് പിറ്റേന്നോ അതിന്റെ പിറ്റേന്നോ പേരില്ലാപ്പത്രിക ശ്രദ്ധയോടെ പഠിച്ചത്.

അതെ, ഭീകരമായ ഭീഷണിക്കത്ത് തന്നെയാണ്. പ്രൊഫസർ ജോസഫിന്റേതുപോലെ എന്റെ കൈ വെട്ടും, പോരാത്തതിന് കാലും വെട്ടും എന്നാണ് ശപഥം – ചില പ്രസംഗപരിപാടികളും തുഞ്ചൻ സ്മാരകത്തിൽ ട്രസ്റ്റ് മീറ്റിങ്ങും ഉണ്ടായിരുന്നതിനാൽ ഭീഷണിപ്രയോഗങ്ങൾ പാമ്പോ ഓലപ്പാമ്പോ എന്ന് മനനം ചെയ്യാൻ എനിക്ക് ഒഴിവു കിട്ടിയില്ല. ആറാം ദിവസം വീണ്ടും ഊമക്കത്തിലേക്കു മടങ്ങിവന്ന ഞാൻ അതിലെ ഉള്ളടക്കം സച്ചിദാനന്ദൻ, സക്കറിയ, ബി രാജീവൻ എന്നിവരുമായി പങ്കുവെച്ചു.

"രാമനുണ്ണി, ഇത് നിസ്സാരമായി തള്ളരുത്. ആരാണ് ഇതിന് പിറകിലെങ്കിലും അവർ ചെയ്തിരിക്കുന്നത് കടുത്ത ക്രിമിനൽ കുറ്റമാണ്. ക്രിമിനൽ കുറ്റങ്ങൾ പൊലീസിൽ അറിയിക്കേണ്ടത് നമ്മുടെ പ്രാഥമിക ചുമതലയാണ്."

സച്ചിദാനന്ദന്റെയും സക്കറിയയുടെയും ബി രാജീവന്റെയും പ്രതികരണങ്ങൾ ഏകദേശം ഇതേ തരത്തിലായിരുന്നു. വൈകാതെതന്നെ പൊലീസിൽ കംപ്ലയിന്റ് കൊടുത്തേക്കാമെന്ന് തീരുമാനമെടുത്ത എനിക്ക് അന്ന് രാത്രി ഉറക്കം വന്നില്ല. ഒരു വശത്ത് മുസ്ലീം ഭീകരവാദികളുടെ ഭാഷയിൽ കത്തെഴുതി എന്റെ ന്യൂനപക്ഷ ആഭിമുഖ്യത്തെ അപഹസിച്ച് ചിരിക്കുന്ന ഹൈന്ദവതയുടെ പേരിലുള്ള വർഗ്ഗീയവാദികൾ. മറുവശത്ത് നിന്റെ മുസ്ലീം ആനുകൂല്യവും നബിസ്നേഹവുമൊന്നും ഞങ്ങൾക്ക് വേണ്ട പുല്ലേ എന്ന് ആക്രോശിച്ച് 'കാഫറിനെ' വധിക്കാൻ കലിതുള്ളുന്ന ഇസ്ലാമിന്റെ പേരിലുള്ള തീവ്രവാദികൾ.

ഊഹത്തിലെ സാദ്ധ്യതാ ഗണനംവെച്ച് ആദ്യത്തെ കൂട്ടർ പത്ത് തവണ പ്രജ്ഞയിലേക്ക് ചീറിയടുത്തപ്പോൾ രണ്ടാം വർഗ്ഗം ഒന്നോ രണ്ടോ പ്രാവശ്യമാണ് ശിരസ്സുയർത്തുന്നത്. പക്ഷേ, ഉടൻ ഞാൻ സ്വയം തിരുത്തി അലസമായ പരാമർശം കൊണ്ടുപോലും ഊമക്കത്തെഴുതിയവരെ ഹൈന്ദവതയുമായോ ഇസ്ലാമുമായോ ബന്ധപ്പെടുത്തിക്കൂടാ. ഇവർ വെറും ക്രിമിനലുകൾ മാത്രമാണ്.

അതോടെ ഹിന്ദു–മുസ്ലീം മതവിഭാഗങ്ങളിലെ നിഷ്കളങ്കമായ ബഹുഭൂരിപക്ഷം ജനങ്ങളുടെ പാവം മുഖങ്ങൾ കൺമുന്നിൽ തെളിഞ്ഞു. എന്റെ ലേഖനത്തിന്റെ ഉദ്ദേശ്യശുദ്ധി എത്ര നികൃഷ്ടമായാണ് ഊമക്കത്തുകാർ വികൃതപ്പെടുത്തിയിരിക്കുന്നതെന്ന് ഞാൻ അവരോട് വിശദീകരിക്കാൻ തുടങ്ങി.

നോക്കൂ, *പ്രിയപ്പെട്ട ഹിന്ദുക്കളോടും മുസ്ലീങ്ങളോടും ഒരു വിശ്വാസി* എന്ന എന്റെ ലേഖനം ഹിന്ദുമതവിശ്വാസികളെയോ ഇസ്ലാം മതവിശ്വാസികളെയോ ഒരു തരത്തിലും വ്രണപ്പെടുത്തുന്നതല്ല, മറിച്ച് ഹൈന്ദവതയുടെയും ഇസ്ലാമിന്റെയും മഹത്ത്വങ്ങൾ ഉയർത്തിപ്പിടിച്ച് ഇരുകൂട്ടരോടും ഐക്യത്തോടെ വർത്തിക്കാൻ ആഹ്വാനംചെയ്യുന്നതാണ്. സഹസ്രാബ്ദങ്ങളായുള്ള ഭാരതത്തിന്റെ ചരിത്രം അത്തരം മാതൃകയാണ് സൃഷ്ടിച്ചിട്ടുള്ളത്. ഇന്ത്യയിൽ ഹിന്ദുവിന്റെ വിപരീതപദമായി മുസ്ലീമിനെ

മാറ്റിയത് ബ്രിട്ടീഷ് സാമ്രാജ്യത്വമായിരുന്നു. അത് അവരുടെ നില നില്പിനുവേണ്ടിയുള്ള കുത്തിത്തിരിപ്പായിരുന്നു. ബ്രിട്ടീഷ്സാമ്രാജ്യം കടൽകടന്ന് പോയിട്ടും ആ പ്രത്യയശാസ്ത്രം പിന്തുടർന്നാൽ നമ്മുടെ രാജ്യം വർഗ്ഗീയവല്ക്കരിക്കപ്പെടും. വർഗ്ഗീയതയും വിഭാഗീയതയും ബാധിച്ച ഒരൊറ്റ രാഷ്ട്രവും ഭൂലോകത്ത് ഗുണം പിടിച്ചിട്ടില്ല. അതിനാൽ സ്വന്തം കുഞ്ഞുകുട്ടികളെ ഓർത്തെങ്കിലും രാജ്യത്തിലെ വിവിധ മത വിഭാഗങ്ങൾ രമ്യതയോടെ വർത്തിക്കണമെന്നാണ് എന്റെ വാക്കുകൾ ഉണർത്തിച്ചിരുന്നത്. ഹിന്ദുക്കളിലെയും മുസ്ലീങ്ങളിലെയും സാധാരണ ക്കാർ, സാമുദായിക സംഘടനകൾ, റാഷനലിസ്റ്റുകൾ, വർഗ്ഗീയവാദികൾ തുടങ്ങിയവരോടെല്ലാം പ്രബന്ധത്തിൽ ഞാൻ സംവദിക്കുന്നുണ്ട്. നിങ്ങൾ തമ്മിൽ പോരടിക്കുന്നതിന് ചരിത്രപരമായോ താത്ത്വികമായോ യാതൊരു ന്യായീകരണവുമില്ലെന്നു തെര്യപ്പെടുത്തുന്നുണ്ട്. തെറ്റിദ്ധാരണയാലോ കാലുഷ്യത്താലോ അധികാരമോഹത്താലോ വർഗ്ഗീയത വളർത്താൻ ശ്രമിക്കുന്നവരോട് ആ പണിയിൽനിന്നു പിന്മാറണമെന്ന് കേണപേക്ഷി ക്കുന്നുണ്ട്. ഇങ്ങനെ സന്മനസ്സിന്റെയും സഹകരണത്തിന്റെയും ആശ യങ്ങൾ തെളിയിക്കുന്ന ലേഖനം വിഭാഗീയതകളിൽനിന്ന് ചോര കുടി ക്കാൻ ശ്രമിക്കുന്ന ചെകുത്താന്മാരെ മാത്രമേ അലോസരപ്പെടുത്തുക യുള്ളൂ എന്ന് മനസ്സിലാക്കുക.”

മനക്കണ്ണിന് മുന്നിലുള്ള ജനസദസ്സിനോട് കാര്യങ്ങൾ പറഞ്ഞുകഴി ഞ്ഞപ്പോൾ ഞാൻ പെട്ടെന്ന് ശാന്തനായി അതിവേഗം ഉറക്കത്തിലേക്ക് വഴുതിവീണു. പിറ്റേന്ന് കാലത്ത് ഉണർന്നെണീറ്റതും ആദ്യം ചെയതത് ലേഖനപ്രസിദ്ധീകരണത്തിനു തുല്യ ഉത്തരവാദിയായ *മാധ്യമം* എക്സി ക്യൂട്ടീവ് എഡിറ്റർ വി എം ഇബ്രാഹീമിനെ ഭീഷണിക്കത്തിന്റെ വിവരം അറിയിക്കുകയാണ്. സുഹൃത്തും എഡിറ്റോറിയൽ ഡയറക്ടറുമായ പി കെ പാറക്കടവിനോടും കാര്യം പറഞ്ഞു. അവർ മാധ്യമത്തിന്റെ പരി പൂർണ്ണ പിന്തുണ വാഗ്ദാനം ചെയ്തു. തുടർന്ന് സ്പീക്കർ ശ്രീരാമകൃ ഷ്ണനോട് സംഭവം വെളിപ്പെടുത്തി. അദ്ദേഹത്തിന്റെ ഇടപെടൽമൂലം ഉടൻതന്നെ കോഴിക്കോട് പൊലീസ് കമ്മീഷണർ നേരിൽ കാണാനുള്ള സമയം അനുവദിച്ചു. ജോലി ചെയ്യുന്ന സ്ഥാപനത്തിന്റെ ചെയർമാനായ എം ടി വാസുദേവൻ നായരുടെ സമ്മതത്തോടെ പൊലീസിൽ കംപ്ല യിന്റ് കൊടുത്ത് തിരിച്ചുവന്നതും മാധ്യമങ്ങൾക്ക് ന്യൂസ് എത്തിക്കാ നുള്ള ഉത്തരവാദിത്വം ചില പത്രസുഹൃത്തുക്കളിലൂടെ നിർവ്വഹിച്ചു. നിമി ഷങ്ങൾക്കകം ടി വി ചാനലുകളുടെ പൊതിഞ്ഞുകയറ്റമായിരുന്നു സംഭ വിച്ചത്.

എന്താണ് നടന്നതെന്ന അന്വേഷണങ്ങൾ-എപ്പോഴാണ് കത്തുകി ട്ടിയതെന്ന് തിട്ടപ്പെടുത്തലുകൾ-എന്തുകൊണ്ടാണ് പരാതി വൈകിച്ച തെന്ന സംശയങ്ങൾ-ഊമക്കത്തിന്റെ കോപ്പി പകർത്തലുകൾ- ബൈറ്റുകൾ, ഷൂട്ടുകൾ, എന്റെ നില്പും നടപ്പും ഇരിപ്പും വിവിധ കോണു കളിൽനിന്നും ഒപ്പിയെടുക്കലുകൾ-

ജന്മസിദ്ധമായ സെൻസേഷൻ കൊതിയുണ്ടെങ്കിലും ഒരു പേരില്ലാ വാറോലയുടെ കാര്യത്തിൽപോലും കേരളത്തിലെ ചാനലുകൾ പുലർത്തുന്ന ജാഗ്രത എന്നെ അതിശയപ്പെടുത്തി. പ്രൊഫസർ ജോസഫിന്റെ കൈവെട്ടുകേസുമായി തുലനം ചെയ്ത് വാർത്ത കൊഴുപ്പിക്കാനുള്ള വാസന പൊതുവേ എല്ലാവരിലും പ്രകടമായിരുന്നു. എന്നാൽ ചുരുക്കം ചിലർ മാത്രമേ ദുരുദ്ദേശ്യപൂർവ്വം സംഭവത്തിന്റെ ദിശ വളച്ചെടുക്കാനുള്ള കുനുട്ട് കാട്ടിയുള്ളൂ.

"ആരായിരിക്കും കത്തെഴുതിയത്?"

"ഏതോ ക്രിമിനലുകൾ ആയിരിക്കും കത്തെഴുതിയത്."

മാനായും മാരീചനായും 'പുനലൂർ രാജനായും' വേഷംമാറിവന്ന ചോദ്യങ്ങൾക്ക് ഞാൻ സ്ഥിതപ്രജ്ഞനായി മറുപടി നല്കിപ്പോന്നു. ഉടനടി തന്നെ ചില രാത്രി ചർച്ചകൾ എന്നെ ബുക്കു ചെയ്യലും നടന്നു. ടി വി ക്കടന്നലുകൾ വേറിട്ടപ്പോഴേക്ക് പത്രം ഓഫീസുകളിൽനിന്നുള്ള ഫോൺ കോളുകൾ പ്രവഹിക്കാൻ തുടങ്ങി. ശേഖരിച്ച മെയിൽ ഐ ഡി കളിലേക്കെല്ലാം ഭീഷണിക്കത്തിന്റെ കോപ്പിയും എന്റെ പ്രതികരണവും അയച്ചുകൊടുത്തു.

കമ്മീഷണർക്ക് പരാതി നല്കിക്കഴിഞ്ഞെങ്കിലും നടപടിക്രമങ്ങൾ ശീഘ്രപ്പെടുത്താനായി ചില രേഖകൾ ബന്ധപ്പെട്ട നല്ലളം പൊലീസ് സ്റ്റേഷനിൽ എനിക്ക് എത്തിക്കാനുണ്ടായിരുന്നു. നന്നെ ചെറുപ്പക്കാരനായ നല്ലളം എസ് ഐ എന്നെ അന്തസ്സോടെ സ്വീകരിച്ചു. ഭീഷണിക്കത്തിന്റെ കവറിന്മേലുള്ള മങ്ങിയ സീൽ മഞ്ചേരി പോസ്റ്റ് ഓഫീസിന്റേതാണെന്ന് നിഷ്പ്രയാസം കണ്ടുപിടിച്ചു.

"മഞ്ചേരിക്കാർതന്നെയാണ് കത്ത് എഴുതിയതെങ്കിൽ അവിടത്തെ ടീമുകളെ പിന്തുടരാൻ എനിക്ക് എളുപ്പമാണ്. കുറച്ച് മാസമേ ആയിട്ടുള്ളൂ മഞ്ചേരിയിൽനിന്ന് നല്ലളത്ത് വന്ന് ഞാൻ ചാർജെടുത്തിട്ട്"

ഊർജ്ജസ്വലനായ അദ്ദേഹം ആത്മവിശ്വാസത്തോടെ പറഞ്ഞു.

സഹപ്രവർത്തകരായ പൊലീസുകാരും കേസിന്റെ കാര്യത്തിൽ പ്രത്യേക താല്പര്യം കാണിച്ചു. ഡി ടി പി ചെയ്തില്ല. കൈയക്ഷരത്തിൽ എഴുതിയതാണ് ഭീഷണിക്കത്ത് എന്നത് വലിയൊരു പിടിവള്ളിയാണെന്ന അഭിപ്രായവും ഉയർന്നു.

"ഒരുവിധം കേസെല്ലാം പിടിക്കാനുള്ള പ്രാപ്തി കേരളത്തിലെ പൊലീസിനുണ്ട്. കക്ഷിരാഷ്ട്രീയക്കാർ ഇടപെടാതിരുന്നാൽ മതി."

ഒരു പൊലീസ് ഉദ്യോഗസ്ഥൻ ഉൾപ്പൊള്ളലോടെ പറഞ്ഞപ്പോൾ കൂടെ നില്ക്കുന്നവരെല്ലാം അതിനോട് യോജിച്ചു.

മൊത്തത്തിൽ മര്യാദ നിറഞ്ഞ പെരുമാറ്റം. സമഭാവനയുടെ ചിരി. കുശലാന്വേഷണം. തമാശ പറച്ചിൽ. കൈപിടിച്ചുകുലുക്കിയുള്ള പിരിയൽ. എന്തെല്ലാം തെറ്റുകുറ്റങ്ങൾ കേരള പൊലീസിനെക്കുറിച്ച് പറയാനുണ്ടെങ്കിലും ഇന്ത്യയിലെ മറ്റ് സംസ്ഥാനങ്ങളുമായി താരതമ്യപ്പെടുത്തുമ്പോൾ നമ്മുടെ പൊലീസ് സ്റ്റേഷനുകൾ സ്വർഗ്ഗം, തനിസ്വർഗ്ഗം

തന്നെയാണെന്ന് എനിക്കു തോന്നി.

ഭീഷണിക്കത്തിനെതിരെ പൊലീസ് കംപ്ലയിന്റ് കൊടുത്തതിന്റെ പിറ്റേദിവസം മാധ്യമങ്ങളുടെയും മനുഷ്യരുടെയും ആരവങ്ങൾക്കിടയിൽത്തന്നെ സ്പെഷ്യൽ ബ്രാഞ്ച് എസ് ഐയും കോൺസ്റ്റബിൾമാരും എന്നെ കാണാൻ വീട്ടിലെത്തി. കമ്മീഷണർക്കും നല്ലളം എസ് ഐക്കും നല്കിയ പരാതിക്കനുബന്ധമായി കുറച്ച് കാര്യങ്ങൾകൂടി ചോദിച്ച് മനസ്സിലാക്കി. എഴുതിയെടുത്തു. വളരെ ഗൗരവത്തിൽ തന്നെ അന്വേഷണം കൊണ്ടുപോകുമെന്ന് ഉറപ്പ് തന്നു. എന്തു പ്രശ്നമുണ്ടെങ്കിലും അറിയിക്കണമെന്ന് ഉപദേശിച്ചു. എല്ലാം കഴിഞ്ഞ് അവസാനമാണ്, എന്റെ വരും ദിനങ്ങളെ ഏറ്റവും അസ്വാഭാവികമാകുന്ന കാര്യം തികച്ചും സ്വാഭാവികമെന്നോണം എസ് ഐ വെളിപ്പെടുത്തിയത്.

"സാറിന് പേഴ്സണൽ സെക്യൂരിറ്റിയായി എ ആർ ക്യാമ്പിലെ ഷിജു വന്നിട്ടുണ്ട്. ഇന്നു മുതൽ ഷിജുവും റിജുവും മാറി മാറി കൂടെയുണ്ടാകും."

എന്ത്, പൊലീസ് കാവലോ?

"അതിന്റെ ആവശ്യമില്ല."

ഞാൻ കുതറിക്കൊണ്ട് പറഞ്ഞു.

"അല്ല, ഡിപ്പാർട്ട്മെന്റ് തീരുമാനമാണ്. സാറ് സഹകരിക്കണം."

വിനയഭാവത്തിലും എസ് ഐ ഒഫീഷ്യലായി.

മുപ്പത്തിയാറ് വയസ്സുള്ള, വെങ്ങളം സ്വദേശിയായ നല്ലൊരു ചെറുപ്പക്കാരനായിരുന്നു എ ആർ ക്യാമ്പിലെ പൊലീസ് കോൺസ്റ്റബിൾ ഷിജു. പിറ്റേന്ന് ഡ്യൂട്ടി മാറാൻ എത്തുന്നത് മുപ്പത്തിയൊന്ന് വയസ്സുള്ള പുല്ലാളൂർ സ്വദേശിയായ പൊലീസ് കോൺസ്റ്റബിൾ റിജുവുമാണ്.

ഞങ്ങൾ എവിടെയും അഡ്ജസ്റ്റ് ചെയ്യുമെന്ന പൊലീസുകാരന്റെ സന്നദ്ധതയെ അവഗണിച്ച് ഞാനും രാജിയും ഷിജുവിന് കിടക്കാൻ ഓഫീസ് മുറിയിൽ സൗകര്യമേർപ്പെടുത്തി. പുറത്തുനിന്ന് ആഹാരം വരുത്തുകയോ, ആ കാര്യമേ മിണ്ടരുതെന്ന് പറഞ്ഞ് വീട്ടുഭക്ഷണം കഴിച്ചോളണമെന്ന് തീട്ടൂരമിറക്കി.

നമ്മുടെ ഒരു സ്വന്തക്കാരൻ കുട്ടി കുറച്ചുദിവസം വീട്ടിൽ തങ്ങുന്നുവെന്ന് സങ്കല്പിച്ചാൽ മതിയല്ലോ. രാജി തയ്യാറാക്കിയ അത്താഴം തനി കോഴിക്കോടൻ ഭാഷ ചാലിച്ച് ഷിജു കഴിച്ചുകൊണ്ടിരുന്നപ്പോൾ ആൾ സ്വന്തക്കാരൻ തന്നെ, സങ്കല്പിച്ചെടുക്കേണ്ട കാര്യമൊന്നുമില്ല. ഇതേ തരക്കാരൻത്തന്നെയായിരിക്കുമല്ലോ നാളെ പകരക്കാരനായെത്തുന്ന റിജുവും.

എന്നാൽ ഉറക്കത്തിലേക്ക് കടക്കുന്ന മയക്കത്തിലാണ് ഷിജു വെങ്ങളത്തെ ഭാസ്കരന്റെയും റിജു പുല്ലാളൂരിലെ പത്മനാഭന്റെയും പുത്രന്മാർ മാത്രമല്ലെന്ന് ബോധോദയം ഉണ്ടായത്. കൊളോണിയൽ നൃശംസതയുടെ വംശമുദ്രകളും അടിയന്തരാവസ്ഥയുടെ ചോരപ്പാടുകളും കസ്റ്റഡിമരണങ്ങളുടെ പാപഭാരങ്ങളും പേറുന്ന പൊലീസ് സേനയെന്ന

മഹായന്ത്രത്തിന്റെ ഘടകങ്ങളാണവർ. ആ നീരാളിയുടെ കാവലിലാണ് കഴിയുന്നതെന്ന കാര്യം എന്നെ ആക്രമിക്കാൻ വെമ്പുന്ന കൊലവെറിയന്മാരെക്കുറിച്ചുള്ള ചിന്തയും വളർത്തി. പെട്ടെന്നുതന്നെ എന്റെ വീട് കൈയും കാലും വെട്ടുന്ന ഭീകരരുടെയും അതിലും വലിയ ഭീകരതയാൽ അവരെ പ്രതിരോധിക്കുന്ന പൊലീസിന്റേയും കബഡിക്കളമായി പരിണമിച്ചു. വെറും ഇരുപത്തിനാല് മണിക്കൂറിൽ ജീവിതത്തിന് സംഭവിച്ച ദുർഗ്ഗതിയെയോർത്ത് കണ്ണുകൾനിറഞ്ഞു.

പിറ്റേന്ന് കാലത്ത് എട്ടുമണിക്ക് റിജു ബൈക്കിൽ എത്തിച്ചേർന്ന് പോകാൻ തയ്യാറെടുക്കുന്ന ഷിജുവിൽനിന്ന് ഒൻപത് എ എം പിസ്റ്റളും അഞ്ച് ഉണ്ടകളും എണ്ണിവാങ്ങുന്നത് കണ്ണിൽ പെട്ടപ്പോൾ പൊലീസ് പ്രൊട്ടക്ഷന്റെ നാനാർത്ഥങ്ങളെക്കുറിച്ച് ഞാൻ കൂടുതൽ ബോധവാനായി. അതിന്റെ വിവിധ മാനങ്ങൾ ഓർമ്മിപ്പിച്ച് സാറിന് ഇന്ന് എന്തെല്ലാമാണ് പ്രോഗ്രാമെന്ന് രണ്ടു കോൺസ്റ്റബിൾമാരും എന്നോട് തിരക്കി. പരിപാടിയുടെ സ്ഥലവും സ്വഭാവവും കുറിച്ചെടുത്ത് സ്പെഷ്യൽ ബ്രാഞ്ചിലേക്ക് വിവരം കൊടുക്കുകയായിരുന്നു അവരുടെ ഉദ്ദേശ്യം. സ്പെഷ്യൽ ബ്രാഞ്ചിൽനിന്ന് പൊലീസുകാർ ചിലപ്പോൾ സംഘാടകരെ നേരിട്ട് വിളിച്ച് ആരെല്ലാമാണ്, എന്തെല്ലാമാണ് എന്ന് തിരക്കും. ഷിജുവിനാലോ റിജുവിനാലോ അനുഗമിക്കപ്പെട്ട് ഞാൻ സമ്മേളനസ്ഥലത്തേക്ക് എത്തുമ്പോഴേക്ക് ആ പൊലീസ് സ്റ്റേഷൻ പരിധിയിലുള്ള എസ് ഐയും കുറച്ച് കോൺസ്റ്റബിൾമാരും മുൻകൂർ അവിടെ ഹാജരുണ്ടാകും. പേഴ്സണൽ സെക്യൂരിറ്റിയുടെ കൃത്യമായ ചിട്ടവട്ടങ്ങൾ.

പൊലീസ് അകമ്പടി വഹിച്ച പോക്കിന്റെ ചമ്മൽ മറയ്ക്കാൻ കൂടുതൽ ഊർജ്ജസ്വലത നടിച്ചാണ് ഞാൻ പ്രസംഗവേദികളെ സമീപിച്ചത്. കരുതിക്കൂട്ടിയ വേഷംകെട്ടിനാൽ നടപ്പിന്റെ വേഗത വർദ്ധിച്ചപ്പോൾ കെ കരുണാകരന്റെ ബാധ എനിക്ക് സ്വന്തം ശരീരത്തിൽ അനുഭവപ്പെട്ടു. ഉടൻതന്നെ ഞാൻ സ്പീഡ് കുറച്ചു. വേഗത വല്ലാതെ കുറഞ്ഞ് ചലനം ഇഴഞ്ഞപ്പോൾ കോടതിയിലേക്ക് കൊണ്ടുപോകുന്ന പ്രതിയായി സ്വയം തോന്നി. സ്പീഡ് ഞാൻ ശകലം കൂട്ടിപ്പിടിച്ചു. സാദാ പേഴ്സണൽ സെക്യൂരിറ്റിയുടെ വിധിവിഹിതം ഇതാണെങ്കിൽ ഇസെഡ് കാറ്റഗറി പ്രൊട്ടക്ഷന്റെയും മറ്റും പീഡനം എന്തായിരിക്കും.?

പേഴ്സണൽ സെക്യൂരിറ്റിയും ഇസെഡ് കാറ്റഗറിപോലുള്ള യമണ്ടൻ സുരക്ഷകളും തമ്മിലുള്ള വ്യത്യാസം രാത്രി ഭക്ഷണസമയത്ത് ഷിജുവിനോടും റിജുവിനോടും ഞാൻ അന്വേഷിച്ചു. ഇസെഡ് കാറ്റഗറിസുരക്ഷയ്ക്ക് പൊലീസ് പേഴ്സണൽ കൂടുതൽ ഉണ്ടാകുമെന്നു മാത്രമല്ല ആയുധത്തിലും മാറ്റമുണ്ടത്രെ. ഒൻപത് എം എം പിസ്റ്റളൊന്നുമല്ല, എസ് എൽ ആർ ആണ്. അതായത് സെൽഫ് ലോഡിങ് റൈഫിളാണ് പൊലീസിന്റെ കൈയിൽ കാണുക. ഉണ്ടകൾ നിറച്ചു കഴിഞ്ഞാൽ അതു തീരും വരെ വീണ്ടും വീണ്ടും കാഞ്ചിവലിച്ച് വെടിവെക്കാം. എ കെ ഫോർട്ടിസെവന്റേതുപോലെ ഒരൊറ്റ കാഞ്ചി വലിക്ക് സകലഉണ്ടകളും

തുരുതുരാ പായില്ലെന്നു മാത്രം. കേരളത്തിൽ എ കെ ഫോർട്ടിസെവന്റെ ഉപയോഗം സർവ്വസാധാരണമല്ല. മാവോവാദികളെ നേരിടുന്ന തണ്ടർ ബോൾട്ട് ടീമിന്റെ കൈയിലോ മറ്റോ കാണും. പഴയ സിനിമകളിലെല്ലാം പൊലീസ് സ്റ്റേഷൻ ചുവരിൽ തൂങ്ങുന്ന 303 റൈഫിളുണ്ടല്ലോ. അവൻ അത്ര മോശക്കാരനൊന്നുമല്ല. നല്ല പവറാണ്. ഇരുപത് ആളുകളെ അടുപ്പിച്ചടുപ്പിച്ചു നിർത്തി കാച്ചിയാൽ എല്ലാവരെയും തുളച്ച് ഉണ്ട പുറത്തു ചാടും.

താത്ത്വികമായി ആയുധപ്രയോഗങ്ങൾക്ക് എതിരാണെങ്കിലും ഷിജുവിന്റെയും റിജുവിന്റെയും കിസ കേട്ടിരിക്കുമ്പോൾ എനിക്കും ചെറിയൊരു രോമാഞ്ചമെല്ലാം തോന്നി. സാരമില്ല. തുഞ്ചത്തെഴുത്തച്ഛൻപോലും യുദ്ധവർണ്ണനകളുടെ സമയത്ത് ആവേശംകൊണ്ടിട്ടില്ലേ. ജാത്യാലുള്ളത്, (മനുഷ്യജാത്യാലുള്ളത്) തൂത്താൽ പോകുമോ?!

പൊലീസ് കാവലോടുകൂടിയ ആദ്യത്തെ പരിപാടി അളകാപുരിയിൽ പൂർത്തീകരിച്ച് വീട്ടിൽ മടങ്ങിയെത്തിയപ്പോൾ *മനോരമ*യിലെ സീനിയർ ജേർണലിസ്റ്റായ മോഹൻലാലിന്റെവിളി ലാൻഡ്ഫോണിൽ കാക്കുന്നുണ്ട്. വിശേഷങ്ങൾ പങ്കുവെച്ചപ്പോൾ മുൻ ഗുജറാത്ത് ഡി ജി പി ആർ ബി ശ്രീകുമാർ പറഞ്ഞ ഒരു കാര്യം അദ്ദേഹം എന്നെ അറിയിച്ചു. വടക്കൻ സംസ്ഥാനങ്ങളിൽ കൂട്ടക്കൊലകളുടെ സാക്ഷികൾക്ക് ജീവന് ഭീഷണി വരുന്നതിനാൽ പൊലീസ് കാവൽ ഏർപ്പെടുത്തുമത്രെ. പാവങ്ങളായ ഇവരുടെ ജീവിതം അതോടെ അവതാളത്തിലാകും. പൊലീസ് അകമ്പടിയിൽ നിലം കൊത്താനും മണ്ണ് ചുമക്കാനും എത്തുന്നവർക്ക് മുതലാളിമാർ പണി കൊടുക്കില്ല. അതായത് സുരക്ഷയുടെ വിലയായി കഞ്ഞികുടി മുട്ടിപ്പോകും.

മുന്നേ ഏറ്റിരുന്ന പരിപാടികൾ ധാരാളം ഉണ്ടായിരുന്നതിനാൽ തുടർന്നുള്ള ദിവസങ്ങളിലും കോഴിക്കോട് സിൽവർ ഹിൽസ് സ്കൂൾ, മലപ്പുറം വിമെൻസ് കോളേജ്, ലോകോളേജ് തലശ്ശേരി സെന്റർ എന്നിവിടങ്ങളിൽ ഞാൻ എസ്കോർട്ടിൽ പ്രസംഗിക്കാൻ പോയി. പ്രതിജനഭിന്ന വിചിത്രമായിരുന്നു സുഹൃത്തുക്കളുടെയും പരിചയക്കാരുടെയും പെരുമാറ്റം. ങ്ഹാ, പൊലീസുണ്ടല്ലോ ആശ്വാസമായെന്ന് ചിലർ തമാശിച്ചു. ആളു വി ഐ പിയായല്ലോ എന്ന് ചിലർ പരിഹസിച്ചു. മറ്റു ചിലരാകട്ടെ സേന കൂടെയുള്ളത് കരുതിക്കൂട്ടി കണ്ടില്ലെന്ന് നടിച്ച് സംസാരിച്ചു. പിന്നെയും ഒത്തിരി കോംപ്ലക്സുകൾ പലപല നമ്പറുകളായി പുറത്തിറങ്ങി. എന്നാൽ എല്ലാ തരക്കാരുടെ കണ്ണുകളിലും ഒരേ തരത്തിലുള്ള വെട്ടിത്തിളക്കം ഞാൻ കണ്ടുപിടിച്ചു. അതെ, അധികാരത്തോടുള്ള ആരാധനയുടെ മിന്നൽ.

ഭീഷണിക്കത്തിനെതിരായ പ്രതിഷേധങ്ങൾ വിവിധ സംഘടനകളുടെയും പ്രസ്ഥാനങ്ങളുടെയും നേതൃത്വത്തിൽ കേരളത്തിലെ പല ഭാഗങ്ങളിലും നടക്കാൻ തുടങ്ങിയിരുന്നു. വ്യക്തിപരമായ പ്രശ്നത്തിലുപരി പൊതുപ്രശ്നമാണ് ഇതെന്ന നിലപാടെടുത്ത് സമ്മേളനങ്ങളിലേക്കുള്ള

ക്ഷണങ്ങൾ ഞാൻ പരമാവധി നിരസിച്ചു. വല്ലാതെ സ്നേഹനിർബ്ബന്ധം ചെലുത്തിയവയുടെ യോഗങ്ങളിൽ മാത്രം പങ്കെടുത്ത് ചെറിയ പ്രതികരണമെന്നോണം ഒടുവിൽ സംസാരിച്ചു. അളകാപുരിയിൽവെച്ചുള്ള കോഴിക്കോട് സാംസ്കാരികവേദിക്കാരുടെയും മാനാഞ്ചിറയിൽവെച്ചുള്ള ഡി വൈ എഫ് ഐയുടെയും പെരുമൺ പുറയിൽവെച്ചുള്ള സംഘശക്തിയുടെയും പൊലീസ് ക്ലബ്ബിൽവച്ചുള്ള തനിമയുടെയും പ്രതിഷേധസമ്മേളനങ്ങളായിരുന്നു അവ.

സർവ്വപിന്തുണയും നല്കുന്നു, ധൈര്യമായി മുന്നോട്ട് പോകുക, ഞങ്ങളുടെയെല്ലാം കൈവെട്ടിയതിന് ശേഷമേ രാമനുണ്ണിയുടെ കൈ ആരും വെട്ടൂ തുടങ്ങിയ പ്രാസംഗികരുടെ ഐക്യദാർഢ്യപ്രഖ്യാപനങ്ങൾ എന്നെ ആവേശഭരിതനാക്കി. അകതാരിൽ ആത്മവിശ്വാസം നിറഞ്ഞു. എന്നാൽ ഷിജുവിന്റെയോ റിജുവിന്റെയോ സംരക്ഷണത്തിൽ വീട്ടിലേക്ക് മടങ്ങുമ്പോൾ പൊലീസിനാൽ ചെറുക്കപ്പെടുന്ന എന്റെ നേർക്കുള്ള ആക്രമണസാദ്ധ്യതയെക്കുറിച്ച് ഞാൻ വീണ്ടും ബോധവാനായി. പൊലീസ് കാവലിൽ ഉണ്ടും ഉറങ്ങിയും കഴിഞ്ഞുകൂടേണ്ടിവരുന്ന ഇരകളുടെയും അഭയാർത്ഥികളുടെയും രാജ്യങ്ങളുടെയും ചിത്രങ്ങൾ ഉള്ളിൽ തെളിഞ്ഞു. നമ്മുടെ കേരളവും അത്തരമൊരു അവസ്ഥയിലേക്ക് നീങ്ങുകയാണോ? വീര്യം ചോർന്ന സിരകളിലേക്ക് അസ്വസ്ഥത ഇരച്ചുകയറി.

ഉടൻ ആയിരവും പതിനായിരവും ലക്ഷവും കോടിയും ജനങ്ങൾ പ്രതിഷേധ പ്രകടനങ്ങളിലേക്ക് അടിച്ചാർക്കുന്നത് ഞാൻ കൺമുന്നിൽ സങ്കല്പിച്ചു. ആ മഹിതശക്തിയിൽ ആക്രമണഭീഷണിയുടെയും പൊലീസ് സംരക്ഷണത്തിന്റെയും സകലകെട്ടുപാടുകളും അറ്റുപോകട്ടെ. സ്വാതന്ത്ര്യത്തുറസ്സിൽ മനുഷ്യനും പ്രകൃതിയും ഒന്നിച്ച് പുലരുന്ന കേരളം സംജാതമാകട്ടെ. എന്റെ മനസ്സ് പ്രാർത്ഥിച്ചു.

പൊലീസിനെ ആർക്കാണു ഭയം?

ഡോ. ബി ഉമാദത്തൻ

സ്കൂൾ വിദ്യാർത്ഥി ആയിരുന്നപ്പോൾ എനിക്ക് പൊലീസിനെ ഭയമായിരുന്നു. ഞങ്ങൾ താമസിച്ചിരുന്ന പേട്ടയിലെ പൊലീസ് സ്റ്റേഷനു മുമ്പിൽ കൂടി സ്കൂളിലേക്ക് പോകുമ്പോൾ മുൻവശത്തു കാവൽ നിന്നിരുന്ന പൊലീസ് കോൺസ്റ്റബിളിന്റെ മുഖത്തു നോക്കുവാൻ തന്നെ ഭയമായിരുന്നു. ഭയം എന്ന വികാരം മാറുവാൻ കാരണം പുതുതായി ജോലിയിൽ പ്രവേശിച്ച സബ് ഇൻസ്പെക്ടറായിരുന്നു. സുന്ദരനും സുമുഖനുമായിരുന്ന ബാബു സിറിയക്ക്. ആ ചെറുപ്പക്കാരന്റെ സൗമ്യമായ മുഖം പൊലീസിനെക്കുറിച്ചുള്ള ധാരണകൾ തിരുത്തിക്കുറിച്ചു. അതിനേക്കാളുപരി അദ്ദേഹത്തിന്റെ വീരസാഹസിക കഥകൾ ജനങ്ങളിൽ വലിയ മതിപ്പുളവാക്കി. പേട്ടയിലെ കുപ്രസിദ്ധരായ രണ്ടു റൗഡികളെ അദ്ദേഹം മല്ലയുദ്ധത്തിലൂടെ കീഴ്പ്പെടുത്തിയ കഥകൾ പേട്ടക്കാരുടെ വടക്കൻ പാട്ടുകളായിരുന്നു. അദ്ദേഹത്തിന് ഐ പി എസ് ലഭിച്ച് പൊലീസ് സൂപ്രണ്ടായി സ്തുത്യർഹമായ ഔദ്യോഗിക ജീവിതത്തിൽനിന്നും റിട്ടയർ ചെയ്ത് തിരുവനന്തപുരത്തുവച്ച് പില്ക്കാലത്ത് പരിചയപ്പെട്ടപ്പോൾ "പേട്ടയിലെ വീരകഥകൾ" നർമ്മത്തിന്റെ മേമ്പൊടിയോടുകൂടി അദ്ദേഹം വിവരിക്കുമായിരുന്നു.

സ്കൂൾ വിദ്യാർത്ഥി ആയിരിക്കെ ഒരിക്കൽ ഞാൻ പൊലീസിന്റെ പിടിയിലായി. വൈകുന്നേരങ്ങളിൽ സൈക്കിൾ സവാരിയിലായിരുന്നു എനിക്ക് താല്പര്യം. സ്വന്തമായി സൈക്കിൾ ഇല്ലാത്തതിനാൽ പേട്ടയിലെ സൈക്കിൾ ഷോപ്പിൽനിന്നും വാടകയ്ക്ക് ലഭിക്കുന്ന സൈക്കിളായിരുന്നു വീട്ടുകാരറിയാതെയുള്ള ഈ വിനോദത്തിന് ആശ്രയം. ഒരിക്കൽ സൈക്കിളിൽ പേട്ടയിൽനിന്നും ഫോർട്ട് പൊലീസ് സ്റ്റേഷനു സമീപമുള്ള ട്രാൻസ്പോർട്ട് ഓഫീസിലേക്ക് ബസ് യാത്രയ്ക്കുള്ള കൺസെഷൻ ടിക്കറ്റ് വാങ്ങുവാനായി പോയി. കൺസെഷൻ ടിക്കറ്റ് കിട്ടിയപ്പോൾ

നേരം വൈകി. ഇരുട്ടു പടർന്നു തുടങ്ങിയിരുന്നു. ഞാൻ സൈക്കിളിന്റെ ഡൈനാമോ ടയറിനോട് ചേർത്ത് വച്ച് പ്രവർത്തിപ്പിച്ചുകൊണ്ട് വീട്ടിലേക്ക് സൈക്കിൾ ചവിട്ടുവാൻ തുടങ്ങി. അന്നൊക്കെ സൈക്കിളിൽ ലൈറ്റില്ലാതെ യാത്ര ചെയ്യുന്നതും, രണ്ടുപേർ കയറുന്നതും വലിയ കുറ്റമായിരുന്നു. ഫോർട്ട് പൊലീസ് സ്റ്റേഷന്റെ മുൻവശത്തു കൂടി വന്നപ്പോൾ പിറകിൽനിന്നും ഒരു അലർച്ച കേട്ടു.

"നിർത്തെടാ" ഒരു പൊലീസുകാരൻ എന്റെ പിന്നാലെ പാഞ്ഞു വരുന്നു. ഞാൻ സൈക്കിളിൽനിന്നും പേടിച്ച് താഴെയിറങ്ങി.

"സൈക്കിളിൽ ലൈറ്റില്ലാതെയാണോടാ യാത്ര? അതും പൊലീസ് സ്റ്റേഷന്റെ മുൻപിൽക്കൂടി?"

"എന്റെ സൈക്കിളിൽ ഡൈനാമോ ഉണ്ടല്ലോ അങ്ങത്തെ" – ഞാൻ ധൈര്യം അവലംബിച്ചു പറഞ്ഞു. (പൊലീസുകാരനെ അങ്ങത്തെ എന്നും എസ് ഐ മുതൽ മുകളിലോട്ട് ഏമാൻ എന്നും വിളിക്കണമെന്നാണ് അന്നത്തെ അലിഖിത നിയമം)

"എന്നാ ഒന്നു ചവിട്ടി കാണിക്ക്" – അങ്ങത്തെ ഉത്തരവിട്ടു.

ഞാൻ സൈക്കിൾ സ്റ്റാന്റിട്ടു വച്ചിട്ട് പെഡലിൽ ചവിട്ടി – ലൈറ്റു കത്തിയില്ല. വീണ്ടും ശക്തിയോടെ ചവിട്ടിക്കറക്കി. രക്ഷയില്ല, ലൈറ്റ് കത്തുന്നില്ല.

"ഹും നടക്ക് സ്റ്റേഷനിലോട്ട്" ഞാൻ അങ്ങത്തയുടെ പുറകെ ഫോർട്ട് പൊലീസ് സ്റ്റേഷനിലേക്കു സൈക്കിളും ഉരുട്ടി നടന്നു. സ്റ്റേഷന്റെ മുൻവശത്തു സൈക്കിൾ വച്ചിട്ട് ഞാൻ ഉള്ളിലേക്ക് കയറി. പതിമൂന്നു വയസ്സുള്ള ഞാൻ ആദ്യമായി ഒരു കുറ്റവാളിയായി പൊലീസ് സ്റ്റേഷനിലേക്ക് കയറുന്നു. അങ്ങത്ത എന്നെ ഒരു മേശയ്ക്ക് മുൻപിൽ കൊണ്ടു നിർത്തി. മേശയ്ക്ക് പിന്നിലെ കസേരയിൽ ആജാനു ബാഹുവായ മറ്റൊരു അങ്ങത്ത. ചോദ്യങ്ങൾ ആവർത്തിക്കപ്പെട്ടു. ഒരു വ്യത്യാസം ഉണ്ടായിരുന്നു. അദ്ദേഹം ശബ്ദം ഉയർത്തിയില്ല. ഡൈനാമോ പ്രവർത്തിപ്പിച്ചിരുന്നുവെന്നും ലൈറ്റ് കത്താത്തതാണെന്നും ഞാൻ ബോധിപ്പിച്ചു. ഞാൻ കരച്ചിലിന്റെ വക്കത്ത് എത്തിയിരുന്നു. അതിന് അദ്ദേഹം പറഞ്ഞ മറുപടി. "ലൈറ്റ് കത്തുന്നുണ്ടോ എന്ന് ഉറപ്പു വരുത്തിയിട്ട് വേണ്ടേ സൈക്കിളിൽ കയറുവാൻ?" പില്ക്കാലത്ത് ഈ ഉപദേശം ഞാൻ എല്ലാ പ്രവൃത്തികളിലും പാലിക്കുമായിരുന്നു (act of ommission is also crime).

എന്റെ പേരും അച്ഛന്റെ പേരും മേൽവിലാസവും എഴുതി എടുത്തതിനുശേഷം, വീടുവരെ സൈക്കിൾ ഉരുട്ടിക്കൊണ്ടു പോകണം എന്ന നിർദ്ദേശത്തോടെ 'വലിയ അങ്ങത്ത' എന്നെ പോകാൻ അനുവദിച്ചു. വീട്ടിലെത്തിയപ്പോൾ വൈകിയതിന് അമ്മയുടെ ശകാരം കിട്ടിയെങ്കിലും ഞാൻ നടന്ന സംഭവം മുഴുവൻ അമ്മയോടുപറഞ്ഞു. പറഞ്ഞു കഴിഞ്ഞപ്പോൾ എനിക്കു കരച്ചിൽ വന്നു. അമ്മ എന്നെ ആശ്വസിപ്പിച്ചു.

"മോൻ വിഷമിക്കേണ്ട, ഞാൻ നാളെ ബാലനെ വിളിച്ചു പറയാം. അവൻ നോക്കിക്കോളും" അമ്മയുടെ കസിൻ ആയ ബാലൻ എന്ന

ബാലസുന്ദരം പൊലീസ് ഹെഡ്ക്വാർട്ടേഴ്സിലെ (അന്നത്തെ ഐ ജി ആപ്പീസ്) സൂപ്രണ്ടായിരുന്നു. ഏതായാലും പിന്നീട് കേസൊന്നുമുണ്ടായില്ല. വിവരം അറിഞ്ഞ് അച്ഛൻ ദേഷ്യപ്പെട്ടില്ല. പക്ഷേ, എന്റെ സൈക്കിൾ സവാരിക്ക് സ്റ്റോപ്പ് മെമ്മോ കിട്ടി. പിന്നീട് കോളേജിൽ ചേർന്നപ്പോഴാണ് നിരോധനാജ്ഞ പിൻവലിച്ചത്.

പേട്ടയിൽ താമസിച്ചിരുന്ന യൂണിഫോം ഇടാത്ത ഒരു പൊലീസ് ഉദ്യോഗസ്ഥനുണ്ടായിരുന്നു. എന്റെ അച്ഛന്റെ പരിചയക്കാരനായിരുന്ന A t± - ѕâ t] cV"സി ഐ ഡി സഹദേവൻ" എന്നായിരുന്നു. സദാ പുഞ്ചിരിക്കുന്ന മുഖവുമായി ഒരു സൈക്കിളിൽ മെല്ലെ സഞ്ചരിക്കുന്ന അദ്ദേഹം ഒരു പരിചയക്കാരനെ വഴിയിൽ കണ്ടാൽ സൈക്കിൾ നിർത്തി അയാളുമായി സംസാരിക്കും. രഹസ്യവിവരങ്ങൾ ശേഖരിക്കുക എന്നതായിരുന്നു അദ്ദേഹത്തിന്റെ ജോലി.

പേട്ടയിൽ താമസിക്കുന്ന ആബാലവൃദ്ധം ജനങ്ങളെയും സഹദേവ "അണ്ണന്" അറിയാം. പില്ക്കാലത്ത് ഞാൻ തിരുവനന്തപുരം മെഡിക്കൽ കോളേജിലെ ഫോറൻസിക് മെഡിസിൻ വകുപ്പിൽ ജോലിക്കു ചേർന്നതിനു ശേഷമാണ് സഹദേവ അണ്ണനെക്കുറിച്ച് കൂടുതൽ അറിയുവാൻ കഴിഞ്ഞതും പരിചയപ്പെട്ടതും. പേട്ട പൊലീസ് സ്റ്റേഷനിലെ വളരെ സമർത്ഥനായ സ്പെഷ്യൽ ബ്രാഞ്ച് പൊലീസ് ഉദ്യോഗസ്ഥനായിരുന്നു അദ്ദേഹം. സഹദേവഅണ്ണനെപ്പോലെ പൊലീസ് സേന എന്ന മഹാവടവൃക്ഷത്തിന്റെ വേരുകളായി നിശ്ശബ്ദം പ്രവർത്തിക്കുന്ന എത്ര പേരാണുള്ളത്?

കാലചക്രം വീണ്ടും ഇരുളുന്നു.... ഞാൻ പ്രീ.യൂണിവേഴ്സിറ്റി പരീക്ഷ പാസായി. നല്ല മാർക്കുണ്ടായിരുന്നിട്ടും മെഡിക്കൽ കോളേജിൽ ചേരുവാൻ നല്കിയ അപേക്ഷ പതിനാറു വയസ്സു തികഞ്ഞില്ലെന്ന കാരണത്താൽ പരിഗണിച്ചില്ല. ഞാൻ യൂണിവേഴ്സിറ്റി കോളേജിൽ ഫിസിക്സ് ഐച്ഛികമായി ബി എസ് സിക്കു ചേർന്നു. ഒരു മാസം കഴിയുന്നതിനു മുൻപ് തന്നെ കണക്കിൽ അധിഷ്ഠിതമായ ഫിസിക്സ് എനിക്ക് യോജിച്ച വിഷയമല്ല എന്ന സത്യം ഞാൻ മനസ്സിലാക്കി. പിന്നീട് ഞാൻ ആ വർഷം മുഴുവൻ സമയവും യൂണിവേഴ്സിറ്റി ലൈബ്രറിയിൽ ചെലവഴിച്ചു. ധാരാളം ഇംഗ്ലീഷ് നോവലുകൾ വായിച്ചു. ആർതർ കോനൻ ഡോയിൽ (ഷെർലക്ക് ഹോംസ് കഥകളുടെ കർത്താവ്), അഗതാ ക്രിസ്റ്റി തുടങ്ങിയ ഗ്രന്ഥകർത്താക്കളുടെ അപസർപ്പക കഥകൾ ഒരു നല്ല വായനാനുഭവമാണ് നല്കിയത്. അടുത്ത വർഷം മെഡിക്കൽ കോളേജിൽ പ്രവേശനം നേടി. അതോടെ ഇതര പുസ്തകങ്ങളുടെ വായനയ്ക്ക് തല്ക്കാലം വിരാമമിടേണ്ടിവന്നു. നാലാം വർഷം വിദ്യാർത്ഥി ആയിരിക്കുമ്പോഴാണ് കുറ്റാന്വേഷണ ശാസ്ത്രത്തിൽ താല്പര്യം ഉണ്ടാകുന്നത്. അപ്പോഴാണ് കുറ്റാന്വേഷണത്തിലെ വൈദ്യശാസ്ത്രതത്ത്വങ്ങളും നിയമങ്ങളുമൊക്കെ വിവരിക്കുന്ന ഫോറൻസിക് മെഡിസിൻ എന്ന വിഷയം പഠിക്കുവാൻ തുടങ്ങിയത്.

എം ബി ബി എസ് പരീക്ഷ പാസായാൽ ഒരു വർഷത്തെ, ഹൗസ് സർജൻസി ചെയ്യണം. ഹൗസ് സർജൻ എന്നാൽ കുട്ടിഡോക്ടർ. എല്ലാ വകുപ്പുകളിലും കഠിനമായി പ്രായോഗിക പരിശീലനം നടത്തണം. ഇതിന്റെ ഭാഗമായി നീണ്ടകരയുള്ള ഇന്തോ നോർവീജിയൻ ഫൗണ്ടേഷന്റെ കീഴിലുള്ള ആശുപത്രിയിൽ ഒരു മാസം ജോലി ചെയ്യണം. എന്നോടൊപ്പം സഹപാഠി ഡോ. തോമസ് മാത്യുവുമുണ്ടായിരുന്നു. ഞങ്ങൾക്ക് താമസിക്കുവാൻ മനോഹരമായ ഭവനവും രുചികരമായ ഭക്ഷണവും ലഭിച്ചിരുന്നു. സ്ഥാപനത്തിന്റെ മേൽനോട്ടം വഹിച്ചിരുന്ന ഡോ. ചാക്കോയെ കാണുവാൻ ചവറ പൊലീസ് സ്റ്റേഷനിലെ യുവ സബ് ഇൻസ്പെക്ടർ ശ്രീ. ജെ അലക്സാണ്ടർ വൈകുന്നേരങ്ങളിൽ ആശുപത്രിയിൽ വരുമായിരുന്നു. അലക്സ് ആണ് ഞാൻ ആദ്യമായി പരിചയപ്പെടുന്ന പൊലീസ് ഉദ്യോഗസ്ഥൻ. വലിയ മീശയും ഒത്ത തടിയും കർക്കശസ്വരവും ഒക്കെ ഉണ്ടെങ്കിലും അലക്സ് വളരെ സൗമ്യനും തികഞ്ഞ മാന്യനുമാണ്. ചവറയിൽ ചാർജെടുത്തിട്ട് അധികനാൾ കഴിയുന്നതിനു മുൻപു തന്നെ അലക്സ് ഒരു സമർത്ഥനായ ഉദ്യോഗസ്ഥൻ എന്ന പേരു നേടി. സാമൂഹ്യ വിരുദ്ധർക്ക് അദ്ദേഹത്തെ ഭയമായിരുന്നു.

അലക്സിന്റെ കൈയിൽ കിട്ടിയാൽ ഇടിച്ചു ശരിയാക്കുമെന്ന് ജനം വിശ്വസിച്ചിരുന്നു. ഇതിന്റെ ഗുട്ടൻസ് അലക്സ് തന്നെ ഞങ്ങൾക്കു വെളിവാക്കിത്തന്നു. ഒരുദിവസം വൈകുന്നേരം അലക്സ് പട്രോളിങ്ങിനു പോയപ്പോൾ എന്നെയും തോമസ് മാത്യുവിനെയും കൂടെ കൂട്ടി. അന്ന് 'ഇടിവണ്ടി' എന്ന് കുപ്രസിദ്ധിയുള്ള വലിയ പൊലീസ് വാനിൽ, ഇരുട്ട് പരന്നതിനു ശേഷമാണ് യാത്ര. നീണ്ടകര മുതൽ കരുനാഗപ്പള്ളിയുടെ അതിരുവരെയും അവിടന്ന് തിരികെയും സഞ്ചരിക്കും. കൂടെ രണ്ടു പൊലീസുകാരും കാണും. ഒരു കവലയിൽ എത്തുമ്പോൾ ഡ്രൈവർവാനിന്റെ വേഗം കുറയ്ക്കും. അപ്പോൾ ഒരു പൊലീസുകാരൻ വാനിന്റെ സീറ്റിലും ഉൾവശത്തും കൈകൊണ്ടടിച്ച് വലിയ ശബ്ദം കേൾപ്പിക്കും. അപ്പോൾ മറ്റേ പൊലീസുകാരൻ “അയ്യോോാാ..... എന്റമ്മേമ്മേ......... എന്നെ കൊല്ലുന്നേന്നേ” എന്ന് ഉച്ചത്തിൽ നിലവിളിക്കും. കവലയിലുള്ള ജനങ്ങൾ ഇത് ഭയത്തോടെയായിരിക്കും കേൾക്കുന്നത്. അലക്സിന് ആരെയും തല്ലേണ്ടി വന്നിട്ടില്ല. തല്ലാതെ തന്നെ നല്ല പൊലീസ് ഉദ്യോഗസ്ഥനെന്ന ഖ്യാതി സമ്പാദിക്കുവാൻ കഴിഞ്ഞു.

ധാരാളം പൊലീസ് ഉദ്യോഗസ്ഥന്മാരുമായി എനിക്ക് സംവദിക്കുകയും ബന്ധം പുലർത്തുകയും ചെയ്യണമായിരുന്നു. ഞാൻ എല്ലാ റാങ്കിലുമുള്ള ഉദ്യോഗസ്ഥന്മാരോടും ഒരുപോലെ സ്നേഹവും ബഹുമാനവും പ്രകടിപ്പിക്കുമായിരുന്നു. അവരിൽനിന്ന് തിരിച്ചും അതുപോലെ സ്നേഹബഹുമാനങ്ങൾ തന്നെ ലഭിച്ചിരുന്നു. ഒരവസരത്തിലൊഴിച്ച് ആരോടും എനിക്ക് പരുഷമായി പെരുമാറേണ്ടി വന്നിട്ടില്ല. സർക്കാർ സർവ്വീസിൽ നിന്നും വിരമിച്ച ശേഷം ഞാൻ അമൃത മെഡിക്കൽ കോളേജിൽ ജോലി നോക്കുമ്പോൾ ഒരു കോടതിയിൽനിന്നും എനിക്ക് അറസ്റ്റുവാറന്റ് ലഭിച്ചു. സമൻസ് അനുസരിച്ച് കോടതിയിൽ ഹാജരാകാത്തതിനായിരുന്നു

അതെന്ന് മനസ്സിലായി. എന്റെ ദീർഘമായ ഔദ്യോഗിക ജീവിതത്തിൽ ഒരു സമൻസ് പോലും അനുസരിക്കാതിരുന്നിട്ടില്ല. പ്രസ്തുത കേസിൽ ഹാജരാകുവാൻ എനിക്ക് സമൻസ് ലഭിച്ചിട്ടില്ലായിരുന്നു. സമൻസ് എനിക്ക് നല്കുവാൻ ചുമതലപ്പെടുത്തിയ പൊലീസുകാരൻ എനിക്കു തരാതെ പല തവണ മടക്കിയതായിരുന്നു വാറന്റ് പുറപ്പെടുവിക്കേണ്ടി വന്ന കാരണം. കോടതി കൂടുന്നതിനു മുൻപായി ഞാൻ ജഡ്ജിയെ കണ്ടു. അദ്ദേഹം പൊലീസുകാരന്റെ മേൽ നടപടി എടുക്കാമെന്നു പറഞ്ഞു. മൊഴി കൊടുത്തതിനുശേഷം കോടതിയിൽനിന്നും പുറത്തിറങ്ങിയ എന്റെ മുൻപിൽ വന്ന് "എനിക്ക് മാപ്പു തരണം സർ" എന്നു പറഞ്ഞു ആ പൊലീസുകാരൻ കരയുന്നു. ഞാൻ അയാളെ കഠിനമായി ശകാരിച്ചു. ഡി ജി പിക്ക് പരാതി നല്കുമെന്നു പറഞ്ഞുവെങ്കിലും ഞാൻ മേൽ നടപടിക്കു മുതിർന്നില്ല.

എന്റെ ഔദ്യോഗികജീവിതത്തിനിടയിൽ പൊലീസ് മേധാവികളായിരുന്ന സർവ്വശ്രീ എം കെ ജോസഫ്, രാജഗോപാൽനാരായൺ, ടി വി മധുസൂദനൻ, ജയറാം പടിക്കൽ, രാജഗോപാലൻ നായർ, സത്താർകുഞ്ഞ്, പി ആർ ചന്ദ്രൻ, പത്മനാഭൻ, കെ ജെ ജോസഫ്, ഹോർമിസ് തരകൻ എന്നിവർ എനിക്കു നല്കിയ സ്നേഹവും പ്രോത്സാഹനവും മറക്കാനാവാത്തതാണ്. അവരുടെ പിൻഗാമികളിൽ പ്രസിദ്ധനായ ശ്രീ. ജേക്കബ് പുന്നൂസിനോടൊപ്പം നിരവധി കേസുകളുടെ അന്വേഷണത്തിൽ പങ്കെടുക്കുവാൻ കഴിഞ്ഞത് ഞാൻ അഭിമാനത്തോടെ ഓർമ്മിക്കുന്നു. പൊലീസ് വകുപ്പിൽ, പ്രത്യേകിച്ച് ക്രൈം ബ്രാഞ്ചിൽ ഞാൻ പ്രവർത്തിച്ച കാലം എന്റെ ഔദ്യോഗിക ജീവിതത്തിലെ സുവർണ്ണകാലമായിരുന്നു. കേരളത്തിലെ മിക്കവാറും എല്ലാ പൊലീസ് സ്റ്റേഷനുകളും സന്ദർശിക്കുവാനും അന്വേഷണ ഉദ്യോഗസ്ഥരുമായി സംവദിക്കുവാനും കഴിഞ്ഞിട്ടുണ്ട്. ഒരു വർഷം ഏതാണ്ട് ഒരു ലക്ഷത്തിൽപ്പരം കിലോമീറ്ററുകൾ യാത്രചെയ്യുമായിരുന്നു. അങ്ങനെ ഒരു വലിയ പൊലീസ് സുഹൃദ്‌വലയം എനിക്കുണ്ടായി. അവരിൽ പലരും ഇപ്പോഴും എന്നെ ഉപദേശങ്ങൾക്കായി ബന്ധപ്പെടാറുണ്ട്.

പൊലീസുമായുള്ള ഊഷ്മളമായ ബന്ധത്തെക്കുറിച്ച് ഒരു പുസ്തകം തന്നെ എഴുതേണ്ടി വരും. വിസ്താരഭയത്താൽ ഞാൻ അവസാനിപ്പിക്കുകയാണ്. ഞാൻ ആത്മാർത്ഥമായി പറയുന്നു. കേരളപൊലീസ് ഭാരതത്തിലെ ഏറ്റവും നല്ല സേനയാണെന്ന്. അവരെ സമർത്ഥരായ, ദീർഘവീക്ഷണമുള്ള, അനുഭവസമ്പത്തുള്ള നേതൃസ്ഥാനീയരായ ഉദ്യോഗസ്ഥന്മാർ നയിക്കുന്നു. ധാരാളം അഭ്യസ്ത വിദ്യരുള്ള സേനയാണ് എന്നെപ്പോലെയുള്ള ജനത്തിന്റെ സ്വത്തിനും ജീവനും ഊണും ഉറക്കവുമുപേക്ഷിച്ച് സംരക്ഷണമേകുന്നത്. അവരെ നിയമധ്വംസകർ മാത്രമേ ഭയക്കേണ്ടതുള്ളൂ.

ഞാൻ നിങ്ങളെ സ്നേഹിക്കുന്നു. ബഹുമാനിക്കുന്നു. അഭിവാദനങ്ങൾ !!

സർഗ്ഗാത്മകമായ അനുഭവ സാക്ഷ്യം

ഡോ. സി ഉണ്ണികൃഷ്ണൻ

സ്വാതന്ത്ര്യത്തിനുമുമ്പും അതിനുശേഷമുള്ള ആദ്യ പതിറ്റാണ്ടുകളിലും പൊലീസ് ബൂർഷ്വാ ഭൂപ്രഭുമാടമ്പിമാരുടെ താല്പര്യസംരക്ഷകരായിട്ടാണ് പ്രവർത്തിച്ചു വന്നത്. എന്നാൽ ജനാധിപത്യം കൂടുതൽ ശക്തിപ്പെടുകയും പൊലീസ് കൂടുതൽ സംശുദ്ധമാവുകയും ചെയ്യുന്നതോടെ പൊലീസ് ജനസംരക്ഷകരായി (ജനമൈത്രി) മാറുന്നു. വിദ്യാസമ്പന്നരായവരാണ് ഇന്ന് പൊലീസ് സേനയിലേറെയും. മാസ്റ്റേഴ്സ് ബിരുദവും ഗവേഷണ ബിരുദവും നേടിയവരുമെല്ലാം ഇന്ന് പൊലീസിലുണ്ട്. അവർ ജനസേവകരായി, സാധാരണക്കാർക്ക് നീതി ഉറപ്പുവരുത്തുന്നവരായി സർവ്വോപരി നാടിന്റെ സമാധാനാന്തരീക്ഷം കാത്തുസൂക്ഷിക്കുന്നവരായി പ്രവർത്തിക്കുന്നുണ്ട്. അവരുമായി അടുത്തിടപഴകി പ്രവർത്തിക്കേണ്ടി വന്നപ്പോഴുള്ള ചില അനുഭവങ്ങളിൽ നല്ലതും ചീത്തയും ഉണ്ടായിട്ടുണ്ട്. കോളേജ് അദ്ധ്യാപകനായിരിക്കെത്തന്നെ എയ്ഡഡ് കോളേജദ്ധ്യാപകർക്കു ലഭിക്കുന്ന രാഷ്ട്രീയസ്വാതന്ത്ര്യം എന്നെ ഒരു ജനപ്രതിനിധിയാക്കി. പഞ്ചായത്തംഗം എന്നാൽ ഭാരിച്ച ഉത്തരവാദിത്വമാണെന്ന് തിരിച്ചറിയാനും ജനാധിപത്യഭരണസംവിധാനത്തെ സമഗ്രമായി അടുത്തു നിന്നറിയാനും കിട്ടിയ അവസരമെന്നനിലയിൽ ആ കാലഘട്ടത്തെ ഞാൻ പഴിക്കുന്നില്ല. ഒരു ഗ്രാമപഞ്ചായത്തംഗത്തിന് ഏറ്റവും കൂടുതൽ ബന്ധപ്പെടേണ്ടിവരുന്നത് പൊലീസ് സ്റ്റേഷനുമായിട്ടായിരിക്കും. അങ്ങനെ ഒട്ടേറെ പൊലീസുകാരുമായി ബന്ധപ്പെടാൻ അവസരം ലഭിച്ചു. അതിനിടയിലാണ് വാർഡിലെ ഒരു ക്ഷേത്രോത്സവം. സമീപത്തെ മറ്റൊരുക്ഷേത്രത്തിൽ നിന്നെത്തിയ ആനയും അതിന്റെ പാപ്പാന്മാരും അവിടുത്തെ ചെറുപ്പക്കാർക്ക് (താരതമ്യേന പ്രായംകുറഞ്ഞവർ) വലിയഹരമായി. ഉത്സവമല്ലേ അവരും പാപ്പാന്മാരും ഒന്നാഘോഷിച്ചു.

ഒടുവിൽ ആനവാലിന്റെ പേരിൽ പാപ്പാന്മാരും ചെറുപ്പക്കാരും തമ്മിൽ തെറ്റി. പരസ്പരം ഏറ്റുമുട്ടലോളമെത്തി. അതിനിടെ ആരോ എടുത്തെറിഞ്ഞ കല്ല് ആനയുടെ കണ്ണിനുമുകളിൽകൊണ്ടുമുറിഞ്ഞു. ഒരു സ്വകാര്യദേവസ്വത്തിന്റെ ആനയാണ്. ആനയ്ക്ക് പരിക്കേറ്റെന്നറിഞ്ഞാൽ അവിടത്തെയാളുകൾ അടങ്ങിയിരിക്കില്ല. വിശ്വാസികളെ ഇളക്കിവിട്ട് പ്രശ്നമുണ്ടാക്കാൻ ചിലർ തക്കംപാർത്തുമിരിക്കുന്നുണ്ട്. പിറ്റേദിവസം ഒരു ഹർത്താലിനും സാദ്ധ്യതയുണ്ട്. എന്തായാലും പൊലീസ്; പാപ്പാന്മാർ കൊടുത്ത പരാതിയിൽ കുറച്ചു ചെറുപ്പക്കാരെ പിടികൂടി. അവരുടെ രക്ഷകർത്താക്കൾ ജനപ്രതിനിധിയായ എനിക്ക് സ്വൈര്യം തന്നില്ല. ഞാൻ എസ് ഐയെക്കണ്ടു. എന്റെ കോളേജിൽ ജൂനിയറായി പഠിച്ചയാളായിരുന്നു. അദ്ദേഹത്തിന് കാര്യത്തിന്റെ ഗൗരവം ബോദ്ധ്യപ്പെട്ടു. ദേവസ്വം മാനേജ്മെന്റുമായി ബന്ധപ്പെടാൻ നിർദ്ദേശിച്ചു എന്നു മാത്രമല്ല അദ്ദേഹം തന്നെ നേരിട്ടെത്തി അവരുമായി ചർച്ച ചെയ്തു. യുവാക്കളെയെല്ലാം പിടികൂടി റിമാൻഡു ചെയ്യാം, എന്നാൽ പാപ്പാന്മാരെക്കൂടി അറസ്റ്റുചെയ്യാതിരിക്കാൻ കഴിയില്ല എന്ന വസ്തുത അദ്ദേഹം ബോദ്ധ്യപ്പെടുത്തിയതോടെ ദേവസ്വക്കാർ അയഞ്ഞു. പ്രശ്നം ഒത്തുതീർപ്പാക്കാൻ തയ്യാറായി. ആരുമാരുമറിയാതെ വലിയൊരു വിഷയം വളരെ ലളിതമായി കൈകാര്യം ചെയ്തു. പ്രതികളെയെല്ലാം നല്ല ഉപദേശങ്ങൾ മാത്രം നല്കി അദ്ദേഹം വിട്ടയച്ചു. പൊലീസ് സേനയിലെ നല്ലൊരു ഭാഗവും ഇത്തരത്തിൽപ്പെട്ടവരാണെന്ന കാര്യത്തിൽ യാതൊരു തർക്കവുമില്ല. ഇതിന് വിരുദ്ധമായി നിലകൊള്ളുന്ന അപൂർവ്വം പേരെങ്കിലുമുണ്ടെന്ന വസ്തുത നിഷേധിക്കാനുമാവില്ല.

ഉന്നത വിദ്യാഭ്യാസവും മൗലികചിന്തയും ഉള്ളവർ ഇന്ന് പൊലീസുദ്യോഗത്തിൽ കടന്നുവരുന്നുണ്ട്. അച്ചടക്കത്തിന്റെ അതിർവരമ്പുകളുള്ളതുകൊണ്ടും നിയമത്തിന്റെ നൂലാമാലകളിൽപ്പെട്ട് കുഴപ്പം വരുത്തിവച്ച് പ്രശ്നക്കാരൻ എന്ന് മുദ്രചാർത്തേണ്ട എന്നു കരുതുന്നവരുമുണ്ട്. ഇത്തരത്തിലുള്ള ചിന്താഗതിയും പൊലീസ് സേനയിലെ പഴകിയ അവസ്ഥാ വിശേഷങ്ങളും സർഗ്ഗാത്മകതയും മാനവികമൂല്യങ്ങളിൽ അടിയുറച്ചു പ്രവർത്തിക്കാൻ മനസ്സുള്ളവരെ പിന്തിരിപ്പന്മാരാക്കുന്ന കെട്ടുപാടുകളിൽനിന്നും പൊലീസ് ഘടന മാറിയിട്ടില്ല. പൊലീസുദ്യോഗമെന്നാൽ നൂൽപ്പാലത്തിലൂടെയുള്ള സഞ്ചാരമെന്നു കരുതുന്നതിൽ തെറ്റുണ്ടാവില്ല. ഈ സവിശേഷസാഹചര്യങ്ങളെ കൈയൊതുക്കത്തോടെ അതിജീവിച്ച് പരിമിതിക്കിടയിലും പൊലീസ് സേനയ്ക്കകത്ത് ഒരു സാംസ്കാരികനവോത്ഥാനം ഉണ്ടാക്കണമെന്ന് ആഗ്രഹത്തോടെ പ്രവർത്തിക്കുന്ന വളരെ ചുരുക്കം ആളുകളും ഈ വിഭാഗത്തിലുണ്ട്. അതിലെടുത്തു പറയേണ്ട ഒരു വ്യക്തിയാണ് സബ്ഇൻസ്പെക്ടറായി പ്രവർത്തിക്കുന്ന കെ രാജൻ. ഒരു തൊഴിൽ ലഭിക്കുന്നതോടെ അവസാനിക്കുന്നതാണ് വിദ്യാഭ്യാസം എന്നു ചിന്തിക്കുന്നവരാണ് കേരളീയ യുവാക്കളിൽ നല്ലൊരുപങ്കും. ചിലർ സ്ഥാനക്കയറ്റത്തിനും മറ്റുമേഖലകളിൽ

കടന്നുചെല്ലുന്നതിനുമായി തുടർപഠനത്തിലേർപ്പെടാം. എന്നാൽ കെ രാജനെന്ന ഈ പൊലീസ് സബ്ഇൻസ്പെക്ടർ തന്റെ സർഗ്ഗശേഷിയുടെ പുതുനാമ്പുകൾ നുള്ളിക്കളയാനല്ല ശ്രമിച്ചത്. മറിച്ച് പൊലീസിനെയും അവരുടെ ഓരോ പ്രവർത്തനത്തെപ്പറ്റിയും പഠിക്കാനും അതോടൊപ്പം സമൂഹത്തെപ്പറ്റി പഠിക്കാനും ഉത്സാഹിക്കുന്നു. അതിനായി അക്കാദമിക്ക് വിദ്യാഭ്യാസത്തിന്റെ തോത് വർദ്ധിപ്പിക്കാനായി നിരന്തരമായ പഠനത്തിലേർപ്പെടുന്നതിന്റെ ഭാഗമായി മലയാളം എം എയ്ക്ക് ചേരുന്നു. മലയാളം എം എകൊണ്ട് ലാഭങ്ങളൊന്നുമുണ്ടാക്കാനല്ല അദ്ദേഹം ജോലിക്കൊപ്പം പഠിച്ചത്. കേവലം എം എക്കാരനാകാൻ വേണ്ടിയുള്ള പഠനമായിരുന്നില്ല, അക്കാദമിക രീതിശാസ്ത്രം കൃത്യമായി ഉൾക്കൊണ്ടും മറ്റുള്ളവർക്ക് ചില പുതു മാതൃകകൾ സൃഷ്ടിക്കാനുമാണ് അദ്ദേഹം പഠിച്ചത്. ഭാഷയെയും സാഹിത്യത്തെയും സ്നേഹിച്ചു എന്നു മാത്രമല്ല അതിൽ ആണ്ടിറങ്ങുകതന്നെ ചെയ്തു.

ആ മുങ്ങിക്കുളിയിൽനിന്നും തപ്പിയെടുത്ത ഒരേടാണ് *ബഷീറിന്റെ പൊലീസ്* എന്ന ഗ്രന്ഥം. അതിന്റെ പ്രകാശനച്ചടങ്ങിൽ പങ്കെടുക്കാനാണ് ഞാൻ 2017 ഡിസംബർ 13 ന് വൈകുന്നേരം അഞ്ചുമണിക്ക് ചാറിപ്പെയ്യുന്ന മഴയുടെ അകമ്പടിയോടെ വട്ടിയൂർക്കാവ് പൊലീസ് സ്റ്റേഷനിൽ എത്തിയത്. സ്റ്റേഷനുമുന്നിൽ മംഗളകർമ്മങ്ങൾക്കൊരുക്കുന്ന തരത്തിൽ ഒരു പന്തൽ നിർമ്മിച്ചിരിക്കുന്നു. അതിലാകട്ടെ നിറഞ്ഞുകവിഞ്ഞ ജനവും. അന്നത്തെ വൈകുന്നേരം നിർഭയമായി ആബാലവൃദ്ധം ജനങ്ങളും വട്ടിയൂർക്കാവ് സ്റ്റേഷനിലേക്ക് വരുന്നത് പരാതിപറയാനല്ല, അപരാധബോധത്തോടെയല്ല; ഒട്ടൊരഭിമാനബോധത്തോടെ ഒരു പുസ്തക പ്രകാശനച്ചടങ്ങിൽ പങ്കുകൊള്ളാൻ. അവരെയെല്ലാം സ്വീകരിക്കാൻ തസ്തികയുടെ വലിപ്പച്ചെറുപ്പമില്ലാതെ പൊലീസ്സേന ഒന്നാകെ. അപൂർവ്വങ്ങളിലപൂർവ്വമായി മാത്രം സംഭവിക്കുന്ന ഒന്നാണ് പൊലീസ് സ്റ്റേഷനിലെ സാംസ്കാരിക സദസ്സ്. പൊലീസിനെ കൊലപാതകികളായും അതേസമയം അടിമപ്പണിക്കാരായും ചിത്രീകരിക്കുന്ന ഒരു കാലഘട്ടത്തിൽ ഇത്തരം വിചാരങ്ങൾക്കെല്ലാമപ്പുറമാണ് പൊലീസ് എന്നു കാട്ടിത്തരുന്ന സവിശേഷമായ ഒരു സാംസ്കാരിക വിപ്ലവമാണ് വട്ടിയൂർക്കാവ് സ്റ്റേഷനിൽ സംഭവിച്ചത്. അതിൽ പങ്കുചേരാൻ സംസ്ഥാന പൊലീസ് മേധാവി ലോക്നാഥ്ബെഹ്റ, പ്രശസ്തകവി ഏഴാച്ചേരി രാമചന്ദ്രൻ, ഭാഷാ ഇൻസ്റ്റിറ്റ്യൂട്ട് ഡയറക്ടർ പ്രൊഫ. വി കാർത്തികേയൻ നായർ, പുരോഗമന കലാസാഹിത്യസംഘം സംസ്ഥാന ജനറൽ സെക്രട്ടറി പ്രൊഫ. വി എൻ മുരളി, കേരളസർവ്വകലാശാലാ വിദൂരവിദ്യാഭ്യാസ വകുപ്പിലെ മലയാളം വിഭാഗം പ്രൊഫസർ ഡോ. എ എം ഉണ്ണികൃഷ്ണൻ, പ്രശസ്ത സാഹിത്യ നിരൂപകൻ ഡോ. പി സോമൻ എന്നിവർ എത്തിയിരുന്നു.

ബഷീറിന്റെ പൊലീസ് എന്ന കൃതിയുടെ സാഹിത്യസമ്പന്നതയും ഗവേഷണമൂല്യവും തിരിച്ചറിയാൻ കേരളഭാഷാ ഇൻസ്റ്റിറ്റ്യൂട്ടിനു

കഴിഞ്ഞു എന്നതാണ് ഇതിന്റെ പ്രസാധനം ഏറ്റെടുക്കാൻ അവരെ പ്രേരിപ്പിച്ചത്. പ്രകാശനച്ചടങ്ങാകട്ടെ കെ രാജനെന്ന സബ് ഇൻസ്പെക്ടറുടെ തട്ടകമായ വട്ടിയൂർക്കാവിലും. പ്രകാശനം ചെയ്തത് സംസ്ഥാന പൊലീസ് മേധാവി ലോകനാഥ്ബെഹ്റ. ഏറ്റുവാങ്ങിയത് പ്രൊഫ. വി എൻ മുരളിയും. കുറ്റാന്വേഷണരംഗത്ത് പ്രതിഭതെളിയിച്ച ബെഹ്റ തന്റെ സാഹിത്യകൗതുകം ഒട്ടും മറച്ചുവെച്ചില്ല. ശ്രീ നാരായണഗുരുവിന്റെ *ദൈവദശകം* ഒറിയ ഭാഷയിലേക്ക് പരിഭാഷ ചെയ്തകാര്യം അദ്ദേഹം അവിടെ തുറന്നു പറഞ്ഞു. തന്നെ ഏറെ സ്വാധീനിച്ച എം ടിയുടെ കൃതികൾ വിവർത്തനം ചെയ്യാനുള്ള തന്റെ ആഗ്രഹവും അദ്ദേഹം പ്രകടിപ്പിച്ചു. എഴുത്തുകാരായ പൊലീസുകാർക്ക് പ്രോത്സാഹനപൂർണ്ണമായ സമീപനമുണ്ടാകുമെന്ന് സൂചിപ്പിച്ചതോടൊപ്പം എല്ലാ സ്റ്റേഷനുകളിലും ഗ്രന്ഥശാലകൾ തുടങ്ങാനുള്ള നടപടികളെടുക്കുമെന്ന് അദ്ദേഹം വ്യക്തമാക്കി. അങ്ങനെയെങ്കിൽ ആ മഹാകർമ്മത്തിൽ പങ്കുചേർന്ന് പൊലീസ് സ്റ്റേഷൻ ഗ്രന്ഥശാലകൾക്ക് പുസ്തകം സൗജന്യമായി നല്കാൻ തയ്യാറാണെന്ന് അദ്ധ്യക്ഷനായ പ്രൊഫ. വി കാർത്തികേയൻ നായർ ഭാഷാ ഇൻസ്റ്റിറ്റ്യൂട്ടിനുവേണ്ടി പ്രഖ്യാപിച്ചു. ഇത് ഏറെ കരഘോഷത്തോടെയാണ് സദസ്സ് സ്വീകരിച്ചത്. സ്റ്റേഷനിലെത്തുന്ന കുറ്റവാളികൾക്ക് വായിക്കാൻ പുസ്തകം നല്കുക. ഒന്നുകിൽ വായിച്ച് മാനസിക പരിവർത്തനത്തിന് വിധേയമായി കുറ്റവാസനകളിൽനിന്ന് അയാൾ മുക്തനാകും. അല്ലെങ്കിൽ കഠിനമായ വായന ഒരു ശിക്ഷയായി സ്വീകരിച്ച് അതിൽപ്പെടാതിരിക്കാൻ അയാൾ ശ്രദ്ധിക്കും. അതിനാൽ പൊലീസ് സ്റ്റേഷനുകളിൽ ഗ്രന്ഥശാല അനിവാര്യമായ ഒരു ഘടകമാണെന്ന ചർച്ച വീണ്ടും വട്ടിയൂർക്കാവിൽനിന്ന് ഉദിച്ചുയരാൻ പ്രേരകമായിട്ടുണ്ട്.

ബഷീറിന്റെ പൊലീസ് എന്ന കൃതി, അക്കാദമികരംഗത്തെ കുത്തകവല്ക്കരണത്തിനെതിരായ ഒരു ബോധനിർമ്മിതികൂടി സാദ്ധ്യമാക്കുന്നുണ്ടെന്ന് പറയാതെ വയ്യ. സാമ്പ്രദായികമായ ചില രീതിശാസ്ത്രങ്ങളെ പിന്തുടർന്നുകൊണ്ട് ശോകത്തിൽ കഴിയുന്ന നമ്മുടെ ഗവേഷണമേഖലയിൽ ആത്മനിഷ്ഠതയുടെ അപാരസാദ്ധ്യതകൂടി ഈ കൃതി തുറന്നിടുന്നു എന്ന സവിശേഷത തിരിച്ചറിയപ്പെടേണ്ടതുണ്ട്. തന്റെ കർമ്മമണ്ഡലത്തെ മുൻനിർത്തി സർഗ്ഗാത്മകകൃതികളുടെ ഉള്ളറകൾ ആരായാനുള്ള വലിയ അന്വേഷണം അക്കാദമിക രംഗത്ത് കടന്നുകയറി നടത്തുകയാണ് ശ്രീ. കെ രാജൻ. ആ അന്വേഷണം അദ്ദേഹത്തെ എത്തിച്ചത് അനുഭവങ്ങളുടെ സുൽത്താനായ വൈക്കം മുഹമ്മദ് ബഷീറിന്റെ കൃതികളിലാണ്. ഏകശിലാഘടിതമെന്ന് പ്രത്യക്ഷത്തിൽ തോന്നുന്ന പൊലീസ് സേനയ്ക്കുള്ളിലെ വൈവിദ്ധ്യങ്ങളേയും കാരിരുമ്പുപോലെ കഠിനമെന്ന് ബാഹ്യദൃഷ്ടിയിൽ തോന്നുന്ന പൊലീസിനുള്ളിലെ ആർദ്രാനുകമ്പകളേയും വെളിവാക്കുന്നതിൽ ബദ്ധശ്രദ്ധനായ ബഷീറിനെ മുൻനിർത്തിയാണ് *ബഷീറിന്റെ പൊലീസ് ജീവിതം* തയ്യാറാക്കിയിരിക്കുന്നത്. തന്റെ സർഗ്ഗഭാവനയിൽ പൊലീസിനെ ബഷീർ പ്രധാനസ്ഥാനത്ത് നിർത്തിയ

തുപോലെ തന്റെ ഗവേഷണത്തിനുള്ള ആകാരസാമഗ്രികളിലെ ജൈവ രൂപമായി പൊലീസിനെ കെ രാജനും കാണുന്നു. പൊലീസൊഴികെയുള്ള മറ്റേതാണ്ടെല്ലാ തൊഴിലും ചെയ്തുകൊണ്ട് പൊലീസിനെ അടുത്തും അകലെനിന്നും കണ്ട ബഷീർ കാക്കിക്കുള്ളിലെ പച്ചമനുഷ്യരെ വെളിപ്പെടുത്തി. കെ രാജനാകട്ടെ കാക്കി ധരിച്ചുകൊണ്ട് ബഷീർ കണ്ട പൊലീസ് രൂപങ്ങളെ അനുഭവങ്ങളുടെ പശ്ചാത്തലത്തിൽനിന്ന് തോറ്റിയെടുത്ത് കാട്ടിത്തരുന്നു. അതാണ് വൈക്കം മുഹമ്മദ് ബഷീറിന്റെ സാഹിത്യകൃതികളിലെ പൊലീസ് ജീവിതം വെളിപ്പെടുത്തുന്ന ഈ കൃതിയുടെ മഹത്വവും.

പുസ്തകപ്രകാശനച്ചടങ്ങിൽ മുഖ്യമായൊരിനമാണ് പുസ്തകപരിചയം. അത് നിർവ്വഹിക്കുക എന്ന ധർമ്മമാണ് എനിക്കുണ്ടായിരുന്നത്. *ബഷീറിന്റെ പൊലീസ്* എന്ന ഗവേഷണ കൃതി സാമ്പ്രദായിക രീതിശാസ്ത്രത്തെ അതിലംഘിച്ചുകൊണ്ട് സർഗ്ഗാത്മകമായ അന്വേഷണത്തിന്റെ പുതിയ വഴി തേടിയിരിക്കുന്നു. അതിനാൽ സൈദ്ധാന്തിക ചർച്ചയും പ്രായോഗിക വെളിപ്പെടുത്തലും എന്ന രീതി വിട്ട് വായനാനുഭവങ്ങൾക്കനുരോധമായ ഒരു ഭൂമിക ആദ്യമേതന്നെ സൃഷ്ടിക്കുന്നു. ബഷീറിലെ സ്വാതന്ത്ര്യസമരനായകനെ ആദ്യം കണ്ടെത്തുകയും ഭരണകൂടവുമായുള്ള പൊലീസിന്റെ ബന്ധത്തെ തുടർന്ന് വെളിപ്പെടുത്തുകയും ചെയ്തുകൊണ്ട് അറിവും അനുഭവങ്ങളും അഭേദകല്പിതമായ ഒരന്തരീക്ഷത്തിൽ വിളക്കിച്ചേർക്കാനുമാണ് ഇവിടെ ശ്രമിച്ചിരിക്കുന്നത്. അതിനാൽ ഈ കൃതിയിലെ സൈദ്ധാന്തിക ചർച്ചയ്ക്ക് സർഗ്ഗാത്മകമായ ഒരനുഭൂതികൂടി സിദ്ധിക്കുന്നു. പൊലീസ് സാഹിത്യത്തിലേക്ക് കടന്നുവരുന്നതിന്റെ ഒരു ലോകഭൂപടം നിർമ്മിക്കുകയും വൈകാരികമായ ഒരന്തരീക്ഷം പ്രദാനം ചെയ്യുകയും ചെയ്തിരിക്കുന്നു. ഇടിയൻ പൊലീസിനൊപ്പം കാരുണ്യത്തിന്റെയും വിശ്വാസത്തിന്റെയും കൈയൊപ്പുള്ള പൊലീസുകാർ രൂപംകൊള്ളുന്നതിന്റെ പശ്ചാത്തലവും ഇവിടെ സൂക്ഷ്മമായി പ്രതിപാദിക്കുന്നു. ജയിലും സാഹിത്യവും കടന്ന് ബഷീർക്കഥകളിലെ പൊലീസിലെത്തുമ്പോൾ പൊലീസ് ഒരു ലാവണ്യാനുഭവമായി വായനക്കാരിൽ നിറയുന്നു.

ഒരാൾ പൊലീസ്സേനയിലെത്തി യൂണിഫോം അണിയുന്നതോടെ പൊതുജീവിതത്തിൽനിന്ന് അയാൾ അന്യവല്ക്കരിക്കപ്പെട്ടിരിക്കുന്നു എന്ന വിശ്വാസം ഈ പ്രബുദ്ധകാലഘട്ടത്തിലും തുടരുന്നു എന്നതാണ് ഏറ്റവും ദയനീയം. മറ്റേത് തൊഴിലിനേക്കാളും ജനങ്ങളോട് ചേർന്നുനിന്നുകൊണ്ട് സേവനം ചെയ്യുന്നവരാണ് പൊലീസുകാരെന്ന വിചാരം എങ്ങനെയോ ചോർത്തപ്പെട്ടുപോകുന്നു. കാക്കിക്കുള്ളിലെ കലാഹൃദയത്തെയും അക്ഷരവെളിച്ചത്തെയും ചില പരിഹാസരൂപങ്ങളാണ് സിനിമ അടക്കമുള്ള മാധ്യമങ്ങൾ ഇപ്പോഴും പകർന്നു നല്കുന്നത്. ക്രൗര്യവും ബീഭത്സവുമാണ് പൊലീസ് സേനയിൽനിന്നു പ്രവഹിക്കുന്ന രസങ്ങളെന്ന് സ്ഥാപിക്കാൻ ചിലർക്ക് വ്യഗ്രതയുള്ളതുപോലെ തോന്നും അവ

രുടെ ആഖ്യാനങ്ങൾ കണ്ടാൽ. അവിടെയാണ് വട്ടിയൂർക്കാവനുഭവത്തിന്റെ വ്യതിരിക്തഭംഗി ജാജ്വല്യമാകുന്നത്. പൊലീസ് ജനഭിന്നമല്ല, മാനുഷികഭാവനയുടെ സ്ഫുലിംഗങ്ങളെ ആളിക്കത്തിക്കാൻ പ്രാപ്തമായ പ്രതിഭയുടെ ഉടമകളാണ് തങ്ങളെന്ന് ഇവർ കാട്ടിത്തരുന്നു. ഇത് സംസ്ഥാന പൊലീസിനു തന്നെ ഒരു മാതൃകയും, ഇന്നും പൊലീസ് സേനയെ സംശയദൃഷ്ടിയിൽ നിലനിർത്തുന്നവർക്ക് നല്ലൊരു മറുപടിയുമാകുന്നു.

നൂറുകണക്കിന് പരിപാടികളിൽ പങ്കെടുക്കുന്ന ഒരാളെന്ന നിലയിൽ വട്ടിയൂർക്കാവുവരെ യാത്രചെയ്ത് ഒരു പുസ്തകപ്രകാശനച്ചടങ്ങിൽ എത്തിച്ചേരേണ്ടതുണ്ടോ എന്ന സംശയം ആദ്യമേ ഉണ്ടായി. എന്നാൽ ശ്രീ. കെ രാജന്റെ സ്നേഹനിർബ്ബന്ധത്തിന് വഴങ്ങിയാണ് അവിടെ എത്തിയത്. യോഗാനന്തരം എന്റെ ചിന്ത മറ്റൊരുതരത്തിലായി. ഇതിൽ പങ്കെടുക്കാതെ പോയെങ്കിൽ ജീവിതത്തിൽ ഒരിക്കലും മറക്കാത്ത ഒരനുഭവത്തിന്റെ ഉടമയാകാൻ എനിക്ക് കഴിയുമായിരുന്നില്ലല്ലോ എന്ന് ഞാൻ ചിന്തിച്ചുപോയി. മരണംവരെ മറക്കാത്ത കുറച്ചനുഭവങ്ങളേ നമുക്കുള്ളു. ഞാൻ അടിവരയിട്ടു പറയട്ടെ വട്ടിയൂർക്കാവിലെ പുസ്തകപ്രകാശനച്ചടങ്ങിലെ രൂപം എന്നിൽ ഒരിക്കലും കെട്ടുപോകില്ല. അത് പ്രസരിപ്പിക്കുന്ന സാംസ്കാരിക ഊർജ്ജം പൊലീസ് സേനയുടെ ലാത്തിയേയും തോക്കിനേയും അതിജീവിക്കുന്നതാണ്.

തീർച്ചയായും വട്ടിയൂർക്കാവിൽ നടന്നത് ഒരു വിപ്ലവം തന്നെ. ഒരു പൊലീസ് സാംസ്കാരിക വിപ്ലവം. മാറുന്ന പൊലീസിന്റെ മുഖം ഇവിടെ മാതൃകയായിത്തെളിഞ്ഞുവന്നു. സാംസ്കാരികരംഗത്തെ പൊലീസിന്റെ ഇടം ഇവിടെ വെട്ടിത്തെളിക്കപ്പെട്ടു. പൊലീസ് സ്റ്റേഷനുകൾ ഭയം എന്ന വികാരം നിർമ്മിക്കുന്ന കേന്ദ്രങ്ങളല്ല; വിശ്രാന്തിയുടെ ഈറ്റില്ലങ്ങളാണെന്ന് നമ്മെ ഓർമ്മിപ്പിക്കുന്നു. അവിടെ നടത്തിയ സാംസ്കാരിക പ്രഭാഷണങ്ങളും അതോടൊപ്പം പൊലീസുകാരിലെ കവികളും ഗായകരും നടത്തിയ ആലാപനങ്ങളും ഒരു സാംസ്കാരികകേന്ദ്രമാക്കി ഒരു ദിവസത്തേക്കെങ്കിലും ആ സ്റ്റേഷനെ മാറ്റിയെടുത്തു. വരുംകാല കേരളത്തിന് ഒരു ബദൽ സാംസ്കാരികമുഖം ഇതാ ഇവിടെ തുറക്കപ്പെട്ടിരിക്കുന്നു.

എത്ര വിചിത്രമീ സർവ്വീസ് കേസുകൾ!

സൂര്യക്കോട് നടേശൻ

"ആയിരം കുറ്റവാളികൾ രക്ഷിക്കപ്പെട്ടാലും ഒരു നിരപരാധിയും ശിക്ഷിക്കപ്പെടരുത്" എന്ന നീതി വാക്യം ക്രൂശിക്കപ്പെടുന്ന എത്രയോ സംഭവങ്ങൾ സർവ്വീസ് രംഗത്തുണ്ടാകാറുണ്ട്. അവയിൽ ചിലതിനെപ്പറ്റി ഓർക്കുകയാണിവിടെ.

ഒന്ന്

1978.

സംഭവസ്ഥലം മലപ്പുറം ജില്ലാപൊലീസ് ഓഫീസ്. ഇതെഴുതുന്നയാൾ അന്നവിടെ യു ഡി ക്ലർക്കായി ജോലിനോക്കുകയായിരുന്നു.

ജോലിഭാരത്തിനൊത്ത മിനിസ്റ്റീരിയൽ ജീവനക്കാരെ നിയമിച്ചിരുന്നില്ല. ഏ ആർ ക്യാമ്പിൽനിന്നുള്ള ഏതാനും പൊലീസുകാരെക്കൂടി ഉപയോഗിച്ചായിരുന്നു പല സീറ്റുകളിലെയും ജോലി ചെയ്തിരുന്നത്.

പെറ്റീഷൻ സെക്ഷനിൽ നിയോഗിക്കപ്പെട്ടിരുന്നത് ഏ ആർ പൊലീസ് കോൺസ്റ്റബിൾ ഗോപാലകൃഷ്ണനായിരുന്നു. കൊല്ലം സ്വദേശി. നല്ല പെരുമാറ്റത്തിനുടമ. ഒരു ഫയൽപോലും മാറ്റി വയ്ക്കില്ല. പക്ഷേ, സീറ്റ് ഇൻസ്പെക്ഷൻ നടത്തിയ അഡ്മിനിസ്ട്രേറ്റീവ് അസിസ്റ്റന്റ് അബ്ദുൾ റഹ്മാൻ, അയാൾക്കെതിരെ കൃത്യവിലോപം ആരോപിച്ച് റിപ്പോർട്ടു നല്കി. "പേഴ്സണൽ രജിസ്റ്ററിലെ കോളങ്ങളിൽ നടപടികൾ രേഖപ്പെടുത്തിയിട്ടില്ല;" അതാണാരോപണം. പൊലീസ് സൂപ്രണ്ട് മുഹമ്മദ് ഷാഫി, പൊലീസുകാരനു കുറ്റപത്രം നല്കുകയും വിശദീകരണം തൃപ്തികരമല്ലെന്നു 'വിലയിരുത്തി' കുറ്റാരോപിതന്റെ ഒരു വാർഷിക ഇംക്രിമെന്റു തടയുകയും ചെയ്തു.

ഓഫീസിൽ സഹായം ചെയ്യുവാനെത്തിയതിനുള്ള പാരിതോഷികം!

പ്രസ്തുത നടപടി അവിടെ ഉണ്ടായിരുന്ന പൊലീസ് ജീവനക്കാരിൽ ഭീതി വളർത്തി. തിരികെ ക്യാമ്പിലേക്കു പോകുവാൻ അവർ തീരുമാനിച്ചു. ഓഫീസ് ജീവനക്കാർക്കും പ്രസ്തുത നടപടിയോടു യോജിക്കുവാൻ കഴിഞ്ഞില്ല. എ എ ചെയ്തത് അങ്ങേയറ്റത്തെ നെറികേടാണ്. ജൂനിയർസൂപ്രണ്ട് പറഞ്ഞുകൊടുത്തപ്രകാരമാണ് പൊലീസുകാരൻ ഓഫീസ് ജോലി ചെയ്തിരുന്നത്. പോരെങ്കിൽ പരിഹരിക്കാവുന്ന ചെറിയ പോരായ്മ മാത്രമേ സംഭവിച്ചിട്ടുമുള്ളൂ. തന്റെ ഭരണ സാമർത്ഥ്യം പുതിയ എസ് പിയെ ബോദ്ധ്യപ്പെടുത്തുന്നതിനായുള്ള എ എയുടെ അടവ് അങ്ങനെയാണ് കലാശിച്ചത്.

ഞങ്ങൾ പലരും പൊലീസുകാരെ സമാധാനിപ്പിച്ചു. ആ മാസത്തെ സ്റ്റാഫ് മീറ്റിങ് കഴിയട്ടെ, തിരികെ പോകുന്ന കാര്യം പിന്നീടാലോചിക്കാം എന്നു പറഞ്ഞത് അവർ അംഗീകരിച്ചു.

അതിനകം തന്നെ മലപ്പുറത്തെ രണ്ടു പൊലീസാപ്പീസുകളിലും അനീതിക്കെതിരെയുള്ള പ്രവർത്തനങ്ങൾ എൻ ജി ഒ യൂണിയൻ സജീവമാക്കിയിരുന്നു. എം എസ് പി പി ഓഫീസിൽ കവി മണമ്പൂർ രാജൻബാബുവും ജില്ലാ പൊലീസ് ഓഫീസിൽ ഈ ലേഖകനുമായിരുന്നു സംഘടനാ പ്രവർത്തനങ്ങൾക്കും, ജീവനക്കാർക്കിടയിൽ ഐക്യവും സൗഹൃദവും വളർത്തി കാര്യക്ഷമമായ ഓഫീസ് പ്രവർത്തനത്തിലൂടെ ജനപക്ഷസംസ്കാരത്തിലേക്കുള്ള ചുവടുവയ്പ് എന്ന യൂണിയന്റെ ആഹ്വാനം നടപ്പിലാക്കുന്നതിനും നേതൃത്വം കൊടുത്തിരുന്നത്. പൊലീസുകാരുടെ ന്യായമായ അവകാശങ്ങളെല്ലാം സംരക്ഷിക്കുന്നതിനു എൻ ജി ഒ യൂണിയൻ പ്രവർത്തകർ ഉണ്ടെന്നുള്ള വിശ്വാസം സേനാംഗങ്ങൾക്കിടയിൽ വളർന്നുകഴിഞ്ഞിരുന്നു. അതുകൊണ്ടുതന്നെ ഗോപാലകൃഷ്ണനെതിരെയുള്ള നടപടി റദ്ദാക്കുവാൻ വേണ്ടുന്ന സഹായങ്ങൾ ഞങ്ങളുടെ ഭാഗത്തുനിന്നുണ്ടാകുമെന്നുള്ള വിശ്വാസം അവർക്കുണ്ട്.

ഏതാനും നാൾക്കകം നടന്ന സ്റ്റാഫ് മീറ്റിങ്ങിൽ 'ഓഫീസ് പ്രവർത്തനം കാര്യക്ഷമമാക്കൽ' എന്ന അജണ്ട ഞാൻ സമർപ്പിച്ചു. അതംഗീകരിക്കുകയും വിഷയം അവതരിപ്പിക്കുവാൻ എന്നെ അനുവദിക്കുകയും ചെയ്തു.

കാര്യക്ഷമമായ ഓഫീസ് പ്രവർത്തനത്തിന് അനിവാര്യമായ പശ്ചാത്തല സൗകര്യം, മതിയായ ജീവനക്കാർ, മേലധികാരികളിൽ നിന്നുണ്ടാകേണ്ടുന്ന സൗമ്യമായ ഇടപെടൽ, റിക്രിയേഷൻ സൗകര്യങ്ങൾ, ജീവനക്കാർക്കു കാലാകാലങ്ങളിൽ പരിശീലനം നല്കൽ എന്നിവ വിശദീകരിച്ച ശേഷം വർക്ക്ലോഡിന് ആനുപാതികമായ ജീവനക്കാരെ അനുവദിച്ചിട്ടില്ലെന്നും, അനുവദിച്ചതിൽ തന്നെ മൂന്നിലൊന്നു തസ്തികകളിൽ ആളെ നിയമിച്ചിട്ടില്ലെന്നും അതുകൊണ്ടാണ് ദൈനംദിനകാര്യങ്ങൾ കൃത്യതയോടെ നടത്തിക്കൊണ്ടുപോവുക എന്ന ലക്ഷ്യത്തിനായി മുൻ എസ് പി ഏതാനും പൊലീസുകാരെ ഓഫീസിലേക്ക് എടുത്തതെന്നും,

പുതിയ എസ് പിയെ ശരിയായ രീതിയിലല്ല ബന്ധപ്പെട്ടവർ കാര്യങ്ങൾ പറഞ്ഞു ബോദ്ധ്യപ്പെടുത്തിയിട്ടുള്ളത് എന്നതിനുതെളിവാണ് ഗോപാലകൃഷ്ണനെ ന്യായരഹിതമായി ശിക്ഷിച്ചതിലൂടെ വ്യക്തമായിരിക്കുന്നത് എന്നും, ഓഫീസ് നടപടിക്രമ മാന്വൽ പഠിച്ച് അതിൻപ്രകാരം ഓഫീസ് ജോലിചെയ്യുവാനല്ല, നേരെമറിച്ച് ഡ്രില്ലും കാറ്റക്കിസവും പഠിച്ച് ക്രമസമാധാനപാലനം നടത്തുവാനാണു പൊലീസുകാരെ നിയമിച്ചിട്ടുള്ളതെന്നും, ഓഫീസിന്റെ പരിതാപാവസ്ഥയിൽ സഹായിക്കുവാൻ വന്നവരെ അവരുടേതല്ലാത്ത കുറ്റത്തിനു ശിക്ഷിക്കുന്നത് ഒരുവിധ ന്യായീകരണവുമില്ലാത്ത നടപടിയാണെന്നും, ഗോപാലകൃഷ്ണനെ ശിക്ഷിച്ചതിൽ പൊലീസുകാരെല്ലാം ദുഃഖത്തിലാണെന്നും അവർ തിരികെ പോകുവാൻ ആഗ്രഹിക്കുന്നതായിട്ടാണ് അറിയുന്നതെന്നും, എസ് പി വസ്തുതകൾ ശരിയായരീതിയിൽ മനസ്സിലാക്കാതെയാണ് ശിക്ഷാതീരുമാനം കൈക്കൊണ്ടതെന്നും, ശിക്ഷ റദ്ദാക്കി ഓഫീസിൽ സമാധാനവും സൗഹൃദവും നിലനിർത്തുവാൻ നടപടി സ്വീകരിക്കണമെന്നും ഞാൻ അഭ്യർത്ഥിച്ചു.

എല്ലാം സശ്രദ്ധം കേട്ട എസ് പി – അല്പനേരത്തെ മൗനത്തിനു ശേഷം പറഞ്ഞു: "എന്റെ ഓർഡർ ഞാൻ പിൻവലിക്കില്ല. He can go for an appeal."

"കുറ്റം ചെയ്യാത്തയാളെ തൂക്കിക്കൊല്ലാൻ വിധിച്ചിട്ട്, അപ്പീലിനു പോകാമല്ലോ എന്നു പറയുന്നതു ന്യായീകരിക്കുവാൻ കഴിയില്ല, സർ" ഞാൻ പ്രതികരിച്ചു. വസ്തുത മനസ്സിലാക്കാതെ ശിക്ഷാതീരുമാനം കൈക്കൊണ്ടത് ശരിയായ നടപടിയല്ലെന്ന് ജീവനക്കാർ അഭിപ്രായപ്പെട്ടു.

മീറ്റിങ് കഴിഞ്ഞ ശേഷം എസ് പി ഞങ്ങളിൽ ചിലരെ ചേംബറിലേക്കു വിളിപ്പിച്ചു. ഉള്ളിൽ പ്രവേശിച്ച ഞങ്ങളോട് ഇരിക്കുവാൻ ആംഗ്യം കാണിച്ചു. അല്പസമയത്തെ മൗനത്തിനുശേഷം അദ്ദേഹം പറഞ്ഞു: അയാൾ അപ്പീൽ കൊടുക്കട്ടെ; ഞാൻ എതിർക്കില്ല.

ഗോപാലകൃഷ്ണൻ സമർപ്പിച്ച അപ്പീൽ ഹർജിമേൽ നോർത്തേൺ റേഞ്ച് ഡി ഐ ജി അനുകൂല തീരമാനമെടുത്തു. ഒരു നിരപരാധി രക്ഷിക്കപ്പെട്ടതിൽ ഞങ്ങളെല്ലാം ആശ്വാസംകൊണ്ടു. അഡ്മിനിസ്ട്രേറ്റീവ് അസിസ്റ്റന്റിന്റെ വിഷണ്ണഭാവവും കണ്ടു.

രണ്ട്

1985. റെയിൽവേ പൊലീസ് സൂപ്രണ്ടാപ്പീസിലെ എൽ ഡി ക്ലർക്ക് 'ലാലി' സർവ്വീസിൽനിന്നും സസ്പെന്റു ചെയ്യപ്പെട്ടു. ആരോപിത കുറ്റം ഇങ്ങനെ: ഷൊർണ്ണൂർ റെയിൽവേ ഡി വൈ എസ് പിയെ സസ്പെന്റു ചെയ്തുകൊണ്ടുള്ള സർക്കാർ ഉത്തരവ് ബന്ധപ്പെട്ട സെക്ഷനിൽ നല്കാതെ കാലതാമസം വരുത്തിയതുകാരണം പ്രസ്തുത ഡി വൈ എസ് പിക്ക് ഹൈക്കോടതിയിൽനിന്നും സ്റ്റേ ഉത്തരവുനേടുവാൻ അവസ

രമുണ്ടാക്കി ഗുരുതരമായ കൃത്യവിലോപവും അച്ചടക്കലംഘനവും നടത്തിയിരിക്കുന്നു.

സർക്കാരിൽനിന്നുള്ള സസ്പെൻഷൻ ഉത്തരവ് അവിടെ ലഭിച്ചു എന്നതും, ബന്ധപ്പെട്ട സെക്ഷൻ ക്ലർക്കിനു നല്കിയില്ലായെന്നതും നേര്. എന്നാൽ, തപാൽ സെക്ഷനിൽ ക്ലർക്കായ 'ലാലി' അതിനുത്തരവാദിയേയല്ല.

പൊലീസ് ഹെഡ്ക്വാർട്ടേഴ്സിലെ റൈഡർ മെസഞ്ചർ കൊണ്ടുവന്ന തപാൽ ഒപ്പിട്ട് കൈപ്പറ്റിയതും അതിലെ ഉള്ളടക്കം കണ്ടതും ഓഫീസ്മാനേജർ ആശാനാണ്. ബന്ധപ്പെട്ട സെക്ഷൻ ക്ലർക്ക് അവധിയിൽ ആയിരുന്നതിനാൽ അത് തപാൽ സെക്ഷനിൽ സൂക്ഷിക്കുവാൻ നിർദ്ദേശം നല്കിയതും മാനേജർ തന്നെയാണ്. ഏതെങ്കിലും ക്ലർക്ക് ലീവിൽ പോകുമ്പോൾ ആ സെക്ഷനിലെ അത്യാവശ്യകൃത്യങ്ങൾ നിർവ്വഹിക്കുവാൻ ഏർപ്പാടുകൾ ചെയ്യേണ്ടതും മാനേജരുടെ ഉത്തരവാദിത്വമാണ്. മാത്രവുമല്ല, പൊലീസ് സൂപ്രണ്ട്, അന്നേ ദിവസം ഓഫീസിൽ ഉണ്ടായിരുന്നിട്ടും അദ്ദേഹത്തിന്റെ ശ്രദ്ധയിൽ അതു കൊണ്ടുവന്നതുമില്ല. മാനേജർ എന്തുകൊണ്ട് അപ്രകാരം പെരുമാറി എന്നത് ആശ്ചര്യമുളവാക്കി. സുഹൃത്തായ ഡി വൈ എസ് പിയെ സഹായിക്കുവാൻ വേണ്ടിത്തന്നെയായിരുന്നു എന്ന് ജീവനക്കാർ വിശ്വസിച്ചു.

നിരപരാധിയായ ക്ലർക്കിന്റെ സസ്പെൻഷൻ റദ്ദാക്കണമെന്ന് ഞങ്ങൾ (യൂണിയൻ പ്രവർത്തകർ) പൊലീസ് സൂപ്രണ്ടിനെ കണ്ട് അഭ്യർത്ഥിച്ചു. അദ്ദേഹം വിചിത്രമായ മറുപടിയാണു നല്കിയത്: മാനേജർക്ക് റിട്ടയർ ചെയ്യുവാൻ കുറച്ചുകാലമേയുള്ളൂ. മാത്രവുമല്ല അടുത്ത പ്രൊമോഷനുവേണ്ടി കാത്തിരിക്കുകയുമാണ്. ക്ലർക്കിനു വളരെക്കാലത്തെ സർവ്വീസ് ശേഷിക്കുന്നു. അയാൾ കുറേക്കാലം വെളിയിൽ നില്ക്കുന്നതുകൊണ്ട് ദോഷമൊന്നുമില്ല. മുകളിൽനിന്നുള്ള ചോദ്യങ്ങൾക്കു മറുപടി പറയേണ്ടതുമുണ്ട്.

എസ് പി അപ്രകാരം സംസാരിച്ചു എന്നു മാത്രമല്ല, സർക്കാർ ഉത്തരവ് സെക്ഷനു നല്കാതെ മാറ്റിവച്ചതിനു ക്ലർക്കിനെ സസ്പെന്റു ചെയ്ത് തുടർ നടപടി സ്വീകരിച്ചതായി ഹെഡ്ക്വാർട്ടേഴ്സിലേക്ക് റിപ്പോർട്ടുമയച്ചു.

നിരപരാധിയും സർവ്വീസിൽ തികച്ചും ജൂനിയറുമായ ക്ലർക്കിനെ ബലിയാടാക്കി യഥാർത്ഥ കുറ്റവാളിയെ രക്ഷപ്പെടുത്തിയ നടപടിക്കെതിരെ ജീവനക്കാർ പ്രതിഷേധിച്ചു.

എസ് എ പിയിൽ നാലാം തരം ജീവനക്കാരനായിരുന്ന പിതാവിന്റെ അകാല നിര്യാണത്തെത്തുടർന്ന് ഇരുപതാം വയസ്സിൽ ആശ്രിത നിയമനപ്രകാരമാണ് അയാൾ നിയമിതനായത്. രോഗിയായ അമ്മയും മുതിർന്ന രണ്ടു സഹോദരിമാരും ഉൾപ്പെടുന്ന കുടുംബത്തിന്റെ സംരക്ഷകനായ അയാളെ ഞങ്ങൾ ആശ്വസിപ്പിച്ചു.

കുറ്റപത്രത്തിനുള്ള മറുപടി നല്കിക്കഴിഞ്ഞപ്പോൾ 'കുറ്റാരോപിതനെ' തിരികെ സർവ്വീസിൽ പ്രവേശിപ്പിച്ചു. അതിനകം മാനേജർക്കു

പ്രൊമോഷൻ ലഭിച്ചു. അദ്ദേഹം സ്ഥലംമാറിപ്പോയി. കുറ്റപത്രത്തിനു സമർപ്പിച്ച മറുപടി തൃപ്തികരമല്ലെന്നും സിവിൽ സർവ്വീസുകൾ (തരം തിരിക്കലും നിയന്ത്രിക്കലും അപ്പീലും) ചട്ടത്തിലെ ചട്ടം 15 പ്രകാരമുള്ള വിശദമായ വാചകീയന്വേഷണം നടത്തണമെന്നും തീരുമാനിക്കപ്പെട്ടു. അഡ്മിനിസ്ട്രേറ്റീവ് അസിസ്റ്റന്റ് ശ്രീ. കെ വേലപ്പനെ അന്വേഷണാധി കാരിയായി നിയമിച്ചു. കുറ്റാരോപിതന്റെ പ്രതിരോധ സഹായിയായി ഈയുള്ളവനും ഹാജരായി.

പ്രധാന വാദിഭാഗം സാക്ഷിയായി വിസ്തരിച്ചത് മുൻ മാനേജർ ആശാനെത്തന്നെയായിരുന്നു. നിരപരാധിയായ യുവാവിന്റെമേൽ ആരോ പണം സ്ഥാപിക്കുക എന്ന ലക്ഷ്യത്തോടെയുള്ള മൊഴിയാണ് ചീഫ് വിസ്താരത്തിൽ സാക്ഷി നല്കിയത്. എതിർ വിസ്താര ചോദ്യങ്ങൾക്ക് വഴുതിമാറിക്കൊണ്ടുള്ള ഉത്തരങ്ങളും. അതുകൊണ്ടുതന്നെ ചോദ്യങ്ങ ളുടെ എണ്ണം വർദ്ധിച്ചുകൊണ്ടിരുന്നു. വൈകിയിട്ടും എങ്ങുമെത്താത്ത തിനാൽ അടുത്ത ദിവസത്തേക്ക് വിചാരണ മാറ്റിവച്ചു. രണ്ടാം ദിവസത്തെ ചോദ്യങ്ങൾ കേട്ട് ആശാൻ വല്ലാതെയായി. അദ്ദേഹം വിയർക്കുകയും തുമ്മുകയുമൊക്കെ ചെയ്തു. തനിക്കു തല ചുറ്റുന്നുവെന്നും വെള്ളം കുടിക്കണമെന്നും അല്പം വിശ്രമിക്കണമെന്നും അദ്ദേഹം പറഞ്ഞു. അന്വേഷണ അധികാരി അതനുവദിച്ചു. വിശ്രമിച്ചു കഴിഞ്ഞ് ആശാൻ ഞാൻ ഇരുന്നിരുന്ന സ്ഥലത്തു വന്ന് താൻ പ്രമേഹരോഗത്തിനും രക്ത സമ്മർദ്ദത്തിനും ചികിത്സയിലാണെന്നും ചോദ്യം ചോദിച്ച് കൂടുതൽ വിഷ മിപ്പിക്കരുതെന്നും പറഞ്ഞു. അതിനു മറുപടിയായി, "നിങ്ങൾ കുറ്റം ചെയ്തിട്ട് നിങ്ങളുടെ മകന്റെ പ്രായംപോലുമില്ലാത്ത നിരപരാധിയായ പയ്യനെ കുടുക്കിലാക്കി നിങ്ങൾ രക്ഷപ്പെടുകയല്ലേ ചെയ്തത്? നിങ്ങളെ ബദ്ധിമുട്ടിക്കണമെന്നുള്ള ഒരുദ്ദേശ്യവും ഇല്ല. ഇനിയുള്ള ചോദ്യങ്ങൾക്കു ശരിയായ ഉത്തരം പറയുക. പെട്ടെന്നവസാനിപ്പിക്കാം" എന്നറിയിച്ചു. തുടർന്ന് നടന്ന വിസ്താരത്തിൽ ആശാന്റെ നാവിൽനിന്നും, സംഭവിച്ച തെല്ലാം പുറത്തുചാടി. ചാർജൊന്നും തെളിഞ്ഞിട്ടില്ലെന്നുള്ള നിഗമനം ഉൾപ്പെടുന്ന അന്വേഷണ റിപ്പോർട്ടു സമർപ്പിക്കപ്പെട്ടു. പക്ഷേ, ഒരാൾക്കെ തിരെ കുറ്റപത്രം നല്കിയാൽ അയാൾ ശിക്ഷിക്കപ്പെടുകതന്നെ വേണം എന്ന പിടിവാശിയുള്ളവരിൽനിന്നും ന്യായവും നീതിയും പ്രതീക്ഷിച്ചിട്ടു കാര്യമില്ലല്ലോ. കുറ്റാരോപിതന്റെ ഒരു വാർഷിക ഇംക്രിമെന്റു തടഞ്ഞു കൊണ്ടുള്ള ശിക്ഷാഉത്തരവ് നല്കപ്പെട്ടു. നീതി ദേവത അപ്പോഴും തുലാസും പിടിച്ച് കണ്ണ് കെട്ടി നില്പുണ്ടായിരുന്നു.

അപ്പീൽ നല്കേണ്ടത് റെയിൽവേ & സി ഐ ഡി വിഭാഗം ഡി ഐ ജിക്കാണ്. ശ്രീ. കെ ലക്ഷ്മണ ഐ പി എസ് ആയിരുന്നു ആ സ്ഥാനത്ത്. വസ്തുതകളും സാഹചര്യവും വിശദമാക്കി ചട്ടത്തിന്റെയും കോടതി ഉത്തരവുകളുടെയും പിൻബലത്തിൽ തയ്യാറാക്കപ്പെട്ട അപ്പീൽ ഹർജി സമർപ്പിച്ചു. അപ്പീൽ അധികാരി കുറ്റാരോപിതനെ നേരിൽ കേൾക്കുകയും നിരപരാധിയായ യുവാവിനെ കുറ്റവിമുക്തനാക്കി പ്രഖ്യാ

പിക്കുകയും ചെയ്തു.

മൂന്ന്

1979–82 തിരുവനന്തപുരം സിറ്റിപൊലീസ് ഓഫീസ് അന്ന് പൊലീസ് മിനിസ്റ്റീരിയൽ സ്റ്റാഫ് അസോസിയേഷന്റെ മുഖ്യകേന്ദ്രങ്ങളിൽ ഒന്നായിരുന്നു. എൻ ജി ഒ യൂണിയൻ പ്രവർത്തകർ ആരെങ്കിലും അവിടെ നിയമിതരായാൽ അവരെ ഏതു രീതിയിലും പുറത്തുചാടിക്കുമായിരുന്നു. യൂണിയന്റെ തിരുവനന്തപുരത്തെ പ്രധാനനേതാക്കളിൽ ഒരാളായിരുന്ന വി ചന്ദ്രൻ നായരെ അനുസരണക്കേട് ആരോപിച്ച് സസ്പെന്റ് ചെയ്യുകയും തുടർന്ന് സ്ഥലം മാറ്റുകയുമായിരുന്നു.

മലപ്പുറത്തുനിന്നും ഈയുള്ളവനെ സ്ഥലം മാറ്റി നിയമിച്ചത് അവിടേക്കു തന്നെയായിരുന്നു. നല്ല കരുതലോടെയാണ് കമ്മീഷണറാപ്പീസിൽ പ്രവേശിച്ചത്. അതിനുമുമ്പ് സിറ്റിയിലെ പലസ്ഥാപനങ്ങളിലും ജോലിചെയ്തിരുന്നു. അതറിയാവുന്നവരായിരുന്നു, അവിടെയുണ്ടായിരുന്ന പലരും. കുലീന പെരുമാറ്റരീതികൾ കൈമുതലായുള്ള ശ്രീ. ആർ പി സി നായർ ഐ പി എസ് ആയിരുന്നു, പൊലീസ് കമ്മീഷണർ. ക്രൈം സെക്ഷനിൽ നിയമിതനായ എന്റെ സെക്ഷൻഹെഡ് സൗമ്യനായ ശ്രീ. കെ വേലപ്പനായിരുന്നു. ക്രൈം ഫയലുകൾ കൈകാര്യം ചെയ്യുന്ന ക്ലാർക്ക് എന്നനിലയ്ക്ക് ദിവസവും കമ്മീഷണറെ കാണേണ്ടതായി വന്നു. ഫയൽകൈകാര്യം ചെയ്യുന്ന രീതിയും പെരുമാറ്റവും അദ്ദേഹത്തിന് ഇഷ്ടപ്പെട്ടു. 'സംശുദ്ധവും കാര്യക്ഷമവുമായ സിവിൽസർവ്വീസ്' എന്ന ലക്ഷ്യം മുൻനിർത്തികൊണ്ടുള്ള യൂണിയന്റെ പ്രവർത്തനം വിജയിപ്പിക്കുവാനുള്ള തീവ്രശ്രമങ്ങളാണ് പ്രവർത്തകരായ ഞങ്ങളൊക്കെ നടത്തിയിരുന്നത്. യൂണിയൻ പ്രവർത്തകർ, മറ്റുള്ളവർക്കു മാതൃകയാവണം – അതായിരുന്നു ഞങ്ങൾക്കു ലഭിച്ച ഉദ്ബോധനം. ഞങ്ങളുടെ പ്രവൃത്തികളിൽ അതു പ്രകടമാവുകയും ചെയ്തിരുന്നു. അതുകൊണ്ട് തന്നെയാണ് അധികാരികൾക്ക് യൂണിയൻ പ്രവർത്തകരെ ഇഷ്ടമായിരുന്നത്. 1973 ലെ അൻപത്തിനാല് ദിവസത്തെ ഐതിഹാസിക സമരം കഴിഞ്ഞപ്പോൾ, യൂണിയൻ പ്രവർത്തകരെ തലങ്ങും വിലങ്ങും സ്ഥലം മാറ്റി. പക്ഷേ, പൊലീസ് ഡിപ്പാർട്ട്മെന്റിൽ അതു പരിമിതമായിരുന്നു. നൂറു ശതമാനം പണിമുടക്കം നടന്ന റെയിൽവേ പൊലീസ് ഓഫീസിന്റെ മേധാവി ശ്രീ. അബ്ദുൾ സത്താർകുഞ്ഞ് ഐ പി എസ് അദ്ദേഹത്തിന്റെ ഓഫീസിലെ ആരെയും മാറ്റേണ്ടതില്ലെന്നും, അവരെല്ലാം ആത്മാർത്ഥമായി പണിയെടുക്കുന്നവരാണെന്നും റിപ്പോർട്ട് നല്കി. അഡ്മിനിസ്ട്രേഷൻ എ ഐ ജി ആയിരുന്ന ശ്രീ. ടി വി മധുസൂദനൻ ഐ പി എസും, അതേ അഭിപ്രായമാണ് പറഞ്ഞത്. അടിയന്തരാവസ്ഥകാലത്ത് നോട്ടീസ് വിതരണം ചെയ്ത യൂണിയൻ പ്രവർത്തകർക്കെതിരെ നടപടിയെടുക്കണമെന്ന് ശുപാർശ ചെയ്തുകൊണ്ടുള്ള ഡി വൈ എസ് പി മുരളീ

കൃഷ്ണദാസിന്റെ റിപ്പോർട്ട് പൊലീസ് സൂപ്രണ്ട് ശ്രീ. ജയറാം പടിക്കൽ കീറിക്കളയുകയാണുണ്ടായത്. യൂണിയൻ പ്രവർത്തകരുടെ അഴിമതിരഹിതവും ആത്മാർത്ഥവുമായ സേവനങ്ങൾക്കുള്ള അംഗീകാരമായിരുന്നു, അതെല്ലാം.

പുതുതായി സർവ്വീസിൽ വന്നവർക്കും ടെസ്റ്റ് പാസാവാത്തതു കാരണം പ്രൊമോഷൻ ലഭിക്കാതിരുന്നവർക്കും വേണ്ടി കമ്മീഷണറുടെ അനുമതിയോടെ ഉച്ചനേരത്ത് ഡിപ്പാർട്ടുമെന്റു പരീക്ഷയ്ക്കുള്ള ക്ലാസുകൾ നടത്തി. യൂണിയൻ പ്രവർത്തനത്തിന് അതു വളരെ സഹായകമായിരുന്നു. അതുകൊണ്ട് തന്നെ മിനിസ്റ്റീരിയൽ സംഘക്കാർ പലവിധ തടസ്സങ്ങൾ ഉണ്ടാക്കിക്കൊണ്ടിരുന്നു. അതെല്ലാം അതിജീവിച്ച് പോരുന്നതിനിടയിൽ പുതുതായി ടി എ – സെക്ഷനിൽ നിയമിക്കപ്പെട്ട ക്ലർക്ക് സുശീലൻ ഒരു വിവരവുമായി സമീപിച്ചു. പേട്ട പൊലീസ് സ്റ്റേഷനിൽ നിന്നും ടി എ ബില്ലുമായി എത്തിയ പൊലീസുകാരൻ കുറച്ചുരൂപ തന്നിരിക്കുന്നു. ഞങ്ങൾ രണ്ടുപേരും പ്രസ്തുത പൊലീസുകാരനോട് അതേപറ്റി ചോദിച്ചപ്പോൾ അത് 'മാമൂല്' ആണെന്നു പറഞ്ഞു. കമ്മീഷണറുടെ മുമ്പിലെത്തി വിവരം അദ്ദേഹത്തെ ബോധിപ്പിച്ചു. കമ്മീഷണർ പൊലീസുകാരനെ വിളിപ്പിച്ച് വിവരം ചോദിച്ച് മനസ്സിലാക്കി. ഓരോ സ്റ്റേഷനിലെയും ടി എ ബിൽ കൊണ്ടുവരുമ്പോൾ തലയെണ്ണി പിരിവെടുത്ത് 'മാമൂലു' കൊണ്ടുവന്നിരുന്ന സമ്പ്രദായം അങ്ങനെ നിർത്തൽ ചെയ്തു. (ഇപ്പോൾ അത്തരം ഏർപ്പാടുകൾ ഇല്ലെന്നാണറിയുന്നത്). മാമൂൽ പ്രിയന്മാർക്കേറ്റ അടിയായിരുന്നു അത്. അതുകൊണ്ട് തന്നെ അത്തരക്കാരുടെ ശത്രുത വർദ്ധിച്ചു. അവനവന്റെ പി എഫിൽ നിന്നുള്ള വായ്പയ്ക്കും, സറണ്ടർ ലീവ് അനുവദിക്കുന്നതിനും, ഇംക്രിമെന്റെഴുതുന്നതിനുമൊക്കെ കൈക്കൂലി വാങ്ങിയിരുന്നവർ അക്കാലത്തുണ്ടായിരുന്നു. അവരൊക്കെ യൂണിയൻ പ്രവർത്തകർക്കെതിരെ ഒളിഞ്ഞും തെളിഞ്ഞും കരുക്കൾ നീക്കിക്കൊണ്ടിരുന്നു.

ഈ അവസ്ഥ തുടരവെ ഭരണമാറ്റം ഉണ്ടായി. സ: ഇ കെ നായനാരുടെ നേതൃത്വത്തിലുള്ള ആദ്യസർക്കാർ അധികാരമേറ്റു. പൊലീസ് കമ്മീഷണർ സ്ഥാനത്തുനിന്നും ശ്രീ. ആർ പി സി നായർ മാറ്റപ്പെട്ടു. പുതിയ കമ്മീഷണർ ചുമതലയേല്ക്കുന്നതിനു മുമ്പുതന്നെ മുൻപരിചയക്കാരായ ചില മിനിസ്റ്റീരിയൽ സംഘനേതാക്കൾ അദ്ദേഹത്തെ ചെന്നു കണ്ട് ഓഫീസിനെ സംബന്ധിച്ച 'വിവരങ്ങൾ' അദ്ദേഹത്തെ ധരിപ്പിച്ചിരുന്നു. മുൻവിധിയോടുകൂടിയതായിരുന്നു അദ്ദേഹത്തിന്റെ തുടക്കം. ജീവനക്കാരെ ചേമ്പറിലേക്കു വിളിപ്പിച്ചു. ചീഫ് മിനിസ്റ്റീരിയൽ ഓഫീസറോടു പോലും ഇരിക്കുവാൻ പറഞ്ഞില്ല. ഞങ്ങളിൽ ചിലർ അടിയന്തരാവസ്ഥക്കാലത്ത് അദ്ദേഹത്തോടൊപ്പം കണ്ണൂരിൽ ജോലിചെയ്തിരുന്നു. അന്നൊക്കെ സൗമ്യതയോടുകൂടിമാത്രമേ ഇടപെട്ടിരുന്നുള്ളു. ആ രീതിയല്ല ഇപ്പോൾ കണ്ടത്. ഞങ്ങളോടായി അദ്ദേഹം പറഞ്ഞു:

You see, my men will never suffer for any thing; if you have any grievance,you can also approach me.

അതുകേട്ട് ഞങ്ങൾ പരസ്പരം നോക്കി. എക്സിക്യൂട്ടീവ്-മിനിസ്റ്റീയൽ വേർതിരിക്കലാണ് അദ്ദേഹം നടത്തിയത്. മനസ്സിൽ അതുണ്ടാകാമെങ്കിലും, ഒരധികാരിയും ആ രീതിയിൽ സംസാരിച്ചു കേട്ടിട്ടില്ല. സ്വാഭാവികമായും പ്രതികരിച്ചു പോയി. മിനിസ്റ്റീരിയൽ വിഭാഗത്തെ ആ രീതിയിൽ അധിക്ഷേപിച്ചത് ശരിയായില്ലെന്നു ഞാൻ പറഞ്ഞു. അതുകേട്ട ഭാവംകാണിക്കാതെ അദ്ദേഹം തുടർന്നു. Nobody will be allowed to mark attendance after the grace time of 10 minutes; do you agree with me? "തീർച്ചയായും" ഞാൻ ഉത്തരം നല്കി. "അതോടൊപ്പം ഒരു ഉത്തരവു കൂടി പുറപ്പെടുവിക്കുകയും വേണം, സർ. ഓഫീസ് സമയത്തിനുശേഷവും അവധിദിവസങ്ങളിലും ആരുംതന്നെ ഓഫീസിലിരുന്ന് അധികജോലി ചെയ്യരുതെന്ന്. സാറിനെ ആരോ തെറ്റിദ്ധരിപ്പിച്ചിരിക്കുകയാണ്. ഒ & എം സ്റ്റഡിയിൽ ശുപാർശ ചെയ്തിട്ടുള്ള സ്റ്റാഫ്പോലും നിയമിക്കപ്പെട്ടിട്ടില്ല. എല്ലാസീറ്റിലും ഭാരിച്ച ജോലിയാണുള്ളത്. കഠിനമായി ജോലിചെയ്യുന്നവരാണെല്ലാവരും. തീവണ്ടിയിലും ബസിലുമായി വരുന്ന ജീവനക്കാർ, മനഃപൂർവ്വം വൈകിയെത്താറില്ല. ജീവനക്കാരുടെ അവസ്ഥ സാർ മനസ്സിലാക്കണം"- ഉടൻതന്നെ, 'I don't want your politics' എന്ന് അദ്ദേഹം ശബ്ദമുയർത്തി പറയുകയും. "പൊളിറ്റിക്സല്ല സർ, ഞങ്ങൾ അഭിമുഖീകരിക്കുന്ന പ്രശ്നങ്ങളാണ് ശ്രദ്ധയിൽപ്പെടുത്തിയത്" എന്നു പ്രതികരിക്കുകയും ചെയ്തു. ക്ഷുഭിതനായ അദ്ദേഹം എന്നെപ്പിടിച്ച് പുറത്താക്കാൻ സെക്യൂരിറ്റി ഉദ്യോഗസ്ഥനു ആജ്ഞ നല്കി. ജീവനക്കാർ അതിനെ എതിർത്തു. മീറ്റിങ് അവസാനിച്ചതായി പ്രഖ്യാപനം ഉണ്ടായി. ഞങ്ങൾ സ്വസ്ഥാനങ്ങളിലേക്കു മടങ്ങി.

മാനേജരെയും രണ്ട് മിനിസ്റ്റീരിയൽ സംഘക്കാരെയും ചേമ്പറിലേക്ക് വിളിപ്പിച്ചു. ഒരു മണിക്കൂറോളം കഴിഞ്ഞ് വിജയശ്രീലാളിതരെപ്പോലെ അവർ പുറത്തേക്കു വന്നു. കമ്മീഷണർ കാറിൽ കയറി. അതു കോമ്പൗണ്ട് വിട്ടപ്പോൾ ഓഫീസ് ജീപ്പിൽ ക്യാമ്പ് ക്ലർക്ക് പിന്നാലെ നീങ്ങി. ഉച്ചകഴിഞ്ഞപ്പോൾ ക്യാമ്പ്ക്ലർക്ക് കറുത്ത കണ്ണടധരിച്ച് ലോകം പിടിച്ചടക്കിയ ഗമയിൽ മടങ്ങി വന്നു. അല്പനേരം കഴിഞ്ഞപ്പോൾ എന്നെ ക്രൈം ബ്രാഞ്ച് ഓഫീസിലേക്കു മാറ്റിക്കൊണ്ടുള്ള ഡി ജി പിയുടെ ഉത്തരവിന്റെ കോപ്പിയും റിലീവിങ് ഓർഡറും എനിക്ക് നല്കി. രണ്ടുത്തരവുകളും ഉറക്കെ വായിച്ച് ഹാളിലുള്ളവരെ വിവരമറിയിച്ചു. ഓഫീസിന്റെയും ജീവനക്കാരുടെയും അവസ്ഥ ശ്രദ്ധയിൽപ്പെടുത്തിയതിനുള്ള സമ്മാനം! കമ്മീഷണർ ശരിക്കും തെറ്റിദ്ധരിക്കപ്പെട്ടു എന്ന് എല്ലാവർക്കും ബോദ്ധ്യമായി.

വിവരമറിഞ്ഞ യൂണിയൻ പ്രവർത്തകർ കമ്മീഷണറേറ്റിലേക്ക് പ്രതിഷേധവുമായെത്തി. വികാസ്ഭവനപ്പുറത്ത് ചരിത്ര മ്യൂസിയം സ്ഥിതിചെയ്യുന്നിടത്തായിരുന്നു കമ്മീഷണറേറ്റ്. വളരെ ശക്തമായിരുന്നു, പ്രതിഷേധം. പിറ്റേന്ന് പൊലീസ് ആസ്ഥാനത്തും പ്രകടനം നടന്നു. എൻ

ജി ഒ യൂണിയൻ ജനറൽ സെക്രട്ടറി സഖാവ് ഇ പത്മനാഭൻ മന്ത്രി ശ്രീ. ടി കെ രാമകൃഷ്ണനെ കണ്ട് വിവരം ബോധിപ്പിക്കുകയും ഡി ജി പിക്കു നിവേദനം നല്കുകയും ചെയ്തു. ഒൻപതാം നാളിൽ ഞാൻ കമ്മീഷണറേറ്റിൽ തിരിച്ചെത്തി. തുടർന്നുള്ള പ്രതികാരനടപടി ഒരു 'സേവനമുദ്ര' യായി ഇപ്പോഴും നിലനില്ക്കുന്നു. ആ സംഭവം ഇങ്ങനെ:

കേരളത്തിലെ സർക്കാർ ജീവനക്കാർക്ക് ക്ഷാമബത്താക്കുടിശ്ശികരൊക്കം പണമായി ലഭിച്ചു തുടങ്ങിയത് ആദ്യനായനാർ മന്ത്രിസഭയുടെ കാലംമുതല്ക്കാണ്. അതുവരെ പ്രൊവിഡന്റു ഫണ്ടിൽ ലയിപ്പിക്കുന്ന രീതിയാണുണ്ടായിരുന്നത്. പ്രഖ്യാപനം ഉണ്ടായ ഉടൻതന്നെ പൊലീസുകാർക്കുള്ള ഡി എ കുടിശ്ശിക ഒരാഴ്ചയ്ക്കുള്ളിൽ മാറിക്കിട്ടുമെന്ന് ആഭ്യന്തരമന്ത്രി ടി കെ പ്രഖ്യാപിച്ചു.

ക്രൈംബ്രാഞ്ചിൽനിന്നും മടങ്ങിവന്ന എന്നെ ശമ്പളം എഴുതുന്നതിനുള്ള സീനിയർ ക്ലർക്കിന്റെ സ്ഥാനത്താണ് നിയമിച്ചത്. ആയിരത്തിഎണ്ണൂറോളം പേരുടെ ശമ്പളം, ശമ്പളക്കുടിശ്ശിക, സറണ്ടർ ലീവ് സാലറി എന്നിവയ്ക്കുള്ള ബില്ലു തയ്യാറാക്കൽ, സ്ഥലം മാറിപ്പോകുന്നവരുടെ എൽ പി സി തയ്യാറാക്കി അയക്കൽ, സ്ഥലം മാറി വരുന്നവരുടെ എൽ പി സി റോളിൽചേർക്കൽ തുടങ്ങിയ ഭാരിച്ച ഉത്തരവാദിത്വങ്ങളാണ് നിർവ്വഹിക്കുവാനുണ്ടായിരുന്നത്. അതുകൊണ്ടുതന്നെ യൂണിയൻ പ്രവർത്തനത്തിൽനിന്നും എന്നെ തടയുക, എന്തെങ്കിലും തെറ്റു കണ്ടെത്തി കുടുക്കുക, ഇതായിരുന്നു എന്നെ ശമ്പളബിൽ വിഭാഗത്തിൽ നിയമിച്ചതിനു പിന്നിലുണ്ടായിരുന്നത്. രണ്ട് എൽ ഡി ക്ലർക്കും ഒരു പൊലീസുകാരനും സഹായികളായുണ്ടായിരുന്നു. ഞങ്ങൾ രാവിലെ ഒൻപതു മണിക്കു മുൻപെത്തും. വൈകുന്നേരം ഏഴു മണിവരെ ജോലി ചെയ്യും. ഇതിനിടയിൽ ഒരുവിധ മുടക്കവും കൂടാതെ സംഘടനാപ്രവർത്തനവും നടത്തിയിരുന്നു. പരാതിക്കേതും ഇടംനല്കാതെ നീങ്ങുമ്പോഴാണ് ഡി എ അനുവദിച്ച് ഉത്തരവായത്.

പകലും രാത്രിയുമായി മൂന്നുനാൾ കഠിനാദ്ധ്വാനം ചെയ്ത് ഡി എയുടെ കുടിശ്ശിക ബിൽ തയ്യാറാക്കി ട്രഷറിയിൽനിന്നും പണം വാങ്ങി പൊലീസ് സ്റ്റേഷനുകളിലും ഏ ആർ ക്യാമ്പിലും എത്തിച്ച് മന്ത്രിയുടെ പ്രഖ്യാപനം നടപ്പിൽ വരുത്തി. പണം സ്റ്റേഷനിലെത്തി അല്പനേരം കഴിഞ്ഞപ്പോൾ ഫോർട്ട് പൊലീസ് സ്റ്റേഷനിൽനിന്നും കാഷ്യർക്ക് ഒരു ഫോൺവിളിവന്നു. അവിടെനിന്നും മ്യൂസിയം സ്റ്റേഷനിലേക്കു മാറിപ്പോയ ഒരാൾക്ക് രണ്ടിടത്തും പണമെത്തിയിരിക്കുന്നു! രേഖകൾ പരിശോധിച്ചു. ശരിയാണ്. തെറ്റ് സംഭവിച്ചിരിക്കുന്നു. അൻപതു രൂപയുടേതാണ് ഇരട്ടിപ്പ്. ഫോർട്ട് സ്റ്റേഷനിൽനിന്നും റോൾ അയച്ചതിനു ശേഷമാണ് അയാൾക്ക് മാറ്റം ഉത്തരവായത്. മ്യൂസിയം സ്റ്റേഷനിൽനിന്നും അയച്ചുകിട്ടിയ റോളിൽ അവസാനമായി ആ പേര് ചേർത്തിരുന്നതിനാൽ രണ്ടിടത്തെയും ബില്ലിൽ അത് പെട്ടുപോയി. രാത്രിയിലെ ധൃതിപ്പെട്ടുള്ള പണിക്കിടെ സംഭവിച്ചുപോയ ഒരു ക്ലറിക്കൽ എറർ ആണത്. ഫോർട്ട്

സ്റ്റേഷനിൽനിന്നും തുക തിരികെ വാങ്ങി അതേ നാളിൽത്തന്നെ ട്രഷറിയിൽ ഒടുക്കി തെറ്റ് തിരുത്തുകയും ചെയ്തു. എന്നാൽ, എന്നെ കുടുക്കുവാൻ തക്കംപാർത്തിരുന്നവർക്ക് അതൊരായുധമായി. സർക്കാർ പണം മനഃപൂർവ്വം നഷ്ടപ്പെടുത്തുവാൻ ശ്രമിച്ച് ഗുരുതരമായ കൃത്യവിലോപവും അച്ചടക്ക ലംഘനവും നടത്തിയിരിക്കുന്നുവെന്ന് ആരോപിച്ചുകൊണ്ടുള്ള കുറ്റപത്രം നല്കപ്പെട്ടു. സർക്കാരിന് ഒരുവിധ നഷ്ടവും ഉണ്ടായിട്ടില്ലെന്നും, രാത്രിയിലെ ബില്ലെഴുത്തിൽ നോട്ടപ്പിശകുകൊണ്ട് സംഭവിച്ചുപോയ ക്ലറിക്കൽ എറർ മാത്രമാണുണ്ടായിട്ടുള്ളതെന്നും, കൂട്ടായ ബില്ലെഴുത്തിൽ സംഭവിച്ചുപോയ ക്ലറിക്കൽ എററിന് ഏതെങ്കിലും വ്യക്തിയെ കുറ്റപ്പെടുത്തുന്നത് നീതീകരണമില്ലാത്ത നടപടിയാണെന്നും വിശദമാക്കിക്കൊണ്ട് തുടർനടപടി അവസാനിപ്പിക്കണമെന്നു അപേക്ഷിച്ചു. തുടർന്ന് ഭരണവിഭാഗം അസിസ്റ്റന്റ് കമ്മീഷണർ അബ്ദുൾ ഖാദർ എന്നെ വിളിപ്പിച്ച്, “നിങ്ങൾ അല്ല കുറ്റം ചെയ്തതെന്ന് ഞങ്ങൾക്കറിയാം. ആരാണയാളെന്ന് നിങ്ങൾ എഴുതിത്തന്നാൽ, നിങ്ങളെ ഒഴിവാക്കാം” എന്നു പറഞ്ഞു. “യൂണിയൻ നേതാവ് സഹപ്രവർത്തകനെ ഒറ്റുകൊടുത്തു എന്നു പ്രചരിപ്പിക്കുവാനല്ലേ ? അതു നടക്കില്ല സർ” എന്നു മറുപടി നല്കി ഞാൻ ഇറങ്ങിപ്പോന്നു. അടുത്തദിവസം എനിക്കു മഹത്തായ ആ സേവന മുദ്ര ലഭിച്ചു; ഒരു വാർഷിക ഇംക്രിമെന്റു തടഞ്ഞുകൊണ്ടുള്ള ശിക്ഷാ ഉത്തരവ്. ആ കടലാസുമായി കമ്മീഷണറുടെ ചേംബറിലെത്തി അദ്ദേഹത്തോട് പറഞ്ഞു: “എന്നെ ശിക്ഷിച്ചതിലൂടെ സാർ സംതൃപ്തനായെങ്കിൽ ഞാൻ വളരെയധികം സന്തോഷിക്കുന്നു.”

അദ്ദേഹത്തിന്റെ മുഖം വിളറുന്നതുകണ്ട് ഞാൻ പുറത്തേക്കിറങ്ങി.

ആ പ്രതികാര നടപടി അല്പംപോലും തളർത്തിയില്ല. സംഘശക്തി തെളിയിച്ച പാതയിലൂടെ നീങ്ങി അടിപതറാത്ത മൂന്നുപതിറ്റാണ്ടു തികച്ച് രണ്ടായിരത്തിൽ പടിയിറങ്ങി. ജീവിതശൈലിയിൽ മാറ്റമേതുമില്ലാതെ നീങ്ങികൊണ്ടിരിക്കവെ ഒരു വാർത്തകേൾക്കുവാനിടയായി. വകുപ്പു മേധാവിയാകാനുള്ള ഊഴമടുത്തപ്പോൾ എന്റെ പഴയ ശിക്ഷകനെ വകുപ്പിനു വെളിയിൽ ഒരു സ്ഥാപനത്തിന്റെ മാനേജരായി മാറ്റി നിയമിക്കുകയും, അദ്ദേഹത്തിന്റെ ജൂനിയറെ വകുപ്പ് മേധാവിയാക്കി നിയമിക്കുകയും ചെയ്തിരിക്കുന്നു. (അവിടെയിരുന്നു തന്നെയാണ് അദ്ദേഹം വിരമിച്ചത്.) പല പല രംഗങ്ങൾ എന്റെ ചെറിയ ചിന്തയിലൂടെ മിന്നിമറഞ്ഞു. ഒടുവിൽ മഹാനായ ലിയോ ടോൾസ്റ്റോയിയുടെ ഏറെ പ്രസിദ്ധമായ കഥയുടെ ശീർഷകം കർണ്ണപുടങ്ങളിൽ മുഴങ്ങി: ദൈവം സത്യം ദർശിക്കുന്നു; എന്നാൽ, അതു പ്രഖ്യാപിക്കുവാൻ കാത്തിരിക്കുന്നു!

ഒരു നൈറ്റ് ബീറ്റ്ഡ്യൂട്ടി അനുഭവം

സാദിർ തലപ്പുഴ

രാത്രിയിൽ ഉണർന്നിരുന്ന് ലോകത്തെ കാക്കുന്ന കുറെ കണ്ണുകളുണ്ട്. കാക്കിയുടെ കണ്ണുകൾ ഇങ്ങനെയുള്ളതാണ്.എല്ലാവരും ഉറങ്ങുമ്പോൾ ഉണർന്നിരുന്ന് സംരക്ഷണം നല്കൽ ഒരനുഭവമാണ്. അന്ന് ഞങ്ങൾ നൈറ്റ് ബീറ്റ്ഡ്യൂട്ടിയിലായിരുന്നു. രണ്ട് പൊലീസുകാർ നിശ്ചിത ഇടങ്ങളിലൂടെ രാത്രി പതിനൊന്നു മുതൽ സഞ്ചരിച്ച് നിശ്ചിതസ്ഥലങ്ങളിൽ സ്ഥാപിച്ചിരിക്കുന്ന പട്ടബുക്കുകളിൽ ഒപ്പുവെച്ച്, കാണുന്ന അപരിചിതരെ ചോദ്യം ചെയ്ത് ആ പ്രദേശത്തെ കാക്കുന്ന കണ്ണുകളായി മാറുക എന്നത് സവിശേഷതയാണ്.

ഒരു മഴയുള്ള രാത്രി. രാത്രിയുടെ കറുപ്പഴകിലൂടെ നിശ്ശബ്ദമാക്കപ്പെട്ട നഗരത്തിലൂടെ അഴുക്കുചാലുകൾ പിന്നിട്ട് കറുപ്പണിഞ്ഞ കെട്ടിടങ്ങളെ കൂമൻ കണ്ണുകളാൽ പൊതിഞ്ഞ നിരവധി അവസ്ഥകളേയും സാഹിത്യത്തിലെ പുത്തൻ പ്രവണതകളേയുംക്കുറിച്ച് ചർച്ച ചെയ്ത് നടന്നു നീങ്ങുകയായിരുന്നു ഞങ്ങൾ. തണുപ്പുകൊണ്ട് മൂടിപ്പുതച്ച് യാചകർ കട വരാന്തകളിൽ ഉറങ്ങുന്നുണ്ട്. ഓരോരുത്തരുടെയും അടുത്ത് ചെന്ന് ഉണർത്താതെ യാചകൻ തന്നെയോ എന്ന് ടോർച്ചുകൊണ്ട് തീർച്ചപ്പെടുത്തി ഞങ്ങൾ നടക്കുകയാണ്. പ്രധാനവീഥിയുടെ തിരിവിൽ ഒരു കട വരാന്തയിൽ ഒരു രൂപം ടോർച്ചിന്റെ വെളിച്ചത്തിന് എതിരെ നിന്നു. അടുത്തേക്ക് ചെന്ന് നോക്കി. ഒരു വൃദ്ധൻ. നനഞ്ഞ എലിയെപ്പോലെ വിറയ്ക്കുന്നുണ്ട്. മുഷിഞ്ഞ വേഷമൊന്നുമല്ല. യാചകനല്ലെന്ന് മനസ്സിലായി. മുഷിഞ്ഞ വേഷവും കറുപ്പുനിറവും കള്ളനേയും അപഥസഞ്ചാരികളേയും തിരിച്ചറിയാനുള്ള അടയാളങ്ങളാണ്. ഈ വൃദ്ധന്റെ മാന്യമായ വേഷം ഞങ്ങളെ അമ്പരപ്പിച്ചു. ചോദ്യങ്ങൾക്കൊന്നും മറുപടിയില്ല. അയാളുടെ കണ്ണുകൾ നിറഞ്ഞൊഴുകുകയാണ്. രാത്രിയിൽ ഇവിടെ

പെട്ടുപോയതുകൊണ്ടോ, ഞങ്ങളെ കണ്ടതുകൊണ്ടാണോ എന്നുള്ള ചോദ്യം ഞങ്ങൾ സ്വയം ചോദിച്ചു. അവസാനം പുറത്ത് തട്ടി ആശ്വസിപ്പിച്ച് സാവധാനം എഴുന്നേല്പിച്ചു. അടുത്ത കെട്ടിടത്തിന്റെ വരാന്തയിലേക്ക് നടത്തിച്ചു. ഗൂർഖകൾ തണുപ്പാറ്റാൻ തീ കൂട്ടിയിട്ടുണ്ട്. ഗൂർഖയോട് കാര്യങ്ങൾ പറഞ്ഞു. അയാൾ ഫ്ളാസ്കിൽനിന്ന് കാപ്പി വൃദ്ധനു പകർന്ന് നല്കി. എന്നിട്ടും വൃദ്ധൻ ഒന്നും മിണ്ടുന്നില്ല. ഗദ്ഗദം നിറഞ്ഞ് നെഞ്ച് തടവിക്കൊണ്ടിരുന്നു. ഞങ്ങൾ മൂന്നുപേരും ഒന്നും പറയാതെ ആ തീയ്ക്കു ചുറ്റും അടുത്തടുത്തിരുന്നു. സാവധാനം നിയന്ത്രണം തിരിച്ചെടുത്ത് വൃദ്ധൻ കാര്യത്തിലേക്ക് കടന്നു.

"തമിഴ്നാട് അതിർത്തിയിലാണ് വീട്. അഞ്ച് ആൺമക്കളുണ്ട്. ഒരു പെൺകുട്ടിയെ കെട്ടിച്ചുവിട്ടത് ചുരത്തിന് താഴെയാണ്. തേയിലകൃഷിയും മറ്റു കൃഷികളുമൊക്കെയായി ഒട്ടും മോശമല്ലാത്ത വരുമാനവുമുണ്ട്. ഒരു വർഷം മുമ്പ് ഭാര്യ മരിച്ചു. എനിക്ക് കാര്യങ്ങളൊന്നും നോക്കി നടത്താൻ പറ്റാണ്ടായി. ആറ് മാസം മുമ്പ് ഞാനൊരു അബദ്ധം കാണിച്ചു. മക്കളുടെ നിർബ്ബന്ധത്തിന് വഴങ്ങി സ്വത്തുക്കളെല്ലാം വീതംവെച്ച് എളയ മകന് തറവാടും നല്കി. ആദ്യമൊക്കെ കാര്യങ്ങൾ നല്ല രീതിയിലായിരുന്നു. മക്കളുടെ വീട്ടിൽ മാറി മാറി താമസിച്ചു. താമസിയാതെ അവരുടെയൊക്കെ ഭാവം മാറാൻ തുടങ്ങി. ഭക്ഷണം കിട്ടിയാലായി. വാക്കിന് വിലയില്ലാതായി. ഇടയ്ക്ക് ചുരത്തിന് താഴെയുള്ള മകൾ വിളിക്കും. മരുമക്കളാകും ഫോൺ എടുക്കുക. അപ്പൻ ഉറങ്ങുകയാ എന്ന് പറഞ്ഞ് ഫോൺ താഴെ വെക്കും. ബീഡിക്കാശിന് പോലും മക്കളുടെ മുന്നിൽ കൈനീട്ടേണ്ടിവന്നു. അപ്പന്റെ സംരക്ഷണകാര്യം പറഞ്ഞ് മക്കൾ തമ്മിൽ വഴക്കായി. കുടുംബയോഗം കൂടി. മരുമക്കൾ തീർത്തുപറഞ്ഞു അപ്പനെ നോക്കാൻ പറ്റില്ലെന്ന്. അപ്പന്റെ നോട്ടം ശരിയല്ലെന്നും അവർ പറഞ്ഞു. പല പ്രാവശ്യം വീട്ടിൽനിന്നും പുറത്താക്കപ്പെട്ടു. സഹികെട്ടപ്പോൾ ഞാൻ തീരുമാനിച്ചു. മകളുടെ അടുത്തേക്ക് പോകാൻ. അവിടേയും വലിയ പ്രതീക്ഷയൊന്നുമില്ല. ഇന്ന് ഉച്ചകഴിഞ്ഞ് വീട്ടിൽനിന്നും ഇറങ്ങി. ബസ് മാറിക്കയറി ഇവിടെയെത്തി. കൈയിലിരുന്ന പണംതീർന്നു. രാത്രിയായി നേരം വെളുത്തിട്ട് ആരുടെയെങ്കിലും കൈയിൽനിന്ന് പണം വാങ്ങി യാത്ര തുടരാം എന്ന് കരുതി അവിടെയിരുന്നു. നന്നായി മഴയും നനഞ്ഞു. അങ്ങനെയിരിക്കുമ്പോഴാണ് നിങ്ങൾ കണ്ടത്."

ഞാൻ പറഞ്ഞു സ്റ്റേഷനിൽ എത്തിക്കാം. അവിടെ സുരക്ഷിതനായി ഇരുന്ന് നേരം വെളുത്തിട്ട് യാത്ര തുടരാം. പോകാനുള്ള സഹായവും ചെയ്യാം. എത്ര പറഞ്ഞിട്ടും വൃദ്ധൻ അതിന് സമ്മതിച്ചില്ല. പൊലീസ് സ്റ്റേഷനിൽ കയറുന്നതിനോട് അയാൾ യോജിക്കുന്നില്ല. കുറ്റം ചെയ്യാത്ത ആളുകൾക്കുള്ള ഇടമല്ല പൊലീസ്സ്റ്റേഷൻ എന്നയാൾ തീർത്തു പറഞ്ഞു. ഞങ്ങൾ നിസ്സഹായരായി.

ഇഷ്ടദാനമായി നല്കിയ സ്വത്ത് തിരിച്ചെടുക്കാനുള്ള നിയമത്തെക്കുറിച്ച് ഞങ്ങൾ അയാളോട് പറഞ്ഞു. വൃദ്ധന്റെ കണ്ണിൽ പ്രകാശം

പ്രതീക്ഷിച്ച എനിക്ക് തെറ്റി. അവിടെ മറ്റൊരു രാത്രി എനിക്ക് കാണാനാകുന്നുണ്ട്. എനിക്കെന്തിനാ സ്വത്ത്. എന്റെ സ്വത്ത് എന്റെ മക്കളായിരുന്നു. ഞങ്ങൾ ഭക്ഷണത്തിനും ബസിനുമുള്ള പണം വൃദ്ധനു നല്കി. രാവിലെ ബസ് കയറ്റി വിടാൻ ഗൂർഖയെ ഏല്പിച്ച ശേഷം ഡ്യൂട്ടിയിൽ വ്യാപൃതരായി. മനസ്സിൽ ഊറിയ ചിന്തകൾക്ക് കനംകൂടി. പരസ്പരം ഒന്നും സംസാരിക്കാനാവുന്നില്ല. ഞാൻ വീട്ടിൽ ചൂടുള്ള സംരക്ഷണത്തിൽ പുതച്ചുറങ്ങുന്ന മക്കളെക്കുറിച്ചോർത്തു. രാത്രിയിൽ മഴയും തണുപ്പും സഹിച്ച് ഞാൻ ജോലി ചെയ്യുന്നു. അവരുടെ ഉറക്കത്തിൽ ഏതോ പെരുമഴയത്ത് എന്നെ തനിച്ചാക്കുന്നത് അവർ സ്വപ്നം കാണുന്നുണ്ടാവണം.

എന്റെ സങ്കല്പത്തിലെ പൊലീസ് സ്റ്റേഷൻ

ടി എൻ ജയചന്ദ്രൻ

കേരളാ പൊലീസ് അസോസിയേഷന്റെ മുഖപത്രമാണ് *കാവൽ കൈരളി*. കലാസാമൂഹ്യസാംസ്കാരികരംഗത്തുണ്ടാകുന്ന ഉണർവ്വ് ജനാധിപത്യത്തിന്റെ വളർച്ചയ്ക്ക് അനുസൃതമായി ജീവനക്കാരിൽ വളർത്തിയെടുക്കുകയത്രെ ഈ പ്രസിദ്ധീകരണത്തിന്റെ ലക്ഷ്യം. കൈരളി എന്ന പദത്തിനർത്ഥം കേരളഭാഷയായ മലയാളമെന്നും കേരളീയവനിതയെന്നുമാണ്. കാവൽ ആകട്ടെ, സൂക്ഷിപ്പും പാറാവുമൊക്കെയാണ്. കേരളത്തിന്റെ സൂക്ഷിപ്പിനു നിയുക്തമായ പൊലീസ് അതിന്റെ ഭാഷയുടെ സംരക്ഷണത്തിനാണോ കൂടുതൽ പ്രാധാന്യം കല്പിക്കുന്നത്? അതോ പൊലീസിന് സാംസ്കാരികമായ ഉണർവ്വുണ്ടാക്കുന്നതിലൂടെ സംസ്ഥാനത്തിന്റെയും ജനങ്ങളുടെയും സുരക്ഷ കൂടുതൽ ഭദ്രമാക്കുന്നതിനോ?

അതെന്തായാലും പൊലീസ് അസോസിയേഷന് സാംസ്കാരികമായൊരു കാഴ്ചപ്പാടുണ്ടെന്നും അത് ജനാധിപത്യമൂല്യങ്ങളിലധിഷ്ഠിതമാണെന്നും അറിയുന്നതു സന്തോഷകരമാണ്. അസോസിയേഷന്റെ പ്രവർത്തനംവഴി പൊലീസും ജനങ്ങളും തമ്മിലുള്ള ബന്ധം ദൃഢതരമാകുമെന്നാശിക്കാം.

കേരളത്തിലെ സാധാരണ ജനങ്ങൾ പൊലീസുമായി ബന്ധപ്പെടുക പൊലീസ് സ്റ്റേഷൻ വഴിയാണ്. പക്ഷേ, വല്ല നിവൃത്തിയുമുണ്ടെങ്കിൽ ജനങ്ങൾ പോകാനിഷ്ടപ്പെടാത്ത ഒരു സ്ഥാപനമാണിന്നും അതെന്നതാണനുഭവം. അതിനു കാരണങ്ങൾ പലതാണ്. ഒന്നാമത് അത് പ്രദർശിപ്പിക്കുന്ന ഭീതിജനകമായ അന്തരീക്ഷം. അവിടെ ചെല്ലുന്ന പൗരൻ ആദ്യമായി കാണുന്നത് ആയുധധാരിയായ സെൻട്രിയെയാണ്. ആരെയാണയാൾ സംരക്ഷിക്കാൻ ശ്രമിക്കുന്നത്? അവിടം സന്ദർശിക്കു

ന്നവരെല്ലാം ആക്രമണകാരികളാണെന്നാണോ സങ്കല്പം? അതോ, അകത്തുള്ളവർ പുറത്തു പോകാതിരിക്കാനോ, സ്റ്റേഷന്റെ ഭാഗമായ ലോക്കപ്പിൽ അന്വേഷണ വിധേയരായ പുള്ളികളെ സൂക്ഷിക്കുന്നതിനോ? അതാണുദ്ദേശ്യമെങ്കിൽ കാവൽ വേണ്ടത് അകത്തല്ലേ. പുറത്താണോ?

പൊലീസ്സ്റ്റേഷൻ ജനാനുകൂലമായ ഒരു സ്ഥാപനമായി മാറണമെങ്കിൽ ആദ്യം വേണ്ടത് ആയുധധാരിയായ സെൻട്രിയെ അവിടെനിന്നു മാറ്റുകയാണ്. അവർ സ്റ്റേഷന്റെയകത്ത് ഉണ്ടായിക്കൊള്ളട്ടെ. അവർക്ക് കൈത്തോക്ക് ആയുധമായി നല്കാം. അതു പരസ്യമായി പ്രദർശിപ്പിക്കാതെ തന്നെ കൈവശം വെക്കാവുന്നതാണല്ലോ. സ്വയംരക്ഷയ്ക്കോ മറ്റുള്ളവരുടെ സ്വത്തിനും ജീവനും സംരക്ഷണം നല്കാനോ മാത്രമേ അതുപയോഗിക്കാവൂ എന്നാണല്ലോ ചട്ടം. ആയുധധാരികളായ പൊലീസുകാർക്ക് ആയുധമുപയോഗിക്കേണ്ട എത്ര സന്ദർഭങ്ങൾ ഉണ്ടാകാറുണ്ട്?

ലോക്കപ്പുകൾ, പൊലീസ്സ്റ്റേഷന്റെ ഭാഗമാകേണ്ടതില്ല. അതിനുവേണ്ടി പ്രത്യേകം സജ്ജീകരണങ്ങൾ ഉണ്ടാക്കുകയാണ് വേണ്ടത്. കുറ്റാന്വേഷണത്തിന്റെ ഭാഗമായി സൂക്ഷിക്കപ്പെടേണ്ടിവരുന്നവരെ സൂക്ഷിക്കാൻ പ്രത്യേകസംവിധാനമുണ്ടാകണം. സൗകര്യങ്ങളും, അവിടെ കാവല്ഭടന്മാരാകാം. അല്ല, വേണം. ലോക്കപ്പിൽ സൂക്ഷിക്കേണ്ട പരാതികളെ അവിടെ കൊണ്ടുചെന്നേല്പിക്കാം. തിരിച്ചുകൊണ്ടുപോകുകയും ചെയ്യാം. അറസ്റ്റു രേഖപ്പെടുത്താതെ കുറ്റവാളികളെ സ്റ്റേഷനിൽ സൂക്ഷിക്കുന്ന പതിവ് ഇല്ലാതാക്കാനും ഇതു സഹായിക്കും.

ഓരോ പൊലീസ്സ്റ്റേഷനിലും സാധാരണവസ്ത്രം ധരിച്ച ഒരു വനിതാ റിസപ്ഷനിസ്റ്റ് ഉണ്ടാകണം. പരാതിക്കാർക്ക് അവരുമായി സാധാരണ രീതിയിൽ സംസാരിക്കാനുള്ള അവസരം നല്കണം. പരാതിയുടെ സ്വഭാവമനുസരിച്ച് അവർക്കു മാർഗ്ഗനിർദ്ദേശം നല്കാനും റിസപ്ഷനിസ്റ്റിനും കഴിയണം. ഓരോ പരാതിക്കും രസീത് നല്കാനും വ്യവസ്ഥയുണ്ടാകണം.

ഓരോ പൊലീസ്സ്റ്റേഷനിലും കമ്പ്യൂട്ടർ സംവിധാനമുണ്ടാകണം. ഓരോ സ്റ്റേഷനെ സംബന്ധിച്ചും കേസുകളെ സംബന്ധിച്ചുമുള്ള വിവരങ്ങൾ, കേസന്വേഷണത്തിനു സഹായകമായ വിവരങ്ങൾ തുടങ്ങിയവയെല്ലാം അതിൽ സംഭരിക്കണം. പ്രിന്റർ, ഫാക്സ്, ഇ–മെയിൽ തുടങ്ങിയ അനുബന്ധസൗകര്യങ്ങളും ഉണ്ടാകണം. (പരാതി രേഖപ്പെടുത്താനുള്ള കടലാസുപോലും പരാതിക്കാരൻ തന്നെ വാങ്ങിക്കൊടുക്കേണ്ട വർത്തമാനകാലസാഹചര്യത്തിൽ ഇതൊക്കെ നടക്കുമോ? നടക്കണം.)

ഇപ്പോഴത്തെ പൊലീസ്സ്റ്റേഷനുകളുടെ കെട്ടിടങ്ങൾ ഏറ്റവും കുറഞ്ഞ സൗകര്യങ്ങൾ പോലുമില്ലാത്തവയാണ്. നില്ക്കാനും ഇരിക്കാനും സൗകര്യമില്ലാത്ത, ആവശ്യത്തിനു മേശകളോ കസേരകളോ ഇല്ലാത്ത കേന്ദ്രങ്ങൾ. ഒരു ദീർഘകാല പരിപാടിയനുസരിച്ച് എല്ലാ സ്റ്റേഷനുകൾക്കും ആവശ്യമായ സ്ഥലസൗകര്യങ്ങളുള്ള കെട്ടിടങ്ങൾ

സർക്കാർ ചെലവിൽ പണിയാൻ വ്യവസ്ഥയുണ്ടാകണം. സൗകര്യങ്ങളില്ലാതെ ജോലിയെടുക്കാൻ നിർബ്ബന്ധിതമാകുന്നതെന്ന് ആർക്കാണറിയാത്തത്?

നിയമസമാധാനപരിപാലനത്തിനും കുറ്റാന്വേഷണത്തിനും ഒരേ വിഭാഗം പൊലീസുദ്യോഗസ്ഥന്മാരാണിപ്പോൾ നിയോഗിക്കപ്പെടുന്നത്. ഇതു പലപ്പോഴും തുടർച്ചയായ, ഫലപ്രദമായ കുറ്റാന്വേഷണത്തിനു തടസ്സമുണ്ടാക്കുന്നു. രണ്ടു കർത്തവ്യങ്ങൾ നിർവ്വഹിക്കുന്നതിനും പ്രത്യേകം വിഭാഗങ്ങളുണ്ടാകണം. സഫലവും കാര്യക്ഷമവുമായ കുറ്റാന്വേഷണത്തിന് ഇതത്യാവശ്യമാണ്.

നിയമസമാധാന പരിപാലനം, എസ്കോർട്ട്, വി ഐ പി പരിചരണം, ട്രഷറി ഡ്യൂട്ടി, സമൻസ് നടത്തിപ്പ് തുടങ്ങിയ സമസ്തകാര്യങ്ങൾക്കും ഇപ്പോൾ ഉപയോഗിക്കപ്പെടുന്നത് പൊലീസ് സേനയാണ്. അവയിൽ പലതിൽനിന്നും മോചിപ്പിച്ചാൽ തീർച്ചയായും അവരുടെ കാര്യക്ഷമത വർദ്ധിപ്പിക്കാൻ കഴിയും.

പ്രധാനപ്പെട്ട മറ്റൊരുകാര്യം പൊലീസിന്റെ ഭാഷയാണ്. സാധാരണഗതിയിൽ പൊലീസ് ഉപയോഗിക്കുന്ന ഭാഷ ഒരുതരത്തിലും അംഗീകരിക്കാവുന്നതല്ല എന്ന പരാതി ദീർഘകാലമായി നിലവിലുള്ളതാണ്. അത് കുറേയൊക്കെ സത്യവുമാണ്. അത്തരം ഭാഷ ഉപയോഗിച്ചാലേ കുറ്റവാളികൾ സത്യം പറയൂ എന്നതാണ് പൊതുവേയുള്ള ധാരണ. പൊലീസിനു ബന്ധപ്പെടേണ്ടവരെല്ലാം കുറ്റവാളികളാണെന്നും കരുതുക യുക്തിസഹമല്ലല്ലോ. മനുഷ്യബന്ധങ്ങൾ രൂപപ്പെടുത്തുന്നതും നിലനിർത്തുന്നതും ഭാഷയാണ്. ഏറ്റവും സുഗമമായ ആശയവിനിമയത്തിന് പറ്റിയ ഭാഷയാണ് ഉപയോഗപ്പെടുത്തേണ്ടത്. അതിനു പ്രത്യേകം പരിശീലനവും ആവശ്യമാണ്.

ഇതൊക്കെ നടക്കുന്ന കാര്യമാണോ എന്ന ചോദ്യം സ്വാഭാവികമാണ്. നടന്നില്ലെങ്കിൽ ഇന്നുള്ള എല്ലാ അപര്യാപ്തതകളോടും കൂടി ഇന്നത്തെ അവസ്ഥ തുടരും. പൊലീസിനെ നവീകരിക്കാൻ ഇതിനകം നിരവധി ശ്രമങ്ങൾ നടന്നിട്ടുണ്ട്. ദേശീയതലത്തിലും സംസ്ഥാനതലത്തിലും നിയമിക്കപ്പെട്ട കമ്മീഷനുകൾ, അവയുടെ റിപ്പോർട്ടുകൾ, പക്ഷേ, അവയുടെ ശുപാർശകളിൽ കാര്യമായ ഒരു നടപടിയുമുണ്ടായിട്ടില്ല. കേരളത്തിൽ ഏറ്റവുമൊടുവിൽ നിയമിക്കപ്പെട്ട ജസ്റ്റിസ് കെ ടി തോമസ് കമ്മീഷന്റെ ശുപാർശകളിൽ നടപടിയെടുക്കാനുള്ള ചില ശ്രമങ്ങൾ സർക്കാരിന്റെ ഭാഗത്തുനിന്നുണ്ടായിക്കാണുന്നത് ശുഭോദർക്കമാണ്.

നമ്മുടെ നാട്ടിൽ നിലവിൽ വരേണ്ട പൊലീസ്സ്റ്റേഷനുകളെപ്പറ്റിയുള്ള ഒരു സാധാരണ പൗരന്റെ മോഹങ്ങളാണ്, ചിന്തകളാണ് അവതരിപ്പിക്കാൻ ശ്രമിച്ചത്. മനോരാജ്യത്തിന്റെ അതിശയോക്തി അതിൽ കണ്ടേക്കാം. പക്ഷേ, അവയിൽ പലതും അഭിലഷണീയം മാത്രമല്ല, പ്രായോഗികവുമാണെന്ന് ആലോചിച്ചാൽ മനസ്സിലാകും.

ഒരു ആസ്ത്രേലിയൻ പൊലീസനുഭവം

സിസിലിയാമ്മ പെരുമ്പിലാവ്

അന്നൊരു ശനിയാഴ്ചയായിരുന്നു – ജനുവരി ഇരുപത്തിയഞ്ച്. പിറ്റേദിവസം നമ്മൾ റിപ്പബ്ലിക്ദിനം നാട്ടിൽ ആഘോഷിക്കുമ്പോൾ ആസ്ത്രേലിയക്കാർ ഇവിടെ ആസ്ത്രേലിയാദിനം ആഘോഷിക്കുകയാണ്. ആഘോഷങ്ങളുടെ അടുത്തദിവസമായ തിങ്കളാഴ്ചയും രാജ്യമൊട്ടാകെ അവധിദിനമായി പ്രഖ്യാപിച്ച് ജനങ്ങൾക്ക് ഒരു ലോങ് വീക്കെന്റ് തരപ്പെടുത്തിയിരിക്കയാണ് സർക്കാർ. മനുഷ്യരെല്ലാം ദീർഘമായ യാത്രകളും വിനോദസ്ഥലസന്ദർശനങ്ങളും ബോട്ടിങ്ങും ഒക്കെ നടത്തി ആനന്ദിക്കാൻ മാത്രമായി സമയം മാറ്റിവച്ചിരിക്കുകയാണ്. ടൗൺ സെന്ററുകളിൽ സംഘടിപ്പിക്കുന്ന മൾട്ടികൾച്ചറൽ പരിപാടികളും ഭാരതീയർചേർന്ന് അവിടവിടെ കൊണ്ടാടുന്ന റിപ്പബ്ലിക് ദിനാഘോഷങ്ങളും ഉണ്ട്.

എന്തായാലും ഞങ്ങൾ പരിപാടി ഇട്ടത് കുടുംബസമേതമുള്ള ഒരു വിനോദയാത്രയാണ്. ഞങ്ങൾ താമസിക്കുന്ന പെർത്തിൽനിന്നും നൂറ്റിനാല്പത് കിലോമീറ്റർ അകലെയുള്ള ന്യൂനോർസിയ എന്ന സ്ഥലത്തേക്കാണ് യാത്ര. രണ്ടുദിവസം അവിടെ താമസിച്ച് തിങ്കളാഴ്ച മടങ്ങാനാണ് പദ്ധതി. അവിടെ സൗകര്യമായ മുറികളും മറ്റും നേരത്തേ ബുക്ക് ചെയ്തിരുന്നു.

കാലത്തെ എട്ടരമണിയോടെ ഒരുക്കങ്ങൾ പൂർത്തിയായി. സാധനങ്ങളെല്ലാം കാറിൽ പായ്ക്ക് ചെയ്തു. കൊച്ചുകുട്ടികൾ രണ്ടുപേരും തുള്ളിച്ചാടി നടക്കുന്നു. അപ്പോഴാണ് ഒരു കുഴഞ്ഞപ്രശ്നം ഉദിച്ചത്. മകന്റെ വാലറ്റ് (പേഴ്സ്) കാണാനില്ല! തലേ ദിവസം പുറത്തുപോയി വരുമ്പോൾ കൊണ്ടുവന്നോ ഇല്ലയോ എന്ന് നിശ്ചയമില്ല. പേഴ്സിൽ പണം അധികമൊന്നും ഉണ്ടായിരുന്നില്ലെങ്കിലും അതിന്റെ പല കള്ളികളിലായി വച്ചിരുന്ന അനേകം കാർഡുകൾ– വിസാകാർഡ്, മാസ്റ്റർകാർഡ്, ഡ്രൈവേഴ്സ് ലൈസൻസ് തുടങ്ങി അനുദിനം ആവശ്യമായ രേഖകൾ

– അത് ഞങ്ങളെയെല്ലാം മനഃപ്രയാസത്തിലാക്കി. മാസ്റ്റർകാർഡും മറ്റും ആരുടെയെങ്കിലും കൈയിൽപെട്ടാൽ ബാങ്കിൽനിന്നും പണമെല്ലാം ചോർത്തിയെടുക്കാൻ അയാൾക്ക് കഴിയും. എല്ലാവരും വീട്ടിലെല്ലായി ടത്തും തിരക്കിട്ടുതിരഞ്ഞു. ഒടുവിൽ ബാങ്കിലേക്ക് ഉടനെ വിളിച്ചുപറ യാമെന്ന് പ്ലാനിട്ടു.

വിളിച്ചില്ല. അതിനോടകം ഞങ്ങളുടെ കാൾബെൽ ശബ്ദിച്ചു. കതകു തുറന്നപ്പോൾ കണ്ടത് ഒരു പൊലീസ് വാൻ റോഡിൽ നില്ക്കുന്നതാണ്. വാതില്ക്കൽ പുഞ്ചിരിച്ചുകൊണ്ട് രണ്ട് പൊലീസുകാർ. അവരിൽ ഒരാൾ വനിതയാണ്. നഷ്ടപ്പെട്ടുപോയ വാലറ്റ് അവരുടെ പിടിയിൽ! അവർ അതുവച്ചു നീട്ടി. ഒരു പബ്ലിക്ക് ടെലിഫോൺബൂത്തിൽനിന്നും കിട്ടിയ താണത്രെ. മകന് അപ്പോൾ ഓർമ്മവന്നു – തലേദിവസം സിറ്റിയിലുള്ള ഒരു ബൂത്തിൽനിന്നും അവൻ ഫോൺ വിളിച്ചത്. ഞങ്ങളുടെ സന്തോ ഷത്തിനതിരില്ല. നന്ദിപൂർവ്വം വാലറ്റ് സ്വീകരിച്ചു ഞങ്ങൾ. അവരും നന്ദി പറഞ്ഞു. കാറിൽ പിക്നിക് സാമഗ്രികൾ നിറച്ചിരിക്കുന്നതുകണ്ട് Have a good weekend!! എന്നാശംസിച്ച് അവർ പോകാൻ തിരിഞ്ഞു. ഞങ്ങൾ അവരെ ഉള്ളിലേക്കു ക്ഷണിച്ചു. എന്തെങ്കിലും ശീതളപാനീയങ്ങൾ കഴി ച്ചിട്ടുപോകാമെന്നു പറഞ്ഞു. ഞങ്ങൾ ഡ്യൂട്ടിയിലാണെന്നും ഡ്യൂട്ടിക്കിട യിൽ സല്ക്കാരം സ്വീകരിക്കാൻ പാടില്ല എന്നും പറഞ്ഞ് കുട്ടികളോട് എന്തോ തമാശപൊട്ടിച്ച് അവർ വാനിൽക്കയറി ഞൊടിയിടയിൽ വണ്ടി സ്റ്റാർട്ട് ചെയ്തു. മുമ്പോട്ടെടുക്കുംമുമ്പ് പുഞ്ചിരിയോടെ കൈവീശി അഭി വാദനം ചെയ്യുകയും ചെയ്തു!

വാലറ്റിലുണ്ടായിരുന്ന പണവും മറ്റു വസ്തുക്കളും സുരക്ഷിതമായി അതിൽത്തന്നെ ഉണ്ടായിരുന്നു.

അതല്ലരസം. അവർക്ക് അതെങ്ങനെ കിട്ടിയെന്ന് വിവരിക്കുകയോ അവരുടെ അഡ്രസ്സോ ഫോൺ നമ്പരോ ഞങ്ങൾക്ക് തരികയോ ചെയ് തില്ല. (പിന്നീട് ഇന്നു വരെ അവരെ ഞങ്ങൾ എങ്ങും കണ്ടുമുട്ടിയിട്ടില്ല.)

പൊതുജനങ്ങളുമായി സ്നേഹഭാവേന ഇടപഴകുന്ന ഒരു പൊലീസ് ഫോഴ്സ് ആണിവിടെയുള്ളത്. വഴിയിൽ നില്ക്കുന്ന പൊലീസ് ഉദ്യോ ഗസ്ഥന് ചിരിച്ചുകൊണ്ട് കൈവീശി ബൈ പറയുന്ന വിവിധ പ്രായത്തി ലുള്ള സ്കൂൾകുട്ടികളെ കാണാം. വഴിതെറ്റിയോ തനിച്ചോ വിവിധ സ്ഥല ങ്ങളിൽപ്പെട്ടുപോയ കുട്ടികളെയും വൃദ്ധരെയും അവർ വീട്ടിലാക്കിക്കൊ ടുക്കും. അച്ഛനമ്മമാർ അടുത്തില്ലാത്തപ്പോൾ കുട്ടികൾക്ക് ഏറ്റവും ആശ്ര യിക്കാവുന്ന രണ്ടാമത്തെ സഹായകേന്ദ്രമാണ് പൊലീസ്. അത്യാവശ്യ സമയത്തു പൊലീസിനെ സമീപിക്കാൻ കുട്ടികളെ പരിശീലിപ്പിച്ചിട്ടുണ്ട്.

സ്നേഹമായും മര്യാദയായും ഉള്ള പെരുമാറ്റചിട്ട നിയമപാലന ത്തിന് തടസ്സം സൃഷ്ടിക്കുന്നില്ല എന്നതു ശ്രദ്ധേയമാണ്. കൈക്കൂലി വാങ്ങിക്കുന്നില്ല എന്നുമാത്രമല്ല നിയമലംഘനം നടത്തുന്നവരെ കടന്നു പോകാൻ സമ്മതിക്കുകയുമില്ല. കുറ്റക്കാരെ കസ്റ്റഡിയിൽ എടുക്കുന്നതും കർക്കശമായ രീതിയിലാണെങ്കിലും അമാന്യമായ വാക്കുകളോ അക്രമ

കരമായ കൈക്രിയകളോ പ്രയോഗിക്കില്ല. എതിർത്തു നില്ക്കുന്നവരെ നിലത്തു കമഴ്ത്തിക്കിടത്തി അവരുടെ തന്നെ ഷർട്ടുകൊണ്ടോ മറ്റേതെങ്കിലും ബന്ധനോപാധികൊണ്ടോ കൈകൾ പുറകോട്ടുവയ്ക്കുന്നതും പതിവാണ്.

ഈ നാട്ടിൽ ഇവയൊക്കെ കണ്ടുപഴകിക്കഴിഞ്ഞപ്പോൾ ഞാൻ നമ്മുടെ കൊച്ചുകേരളത്തെപ്പറ്റി ഓർത്തുപോയി. ചെറിയ കുട്ടികളെ പേടിപ്പിക്കാനായി പണ്ടത്തെ മുത്തശ്ശിമാർ ഉമ്മാക്കി വരുന്നു എന്നു പറയാറുണ്ടായിരുന്നു. ഇപ്പോൾ പലരും ഉമ്മാക്കി എന്ന ഭീകരന്റെ സ്ഥാനത്തു പൊലീസിനെ പ്രതിഷ്ഠിച്ചിരിക്കുകയാണ്. കാക്കിനിറം കാണുന്നതേ കുട്ടികൾക്കു ഭയമായിരുന്നു.

യഥാർത്ഥരംഗത്ത് കാണുന്ന പൊലീസും സീരിയലുകളിലും സിനിമകളിലും കാണുന്ന പൊലീസും തമ്മിൽ എന്തൊരന്തരം! ദൈവഭയവും കുടുംബസ്നേഹവും നീതിബോധവും ഒക്കെയുള്ള മാന്യരായ ഉദ്യോഗസ്ഥരെ മാധ്യമങ്ങൾ ചിത്രീകരിക്കുന്നത് തുലോം വ്യത്യസ്തമായ രീതിയിൽ. ഒന്നുകിൽ അതിദുഷ്ടന്മാരായ സാഡിസ്റ്റുകൾ. സഭ്യവാക്കുകൾ അവർക്കന്യമാണ്. അതിനു കഴിവില്ലാത്ത പാവം പൊലീസ് ഉണ്ടെങ്കിൽ അത് അയഞ്ഞ കാക്കിയൂണിഫോം ധരിച്ച വല്ല കുട്ടൻപിള്ളമാരും! അവരുടെ തൊപ്പിതെറിക്കുന്നതും ലാത്തി ഒടിയുന്നതും ചളിവെള്ളത്തിൽ വീണുരുളുന്നതും മേലധികാരിയുടെ മുൻപിൽ തലചൊറിഞ്ഞ് ഓച്ഛാനിച്ച് നില്ക്കുന്നതും... ഇനി, എവിടെയോ എപ്പോഴോ ഒരുത്തമപൊലീസുദ്യോഗസ്ഥനെ ചിത്രീകരിച്ചാലോ? അയാൾ സാധാരണക്കാർക്ക് അടുക്കാൻ വയ്യാത്ത ദേവതുല്യനും. ഇങ്ങനെയുള്ള മൂന്നു വകുപ്പിലുള്ള പൊലീസും ജനജീവിതത്തെ സഹായിക്കുന്നുവെന്നു തോന്നൽ നമ്മിലുണ്ടായിരിക്കുന്നില്ല. ഭയം, അറപ്പ് അതല്ലെങ്കിൽ വീരാരാധന. ഈ വികലധാരണകൾ തിരുത്തി എഴുതേണ്ടകാലം അമ്പേ അതിക്രമിച്ചിരിക്കുന്നു. മാധ്യമങ്ങൾക്ക് ഏറെ ചെയ്യാൻ കഴിയും. അതിന് പൊലീസ്വകുപ്പും മുൻകൈയെടുക്കേണ്ടതുണ്ട്. കൃത്രിമഗൗരവവും കൊമ്പൻമീശയും അതിരുവിട്ട സംഭാഷണശൈലിയും തങ്ങളുടെ കാര്യക്ഷമതയുടെ മുഖമുദ്രയായി സ്വീകരിച്ചിട്ടുള്ള ഉദ്യോഗസ്ഥരുണ്ടെങ്കിൽ, അനധികൃതമായി കൈയേറ്റം നടത്തുന്നവരുണ്ടെങ്കിൽ അവരെ തിരുത്തി ഡിപ്പാർട്ടുമെന്റിന്റെ മാന്യതയും കാര്യക്ഷമതയും നിലനിർത്തേണ്ടതും ഇന്നിന്റെ ആവശ്യമാണ്.

വിദ്യാഭ്യാസപരമായി മുൻപന്തിയിൽ നില്ക്കുന്ന കേരളമക്കൾ പൊലീസിന്റെ സ്തുത്യർഹമായ സേവനത്തെ അംഗീകരിക്കുകയും ആദരിക്കുകയും ചെയ്യട്ടെ. എല്ലാ അർത്ഥത്തിലും കേരളീയർക്കു കാവൽ നല്കുന്ന ഗൗരവമേറിയ ചുമതലയാണ് തങ്ങളുടേതെന്ന് ഉദ്യോഗസ്ഥരും മനസ്സിലാക്കട്ടെ.

അഭിവന്ദ്യരായ, സമർത്ഥരായ ഉദ്യോഗസ്ഥർ പൊലീസ് ഡിപ്പാർട്ടുമെന്റിൽ ധാരാളംപേർ ഉണ്ടെന്നുള്ളത് നമുക്കെന്നെന്നും അഭിമാനിക്കാൻ വക തരുന്നു.

പൊലീസിനൊരു സല്യൂട്ട്.....

ഡോ. വി പി ഗംഗാധരൻ

എൻട്രൻസ് പരീക്ഷയുടെ ഫലപ്രഖ്യാപനം വന്നാലുടൻ പത്രമാസികകളിലും വഴിയോരത്തെ ഫ്ളക്സ് ബോർഡുകളിലുമൊക്കെയായി വിജയികളായ കുട്ടികളുടെ ഫോട്ടോകളുമായി നിറയെ പരസ്യങ്ങൾ വരാൻ തുടങ്ങും. കേരളത്തിൽ മാത്രമല്ല, മറ്റു സംസ്ഥാനങ്ങളിലും സ്ഥിതി ഇതുതന്നെ.

എൻട്രൻസ് പരിശീലന സ്ഥാപനങ്ങളുടെ പരസ്യങ്ങളാണ് അവയൊക്കെ. പലപ്പോഴും ഫോട്ടോയിൽ കാണുന്ന കുട്ടികൾ അതേ സ്ഥാപനത്തിൽ പഠിച്ചവർ ആകണമെന്നുപോലുമില്ല. ഉയർന്ന റാങ്ക്കിട്ടിയ കുട്ടികളുടെ ചിത്രം പരസ്യമോഡലുകളെയെന്ന പോലെ ഉപയോഗിക്കുന്ന സ്ഥാപനങ്ങളുമുണ്ട്.

തങ്ങളുടെ സ്ഥാപനത്തിൽ പഠിച്ചതിനാലാണ് കുട്ടികൾക്ക് നല്ല റാങ്ക് കിട്ടിയത് എന്നാണല്ലോ പരസ്യക്കാരുടെ അവകാശവാദം. എന്നാൽ, എൻട്രൻസിന് മികച്ച റാങ്ക് നേടിയ കുട്ടികൾ മുമ്പേ തന്നെ വളരെ നന്നായി പഠിക്കുന്നവരായിരിക്കും. നല്ല കഴിവും കഠിനാദ്ധ്വാനശേഷിയുമുള്ളവർ. അവർക്ക് പരീക്ഷയെഴുത്തിന്റെ ചില രീതികൾ പഠിപ്പിച്ചുകൊടുക്കാനും പരീക്ഷയെഴുത്തിൽ പരിശീലനം നല്കാനുമൊക്കെയല്ലാതെ ഈ സ്ഥാപനങ്ങൾക്ക് അധികമൊന്നും ചെയ്യാനുണ്ടാവില്ല. വലിയ എൻട്രൻസ് പരിശീലന സ്ഥാപനങ്ങൾ പലതും നിശ്ചിത മാർക്കും നല്ല പഠനനിലവാരവുമില്ലാത്ത കുട്ടികളെ അവരുടെ സ്കൂളിൽ ചേർക്കുക പോലുമില്ല.

നന്നായി പഠിക്കുന്നവർ, നല്ല വിജയം നേടുന്നതിൽ പരിശീലകർക്ക് അത്ര വലിയ അവകാശവാദമൊന്നും ഉന്നയിക്കാനില്ല. എന്നാൽ, അങ്ങനെയല്ലാത്ത മികച്ച ചില മാതൃകകളുണ്ട് നമുക്കുമുന്നിൽ.

കഴിഞ്ഞ ദിവസം ബിഹാറിൽനിന്നുള്ള ഒരു വാർത്ത കണ്ടിരുന്നു. അവിടെ ആനന്ദ്കുമാർ എന്ന യുവാവും അദ്ദേഹത്തിന്റെ ഭാര്യയും ചേർന്ന് 'സൂപ്പർ 30' എന്നൊരു പ്രസ്ഥാനം നടത്തുന്നു. രാജ്യത്തെ വിവിധയിടങ്ങളിൽ ഏറ്റവും ദരിദ്രനിലയിലുള്ള കുടുംബങ്ങളിൽനിന്ന് മിടുക്കരായ വിദ്യാർത്ഥികളെ കണ്ടെടുത്ത്, സ്വന്തം വീട്ടിൽ താമസിപ്പിച്ച് ഐ ടി, എൻട്രൻസ് പരിശീലനം നല്കുകയാണ് അദ്ദേഹം. ആ മുപ്പതു കുട്ടികകളും ഏറ്റവും മികച്ച കേന്ദ്രങ്ങളിൽ പ്രവേശനം നേടാറുമുണ്ട്. പത്തു വർഷത്തിലധികമായി നടക്കുന്നുണ്ട് ആ 'സൂപ്പർ 30' ഇതിനകം എത്രയോ കുട്ടികൾക്ക് രാജ്യത്തെ ഏറ്റവും മികച്ച കലാലയങ്ങളിൽ പ്രവേശനം നേടിക്കൊടുക്കാൻ അദ്ദേഹത്തിനു കഴിഞ്ഞു.

ഏറ്റവും ദരിദ്രസാഹചര്യങ്ങളിൽ നിന്നുള്ള മിടുക്കരായ വിദ്യാർത്ഥികളെ കണ്ടെത്തി മികച്ച പരിശീലനം നല്കുന്ന വേറെയും ചില സന്നദ്ധ പ്രവർത്തകരും സ്ഥാപനങ്ങളും നമ്മുടെ നാട്ടിലുണ്ട്. വലിയ കാര്യമാണത്. ഇവരൊക്കെ പക്ഷേ, മിടുക്കരായ, മികച്ച പഠന നിലവാരമുള്ള വിദ്യാർത്ഥികളെ സൂക്ഷിച്ച് കണ്ടെടുക്കുകയാണ് ചെയ്യുന്നത്.

പഠിക്കാൻ മിടുക്കു കാണിക്കാത്ത കുട്ടികളെ എന്തു ചെയ്യും? എല്ലാവർക്കും പഠനകാര്യത്തിൽ ഒരേ പോലെ മിടുക്കുണ്ടാവില്ലല്ലോ. 'ടോട്ടോചാൻ' എന്ന കുസൃതിക്കുട്ടി പഠിക്കാൻ മിടുക്കുള്ളവനായിരുന്നില്ലെങ്കിലും തികച്ചും വ്യത്യസ്തനായ ഒരു മാഷ് അത്തരം കുട്ടികളെ ഏറ്റവും മികച്ച വ്യക്തികളായി വളർത്തിയെടുക്കുന്നതിനെക്കുറിച്ചുള്ള ആ കഥ നമുക്ക് പരിചിതമാണല്ലോ. കേരളത്തിലും അത്തരം ചില സ്ഥാപനങ്ങൾ വയനാട്ടിലും അട്ടപ്പാടിയിലുമൊക്കെ ഉള്ളതായി അറിയാം.

കഴിഞ്ഞ ദിവസം ആലുവയിൽ റൂറൽ എസ് പിയുടെ ഓഫീസിൽ പൊലീസ് അസോസിയേഷൻകാരുടെ ഒരു പരിപാടിയിൽ പങ്കെടുക്കാനായി പോയിരുന്നു. ഒരു ക്യാൻസർ ബോധവല്ക്കരണ ക്ലാസ് എടുക്കാനാണ് പോയത്. അവിടെ എത്തിയപ്പോൾ അവർ പറഞ്ഞു: "ഡോക്ടറേ, ഇവിടെ ഞങ്ങൾ കുറച്ച് കുട്ടികളെ പഠിപ്പിക്കുന്നുണ്ട്. പത്താം ക്ലാസ് പരീക്ഷയിൽ തോറ്റുപോയ കുട്ടികളെ. അവരെ കണ്ടെത്തി ഇവിടെ കൊണ്ടുവന്ന് പ്രത്യേക പരിശീലനം നല്കി പഠിപ്പിച്ച്, പരീക്ഷ ജയിപ്പിച്ച് സ്വന്തം ജീവിതവഴി കണ്ടെത്താൻ പ്രാപ്തരാക്കുകയാണ് ലക്ഷ്യം!"

അതിൽ പൊലീസിനുള്ള സവിശേഷ താല്പര്യവും അവർ പറഞ്ഞു: "ഇങ്ങനെ തോറ്റു പോകുന്ന കുട്ടികളിൽ ചിലരെങ്കിലും വീട്ടിൽ നിന്ന് ശരിയായ ശ്രദ്ധ കിട്ടാത്തവരായിരിക്കും. ഇവരൊക്കെ വളരെയെളുപ്പം ക്രിമിനൽ ഗ്യാങ്ങുകളുടെയും ഗുണ്ടകളുടെയുമൊക്കെ പിടിയിൽപ്പെട്ടുപോകാൻ സാദ്ധ്യതയുമുണ്ട്. തിരിച്ചറിവാകാത്ത ഇത്തരം കൊച്ചു കുട്ടികളെ ക്രിമിനലുകൾ എളുപ്പം വശത്താക്കും. അതിനുള്ള സാദ്ധ്യത ഒഴിവാക്കുക കൂടിയാണ് ഈ ക്ലാസിന്റെ ലക്ഷ്യം."

അതെനിക്ക് തികച്ചും അതിശയകരമായൊരു വിവരമായിരുന്നു. 'പ്രതിരോധമാണ് ചികിത്സയേക്കാൾ നല്ലത്' (prevention is better than cure) എന്നൊക്കെ എപ്പോഴും പറയാറുണ്ടെങ്കിലും സമൂഹജീവിതത്തിൽ പൊലീസിന്റെ മുൻകൈയിൽ ഇത്തരമൊരു വലിയ സംരംഭം നടക്കുന്നു എന്ന തിരിച്ചറിവുണ്ടാക്കിയ സന്തോഷം വളരെ വലുതാണ്.

അവിടെ കുട്ടികളെ പഠിപ്പിക്കുന്ന രണ്ടുമൂന്ന് അദ്ധ്യാപകരുണ്ട്. അവരോട് ഞാൻ സംസാരിച്ചു. 'ഈ കുട്ടികളാരും ഇനി തോല്ക്കില്ല..' എന്ന് അവർ ഉറപ്പുപറഞ്ഞു.

പത്താം ക്ലാസിലെ പരീക്ഷയിൽ ജയം നേടുക എന്നത് ഇപ്പോഴത്തെ നിലയ്ക്ക് അത്ര വിഷമമുള്ള കാര്യമൊന്നുമല്ല എന്നു തോന്നിയേക്കാം. പരീക്ഷ ജയിച്ച് ഒരു സർട്ടിഫിക്കറ്റ് നേടുന്നു എന്നതല്ല, അതിനപ്പുറം ജീവിതത്തിൽ തങ്ങൾക്ക് പരിഗണന കിട്ടുന്നു എന്ന തിരിച്ചറിവും വിജയകരമായ ഒരു ജീവിതം മുന്നിലുണ്ട് എന്ന ബോദ്ധ്യവും ആ കുട്ടികൾക്കു നല്കാൻ കഴിയുന്നു എന്നതാണ് വലിയ കാര്യം.

അവരുടെ ക്ലാസിലെത്തി, അവരോടൊപ്പം കുറച്ചു സമയം ഇരുന്നു ഞാൻ. മെഡിക്കൽകോളേജിൽ പഠിക്കുമ്പോൾ ഞങ്ങൾക്കൊപ്പം ഹോസ്റ്റലിലുണ്ടായിരുന്ന മികച്ച വിദ്യാർത്ഥികളിലൊരാൾ പത്താം ക്ലാസ് തോറ്റുപോയിട്ട് വീണ്ടും എഴുതി ജയിച്ചയാളാണ്. ആ കൂട്ടുകാരനെ ഓർക്കാനും അദ്ദേഹത്തെക്കുറിച്ച് അവരോടു പറയാനും കഴിഞ്ഞു.

കുറച്ചുനാൾ മുമ്പ് ആലപ്പുഴയിൽ ഒരു പരിപാടിക്ക് പോയിരുന്നു. അവിടത്തെ എം പി ഒരുക്കിയ ഒരു ചടങ്ങിൽ പങ്കെടുക്കാനാണ് പോയത്. പത്ത്, പന്ത്രണ്ട് ക്ലാസുകളിൽ മികച്ച വിജയം നേടിയ കുട്ടികളെ അനുമോദിക്കുന്നതായിരുന്നു ചടങ്ങ്. അവിടെ ഞാൻ പറഞ്ഞത്, 'ഇവർ മികച്ച വിജയം നേടിയ കുട്ടികളാണ്. നല്ലരീതിയിൽ തോറ്റുപോയ കുറേ കുട്ടികൾകൂടിയുണ്ട്. അവർ തോറ്റുപോയത് എന്തുകൊണ്ടാണ് എന്നും അവർക്ക് എവിടെയൊക്കെയാണ് മികച്ച വിജയം നേടാൻ കഴിയുന്നത് എന്നുംകൂടി തിരക്കാനും നമുക്ക് കഴിയേണ്ടതുണ്ട്' എന്നായിരുന്നു.

അങ്ങനെയുള്ള കുറേ കുട്ടികളെ കണ്ടെടുക്കാനും അവർക്ക് മറ്റെല്ലാറ്റിലുമുപരി സവിശേഷ പരിഗണന നല്കാനുമുള്ള നീക്കമാണ് ആലുവയിൽ റൂറൽ എസ് പി എ വി ജോർജ്ജും സഹപ്രവർത്തകരുംകൂടി നടത്തുന്നത്. മഹത്തായ കാര്യമാണതെന്ന് എനിക്കു തോന്നുന്നു.

ഒരു പരീക്ഷയിൽ തോറ്റുപോയതുകൊണ്ട് ആരും ജീവിതത്തിൽ തോറ്റുപോകുന്നില്ല. പരീക്ഷകളിലെ മികച്ച വിജയംകൊണ്ട് ജീവിതത്തിലെ വിജയമുണ്ടാകണമെന്നുമില്ല. പരീക്ഷകൾക്കും വിജയ-പരാജയങ്ങൾക്കുമപ്പുറം, ജീവിതത്തെക്കുറിച്ചു പഠിക്കാനും ജീവിതപ്പരീക്ഷയിൽ കുട്ടികൾക്ക് വിജയം നേടിക്കൊടുക്കാനുമുള്ള ശ്രമം.. ഇങ്ങനെയൊരാശയം കൊണ്ടുവരികയും അത് നന്നായി നടപ്പാക്കുകയും ചെയ്യുന്ന ആലുവ റൂറൽ പൊലീസിലെ ഉദ്യോഗസ്ഥർക്ക് വിനയപൂർവ്വം ഒരു സല്യൂട്ട്!

www.ingramcontent.com/pod-product-compliance
Lightning Source LLC
LaVergne TN
LVHW060239051026
849517LV00005B/1673